தே

ஒரு
இலையின்
வரலாறு

ராய் மாக்ஸம்

ராய் மாக்ஸம் எழுதிய முதல் புத்தகம் 'The Freelander' (1990) என்னும் நாவல். அதன்பின் அவர் எழுதியவை அனைத்தும் வரலாற்று நூல்கள். பிரிட்டிஷ் காலனியாதிக்கத்தின்போது அமைக்கப்பட்ட 1500 அடி உப்புவேலியை ஆராயும் 'The Great Hedge of India' (2001), ஆசியா மற்றும் ஆப்பிரிக்காவின் வரலாற்றில் தேநீர் வகித்த பாத்திரத்தை அலசும் 'Tea & Addiction, Exploitation and Empire' (2003) இரண்டும் முக்கியமானவை, கவனத்தை ஈர்த்தவை. பிறந்ததும் (1939) வளர்ந்ததும் இங்கிலாந்தில் என்றாலும் ஆப்பிரிக்காவில், குறிப்பாக அங்குள்ள தேநீர் தோட்டங்களில் 13 ஆண்டுகள் அவர் செலவிட்டிருக்கிறார். லண்டன் நூலகத்தில் நூல்களையும் ஆவணங்களையும் பராமரிக்கும் பணியிலும் ஈடுபட்டிருக்கிறார். இந்தியா தொடங்கி விரிவாகப் பயணங்கள் மேற்கொண்டிருக்கிறார்.

சிறில் அலெக்ஸ்

சிறில் அலெக்ஸ் ஒரு வலைப்பதிவராகத் தன் எழுத்துப் பணியைத் தொடங்கி, தன் ஊர் குறித்து எழுதிய 'முட்டம்' என்னும் முதல் நூலால் பரவலாக அறியப்பட்டவர். அச்சு ஊடகத்திலும் இணைய இதழ்களிலும் பல கட்டுரைகளை எழுதியுள்ளார். மென்பொருள் துறையில் பணியாற்றிவரும் இவர் ராய் மாக்ஸம் எழுதிய 'The Great Hedge of India' நூலை 'உப்பு வேலி' எனும் பெயரில் மொழிபெயர்த்துள்ளார். தமிழில் முக்கியமாக விவாதிக்கப்பட்ட மொழிபெயர்ப்பு புத்தகங்களில் இதுவும் ஒன்று என்பது குறிப்பிடத்தக்கது.

ராய் மாக்ஸம்

தமிழில்: சிறில் அலெக்ஸ்

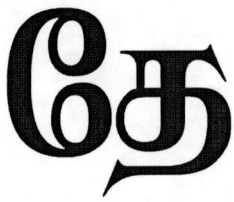

தே

ஒரு இலையின் வரலாறு

கிழக்கு

தே : ஒரு இலையின் வரலாறு
Thae: Oru Ilayin Varalaru

by *Roy Moxham* ©

Translated by *Cyril Alex* ©

Authorised translation of the book *'A Brief History of Tea'* by Roy Moxham.
Originally published in English by ROBINSON,
an imprint of Little, Brown Book Group, London.

First Edition: February 2021
272 Pages
Printed in India.

ISBN 978-81-948653-8-4
Kizhakku - 1219

Kizhakku Pathippagam
177/103, First Floor, Ambal's Building, Lloyds Road,
Royapettah, Chennai - 600 014. Ph: +91-44-4200-9603
Email : support@nhm.in Website : www.nhm.in

📘 kizhakkupathippagam 🐦 kizhakku_nhm

Cover Image: Shutterstock

All illustrations, photos and images are for informational purposes only and are copyrighted by their respective owners.

Kizhakku Pathippagam is an imprint of New Horizon Media Private Limited

The views and opinions expressed in this book are the author's own and the facts are as reported by the author, and the publishers are not in any way liable for the same.

All rights reserved. No part of this publication may be reproduced, stored in a retrieval system, or transmitted, in any form or by any means, electronic, mechanical, photocopying, recording or otherwise, without the prior permission of the publishers.

என் அம்மாவுக்கு,
பல காரணங்களுக்காக,
குறிப்பாக, நான் தேயிலைத்
தோட்டப் பணியாளனாக
இருந்தபோது எழுதிய அனைத்துக்
கடிதங்களையும் பத்திரமாக
வைத்திருந்ததற்கு.

பொருளடக்கம்

	வரலாறு எனும் கிரைம் நாவல்	...	*09*
	வழியெங்கும் கல்லறைகள்...	...	*11*
	தேயிலைத் தோட்டத்தில் ஒரு வேலை	...	*13*
1.	தேயிலைப் பழக்கம்: வரிகள், கடத்தல், புரட்சிகள்	...	*21*
2.	சீனர்களை ஒழுங்கு செய்வது	...	*64*
3.	விக்டோரிய சாகசம் - இந்தியா	...	*99*
4.	விக்டோரியன் எண்டர்பிரைஸ் - முதல்தர காட்டுவாசி	...	*141*
5.	விக்டோரியன் எண்டர்பிரைஸ் - சிலோன்	...	*171*
6.	புதிய ராஜாங்கங்கள்	...	*197*
7.	ஆப்ரிக்காவில் ஒரு வருடம்	...	*231*
	தேயிலை/தேநீரின் வகைகள், தரங்கள்	...	*265*
	உதவிய நூல்கள்	...	*268*
	நன்றியுரை	...	*272*

வரலாறு எனும் கிரைம் நாவல்

ராய் மாக்ஸம் லண்டனில் கவென்ட் கார்டன் எனும் இடத்தில் வசிக்கிறார். கவென்ட் கார்டன், லண்டனின் வேறெந்த, பகுதியையும்போலவே வரலாற்றுச் சிறப்பு மிக்க இடமாகும். லண்டனின் பழம்பெரும் சந்தை அங்கிருந்தது. இன்று அது ஒரு முக்கிய சுற்றுலா மையம். திடீரென 2015ல் அங்கே ஒரு புதிய கடை திறக்கப்பட்டது. கடையின் பெயர் 'ஈஸ்ட் இண்டியா கம்பெனி'. இந்திய வரலாற்றை புரட்டிப்போட்ட 'கம்பெனி', உலக வரலாற்றில் முதன்முறையாக பெரும் சுரண்டல்களயும் பேரழிவுகளையும் திட்டமிட்டுச் செயல்படுத்திய 'கார்ப்பரேட்'. நவீன கிழக்கிந்திய கம்பெனி விற்கும் முக்கிய பொருள் 'தேயிலை'.

நாம் இன்று சாதாரணமாகப் பயன்படுத்திக்கொண்டிருக்கும் பொருட்கள் ஒவ்வொன்றிற்கும் தனித்த வரலாறு உள்ளது. பொருட்களின் வரலாற்றை அறிவதன் மூலம் மனித வரலாற்றை வரைவது ஒரு ஆய்வுமுறையாகவே உள்ளது. இதற்கு ராய் மாக்ஸத்தின் 'உப்பு வேலி' ஒரு நல்ல உதாரணமானாலும் தேயிலையின் வரலாற்றைச் சொல்லும் இப்புத்தகமே மிகச்சிறந்த எடுத்துக்காட்டு. சீனாவில் மட்டுமே நூற்றுக்கணக்கான வருடங்கள் பயன்பாட்டிலிருந்த ஒரு பானம் பின்னர் ஐரோப்பிய வியாபாரிகளால் கண்டுபிடிக்கப்பட்டு உலகப்புகழ்பெற்ற தேயிலை சென்ற இடமெல்லாம் இரத்தப்பலி கேட்கும் ஒரு துர்தேவதையைப்போல பிணங்கள் சிதறிய மலைப்பாதைகள் வழியே பயணித்து உங்கள் அடுப்பங்கரையில் வந்து அமர்ந்துள்ளது. தமிழர்களும் தமிழ்நாடும் இந்தக் கொடூர வரலாற்றின் புயல் வேகத்தில் சிக்கி சிதறடிக்கப் பட்டதையும் பதிவு செய்கிறார் ராய்.

ராய் சுவாரஸ்யமான மனிதர். சாலையில் செல்லும் எவரிடமும் நின்று ஒரு மதிக்கத்தக்க உரையாடலை செய்துவிடுபவர். அவர் வீட்டைச் சுற்றி தெருவில் கிடக்கும் போதை அடிமைகள்கூட அவருக்குப் பரிச்சயமானவர்கள். அவரது வரலாற்றுப் புத்தகங்களும் சுவாரஸ்யமானவை. மிகச் சாதாரண தகவலைக்கூட அவரால் சுவாரஸ்யமாகவும் பிரம்மாண்டமாகவும் சொல்லிவிட முடியும். அதேபோல வரலாற்றின் முன் தன்னையும் ஒரு சாட்சியாக நிறுத்திக்கொள்ளும் அவரது ஆர்வம் உப்புவேலியைப்போல இப்புத்தகத்திலும் வெளிப்படுகிறது. ஆப்ரிக்காவில் அவர் இளவயதில் தோட்ட மேலாளராகப் பணிபுரிந்த அனுபவங்களின் மூலம் தேயிலையின் வரலாற்றில் ஒரு நேரடி சாட்சியாக அவர் நிற்கிறார்.

உப்பு வேலி புத்தக வெளியீட்டின்போது ராய் இந்தப் புத்தகத்தை என்னிடம் தந்து 'இதை அடுத்து மொழிபெயர்த்துவிடு, இதுதான் தமிழர்களின் வரலாற்றுக்கு அணுக்கமானது' என்றார். ஆனால் நான் மொழிபெயர்த்து முடிக்க ஐந்து வருடங்களுக்கு மேல் ஆகிவிட்டது. சென்னை, லண்டன், மெல்பர்ன் எனப் பல நகரங்களிலும் இம்மொழி பெயர்ப்பைச் செய்துள்ளேன். தேயிலை என்னையும் அலைக்கழித்து விட்டது என்று சொல்லலாம். இப்புத்தகத்தை சீர்செய்ய உதவிய நண்பர் கிரிதரன் இராஜகோபால அவருக்கு என் மனமார்ந்த நன்றிகள். எனக்கு ராயை அறிமுகப்படுத்தி இம்மொழிப்யர்ப்புகளை செய்ய மூல காரணமாயிருந்த அன்பு ஜெயமோகனுக்கும் நன்றிகள்.

என் தந்தை ஒரு தேனீர்ப் பிரியர். ஒரு நாளைக்கு நான்கைந்து கோப்பைகள் சண்டை போட்டு வாங்கி குடிப்பவர். ஆகஸ்ட் 15, 2020ல் இவ்வுலகை விட்டுப் பிரிந்து சென்ற அவருக்கு இம்மொழிபெயர்ப்பை சமர்ப்பிக்கிறேன்.

மனித மரலாற்றின் தலைகீழ் திருப்பங்கள் எந்தக் கிரைம் நாவலையும்விட கிளர்ச்சியூட்டுபவை. 2005ல் கிழக்கிந்தியக் கம்பெனியை வாங்கி, கவென்ட் கார்டன் உட்பட்ட பகுதிகளில் வியாபாரத்தை புதிதாக ஆரம்பித்திருப்பவர் ஒரு இந்தியர்.

சிறில் அலெக்ஸ்

வழியெங்கும் கல்லறைகள்...

தேயிலையின் வரலாறு கூறும் எனது புத்தகத்தை சிறில் அலெக்ஸ் தமிழில் மொழிப்பெயர்த்தது குறித்து மிகுந்த மகிழ்ச்சியடைகிறேன். உலகளாவிய தேயிலை பயன்பாடு, வளர்ப்பு மற்றும் தயாரிப்பு குறித்த வரலாற்றை இப்புத்தகம் பதிவு செய்கிறது. தமிழ்நாட்டில் ஒருபோதும் பெரிய அளவில் தேயிலைப் பயிரிடப்படவில்லை என்றாலும் பெரும் எண்ணிக்கையில் தமிழர்கள் இத்துணைக்கண்ட பகுதியிலிருந்த தேயிலைத் தோட்டங்களில் பணிபுரிந்துள்ளனர். உண்மையில் இவர்கள் இல்லையென்றால் சிலோனில் (ஸ்ரீ லங்கா) தேயிலைப் பயிரிடப்படுவது இருந்திருக்கும் வாய்ப்பு குறைவே.

பத்தொன்பதாம் நுற்றாண்டின் இரண்டாம் பகுதியில் விவசாயம் பொய்த்துப் போய் அதன் விளைவாக உருவாகிய பஞ்சங்கள் தமிழர்களை அபாயகரமான பயணங்களின் வழியே புதிதாக உருவாக்கப்பட்ட சிலோன் தேயிலைத் தோட்டங்களுக்கு வேலைக்குச் செல்லத் தூண்டின. ஊரில் பட்டினிகிடந்த தன் குடும்பத்துக்குப் பணம் அனுப்ப முடியும் எனும் எதிர்நோக்குடன் இவர்கள் சென்றனர். ஆனால் இவர்களில் பலரும் பயணத்தின்போது உணவின்றி தேயிலைத் தோட்டங்களுக்குச் செல்லும் கடுமையான பாதைகளிலேயே செத்து மடிந்தனர். பிறர் தோட்டங்களைச் சென்றடைந்தனர், உடல் சோர்ந்தும், பட்டினியில் வாடியும் வந்து சேர்ந்த அவர்கள் அங்கே தங்களுக்குப் பழக்கமே இல்லாத மலைப் பகுதிகளின் குளிரில் வாடி மடிந்தனர். தோட்டங்களில் வீட்டு வசதிகள் பொதுவாகப் படுமோசமாகவே இருந்தன. நெருக்கமும், மோசமான சுகாதார வசதிகளும் மாசுபட்ட குடிநீரும் சேர்ந்து பலரும் காலறாவில் மரித்தனர்.

பல தசாப்தங்கள் கடந்தபின்னர் இலைங்கை தோட்டங்களின் நிலைமை முன்னேறியுள்ளது, ஆனால் தமிழ்நாட்டில் பல குடும்பங்களின் மூதாதையர்கள் அத்தோட்டங்களுக்கருகேயும் தோட்டங்களுக்குச் செல்லும் வழியிலும் புதைக்கப்பட்டுள்ளனர். இவற்றில் பல சவக்குழிகளிகளும் பெயரற்றவையே. இந்த வரலாறு இன்றையத் தமிழர்களுக்குப் வறட்சியும் பஞ்சமும் தலைவிரித்தாட பட்டினியில் வாடிய தன் குடும்பத்துக்காக தியாகங்கள் பிரிந்த முன்னோர்களைத் தெஇருந்துகொள்ள உதவும் என நம்புகிறேன்.

ராய் மாக்ஸம்

தேயிலைத் தோட்டத்தில் ஒரு வேலை

பல்கலைக்கழகத்தில் சேர்வதற்குப் பலமுறை முயன்று தோற்றதாலும் இங்கிலாந்தில் வாழ்வதில் ஏற்பட்ட சோர்வினாலும் 1960 நவம்பரில் 'த டைம்ஸ்' நாளிதழ்ளில் நான் ஒரு விளம்பரத்தை வெளியிட்டேன்.

> புகையிலை அல்லது தேயிலைத் தோட்டம்: இளைஞர் (21) படிப்பில் சுட்டி (அறிவியல்). தற்போது பழத்தோட்ட மேலாளர். வேலை 'தேவை'.

ஒரே ஒரு பதில்தான் வந்தது. திரு மக்லீன் கே என்றொருவர், தான் நியாசலாந்தில் (தற்போதைய மலாவி) ஒரு தேயிலைத் தோட்டம் வைத்திருப்பதாகவும் ஓர் உதவி மேலாளரைத் தேடி இங்கிலாந்து வந்திருப்பதாகவும் தெரிவித்திருந்தார். எனக்கு விருப்பமிருந்தால் அவரை லண்டன் முகவரின் அலுவலகத்தில் பிளாண்டேஷன் ஹவுஸில் (Plantation House, Mincing Lane) சந்திக்குமாறும் எழுதியிருந்தார்.

திரு. கே. குள்ளமாகவும் குண்டாகவும் இருந்தார். வயது எழுபதுகளில் இருந்தாலும் முடி கறுப்பாகவே இருந்தது. இனிமையாகவும் நேரடியாகவும் பேசினார். உலகைக் காண விரும்பும் ஓர் இளைஞனை புரிந்துகொண்டார். முதல் உலகப்போரில் கடற்படையில் பணிபுரிந்திருந்தவர். பின்னர் மலேயாவில் தேயிலைத் தோட்டக்காரராயிருந்தார். அதன்பின்னரே நியாசலாந்தில் தேயிலைத் தோட்டத்தை வாங்கினார். எனக்குப் பழங்களை

விவசாயம் செய்வது குறித்து அனுபவம் இருப்பது அவருக்குப் பிடித்திருந்தது. தேயிலைத்தோட்டங்களில் பொதுவாக அரசுப் பள்ளி மாணவர்களையே வேலைக்கு அமர்த்தினாலும் எனது கிராமர் (மேன்நிலைப்) பள்ளி படிப்பு கூடுதல் தகுதியாக இருந்தது.

வழக்கத்தில் இருந்த மூன்று வருட ஒப்பந்தம் ஒன்றை அவர் முன்மொழிந்தார். நான் இங்கிருந்து செல்ல ஆகும் செலவும், ஒப்பந்த முடிவில் திரும்பிவரும் செலவும் ஆறுமாதங்கள் சம்பளத்துடன் விடுமுறையும் கிடைக்கும். இவற்றுடன் வருடத்திற்கு பதினைந்து நாட்கள் உள்நாட்டில் செலவிட விடுமுறையும் கிடைக்கும். தங்குவதற்கு தேவையான மரச்சாமான்களுடன் வீடும் இலவச தண்ணீர் மின்சார வசதிகளுடன் தரப்படும். எங்கள் இருவருக்கும் ஒத்துப்போனால் ஒப்பந்தம் புதுப்பிக்கப்படும். எனது சம்பளம் 600 பவுண்டுகள்.

நியாசலாந்துக்குச் செல்ல ஒருவழிப்பயணச் சீட்டின் விலை என் அரைவருட சம்பளத்துக்குச் சமமானது என்பதால் நான் எடுத்த முடிவு சவாலானது. என்னிடம் காசில்லை. என் தாயோ ஒரு ஏழை விதவை. சென்ற இடத்தில் ஏதேனும் பிரச்னையென்றால் திரும்பிவர என்னால் பணம் திரட்ட முடியாது. நான் சரியான முடிவைத்தான் எடுக்கிறேனா என்பதில் எனக்கு சந்தேகமே இருக்கக்கூடாது.

•

'கே'யிடமிருந்து (Mr. Kay) என் விளம்பரத்திற்கு பதில் வந்தநேரத்தில் நியாசலாந்து குறித்து எனக்கு எதுவும் தெரியாது. ஒரு பொது நூலகத்திற்குச் சென்று விபரங்களைச் சேகரித்தேன். ஒப்பீட்டளவில் ஆப்பிரிக்காவின் சிறிய நாடுகளில் ஒன்று. இங்கிலாந்தைவிட சற்று சிறியது. மத்திய கிழக்கு ஆப்பிரிக்காவில் அமைந்திருந்தது. அது வெப்பப் பகுதியிலிருந்தது (டிராப்பிக்), பூமத்திய ரேகைக்குத் தெற்கே சுற்றிலும் நிலம் சூழ அமைந்திருந்தது. தெற்கில் போர்த்துகீசியரின் கிழக்கு ஆப்பிரிக்கா (தற்போது மொசாம்பிக்) மற்றும் வடக்கில் வட ரொடேசியாவும் (சாம்பியா) தங்கனியிக்காவும் (தான்சானியா) அமைந்திருந்தன.

அந்த நீண்டு ஒடுங்கிய காலனி தேசம் மலைகள் மிகுந்ததாய் இருந்தது. ஒரு ஏரி அதன் மொத்த நீளத்துக்கும் விரிந்திருந்தது. முப்பது லட்சம் ஆப்பிரிக்கர்களும் பத்தாயிரம் ஐரோப்பியர்களும் அங்கிருந்தனர். பிரித்தானிய ஆட்சிக்குட்பட்டிருந்தாலும் அது ஓரளவு சுயாட்சி அதிகாரம் இருந்த ரொடேசிய நியாசலாந்து கூட்டமைப்பில் இருந்தது.

கே நேர்மையானவராகத்தான் தோன்றினார். அவர் முன்மொழிந்த நிபந்தனைகள் நல்லவையா கெட்டவையா என எனக்குத் தெரியவில்லை. ஏனென்றால் தேயிலைத் தோட்டக்காரர்கள் குறித்தோ ஆப்பிரிக்கா குறித்தோ எனக்கு எதுவும் தெரிந்திருக்க வில்லை. எனது செலவுகளுக்கு என் சம்பளம் போதும் என்றும் புதியவர்களுக்கு வழங்கப்படுவதைவிட அது அதிகம் என்றும் அவர் சொன்னார். நான் நம்பினேன். அரைமணி நேரத்தில் நேர்காணல் முடிந்துவிட்டது. என் பின்புலம் மற்றும் தொடர்புகள் (ரெபெரென்ஸ்) சரிபார்க்கப்பட்டதும் அவரது ஆட்கள் ஒப்பந்தத்துடன் என்னைத் தொடர்புகொள்வார்கள் என்றும் அவர் கூறினார். அதன் பின்னர் பிரித்தானிய குடியுரிமை தேர்வு மையம் என்னை நேர்கண்டு ரொடேசிய நியாசலாந்து கூட்டமைப்புக்கு குடிபுக அனுமதி வழங்கும். அவை எல்லாம் சரியாக நடந்தால் ஜனவரி மாதத்தின் மத்தியிலேயே என்னை அவர் அங்கு வரச் சொன்னார். ஏனென்றால் தோட்டத்தில் வேலை ஆட்கள் குறைவாயிருந்தனர்; மேலும் அது தேயிலை பறிக்கும் பருவத்தின் உச்சம்.

‘ஒரு விஷயம்’ அவர் சொன்னார்: ‘இளைஞர்கள் காலனி காவல் படையில் (Colonial Police Reserve) சேர்வதை நாங்கள் விரும்புகிறோம். ஏதும் பிரச்னை என்றால்... (அது உதவும்). அது உனக்கு சம்மதமா?’

‘ஆம்’ நான் சொன்னேன் ‘பள்ளியில் சாரணர் இயக்கத்தில் இருந்திருக்கிறேன். எனவே, என்னால் சமாளிக்க முடியும்.’

‘நல்லது’ அவர் என் கையை குலுக்கினார். நான் கிட்டத்தட்ட வெளியேறிவிட்டபோது அவர் கேட்டார் ‘உனக்கு வண்டி ஓட்டவும் தெரியுமில்லையா?’

‘ஆம்’ தயக்கமின்றிப் பொய் சொன்னேன். ஆப்பிரிக்காவுக்குச் சென்றபின்னர் எளிதில் கற்றுக்கொள்ளமுடியும் என நம்பினேன். அப்படி இல்லையென்றாலும் என்னை அவர் திரும்ப அனுப்ப அதிக செலவாகும்.

18 ஜனவரி *1961* பிளான்டையர் விமான நிலையத்திற்கு வந்து சேர்ந்தேன். காலையில் சாலிஸ்பரியில் குடியுரிமை சரிபார்க்கப்பட்டு நான் ரொடேசிய நியாசலாந்து கூட்டமைப்பில் அதிகாரபூர்வமாக நுழைந்திருந்தேன். சாலிஸ்பரி குளிராகவும் ஈரமாகவும் இருந்தது பெரும் ஏமாற்றத்தை அளித்தது. ஆனால் பிளான்டையர் வெம்மையாயிருந்தது.

சட்டெம்வா தேயிலைத் தோட்டத்தின் பொது மேலாளர் ஜியார்ஜ் ஹொல்டென் என்னை அழைக்க வந்திருந்தார். நாற்பதுகளில் இருந்தார். குள்ளமாகவும் வெயிலால் சற்று கறுத்தும் இருந்தார். இராணுவத்தினரைப்போல இறுக்கமான குணாதிசயங்களைக் கொண்டிருந்தார். அவர் இந்திய இராணுவத்தில் இருந்து போர் புரிந்தவர் எனப் பின்னர் தெரிந்தபோது வியப்பாக இல்லை. தன்னை ஜியார்ஜ் என்று பெயர் சொல்லியே அழைக்குமாறு அவர் சொன்னது இனிய ஆச்சரியமாக இருந்தது. இங்கிலாந்தில் மேலாளர்கள் எல்லாம் 'திருவாளர்'கள்தான்.

அரைமணிநேரம்போல காரில் சென்று ஒரு சிற்றூரை அடைந்தோம். சிதிலமடைந்த கட்டடங்களைக் கொண்ட ஊர். கிட்டத்தட்ட போக்குவரத்தே இல்லை. அங்கே ஓர் உணவகத்தில் மிக நல்ல ஸ்டேக் ல போர்ச்சுக்கீஸ் (போர்ச்சுக்கீசிய சுட்டக்கறி) உண்டோம்.

'எனக்கு என்ன எதிர்பார்ப்பது என்றே தெரியவில்லை சோலோவில் இத்தனை அருமையான உணவகம் இருக்கும் என நான் நினைக்க வில்லை.' என்று ஜியார்ஜிடம் சொன்னேன்.

'சோலோவா!' அதிர்ந்து என்னைப் பார்த்தார். என்னை வேலைக்குச் சேர்த்தது தவறென்று அவர் மனதில் ஓடியதை என்னால் காண முடிந்தது. 'இது பிளான்டையர், இந்நாட்டின் வணிகத்தலைநகரம் மற்றும் இருப்பதிலேயே பெரிய நகரம். சோலோவுக்கு இன்னும் ஒரு மணி நேரம் போகவேண்டும். அங்கெல்லாம் நல்ல, கெட்ட... எந்த உணவகமும் கிடையாது.'

பிளான்டையரிலிருந்து கிளம்பி, அருகிலிருந்த லிம்பே தாண்டி கிராமப்புறத்திற்கு வந்தோம். அந்த நிலப்பரப்பு பொதுவாக சமவெளியாக இருந்ததால் நாங்கள் கடல்மட்டத்திலிருந்து 3600அடி உயரத்தில் இருக்கும் ஒரு பள்ளத்தாக்கில் இருக்கிறோம் என்பதையே உணரமுடியவில்லை. இங்கிலாந்தில் எந்தப்பகுதியும் இத்தனை உயரமில்லை. இதமான வெப்பம் இருந்தது.

நிலக்காட்சிகளில் ஆர்வமிருந்தாலும் என் மனம் வேறொன்றில் குவிந்திருந்தது. இங்கே வண்டி ஓட்டத்தெரியாதது சிரமமானது என்பது தெளிவானது. திரு. கே'யிடம் நான் ஏன் பொய் சொன்னேன்? எல்லோரையும் ஏமாற்றிவிட முடியுமென்று எப்படி நினைத்தேன். என் பயன்பாட்டிற்கான கார் தாமதமாக வந்து சேர்கிறது என்று ஜியார்ஜ் ஏற்கெனவே வருத்தத்துடன் தெரிவித்துவிட்டார். இரண்டு வாரங்களுக்குள் வந்துவிடும் என நம்பினார்.

அடுத்தவர்கள் ஓட்டுவதை கவனித்து என்னால் கார் ஓட்ட கற்றுக் கொள்ள முடியுமா? உண்மை தெரிந்தால் என்னாகும்? ஜியார்ஜ் கார் ஓட்டுவதை இரகசியமாக அவதானித்துக்கொண்டிருந்தேன். அவர் மூர்க்கத்தனமாக கியரை மாற்றிக்கொண்டிருந்தார். சாலையில் தார் வேயப்பட்டிருந்தது ஆனால் 12 அடி அகலமே உடையது. எதிரே வாகனம் வந்தால் ஜியார்ஜ் அந்த மாரிஸ் 1000 டிரக்கை சாலையைவிட்டு இறக்கவேண்டியிருந்தது. அது ஒரு சிரமமான வேலை. ஏனென்றால் சாலை ஓரம் மண் அரிக்கப்பட்டிருந்தது. வண்டி அபாயகரமாக சாய்ந்து சென்றது. நல்லவேளையாக போக்குவரத்து குறைவாக இருந்தது.

விரைவிலேயே தேயிலைத் தோட்டத்தை அடைந்தோம். சாலையைச் சுற்றி அழகிய பசுந்தோட்டங்கள் விரிந்திருந்தன. ஆங்காங்கே உயர்ந்த நிழல் மரங்கள் நின்றன. சில பகுதிகள் சமதளங்களாயிருந்தன மீதம் இடங்களில் தேயிலைப் புதர்கள் உயர்ந்தெழுந்து நின்றன. கூட்டம் கூட்டமாய் ஆப்பிரிக்கர்கள் இடுப்பளவு உயர்ந்த தேயிலைப் புதர்களின் தட்டையான மேற்பரப்பிலிருந்து தேயிலை பறித்து முதுகில் மாட்டிய கூடைகளில் நிரப்பிக்கொண்டிருந்தனர். ஆங்காங்கே கொட்டாய்களில் தேயிலை நிறுக்கப்பட்டு வண்டிகளில் ஏற்றப்பட்டது. சாலை ஓரமிருந்த ஒரு பெரிய பாறையைக் கடந்து சென்றோம்.

'வலந்துன்சிப் பாறை' என்றார் ஜியார்ஜ். 'ஆப்பிரிக்கர்கள் பயணங்களுக்கு முன்பாக நல்ல சகுனத்திற்காக இதைச் சுற்றி வருவது வழக்கம். புகையும் பாறை என்ற அர்த்தத்தில் சின்யஞ்சா என்று அழைக்கப்படுகிறது. வெப்பகாலத்தில் மழைநீர் ஆவியாகும்போது இது புகைபோலத் தோன்றும். உன் தோட்டம் இதன் பெயரைக் கொண்டது. இன்னொரு விஷயம் என்னவென்றால் நாம் உன் தோட்டத்திற்கு வந்து சேர்ந்துவிட்டோம்.'

மண் பாதையில் வலப்புறமாகத் திரும்பினோம். தொலைவில் தேயிலைத் தோட்டம் பரந்து விரிந்திருந்தது. முன்பக்கமாய் பல மைல்களுக்கப்பால் இருண்ட காடுடைய உயர்ந்த மலை ஒன்று தென்பட்டது.

'நமது தோட்டம் எவ்வளவு பெரியது?' என்று கேட்டேன்.

'சோலோ மலையின் உச்சிவரைக்கும் நம் இடம்தான். பல சதுர மைல்கள். நீ இருக்கப்போகும் இந்த வலந்துன்சி கிட்டத்தட்ட 2500 ஏக்கர் குறுக்களவு கொண்டது. இதில் பல இடங்களும் இன்னும்

சீர்படுத்தப்படவில்லை. ஆனால் 500 ஏக்கரில் தேயிலை பயிரிடப்பட்டுள்ளது.'

பராமரிக்கப்பட்டிருந்த தேயிலைத்தோட்டத்தைத் தாண்டி களைப்புதர்கள் ஐந்து ஆறு அடி உயர்ந்து வளர்ந்த இடம் வழியாக வண்டி சென்றது.

'இங்க என்ன நடக்குது?' என்று கேட்டேன்.

'அது இளம் தேயிலைச் செடிதான். அளவுக்கதிகமாக வளர்ந்து விட்டது.' ஜியார்ஜ் சிரித்துக்கொண்டே சொன்னார் 'உனது வேலையாட்கள் இப்போதுதான் வேலைநிறுத்தத்திலிருந்து மீண்டார்கள். கண்காணிக்கக் கடினமானவர்கள்.'

இந்த அதிர்ச்சியான தகவலுக்கு நான் பதில் சொல்லும் முன்பே நாங்கள் ஆலையின் சுற்று வேலியை வந்தடைந்துவிட்டோம். சீருடையணிந்த காவலாளி வணக்கம் சொல்லி வெளிவாயிலைத் திறந்தான். ஆலை இரண்டடுக்கு கட்டடம். துளையிடப்பட்ட இரும்பால் மூடப்பட்டிருந்தது. ஆண்கள் கூட்டம் ஒன்று வண்டிகளிலிருந்து தேயிலை மூட்டைகளை இறக்கி பெரும் குவியலாக்கிக்கொண்டிருந்தனர்.

'இது தேயிலை பறிக்கும் பருவம்' என்றார் ஜியார்ஜ். 'இரவும் பகலும் வாரத்தில் ஏழுநாட்களும் ஆலையில் வேலை நடக்கும். நான் பிறகு வந்து பார்க்கிறேன். இப்போது நீ பொருள்களை இறக்கி வைத்து விட்டு குளித்துத் தயாராக வேண்டும். நீ தங்குமிடத்துக்குச் செல்வோம்.'

இன்னொரு கதவு வழியாக மேலும் தேயிலைத் தோட்டத்தைத் தாண்டிச் சென்றோம். சோலோ மலையின் கீழ்ச் சரிவில் ஒரு பெரிய வெள்ளை மாளிகை இருந்தது. அதைச் சுற்றி பசுமையான புல்வெளியிருந்தது. அதில் சிவப்பு பெருங்கள்ளிச் செடிகள் ஆங்காங்கே நின்றிருந்தன. சுற்றிலும் ஆரஞ்சு நிற கல்வாழைகள் நடப்பட்டிருந்தன. அப்பழுக்கற்ற வெள்ளை மேலாடையும் கால்சட்டையும் இடுப்பில் சிவப்பு பட்டையும் அணிந்த ஆப்பிரிக்க வேலையாள் வராந்தாவில் எங்களை வரவேற்றார். ஜியார்ஜ் தேநீர் கொண்டுவரச் சொன்னார்.

'மேம்சாகிப் டாக்டர்களைப் பார்க்க ரொடேசியா போயிருக்கிறார்.' என்றார். அவர் போர்ச்சுகீசிய வழக்கமான டோனா என்பதற்குப் பதில் இந்திய வழக்கான மேம்சாஹிப்பை பயன்படுத்தினார். 'நாம்தான் வீட்டிலும் எல்லாவற்றையும் பார்த்துக்கொள்ள வேண்டும்.'

அவருக்கு ஒரு சமையல்காரர், ஓர் உதவி சமையல்காரர், இரு வீட்டு வேலைக்காரர்கள், இரு தோட்டக்காரர்கள் மற்றும் ஒரு காவலாளி என இருந்ததால் மேம்சாகிப் இல்லாதது ஒரு பிரச்னையாக இல்லை.

•

அன்று மாலை திண்ணையில் இரவுணவை உண்டோம். காற்று நறுமணத்துடனும் இரைச்சலுடனும் வீசியது. தவளைகள் கத்திக் கொண்டிருந்தன, சுவர்க்கோளிகள் கிரீச்சிட்டன. அவ்வப்போது கொசுக்கள் காதில் ரீங்கரித்தன. பெரிய அளவு விஸ்கியில் நிறைய தண்ணீரை கலந்து அருந்தியபடியே ஜியார்ஜ் அங்கு நடப்பவற்றை குறித்துச் சொன்னார்.

சட்செம்வா'வில் மூன்று எஸ்டேட்கள் இருந்தன. ஒவ்வொன்றிலும் 500 ஏக்கர் தேயிலை பயிரிடப்பட்டிருந்தது. மையத்தில் ஆலை இருந்தது. நான்காவதாக ஒரு எஸ்டேட் சில மைல்கள் தள்ளி இருந்தது. ஜியார்ஜ் ஒரு எஸ்டேட்டை நிர்வகித்தார். மற்றவற்றை மேற்பார்வை செய்வதும் கூடவே ஆலையையும் கவனித்துக் கொள்வது அவரது பணி.

ஆலைக்கு ஒரு மேலாளர் இருந்தார். இரு எஸ்டேட் மேலாளர்களும், நானும் ஜியார்ஜ்ஃம் மொத்தம் ஐந்து ஆங்கிலேயர்கள். ஆலை தற்போது 24மணிநேரம் இயங்கிக்கொண்டிருந்ததால் ஜியார்ஜ்ஃக்கு என்னோடு அதிக நேரம் செலவிடமுடியவில்லை. அவரோடு தங்கி, பயணித்து வேலையை நானே தெரிந்துகொள்ள வேண்டியதுதான். அதன் பின்னர் நான் வலந்துன்சி எஸ்டேட் மாளிகைக்குச் சென்றுவிடவேண்டும்.

இரண்டு வாரத்தில் வலந்துன்சி எஸ்டேட்டை நடத்தும் பணிக்கு நான் தயாராகிவிடுவேன் என அவர் கணித்தார். விஸ்கியை சுவைத்தேன். தலை சுற்றியது. தேயிலை வளர்ப்பு குறித்து எனக்கு எதுவுமே தெரியாது. மொழி தெரியாது. ஜியார்ஜ் என் பதிலுக்காகக் காத்திருந்தது தெரிந்தது.

'தாக்குப்பிடிப்பேன் என்று நம்புகிறேன்' என்றேன்.

அது ஓர் அசாத்தியமான திட்டம். இன்றைக்கு அது விசித்திரமாகத் தோன்றுகிறது. ஆனால் அன்று அத்தனை மோசமானதாக இல்லை. நான் 'பிரித்தானிய சாம்ராஜ்ய' காலகட்டத்தில் வளர்ந்தவன். பிரித்தானியர்கள் காலனிகளை ஆள்வதும், வெப்ப நாடுகளில் தொழில் புரிவதும் சாதாரணமானது என்பதை நான்

உணர்ந்திருந்தேன். 'சாமர்செட் மாவம்'இன் சிறுகதைகளை நான் படித்திருந்தேன். அவரது கூரிய அவதானத்திலிருந்து தோட்ட வேலையாட்கள் எப்படி நடந்துகொள்வார்கள் என்பது எனக்கு நன்கு தெரிந்திருந்தது. வெப்ப நாடுகளில் பணிபுரியும் இளைஞர்களைக் குறித்து நான் நிறையவே வாசித்திருந்தேன். சவாலான வேலைதான்; ஆனால் முடியாததல்ல. தேயிலை குறித்து எனக்கு ஒன்றும் தெரியாது. கற்றுக்கொள்ள வேண்டியதுதான்.

1

தேயிலைப் பழக்கம்: வரிகள், கடத்தல், புரட்சிகள்

வீட்டில் கிடைக்கும் நல்ல உணவில் திருப்தியில்லாமல் எங்கோ தொலைதூரங்களில் கிடைக்கும் சுவைக்காக மக்களின் கொடிய நாக்கு ஏங்கும் நிலை என்பது ஒரு தேசத்தின் பொய்மைகளின் உச்சம்.

- ஜோனஸ் ஹான்வே 1757

செப்டெம்பர் 22, 1747, ராணியால் பணியமர்த்தப்பட்ட தனியார் கப்பல் 'ஸ்விஃப்ட்', வில்லியம் ஜான்ஸனின் தலைமையில் டார்செட் பகுதியில் பூல் எனும் இடத்தில் கடத்தல்காரர்களைக் கண்காணிக்கும் பணியிலிருந்தது. அரசரின் சுங்கத் துறை, தனியார் கப்பல்களை தங்கள் பணிக்காக ஒப்பந்தம் செய்திருந்தது. பலநேரங்களில் இந்த முடிவு பின்னடைவைத் தந்தது. ஏனென்றால், இந்தத் தனியார் கப்பல்களே திடீரென கடத்தலில் ஈடுபடுவதுண்டு. மாலை ஐந்துமணிக்கு திரீ பிரதர்ஸ் எனப் பெயர்கொண்ட சந்தேகத்துக்குரிய படகு வருவதைக்கண்டு ஸ்விஃப்ட் அதை நெருங்கியது திரீ பிரதர்ஸ் காற்றின் வேகத்தை பயன்படுத்தி தப்பிச்செல்ல முயன்றது. ஸ்விஃப்ட் பின்தொடர்ந்தது. படகைச் சுற்றி வளைக்க ஆறு மணிநேரங்கள் ஆகின. அதன்பின்னும் நிற்காமல் சென்றது 'திரீ பிரதர்ஸ்.' துப்பாக்கிச் சூட்டுக்குப் பின்னரே சரணடைந்தது.

மாலுமி ஜான்சனும் அவரது ஆட்களும் திரீ பிரதர்ஸுக்குள் சென்றபோது ஏழுபேர் அங்கிருந்தனர். முப்பத்தொன்பது

பீப்பாய்களில் பிராண்டியும் ரம்மும் இருந்தன. குதிரைகளில் ஏற்ற வசதியாக அவை கயிற்றால் கட்டிவைக்கப்பட்டிருந்தன. அதைவிட முக்கியமாக நீர்புகாத பைகளில் எண்பத்திரண்டு பொதிகள் இருந்தன. பின்னர் எடையிட்டபோது இரண்டு டன்கள் தேறின. அவற்றில் இருந்தது தேயிலை.

குயெர்ன்ஸே எனும் கப்பலிலிருந்து திரீ பிரதர்ஸ் அந்தச் சரக்கை எடுத்து வந்திருந்தது. பூல் துறைமுகத்தில் சட்டபூர்வமான நடவடிக்கைகளுக்குப் பின்னர் திரீ பிரதர்ஸ் முடக்கப்பட்டது. தேயிலைப்பொதிகள் துறைமுக மேடையில் சுங்க அலுவலகத்தில் கிடந்தன.

இரண்டு வாரங்களுக்குப் பின் அறுபது கடத்தல்காரர்கள் பூலுக்கு அருகிலிருந்த சார்ல்ட்டன் காட்டில் கூடினர். பலரும் ஹாக்கஸ்ட் கேங்கை சார்ந்தவர்கள். ஹாக்கஸ்ட் கொள்ளைக்கூட்டம் கென்ட் நகரத்தைச் சார்ந்தது. உள்நாட்டில் ஹேஸ்ட்டிங் மற்றும் மெயிட்ஸ்டோனுக்கும் நடுவில் அமைந்திருந்தது. அவர்கள்தான் திரீ பிரதர்ஸின் கடத்தலை ஒருங்கிணைத்தவர்கள். அவர்கள் குதிரைமீது துப்பாக்கிகளும் பிற ஆயுதங்களும் ஏந்திக் கிளம்பினர். பாதிபேர் பூல் செல்லும் சாலைகளைக் கண்காணிக்கப் பணிக்கப்பட்டனர். அதிகாலை வேளையில் மீதி கும்பல் நகரத்தினுள் சென்றது. சுங்க அலுவலகத்தின் கதவை உடைத்து உள்ளே நுழைந்தது. அங்கிருந்த முப்பத்தி ஏழு தேயிலை மூட்டைகளை குதிரைகளில் ஏற்றியது. ரம்மையும் பிராண்டியையும் விட்டுவிட்டு தேயிலையுடன் சாவகாசமாக வடக்கு நோக்கிச் சென்றது.

பூலில் உள்ள கிங்ஸ் சுங்க அலுவலகத்தின் கதவை உடைக்கும் கடத்தல்காரர்கள், 7.10.1747

சாலிஸ்பரிக்கு பாதி தொலைவிருக்கையில் ஃபார்டிங்பிரிட்ஜ் எனும் சிறுநகரை அடைந்தனர். மக்கள் வேடிக்கை பார்க்கக் கூடினர். தானியேல் சார்ட்டர் எனும் செருப்பு செய்பவர் கடத்தல்காரர்களில் ஒருவரை அடையாளம் கண்டுகொண்டார். ஜான் டையமண்ட், அவருடன் முன்பு வேலைபார்த்தவர். இருவரும் கைகுலுக்கினர். சார்ட்டருக்கு ஒரு சிறிய தேயிலைப் பை தரப்பட்டது. பின்னர் கும்பல் பயணத்தைத் தொடர்ந்தது. அடுத்த கிராமத்தில் அவர்கள் கொள்ளைப்பொருள்களை பிரித்தெடுத்தனர். பங்குபோடுவதில் சர்ச்சை எழுந்தது. கொஞ்சம் தேயிலை சுங்க அலுவலகத்திலேயே பங்குபோடப்பட்டிருந்தது. தராசில் எடைபோட்டு கொள்ளை பிரிக்கப்பட்டு எல்லோருக்கும் வழங்கப்பட்டது. அனைவரும் தங்கள் பங்குகளைப் பெற்றுக்கொண்டு தத்தம்வழியே சென்றனர்.

தேயிலைக்காக இதைப்போன்ற பல கடத்தல்களும் 1740களில் நிகழ்ந்தன. 1744ல் ஒரு சுங்க அதிகாரி சோர்ஹமில் கடத்தல்காரர்கள் கையில் சிக்கினார். அவருக்குத் தகவல் தந்த இருவரையும் மரத்தில் கட்டிவைத்து அடித்து பிரான்ஸின் கரையில் விட்டு வந்தனர். இங்கிலாந்து பிரான்ஸுடன் போர்புரிந்துகொண்டிருந்த காலம் அது. 1745ல் மூன்று சுங்க அதிகாரிகள் கிரின்ஸ்டெட் கிரீன் எனும் இடத்தில் மதுக்கூடத்தில் தாக்கப்பட்டனர்; பின்னர் கொள்ளையடிக்கப் பட்டனர். 1746ல் சான்ட்விச் நகரத்தில் பதினொன்றரை டன் தேயிலையை 350 குதிரைகளில் ஏற்றும்போது ஹாக்கஸ்ட் மற்றும் விங்ஹம் கும்பல்களுக்கிடையே சச்சரவு ஏற்பட்டது. ஒன்பதுபேர் காயமடைந்தனர். 1747ல் மெயிட்ஸ்டோனில் நான்கு படைவீரர்களை கடத்தல்காரர்கள் சுட்டுவீழ்த்தினர்.

அரசரின் சுங்க அலுவலகத்தைக் கொள்ளையடிப்பதென்பது புதிய சிக்கலாக இருந்தது. அதனால் அரசின் வருமானம் பாதிக்கப்பட்டது. அதிகாரிகள் தீவிர நடவடிக்கை எடுக்க முடிவு செய்தனர். தகவல் தருபவர் குற்றவாளியாய் இருந்தால் விடுதலையும் பெரிய சன்மானமும் வழங்குவதாக அறிவிப்பு விடப்பட்டது. ஜான் டையமண்ட் சந்தேகத்தின்பேரில் சிசெஸ்டரில் கைதானார்.

தானியேல் சார்ட்டர் ஒரு வாயாடி. அவர் தேயிலையை பரிசாகப் பெற்றது சுங்கத்துறையினரின் கவனத்திற்கு வந்தது. மாஜிஸ்ட்ரேட்டின் முன்பு அவர் நிறுத்தப்பட்டார். மிரட்டப்பட்ட போது ஒரு சிறு தொகைக்கு டையமண்டை காட்டித்தர முடிவெடுத்தார். விளைவு தூக்குத்தண்டனை.

பிப்ரவரி 14, 1748ல் தானியேல் சார்ட்டர் வில்லியம் கேய்லி எனும் சுங்க அதிகாரியுடன் சிசெஸ்டருக்கு சென்றார். வழியில்

ரோலான்ட்ஸ் அரசமாளிகையின் அருகில் அவர்கள் ஓய்வெடுத்தனர். அவர்கள் தங்கிய விடுதியின் முதலாளி ஒரு பெண்மணி. அவரின் மகன்கள் கடத்தல்காரர்கள். அவருக்கு இருவரின் மேலும் சந்தேகம் இருந்தது. தகவல் சொல்லியனுப்பினார். ஒரு கும்பல் வந்து சேர்ந்தது. இரு பயணிகளையும் தனித்தனியாக பிரித்தனர். சார்ட்டர் உண்மையை ஒப்புக்கொண்டார். இருவரையும் குடிக்க வைத்தனர். இருவரும் போதையில் உறங்கும்போது அவர்களது பைகளிலிருந்து தீர்ப்புத்தாள்கள் எடுக்கப்பட்டன. சார்ட்டருக்கும் கேய்லிக்கும் ஒரு சிறிய தண்டனை கிடைத்திருக்கும். ஆனால் கொள்ளைக்காரர்களின் மனைவிகள் இருவர் வஞ்சத்துடன் இருந்தனர். 'நம்மள தூக்குல போட வந்த இந்த நாய்கள தூக்குல போடுங்க' என்றனர். டையமண்டுக்கு என்ன நடக்கப்போகிறது என்பது தெரியும் வரைக்கும் இருவரையும் தங்களுடன் வைத்திருக்க கொள்ளையர்கள் முடிவெடுத்தனர். அதன்பின்னர் டையமண்டுக்கு என்ன நேர்கிறதோ அதையே இருவரும் சந்திக்க நேரும். வில்லியம் ஜாக்ஸன் வில்லியம் கார்ட்டர் மேலும் ஐந்துபேர் ஆளுக்கு வாரம் மூன்று காசு செலவழிக்க ஒப்புக்கொண்டனர்.

தூங்கிக்கொண்டிருந்த இருவரையும் எழுப்ப ஜாக்சன் அவர்களின் படுக்கையில் ஏறிக் குதிமுள்ளை நெற்றியில் இறக்கினான். இருவரையும் இரத்தம் சொட்டச்சொட்ட குதிரை சாட்டைகளால் விளாசினர். கேய்லியையும் சார்ட்டரையும் கைகளையும் கால்களையும் கட்டி குதிரையில் ஏற்றினர். வழியெங்கும் சாட்டையடி விழுந்துகொண்டிருந்தது. சசெக்ஸ் மாவட்டத்தின் ரேக் எனும் இடத்தை அடைந்தனர். மொத்தம் பதினைந்து மைல்கள் பயணத்தில் பலமுறை இருவரும் குதிரைகளின் கீழ் தலைகீழாக விழுந்துகிடந்தனர். குதிரைகளின் கால்கள் அவர்களின் முகத்தில் அறைந்தன. முதலில் இருவரையும் மேலே ஏற்றி சரிசெய்தனர். பின்னர் இருவரும் குதிரையின் மேலே உட்கார வலுவில்லாமல்போக ஆளுக்கொரு கொள்ளைக்காரருடன் பயணிக்கச் செய்தனர். அவ்வப்போது யாரேனும் ஒரு கொள்ளைக்காரர் அவர்களது விரையை நெறித்தனர்.

ரேக்கில் ரெட்லயன் எனும் விடுதியின் சொந்தக்காரர் கடத்தல் தேயிலைகள் புதைக்கப்படும் இடத்தை காட்டினார். சார்ட்டர் முதலில் சங்கிலியால் பிணைக்கப்பட்டு காவலில் வைக்கப்பட்டார். பின்னர் கேய்லி விளக்கின் மற்றும் மெழுகுத்திரிகளின் மங்கிய வெளிச்சத்தில் புதைக்கப்பட்டார். நீண்டநாட்களுக்குப் பிறகு அவரின் உடல் வெளியில் எடுக்கப்பட்டபோது அந்தச் சுங்க அதிகாரியின் உடல் நின்ற நிலையில் கண்டெடுக்கப்பட்டது. அவரது

கைகள் முகத்தை மூடியிருந்தன. அவர் உயிருடன் புதைக்கப்பட்டிருந்தார்.

கொள்ளையர்கள் சந்தேகம் வராதபடிக்கு ஊருக்குத் திரும்பினர். இரண்டு நாட்களுக்குப்பின் மேலும் சில நண்பர்களோடு கார்ட்டரை முடித்துக்கட்ட ரேக் திரும்பினர். ஒரு துப்பாக்கியில் நூல்களைக் கட்டி கார்ட்டரின் நெற்றியில் குறிபார்த்து வைத்துவிட்டு அனைவரும் ஒரேநேரத்தில் நூல்களை பிடித்திழுப்பது என முதலில் முடிவு செய்யப்பட்டது. அவ்வகையில் எல்லோருமே கொலையில் சரியாகப் பங்கெடுத்ததாகும். பின்னர் துப்பாக்கியால் சுடுவது மிகவும் மனிதாபிமானமுள்ள செயலாக கருதப்பட்டதால் அத்திட்டம் கைவிடப்பட்டது.

தொடர்ந்து யாரேனும் ஒரு கடத்தல்காரர் கார்ட்டரை தாக்கிக் கொண்டிருந்தார். பீதியில் கார்ட்டர் முழங்காலிட்டு செபம் செய்ய ஆரம்பித்தார். ஜான் காபி அதைக்கண்டு அவரது மூக்கை அறுத்தான். குதிரையில் தூக்கிப்போட்டு அவரை ஒரு கிணற்றுக்கு எடுத்துச் சென்றனர். ஐந்துபேர் சேர்ந்து ஒரு சுருக்குக் கயிற்றை தயார் செய்தனர். கார்ட்டரை கிணற்றின் மேல் தூக்கிலிட முயன்றனர். கால்மணிநேரம் தொங்கியபின் கார்ட்டர் உயிரோடிருந்தார். எனவே அவர்கள் கயிற்றை வெட்டிவிட்டு தலைகீழாக கிணற்றுக்குள் வீசினர். கிணற்றின் உள்ளிருந்து கார்ட்டர் முனகிக்கொண்டிருந்தார். கடைசியாக கற்களும், தடிகளும் கிணற்றினுள் வீசப்பட்டன.

அந்தக் காலத்துக்கே இவை மிகையான காட்டுமிராண்டித்தனங்களாக கருதப்பட்டன. உடல்கள் கிடைத்தபோது செய்தித்தாள்கள் பரபரத்தன, குறிப்பாக கேய்லியின் உயிருடன் புதைக்கப்பட்ட உடல் கிடைத்தபோது. தகவல் தருபவர்களுக்கு பெரும் சன்மானம் அறிவிக்கப்பட்டது. சில கொள்ளையர்கள் மரணதண்டனைக்குப் பயந்து சாட்சிகளாக முன்வந்தனர். எட்டு கொள்ளைத் தலைவர்கள் பிடிக்கப்பட்டனர்.

சிசெஸ்டரில் 16 ஜனவரி 1749ல் வழக்கு விசாரணை ஆரம்பித்தது. இரண்டு நாட்கள் கழித்து ஜாக்ஸனும் கார்ட்டரும் வில்லியம் கேலியை கொலைசெய்ததாகவும் டாப்னெர், காபி மற்றும் ஹாமண்ட் டானியெல் சாட்டரைக் கொலை செய்ததாகவும் தீர்ப்பு வந்தது. மீதமுள்ளவர்களில் ஒருவர் குற்றமற்றவர் என்றும் மற்ற இருவரும் கொலைக்குத் துணைபுரிந்தவர்கள் எனவும் தீர்ப்பு அறிவிக்கப்பட்டது. துணைக்குப்போனவர்களுக்கு சற்று குறைந்த தண்டனையே வழங்கப்பட்டது. அவர்களை வெறுமனே தூக்கிலிட்டுப் புதைக்கவேண்டும். மற்றவர்களை தூக்கிலிட்டு

எச்சரிக்கைக்காக அப்படியே தொங்கவிடவேண்டும். இந்தத் தண்டனை எல்லோராலும் கொடுமையானதாகக் கருதப்பட்டது. அப்படி தொங்கவிடப்பட்டவர்களின் உடலைப் புதைப்பது சட்டவிரோதமானது. காபியும் ஹாமண்டும் தங்கள் கடத்தலை நிகழ்த்திய கடற்கரையில் தொங்கவிடப்பட்டனர். ஜாக்சன் தூக்கிலிடப்படும் முன்பே இறந்துபோனான், இருப்பினும் அவனது உடல் சங்கிலியில் கட்டப்பட்டு எல்லோரும் பார்க்க தொங்க விடப்பட்டது.

அந்த வருடம் ஏப்ரலில் ஹாக்கஸ்ட் கேங்கைச் சார்ந்த வேறு ஐந்து பேரை பூல் சுங்க அலுவலகத்தில் அத்துமீறி நுழைந்த சிறிய குற்றத்திற்காக விசாரிக்கப்பட்டனர். அவர்களை ஓல்ட் பெய்லிக்கு அழைத்துச் சென்று கொலைகாரர்களை நடத்தியதைப்போலவே நடத்தினர். ஒருவர் விடுவிக்கப்பட்டார், வேறொருவருக்கு பின்னர் மன்னிப்பு வாங்கப்பட்டது. மீதம் மூவருக்கும் டைபர்னில் வைத்து மரணதண்டனை என தீர்ப்பானது. மரணத்திற்குப் பின் ஒருவர் புதைக்கப்படவும் இருவரின் உடல்கள் சங்கிலியில் தொங்க விடப்படவும் வேண்டும். இவர்களில் ஒருவனான வில்லியம் பெயர்லோ மரணதண்டனைக்கு முந்தைய இரவில் தன்னைக் காணவந்தவர்களுக்கு தைரியம் சொல்ல புன்னைகையுடன் சொன்னான்; 'நாங்கள் இனிமையான காற்றில் தொங்கிக் கொண்டிருப்போம், நீங்கள் உங்கள் கல்லறைகளில் அழுகிக் கொண்டிருப்பீர்கள்.'

•

18ஆம் நூற்றாண்டின் முற்பகுதியில் கடத்தல்காரர்கள் இத்தனை ஆபத்துக்களையும் தாண்டி செயல்பட்டுக் கொண்டிருந்தது நூறாண்டுகளுக்கு முன்பு ஆங்கிலேயர் முற்றிலும் அறிந்திராத ஒரு பொருளுக்காக என்பதே முக்கிய அம்சம்.

13 மே 1662ல் பதினான்கு பிரித்தானிய போர்க்கப்பல்கள் போர்ட்ஸ்மவுத் துறைமுகத்தை வந்தடைந்தன. மூன்று வாரங்களுக்கு முன்பு அவை லிஸ்பனிலிருந்து கிளம்பியிருந்தன ஆனால் புயலின் காரணமாய் அவை வழிமாறி கார்ன்வாலில் இருந்த மவுன்ட் பேயில் நங்கூரமிட நேர்ந்தது. அப்போது மக்கள் அந்தக் கப்பல்களை வரவேற்று பீரங்கி முழக்கங்களுடனும் வான வேடிக்கைகளுடனும் கொண்டாடினர். முதன்மைக் கப்பலின் பெயர் ராயல் சார்லஸ். அதிலிருந்த மரியாதைக்குரிய பயணி போர்ச்சுகல் அரசர் நான்காம் யுவானின் மகள் பிரகன்சாவின் காத்தரின். கரையிறங்கியதும் அவள் தன் வருகையை தெரிவிக்க ஒரு கடிதம்

டாப்னெர், காபி மற்றும் ஹாமண்ட் டானியெல் சாட்டரைக் கிணற்றில் தொங்கவிடப் போகும் காட்சி

எழுதினாள். அது அவளது வருங்கால கணவர் இரண்டாம் சார்லசுக்கு ஆள்மூலம் அனுப்பப்பட்டது. அந்த இரவில் லண்டனில் இருந்த அனைத்து மணிகளும் அடித்தன. வீடுகளுக்கு முன் கொண்டாட்ட நெருப்புக்கள் மூட்டப்பட்டன. அந்த இரவிலும்கூட இரண்டாம் சார்லஸ் நிறைமாதக் கர்ப்பிணியாயிருந்த தன் காதலி லேடி காசில்மெயினின் வீட்டில் இரவுணவருந்தினார். அவள் வீட்டின் முன் நெருப்பு கொளுத்தப்படவில்லை.

ஆறு நாட்கள் கழித்து சார்லஸ் ஒருவழியாய் போர்ட்ஸ்மௌவுத்தை வந்தடைந்தார். அன்று காலை இரகசிய கத்தோலிக்க சடங்கில் அவர்கள் திருமணம் நடைபெற்றது. அதே நாளில் பின்னர் அவர்களின் திருமணம் மீண்டும் ஒருமுறை லண்டனில் நடை பெற்றது; இம்முறை லண்டனின் புராட்டஸ்டான்ட் பிஷப் முன்னிலையில்.

சார்லஸ் இத்திருமணத்திற்கு பெரும் வரதட்சிணையைக் காட்டி ஈர்க்கப்பட்டார். அவருக்கு ஐந்து லட்சம் பவுண்டுகள் வாக்களிக்கப் பட்டன. காமன்வெல்த்தின் நிர்வாகச் செலவுகளுக்கான கடன் களையும் பிற கடன்களையும் அடைக்க அந்தப் பணம் தேவைப் பட்டது. வாக்களிக்கப்பட்டதில் பாதி மட்டுமே காத்தரினுடன் அனுப்பப்பட்டபோது, அதுவும் பணமாக அல்லாமல் சர்க்கரையும், மசாலாப் பொருள்களுமாக அனுப்பப்பட்டபோது திருமணம் தடை படவிருந்தது. காத்தரினின் வரதட்சிணையில் வேறு பொருள்களும் அடங்கியிருந்தன. அவற்றில் ஒன்று ஒரு பெட்டி தேயிலை, ஏனென்றால் காத்தரின் தேயிலைக்கு அடிமையாயிருந்தாள்.

ஐரோப்பாவிற்கு தேயிலை ஆச்சர்யப்படவைக்கும்வகையில் காலம் தாழ்ந்தே வந்து சேர்ந்தது. சீனாவில் மிகச் சாதாரணமான பானமாக ஆகி பல நூறு வருடங்கள் கழித்தே ஐரோப்பாவிற்கு தேயிலை வந்தது. தேயிலை குறித்து அறியப்பட்ட முதல் குறிப்புகள் 1559ல் எழுதப்பட்ட ஒரு வெனிசிய புத்தகத்திலிருந்து கண்டுபிடிக்கப் பட்டுள்ளன. 'நேவிகேஷியோன் எற் வியாகி.' அதை எழுதியவர் ஜியம்பட்டிஸ்டா ரமூசியோ.. அவர் அரேபியர். 'சாய் கட்டய்' குறித்து தனக்குச் சொல்லப்பட்டதை அவர் இவ்வாறு எழுதியுள்ளார்:

> 'அவர்கள் அந்த மூலிகையைக் காய்ந்ததாகவோ பச்சையாகவோ எடுத்து நீரில் நன்கு வேகவைக்கின்றனர். இந்தக் கலவையில் ஒன்றோ இரண்டோ கோப்பைகளை காலையில் வெறும் வயிற்றில் எடுத்தால் அது காய்ச்சலை, தலைவலியை, வயிற்று வலியை, அல்லது பக்கவாட்டிலோ, முட்டிகளிலோ ஏற்படும்

வலிகளைக் களையும். மேலும் அதை எவ்வளவு முடியுமோ அவ்வளவு சூடாகக் குடிக்க வேண்டும்.'

•

தொடர்ந்து வந்த பதினாறாம் நூற்றாண்டின் தசாப்தங்களில் கிழக்கிலிருந்து திரும்பி வந்த பல பயணிகள் தேயிலைபற்றிய சிறு குறிப்புகளை எழுதியுள்ளனர். குறிப்பாக போர்த்துகீசிய வியாபாரிகளும், மறைபரப்பாளர்களும். இருப்பினும் டச்சுக்காரர் ஜான் ஹுயிகன் வான் லின்ஸ்கொட்டென் தான் முதன்முதலாய் தேயிலையை இறக்குமதி செய்யக் காரணமாயிருந்தார். அவரது 'டிஸ்கோர்ஸ் ஆஃப் வாயேஜஸ்' 1595ல் வெளிவந்தது, மூன்று வருடங்களில் ஆங்கில பதிப்பும் வந்தது. அதில் அவர் கிழக்கில் போர்ச்சுக்கலின் பரந்த அரசாண்மையை விளக்கியிருந்தார். பல வரை படங்களும், விவரணப்படங்களும், அங்கிருந்த அதிசயிக்கத்தக்க பொருள்கள் குறித்த தகவல்களும் அதில் அடக்கம். அவர் குறிப்பிட்டவற்றில் ஒரு பொருள் சீனர்களாலும் ஜப்பானியர்களாலும் பயன்படுத்தப்பட்டது. 'ஒரு பானத்தை அவர்கள் பயன்படுத்து கின்றனர், ஒரு (மண்) பாண்டம் நிறைய சூடான நீர், அதை எவ்வளவு சகிக்க முடியுமோ அவ்வளவு சூடாக அருந்துகின்றனர், குளிர்கால மானாலும் கோடையானாலும் சரி.'

1596ல் டச்சுக்காரர்கள் ஜாவாவிலி வியாபாரத்தைத் துவங்கினர். அங்கு கிடைத்த பொருள்களைத்தவிர சீன, ஜப்பானிய பொருள்களும் ஐரோப்பாவிற்கு அனுப்பப்பட்டன. 1606வாக்கில் முதல் தேயிலை ஏற்றுமதி ஹாலந்தை வந்தடைந்தது. அதற்கும் முன்பே தேயிலையை தனிநபர்கள் கொண்டுவந்திருக்கலாம் என்றாலும் இதுவே முதன்முறையாக வியாபாரத்திற்காக தேயிலை ஐரோப்பாவிற்கு வந்தது.

அடுத்து வந்த தசாப்தங்களில், கிழக்கு நாடுகளில் வியாபாரத்தில் முதன்மையாக இருந்த டச்சுக்காரர்கள் அதன் உதவியுடன் ஐரோப்பாவில் முதன்மையான தேயிலை அருந்துபவர்களாகவும் ஆகினர். ஆயினும் அதன் அசாதாரண விலையின் காரணமாக தேயிலை பணக்காரர்களின் பண்டமாகவே விளங்கியது. விரைவில் அதன் பயன்பாடு அண்டை நாடுகளுக்குப் பரவியது. தனக்கென தனித்த வியாபாரத் தொடர்புகளைக் கொண்டிருந்த போர்ச்சுக்கல்லுக்கும் அது பரவியது. பிரான்ஸில் 1650ல் தேயிலை ஒரு நாகரிகப் பொருளாகியது. கர்தினால் மஜரின் முதல் முதன்மந்திரி பதிமூன்றாம் லூயிஸ் வரைக்கும் அனைவரும் பயன்படுத்தினர்.

பின்னர் பதினான்காம் லூயிஸ் தேயிலைக்கு அடிமையானார். அவரது தேயிலைப் பாத்திரம் தங்கத்தாலானது.

•

பிரித்தானியர்கள் தேயிலையை மிக மெதுவாகத்தான் கண்டடைந்தனர். 1650க்கு முன்பு அதன் பயன்பாடு குறித்த எந்தத் தகவலுமில்லை. முதல் தரவு 23 செப்டம்பர் 1658ல் மெர்கூரியஸ் பொலிட்டிக்கஸ் எனப்படும் லண்டன் செய்தித்தாளில் வெளியிடப்பட்ட விளம்பரத்திலிருந்து கிடைக்கிறது.

> ‘உன்னதமானதும், எல்லா மருத்துவர்களாலும் அங்கீகரிக்கப் பட்டதுமான சீன பானம், சீனர்களால் ட்ச்சா என்றும் பிற நாடுகளால் தே அல்லது டீ என்றும் அழைக்கப்படும் பானம் லண்டன் ராயல் எக்ஸேஞ்சுக்கு அருகிலிருக்கும் ஸ்வீட்டிங்ஸ் ரென்ட்ஸிலுள்ள சுல்தானெஸ் ஹெட் காபி ஹவுஸில் விற்கப்படுகிறது.’

1652 லண்டனின் முதல் காபி ஹவுஸ் உருவாக்கப்பட்டது. அடுத்த பத்து வருடங்களில் பல காபி ஹவுஸ்கள் உருவாகின. அந்த நூற்றாண்டு முடிவில் பல நூறு கடைகள் உருவாகியிருந்தன. குறைந்தபட்சம் ஆயிரம் பேருக்கு ஒரு கடை என்ற கணக்கில் இருந்திருக்கலாம். வியாபாரமும் அரசியலும் பேசுமிடங்களாக அவை இருந்தன. முதலில் காபி மட்டுமே விற்கப்பட்டது பின்னர் சாக்கலேட்டும் தேநீரும் விற்கப்பட்டன. முதல் தேயிலை எங்கிருந்து வந்தது எனத் தெரியவில்லை. ஒருவேளை ஐரோப்பியக் கண்டத்திலிருந்தே வந்திருக்கலாம். அல்லது கிழக்கிலிருந்து திரும்பிவந்தவர்கள் கொண்டுவந்திருக்கலாம்.

காபிக் கடைகள் ‘பார்சல்’ காப்பியும் தந்தன. சாமுவேல் பெப்பிஸ் அவரது நாட்குறிப்பில் 25 செப்டெம்பர் 1660ல் இவ்வாறு எழுதியுள்ளார்: ‘அதன் பின்னர் ஒரு கோப்பை தேநீர் (ஒரு சீன பானம்) வாங்க ஆள் அனுப்பினேன், அதை நான் முன்பு குடித்ததேயில்லை.’ மதுக்கூடங்களிலிலும் காபிக்கடைகளிலும் அதிக நேரம் செலவிட்ட பெப்பிஸ் தேநீர் குடித்திருக்கவில்லை என்பது 1660ல் அது ஓர் ஆர்வக்கோளாறாக மட்டுமே இருந்ததைக் காட்டுகிறது.

பிரகன்சாவின் கேத்தெரீன்தான், அவளது வரதட்சிணைத் தேயிலையைக் கொண்டு, அரசவையில் தேயிலையை அறிமுகம் செய்தாள். அங்கிருந்து அது அலைபோலக்கிளம்பி உயர்குடிகளிடம் பரவியது. முதலில் பணக்காரர்களின் பானமாக இருந்தது பின்னர் நடுத்தர மக்களிடம் வந்தது. அரசியாக அடுத்தவருடம் கேத்தரினின் பிறந்தநாளுக்கு எட்மன்ட் வாலெர் ஒரு கவிதை எழுதினார்:

வீனசுக்குப் பசும்பூக்கள், ஃபீபசுக்கு வளைகுடாக்கள்
தேநீர் இரண்டிலும் சிறந்தது, பாடுவாள் அவள் அதன் புகழ்பாக்கள்
அரசிகளில் சிறந்தவள், தளிர்களில் சிறந்தது,
கடன்பட்டிருக்கிறோம் நாம் வழிகாட்டிய அந்த வீர நாட்டிற்கு,

அரசியின் வரதட்சணையுடன் வேறு பரிசுகளும் இருந்தன. ஆப்பிரிக்காவின் டாஞ்சியெர் வியாபாரக் குழுமம்; பிரேசிலிலும் கிழக்கிந்தியாவிலும் வியாபாரம் செய்யும் உரிமை - அதற்கு முன்பு அவ்வுரிமை போர்த்துகீசியர்களுக்கு மட்டுமே உரியதாய் அவர்களால் கருதப்பட்டது; மேலும் பாம்பேயும் (மும்பை) ஒரு பரிசாக வழங்கப்பட்டிருந்தது. பிரித்தானியா தேயிலை வியாபாரத்தில் கொடிகட்டிப்பறக்க இந்த கடைசிப் பரிசு பெரிதும் உதவியது.

போர்ச்சுகீசியர்கள் பாம்பே தீவில் 1509ல் தரையிறங்கினர். 'எங்கள் குழு சில பசுக்களையும் புதர்களில் மறைந்திருந்த சில கறுப்பர்களையும் பிடித்தது, அவர்களில் நல்லவை எடுத்துக்கொள்ளப் பட்டன மற்றவை கொல்லப்பட்டன.' தொடர்ந்த தாக்குதல்களுக்குப் பின் ஆட்சியிலிருந்த சுல்தான் 1534ல் ஏழு தீவுகளை போர்ச்சுகலின் அரசருக்கு அளிக்க முன்வந்தார். அங்கிருந்த மீனவர்களும் விவசாயிகளும் வழக்கம்போல செயல்பட்டுக்கொண்டிருந்தனர். மதபோதகர்கள் ஆலயங்களைக் கட்டினர், கோயில்களை மூடச் செய்தனர், மேலும் தீவிலிருந்த மக்களில் பலரை விரும்பச் செய்து அல்லது வற்புறுத்தி கிறித்துவத்தை ஏற்கச் செய்தனர். ஒரு பணக்கார போர்ச்சுக்கீசியர் பீரங்கிகள் காவல் நின்ற சொகுசு வீடொன்றைக் கட்டினார். ஓர் அரச திருமணத்திற்கு அது ஒரு மோசமான பரிசென்றே கருதப்படலாம். ஆனால் பிரித்தானியர்கள் பின்னர் அந்தத் தீவுகளை இணைத்து அதை ஒரு துறைமுகமாக்குவர், அது உலகின் மாபெரும் துறைமுக நகரமாக உருவெடுக்கும். கிழக்கிந்திய கம்பெனி ஏற்கெனவே கிராம்வெல்லுக்கு இந்தியாவின் மேற்குக்கடற்கரையில் ஒரு தளம் வேண்டி விண்ணப்பித்திருந்தது. இப்போது இரண்டாம் சார்லெஸ் அதை வழங்கினார். அவர் பாம்பேயை கம்பெனிக்கு 'கிரீன்விச்சிலிருந்த பங்களாவிற்கும் வருடாவருடம் செப்டம்பர் முப்பதாம் தேதி செலுத்தப்பட வேண்டிய பத்து பவுண்ட் (பணம்) மதிப்புள்ள தங்கத்திற்கும்' ஈடாக எழுதித் தந்தார்.

கிழக்கிந்திய கம்பெனி 1600ல் ஒரு வியாபார நிறுவனமாக முதலாம் எலிசபெத் ராணியின் ஆணையின்படி உருவாக்கப்பட்டது. அதற்கு 'இன்டீஸ்' பகுதியில் வியாபாரம் செய்ய முற்றதிகாரம் வழங்கப் பட்டது. இன்டீஸ் என்பது ஆப்பிரிவின் மேற்குக்கும் தென்னமெரிக்காவின் கிழக்குக்கும் இடைப்பட்ட பகுதி.

உடனடியாகவே அதன் கப்பல்கள் இப்போது இந்தோனேசியா என அழைக்கப்படுகிற பகுதிக்கு இலாபம் மிகுந்த மசாலாப் பொருள்களை வாங்கக் கிளம்பின. அங்கே ‘ஃபாக்டரீஸ்’ என அழைக்கப்பட்ட வியாபாரக் கூடங்களை கம்பெனி அமைத்தது.

1608ல் இந்தியாவின் மேற்குப்பகுதியிலிருந்த சூரத்தை கம்பெனி சென்றடைந்தது. அங்கே சந்தைகள் அரிய பொருள்களால் நிறைந்திருந்தன. முத்துக்கள், வைரங்கள், தங்கம், தந்தம், வாசனைப் பொருள்கள் மற்றும் ஒப்பியம். எல்லாவற்றையும்விட விரும்பத்தக்க வகையில் விதவிதமான இந்தியத் துணிவகைகளும் அங்கிருந்தன. இந்தியர்களிடமும், பிரித்தானியர்களிடமும் இல்லாதது ஒன்றே ஒன்றுதான் - மசாலாக்கள். இங்கிலாந்துக்கு ஏற்றுமதி செய்வதற்கும், இன்னும் கிழக்கே சென்று மசாலா பொருள்களுக்கு பண்டமாற்றவும் இந்தியத் துணிகளை ஆங்கிலேயர் உடனடியாக வாங்கிக்குவித்தனர். இந்தியாவில் வாங்கிய துணிகளுக்கு விலையாக கொஞ்சம் மசாலாக்கள் தரப்பட்டன; மீதம் ஐரோப்பாவிற்கு ஏற்றுமதியானது. 1619ல் கம்பெனி சூரத்தில் இந்தியாவின் முதல் ‘ஃபாக்டரியை’ அமைத்தது.

இரண்டாம் சார்லஸ் பதவியில் மீண்டும் அமர்ந்தபோது கம்பெனி ஒரு சங்கடமான நிலையை எதிர்கொண்டது. காமன்வெல்த்துக்கு உட்பட்டு கம்பெனி வியாபாரம் செய்ய வழங்கப்பட்ட அரசாணையை விட்டுவிட்டு கிராம்வெல்லிலிருந்து பெறப்பட்ட ஆணையின் பெயரில் கம்பெனி இயங்கியது. இதனால் கம்பெனி சட்டபூர்வமானதா எனும் சந்தேகம் எழுந்தது. பரிசுகள் தேவைப்பட்டன. அதன்படி அரசருக்கு £3,210 செலவில் ஒரு தட்டும், அவரது சகோதரருக்கு £1,62 மதிப்பிலான பரிசுகளும் வழங்கப் பட்டன. அவை ஏற்றுக்கொள்ளப்பட்டதன் அடையாளமாக 1661ல் அரசர் கிழக்கிந்தியாவில் வியாபாரம் செய்துவந்த லண்டன் வியாபாரிகளின் கம்பெனிக்கும் அதன் ஆளுநருக்கும் ‘கிழக்கிந்தியாவில் இருந்து வரும் வியாபாரம் மற்றும் போக்குவரத்திற்கு இதன்பின் என்றென்றைக்கும்... முழுமையான, அவர்களுக்கு மட்டுமேயான’ உரிமையை வழங்கினார்.

இரண்டாம் சார்லஸ் மிகவும் நன்றியுடையவராயிருந்தக்க வேண்டும். ஏனென்றால் அவர் கம்பெனிக்கு புதிய, அசாதாரண அதிகாரங்களை வழங்கினார். கம்பெனி தனது சொந்த போர்க்கப்பல்களையும், வீரர்களையும், ஆயுதங்களையும் பயன்படுத்தவும் அதன் படைத் தலைவர்களுக்கு ‘அவர்கள் வியாபாரம் செய்யும் பகுதிகளில் (கிறித்துவரல்லாத) சிற்றரசர்களுடனோ மக்களுடனோ

மேற்குறிப்பிட்ட ஆளுனர் அல்லது கம்பெனிக்கு சாதகமாகும் வகையில் அமைதி உடன்படிக்கை ஏற்படுத்திக்கொள்ளவோ அல்லது போர் புரியவோ; அல்லது தங்கள் குடியிருப்புக்களை பாதுகாக்க காவற்படைகளை அமைத்துக்கொள்ளவோ' அதிகாரம் வழங்கப் பட்டது. இச்சலுகைகளைக்கொண்டு கிழக்கிந்திய கம்பெனி உலகிலேயே சக்திவாய்ந்த 'கார்ப்பரேட்' ஆக மாறும் திறன் பெற்றது, பன்னாட்டு தேயிலை வணிகத்திலும் வலுமிக்கதாய் மாறவிருந்தது.

•••

17ஆம் நூற்றாண்டில் இங்கிலாந்துக்குள் சிறிய அளவிலேயே தேயிலை இறக்குமதி நடந்தது. 1664ல் கம்பெனி 100 பவுண்ட் தேயிலையை முதன் முதலாக சீனாவிடமிருந்து வாங்கியது. ஜாவாவிலிருந்து அது ஏற்றுமதியாகும். வருடாந்திர அறிக்கைகளின் படி மூன்றிலக்க அளவிலேயே வாங்கப்பட்டது. 1678ல் 4,713 பவுண்ட்கள் இறக்குமதி செய்யப்பட்டன. பல வருடத் தேவையைவிட அதிகமான அளவு இது. 1685ல் 12,070 பவுண்டுகள் வாங்கப்பட்டன. அதுவும் தேவைக்கதிகமானதாயிருந்தது. அந்த நூற்றாண்டின் இறுதிவரை இவ்வாறு அதிகமான அளவு இறக்குமதி செய்வதும் சந்தையில் பொருள் மிகுதியாகக் கிடைப்பதுமாயிருந்தது. 1690ல் 38,390 பவுண்ட்கள் இறக்குமதியாகின. ஆனால், 1699ல் 13,082 பவுண்ட்கள் மட்டுமே இறக்குமதியாகின.

கம்பெனி தேயிலை ஏலத்தை 'மெழுகுத்திரியைக் கொண்டு' நடத்தியது. ஒரு மெழுகுத் திரி கொளுத்தப்பட்டது, அது சுடர்விட்டு ஒரு அங்குலம் எரிந்து முடியும்வரைக்கும் ஏலங்கள் ஏற்கப்பட்டன. சந்தையில் தேயிலை வரத்து மேலும் கீழுமாகச் சென்று கொண்டிருந்ததால் விலையும் மேலும் கீழுமாகச் சென்றது. 1673ல் சராசரி விலை பவுண்டுக்கு £1.19 ஆனால் 1678-79களில் தேயிலை அதிக அளவில் இறக்குமதியான பின்பு 1679இல் பவுண்ட் ஒன்று 7 பென்ஸ்களாக இறங்கியது (பிரித்தானிய பைசா) .

தேயிலை விற்பனை வரியின்மூலம் கட்டுப்படுத்தப்பட்டது. 1660 முதல் 1689வரை கடைகளில் விற்கப்பட்ட தேநீரை பானம் என்பதால் விற்பனை வரி விதிக்கப்பட்டது. ஒரு கேலனுக்கு 3 பென்ஸ். இந்தமுறை கடினமானது மட்டுமல்ல, தேநீரின் மணத்துக்கு அது பாதகமாய் அமைந்தது. வரி வசூலிப்பவர்கள் ஒரு நாளைக்கு இரு முறையே கடைகளுக்கு வந்தனர். ஆகவே தேநீர் பேரல்களில் அடைத்து வைக்கப்பட்டு வேண்டும்போது சூடாக்கி வழங்கப் பட்டன. 1689 முதல் தேயிலைக்கு நேரடியாக வரி விதிக்கப்பட்டது. முதலில் இவ்வரி பவுண்டுக்கு 25பென்ஸ் என்றவகையில் மிக

அதிகமானதாயிருந்தது. கிட்டத்தட்ட விற்பனை நின்றேபோய் விட்டது. 1692ல் அது பவுண்டுக்கு 5 பென்ஸாக குறைக்கப்பட்டது. பின்னர் வந்த பல போர்களுக்கு செலவிட பணம் தேவைப்பட்டதால் மீண்டும் அது உயர்ந்து 1711ல் பழைய வரிக்கே வந்து சேர்ந்தது.

விலை ஏலத்தினாலும் வரி அதிகமானதாலும் ஏற்பட்ட ஏற்ற தாழ்வுகளால் சில்லறை விற்பனை பாதிக்கப்பட்டது. அதேபோல தேயிலையின் தரமும் இதில் பங்குவகித்தது. இருக்கும் தரவுகளின்படி பதினேழாம் நூற்றாண்டின் இரண்டாம் பகுதியில் அதன் விற்பனை விலை பவுண்டுக்கு £3ஆக இருந்தது. நூற்றாண்டின் இறுதியில் அதன் விலை பவுண்டுக்கு £1. இந்த விலையில் பணக்காரர்கள் மட்டுமே தேயிலை அருந்த முடிந்தது. ஏனென்றால், அப்போது ஒரு கைதேர்ந்த தொழிலாளருக்கு வாரம் £1 கிடைத்தால் அவர் அதிர்ஷ்டசாலி; அதே போல சாதாரண கூலிவேலைக்கு வாரத்துக்கு 40பென்ஸ்கள் (பைசாக்கள்) கிடைப்பதே அரிது.

விலை அதிகமாயிருந்தும் அதிக மக்கள் தேநீர் அருந்தியிருந்தனர். ஏனென்றால் தேநீர் வெறும் பானமாக மட்டுமல்லாமல் மருந்தாகவும் பயன்படுத்தப்பட்டது. முன்பு இங்கே குறிப்பிடப்பட்ட பெப்பிஸ், 1667ல் வீடு திரும்புகையில் அவர் மனைவி தேநீர் தயாரித்துக் கொண்டிருந்தார். திருவாளர் பெல்லிங் இது சளிக்கும் இழுப்புக்கும் நல்ல மருந்தென்று சொல்லியிருந்தார்.

லம்பார்ட் தெருவிலிருந்து பிரிந்து செல்லும் எக்சேஞ் இருந்த தனது காபிக்கடையில் தாமஸ் காரவே தேயிலையை பானமாகவும், இலையாகவும் விற்றுக்கொண்டிருந்தார். 200 வருடங்களுக்கும் மேலாய் அந்தக் கடை இருந்தது. அந்த இடத்தில் தற்போது ஒரு நினைவுத் தகடு பொறிக்கப்பட்டுள்ளது. அதில் ஒரு வெட்டுக்கிளி சின்னமும் பொறிக்கப்பட்டுள்ளது. 1660க்கருகில் 'தேயிலை வளர்ப்பு, அதன் தன்மைகள் மற்றும் நன்மைகள் குறித்த துல்லிய விவரணை' எனும் தலைப்பில் எழுதப்பட்ட ஓர் அழுத்தமான கட்டுரையில் காரவே கீழுள்ளவாறு தேயிலையின் நன்மைகளைப் புகழாடுகிறார்:

'அது உடலை உற்சாகத்துடனும் இச்சையுடனும் வைக்கிறது.

தலைவலிக்கும் தலைச்சுற்றுக்கும் தலைக்கனத்திற்கும் சுகமளிக்கிறது.

மண்ணீரலில் ஏற்படும் தடைகளை நீக்குகிறது.

சர்க்கரைக்கு மாற்றாக கலப்படமற்ற தேனுடன் உண்டால் சிறுநீரங்களையும், சிறுநீர்க்குழாய்களையும் சுத்தம்செய்து சிறுநீர் கற்களை அகற்றுவதிலும் வல்லதாகும்.

தடைகளை அகற்றி சுவாசத்தை எளிமையாக்குகிறது.

கண்களில் நீர் வருவதை குறைத்து பார்வையை தெளிவடையச்செய்யும்.

ஈரலையும் சுத்தப்படுத்துகிறது.

நரம்புகள் அல்லது வயிற்றின் தளர்ச்சியை நிவர்த்தி செய்து லகுவாக்கி, நல்ல பசியையும் செரிமானத்தையும் உண்டாக்குகிறது. குறிப்பாக குண்டானவர்கள் அல்லது அதிக மாமிசம் சாப்பிடுபவர்களுக்கு இது உதவும்.

தீவிரக் கனவுகளை இது அழிக்கிறது, மூளையை இலகுவாக்குகிறது, ஞாபகசக்தியை அதிகரிக்கிறது.

உறக்கமின்மையைக் குணமாக்குகிறது. பொதுவான அயர்ச்சியைக் குறைக்கின்றது. ஒரு கோப்பை குடித்தால் போதும் இரவுகளிலெல்லாம் விழித்திருந்து படித்துக்கொண்டிருக்கலாம், உடம்பைக் கெடுக்காமல்.

குளிர் ஜுரங்களைத் தடுக்கிறது, குணமாக்குகிறது. தேநீரைக் குடித்துவிட்டு மிக மென்மையான வாந்தியைத் தூண்டி அதன் வாடையை முகர்ந்தால் வெற்றிகரமாக இதை உணரமுடியும்.

பாலையும் தண்ணீரையும் கொண்டு செய்யப்படும்போது இது உள்ளுறுப்புகளை வலுவாக்குகிறது, உணவு உண்பதைக் குறைக்கிறது, குடலின் வலிகளை அல்லது வயிற்றுப் பிடிப்பை அல்லது தளர்ச்சியை நீக்குகிறது.

சரியாக எடுத்துக்கொண்டால் உடலில் நீர் பிடிப்பிற்கும் ஸ்கர்வி போன்றவற்றிற்கும் நல்லது, இரத்தம் மற்றும் சிறுநீரின் வழியாக நோய்த்தொற்றை வெளியேற்றுகிறது.

வாயுவினால் ஏற்படும் வலிகளை நீக்குகிறது, பித்தப்பையை பாதுகாப்பாகச் சுத்தம் செய்கிறது.

1682ல் எழுதப்பட்ட ஜான் சேம்பர்லினுடைய 'காஃபி, தேநீர், சாக்கலேட், புகையிலையின் வரலாறு' புத்தகத்தில் இவரைப் போல பல தேநீர் ஆர்வலர்களை மேற்கோள்காட்டி தேநீர் '(உடல்) வறட்சியை உருவாக்குவது, வயோதிகத்தை வருத்துவது, ஐரோப்பிய பானங்களுக்கு அந்நியமானது' என விலக்கும் விமர்சகர்களை புறம்தள்ளுகிறார். சேம்ப்பர்லின் தேநீரை ஓர் ஊக்கியாக முன்வைக்கிறார் 'அது நம்மை உற்சாகமாகவும் உயிர்ப்புடனும் வைக்கிறது. தூக்கத்தை விரட்டுகிறது. அதை குடிப்பவர்கள் அறிவார்ந்தவர்களே' கேஃபீனின் விளைவுகளும், தேநீரின் மருத்துவ பலன்கள் அல்லது அதன் மோசமான விளைகள் குறித்த விவாதங்களும், அடுத்த நூற்றாண்டில் தீவிரமடைந்தன.

1699ல் ஜான் ஓவிங்டன் தேநீர் குறித்து இவ்வாறு எழுதியுள்ளார்: 'அண்மையில் அதைக் குடிப்பது இங்கே வழக்கத்துக்கு மிகவும்

மாறாக உள்ளது. வித்தகர்களும் வியாபாரிகளும் இதைக் குடிக்கின்றனர். இது அரசவையின் தனிவிருந்துகளிலும், பொது மக்களுக்கான கேளிக்கையிடங்களிலும் அருந்தப்படுகிறது.' இருப்பினும் அந்த நூற்றாண்டின் கடைசி வருடத்தில் வெறும் 13,082 பவுண்டுகள் தேயிலையே இறக்குமதி செய்யப்பட்டதென்பது தேயிலை இன்னும் ஒரு புதிய வினோதமாக இருந்ததையே காண்பிக்கிறது.

•

அடுத்த நூற்றாண்டு முற்றிலும் வேறானது. 18ஆம் நூற்றாண்டின் இங்கிலாந்தில் தேயிலைக்கான தேவை மிகப்பெருமளவில் உயர்ந்தது. ஏன் அப்படி என அறிந்துகொள்வது எளிதல்ல ஆனால் பிரித்தானியர்கள் தேநீரை பிற முக்கிய மேற்கத்திய நாடுகளைவிட அதி உற்சாகத்துடன் பயன்படுத்தினர். டச்சுக்காரர்கள் மட்டுமே அவர்களுக்கருகில் வந்தனர். பிரான்ஸ் போன்ற நாடுகளில் தேயிலை சிறிதுகாலம் பிரபலமாகிப் பின் கைவிடப்பட்டு மக்கள் காபி அல்லது வைனுக்கு மாறினர். மதிப்புக்குரிய பிரெஞ்சு வரலாற்றாளர் பஃபெர்னன்ட் பிராடெல் வைன் தயாரிக்காத நாடுகளிலேயே தேயிலை பிரபலமானது எனக் குறிப்பிடுகிறார்.

இங்கிலாந்துக்குள் இறக்குமதி செய்யப்பட்டதாய் பதிவுசெய்யப் பட்ட தேயிலையின் அளவு 1699ல் 13,082 பவுண்டுகளிலிருந்து, 1721ல் 1,241,629 பவுண்டுகளாக உயர்ந்தது. 1750க்குள் மொத்த இறக்குமதி 4,727,992 பவுண்டுகளாயிருந்தது. இந்த எண்ணிக்கைகள் கதையின் ஒரு பகுதிதான். ஏனென்றால் கணிசமான தேயிலை சுங்க அலுவலகங்களின் வழியாக இறக்குமதி செய்யப்படவில்லை. பிரித்தானியர்கள் பலரும் தேநீர் குடிக்க விரும்பினர். ஆனால் அதன் விலை மிக அதிகம். கிழக்கிந்திய கம்பெனியின் தனியுரிமையும் மிக அதிகமான சுங்க வரியும் தேயிலையை மிக விலையுள்ள பொருளாக்கின. மக்களின் தேவையை பூர்த்தி செய்ய பெரிய அளவில் கடத்தலும், கலப்படமும் செய்யவேண்டியிருந்தது.

பதினெட்டாம் நூற்றாண்டின் முதல் பகுதியில் தேயிலையை கடத்துவது மிக இலாபகரமானதாயிருந்தது. ஹாக்கர்ஸ்ட் கேங் போன்ற குழுக்கள் நாடெங்கிலும் இருந்தன. சில சமயங்களில் இக்குழுக்களின் கொடுஞ்செயல்கள் மக்களை அதிர்ச்சியடையச் செய்தன. 1740ல் 'த ஜென்டில்மென்ஸ் மேகசீன்' ஒரு சந்தை-ஊரிலிருந்து வெளியிட்ட செய்தியைப்போல....

> 'கிட்டத்தட்ட எல்லா இளம் பெண்களும் தாங்கள் எவ்வாறு கடத்தல்காரர்களுடன் சண்டையிட்டோம் என்று விவரித்தனர்.

அவர்கள் எல்லோரும் அடுத்த குளிர்காலத்தில் லண்டனுக்கு இடம்பெயர்ந்துவிடப் போவதாக அறிவித்தனர். இதனால் இளம்பெண்களின் எண்ணிக்கை குறைந்து, கிராமத்து இளைஞர்களான நாங்கள் (பெண் துணையின்றி) மனமுடைந்து மடிவோம்.'

ஆனால் அநியாயமான வரியின்றி தேயிலையையும் பிற பொருள்களையும் அனுபவிக்க விரும்பியவர்களின் ஆதரவு கடத்தல் காரர்களுக்கு இருந்தது. இலட்சக்கணக்கான ஆங்கிலேயர்கள் கள்ளவியாபாரத்தில் ஈடுபட்டனர். அதேபோல தங்களுக்குத் தெரிந்த தகவல்களை மறைத்தும் வைத்தனர். இன்றைக்கு சட்டத்துக்குப் புறம்பாக இறக்குமதி செய்யப்பட்டு லட்சக்கணக்கான பிரித்தானியர்கள் அது சட்ட விரோதமானது எனத் தெரிந்தபின்னும் வாங்கிப் பயன்படுத்துகின்ற, கஞ்சா எனும் மற்றொரு போதைப் பொருளுக்கும் அன்றைய தேயிலைக்கும் ஒற்றுமைகள் உண்டு.

அப்போது வெகுசில கடத்தல் கும்பல்கள்தான் ஹாக்கர்ஸ்ட் கும்பலைப்போல ஒருங்கிணைந்தவர்கள். பொதுவாக அவர்கள் ஒப்பீட்டளவில் சிறிய அளவிலேயே வியாபாரம் செய்தனர். சிறிய அளவே அவர்களிடம் முதலீடு இருந்தது, எனவே அதிகம் கடன் வாங்கவும் முடியவில்லை. திரீ பிரதர்ஸ் போன்ற சிறிய பாய்மரக் கப்பல்கள் துவங்கி தொடுப்புப் படகுகள்வரை சிறிய படகுகளே அவர்களிடமிருந்தன. இரண்டு அல்லது மூன்று டன்களுக்கு மேல் தேயிலையை அவர்களால் எடுத்துச் செல்ல முடியவில்லை. அவர்கள் ஆயுதங்கள் வைத்திருந்தாலும், தாக்கும் திறன் குறைந்த ஆயுதங்களையே வைத்திருந்தனர். கைத்தடிகள், வாட்கள் எப்போதாவது துப்பாக்கி. பொதுவாக இவர்கள் தனிப்பட்ட தொடர்பிலிருப்பவர்களுக்கு, கடைக்காரர்களுக்கு அல்லது இரண்டரை பவுண்ட் கட்டுக்களில் மட்டுமே வியாபாரம் செய்த தெரு வியாபாரிகளுக்கு மட்டுமே விற்றனர்.

இவற்றில் அதிகம் பிரெஞ்சு, டச்சு, ஸ்வீடிய டானிஷ் கம்பெனிகளால் ஐரோப்பாவிற்குள் கொண்டுவரப்பட்டவை. அதிகமும் சானல் ஐலன்ட்கள் வழியாகவும் 'ஐல் ஆஃப் மேன்' வழியாகவும் உள்ளே கொண்டுவரப்பட்டன. குறிப்பிடத்தகுந்த அளவு தேயிலை கிழக்கிந்திய கம்பெனியால் கொண்டுவரப்பட்டு அதன் ஊழியர்களால் வழியிலேயே கடத்தல்காரர்களுக்கு விற்கப்பட்டதாகும்.

தேயிலை இன்னொரு முக்கிய வழியிலும் உள்ளே கொண்டு வரப்பட்டது. கடத்திவந்த தேயிலையை கடத்தல்காரர்கள் இங்கிலாந்திலிருந்து ஏற்றுமதி செய்வதாகக் காட்டி (செலுத்தாத

சுங்கவரியை மீளப்பெற்றனர். பின்னர் அத்தேயிலையை கடத்தி மீண்டும் இங்கிலாந்துக்கே கொண்டுவந்தனர். அக்காலகட்டத்தில் சரியாக எவ்வளவு தேயிலை இங்கிலாந்திற்குள் கடத்திவரப்பட்டது எனச்சொல்வது உண்மையிலேயே மிகக் கடினமானது. சட்ட பூர்வமான இறக்குமதி 1721ல் 1.2 மில்லியன் பவுண்டுகளாயிருந்தது. 1747வரை அது தொடர்ந்தது. அதன்பின் தேயிலை மீதான வரி கணிசமாகக் குறைக்கப்பட்டபின் 3 மில்லியன் பவுண்டுகளாக உயர்ந்தது. அக்கால உத்தேசக்கணக்குகளின்படி வரி குறைக்கப் படுவதற்கு மூன்று வருடங்கள்வரை ஆண்டுக்கு £3 மில்லியன்கள் மதிப்பிலான தேயிலை கடத்தப்பட்டது.

வரி குறைப்பும், போர்களால் ஐரோப்பாவில் உருவான தேயிலை தட்டுப்பாடும் கடத்தலை 18ஆம் நூற்றாண்டின் நடுப்பகுதிகளில் குறைத்தது. அதன் பின் வன்மத்துடன் மீண்டு வந்தது. மேலும் அதிகம் மக்கள் தேயிலையை விரும்பினர். இதனால் தேவை அதிகரித்தது. விலை அதிகமாயிருந்ததால் வரி விதிக்கப்பட்ட தேயிலை அந்தத் தேவையை பூர்த்தி செய்யவில்லை. வழக்கம்போல ஒரு சட்ட விரோதமான நடவடிக்கைக்கு பரவலான மக்கள் ஆதரவு இருக்கையில் அதுவும் இலாபகரமாக இருக்கையில் ஒருங்கிணைக்கப்பட்ட குற்றச் செயல்கள் அதிகரித்தன. தனித்துச் செயல்பட்ட கடத்தல்காரர்கள் இன்னும் செயல்பட்டுக்கொண்டிருந்தனர். ஆனால் பெரிய அளவிலான கடத்தல்கள் 'புதிய வழியில்' நடத்தப்பட்டன என சுங்க அதிகாரிகள் குறிப்பிடுகின்றனர். 1770களுக்குள் கடத்தல்காரர்கள் பெரிய வல்லாயுதங்கள் பொருத்தப்பட்ட பெரிய கப்பல்களை பயன்படுத்த ஆரம்பித்துவிட்டனர். நூற்றுக்கணக்கில் இவை இங்கிலாந்து, வேல்ஸ் மற்றும் ஸ்காட்லாந்தின் கரையோரங்களில் செயல்பட்டுக்கொண்டிருந்தன. சில படகுகள் 300 டன் வரைக்கும் இருந்தன, அவற்றில் 80 பணியாட்களும், 24 துப்பாக்கிகளும் இருந்தன. இவற்றில் 4,000 அல்லது 5,000 கேலன் ரம் அல்லது பிராண்டியுடன் 40,000 அல்லது 50,000 பவுண்ட் தேயிலையும் இருந்தது. அது பெரிய தொழிலாக இருந்தது, ஆறு மாதங்கள் வரைக்கும் பணம் செலுத்தாமல் பொருள் வழங்கப்பட்டது, லாயிட்ஸ் காப்பீடும் அளித்தது.

தேயிலை கரையிறங்கியதும் விநியோகம் புதிய, மேம்படுத்தப்பட்ட வழிகளில் கையாளப்பட்டது. சில பழைய கடத்தல்காரர்கள் இன்னும் ஆயுதக் காவலுடன் தேயிலையை எடுத்துச் சென்றனர். ஆனால் பெரிய அளவிலான சரக்குகள் வேறு மென்மையான வழிகளில் கடத்தப்பட்டன. சட்டப்படி 6 பவுண்டுகளுக்கு அதிகமான

தேயிலையைக் கொண்டுசெல்ல சுங்க அனுமதிச் சீட்டு தேவைப் பட்டது. அது இல்லையென்றால் விநியோகஸ்தருக்கு கடினமான தண்டம் விதிக்கப்பட்டது. இந்த சட்டத்தை சமாளிக்க பல யுக்திகளும் பின்பற்றப்பட்டன. தேயிலையை 6 பவுண்டுக்கும் குறைவான பொதிகளாய் பிரிப்பது பிரபல யுக்தியாகும். அதைவிட விற்பனையகங்களுக்கிடையே போலியான பரிவர்த்தனைகளை கணக்கில் காட்டி கள்ளத் தேயிலையை சட்டபூர்வமாகப் பெறப்பட்ட தேயிலைகளுடன் கலப்பது அதிகமாக பிரபலமாயிருந்தது. கடத்தலைக் கண்டுபிடிப்பது மிகக்கடினமாயிருந்தது.

1770ல் வருடாந்திர சட்டப்படி பெறப்பட்ட தேயிலை பயன்பாடு 4 அல்லது 5 மில்லியன் பவுண்டுகளாயிருந்தது. கடத்தல் தேயிலையின் அளவைக் கண்டுபிடிப்பது கடினம். ஆனாலும் சீனாவிலிருந்து ஐரோப்பாவிற்கு ஏற்றுமதியான அளவை எடுத்துக்கொண்டு, அதிலிருந்து இங்கிலாந்தைத் தவிர்த்த ஐரோப்பிய நாடுகளின் தேயிலை பயன்பாட்டைக் கழித்து வரலாற்றாய்வாளர்கள் ஓர் உத்தேசக் கணக்கீட்டை செய்துள்ளனர். அதன்படி கடத்தல் தேயிலை சட்டபூர்வமான இறக்குமதிக்கு இணையாக அல்லது அதிகமாக இருந்தது. 4 முதல் 7.5 மில்லியன் பவுன்ட்கள் வரைக்கும் இருந்திருக்கலாம்.

கடத்தலுக்கு அடுத்தபடியாக விலைகுறைந்த தேயிலையின் தேவை கலப்படத்தால் நிறைவேற்றப்பட்டது. ஒருவகையில் இரண்டும் ஒன்றுடன் ஒன்று தொடர்புடையவையே. கடத்தல்மூலம் விலை குறைத்து இரகசியமாக விற்கப்படும் தேயிலையில் கலப்படத்தை சுங்க அதிகாரிகளும் வரிவசூலிப்பவர்களும் எப்படிக் கண்டுபிடிக்க முடியும். தேயிலையில் வேறு இலைகளைச் சேர்த்தோ அல்லது ஏற்கெனவே பயன்படுத்தப்பட்ட தேயிலையைக் கலந்தோ கலப்படம் செய்யப்பட்டது.

கமெல்லி சினென்சிஸ் வகையைச் சார்ந்ததல்லாத வேறு இலைகளைக்கொண்டு தயாரிக்கப்பட்ட ‘தேயிலை’ ஒளிவு மறைவின்றி ‘பிரிட்டிஷ் டீ’ எனும் பெயரில் விற்கப்பட்டது. 1710ல் ஒருவகைத் தேயிலை ‘வெளிநாட்டு பொஹிய தேயிலையைவிட அதிகம் மோசமானதாய் இல்லை’ எனும் விளம்பரத்துடன் விற்பனைக்கு வந்தது. இருப்பினும் பல நேரங்களில் ‘எர்சாட்ஸ்’ இலை, உண்மையான தேயிலையைக் கெடுக்கும் வகையில் மாற்றாகப் பயன்படுத்தப்பட்டது. 1725ல் நாடாளுமன்றத்தில் ஒரு சட்டம் இயற்றப்படும் அவசியம் உருவானது. அதன்படி கீழுள்ளவாறு 100 டாலர் அபராதம் விதிக்கப்பட்டது.

'தேயிலை தயாரிப்பை மாற்றியமைப்பது அல்லது டெரா ஜபொனிக்கா (மரப்பிசின்) கொண்டு தயாரிப்பது அல்லது வேறெந்த மருந்து அல்லது மருந்துக்களைக்கொண்டு தயாரிப்பது அல்லது தேயிலையில் கலப்பது அல்லது வேறு எந்த இலையையும் தேயிலையுடன் கலப்பதுபோன்ற காரியங்களில் ஈடுபடும் தேயிலை விநியோகஸ்தர் அல்லது தயாரிப்பாளர் அல்லது (தேயிலை) காய வைப்பவர்.'

இவர்களுக்கு, 1730ல் அபராதம் ஒரு பவுண்டுக்கு 10 டாலர் என உயர்த்தப்பட்டது; 1766ல் சிறைத்தண்டனை வழங்கவும் சட்டம் இயற்றப்பட்டது.

கலப்படத்திற்கு அதிகம் பயன்படுத்தப்பட்ட இலைகள் பச்சை தேயிலைக்குப் பதில் முட்செடிகளின் இலைகளும் கறுப்புத் தேயிலைக்குப் பதில் ஸ்லோ எனப்படும் கருமையான புளிப்பு பழச்செடியின் இலைகளும் பயன்படுத்தப்பட்டன. இவை தவிர பிர்ச், ஆச் மற்றும் எல்டர் இலைகளும்கூட பயன்படுத்தப்பட்டன. உண்மையில் இவ்விலைகளைக்கொண்டு தரமான பானத்தை உருவாக்க முடியவில்லை எனவே வெவ்வேறு சாயங்களும் சேர்க்க வேண்டியிருந்தது. மேற்குறிப்பிட்ட டெரா ஜபோனிக்காபோல, செம்புக் களிம்பும், இரும்பு சல்பேட்டும், புருஷியன் நீலமும், டச் இளஞ்சிவப்பும், செம்புக் கார்பனேட்டும், ஆட்டின் சாணமும்கூட கலக்கப்பட்டன. இவற்றில் ஆட்டின் சாணமே ஒரளவு பாதகமில்லாதது.

ஏற்கெனவே பயன்படுத்தப்பட்ட தேயிலை இலைகளை பணியாளர்களிடமிருந்தோ ஏழைகளிடமிருந்தோ அல்லது காபிக்கடைகளிலிருந்தோ கலப்படக்காரர்கள் வாங்கினர். அவற்றை சூடான தட்டுகளில் காயவைத்தனர். பச்சை தேயிலையை தயாரிக்க செம்புகலந்த பொடிகள் பயன்படுத்தப்பட்டன.

எவ்வளவுதூரம் கலப்படம் நடந்தது என்பதை அளவிடுவது கடினம். சில கணக்குகள் பல்லாயிரம் பவுண்டுகள் என்கின்றன; பிற மில்லியன் கணக்கில் என்கின்றன. உண்மையில் கலப்படம் அதிகமாகவே இருந்தது. அதனால்தான் நாடாளுமன்றம் சட்டம் இயற்றியது. அக்காலத்தில் செய்தித்தாள்களிலும் கலப்படத் தேயிலை கைப்பற்றப்பட்டது குறித்த செய்திகள் வந்துள்ளன. லண்டன் மேகசீன் 1736ல் கீழ்கண்ட நீதிமன்ற வழக்கை விவரிக்கிறது:

'மைனரீஸில் உள்ள புகழ்பெற்ற யூதரும் தேயிலை விநியோகஸ்தருமான (ஒருவரின்) வழக்கிற்கு வந்தேன். அவர்

பலமுறை ஃபோர்ஸ்டிரீட்டிலிருந்த ஒரு விநியோகஸ்தருக்கு சாயமடித்த தேயிலையை பிரிட்டிஷ் தேயிலை என்று மொத்தம் 175பவுண்ட் அளவுக்கு விற்றுள்ளார். அதை அந்த விநியோகஸ்தர் நல்ல தேயிலையுடன் கலந்து விற்றார். வரிவசூலிப்பவர்கள் தேயிலை இருப்பை கணக்கிடுகையில் கலப்படம் செய்திருந்த தேயிலையைக் கைப்பற்றினர். 1020 பவுண்டுகள் மொத்தம் பிடிபட்டன. அந்த விநியோகஸ்தர் யூதர்தான் குற்றவாளி எனச் சொல்ல யூதர் குற்றவாளியாக தீர்ப்பு வழங்கப்பட்டது. அதுவரை விற்கப்பட்ட சாயமடிக்கப்பட்ட தேயிலை ஒவ்வொரு பவுண்டுக்கும் 10 டாலர் வீதம் 1750 டாலர் மொத்தம் அபராதம் கட்டினார்.'

கலப்படத் தேயிலை குறித்த அறிதல் அதிகமாக ஆக, பொதுமக்களின் கவலையும் அதிகரித்தது. குறிப்பாக பச்சைத் தேயிலையில் செம்பு கலக்கப்பட்டது கறுப்புத் தேயிலை பிரபலமாக வழிவகுத்திருக் கலாம். 17ஆம் நூற்றாண்டில் தேயிலை இங்கிலாந்தில் அறிமுகப் படுத்தப்பட்டபோது அதிகம் பச்சைத் தேயிலையே பயன்படுத்தப் பட்டது. 18ஆம் நூற்றாண்டின் இறுதியில் அது இன்னும் பிரபலமாகவே இருந்தது இருப்பினும் கறுப்புத் தேயிலை சற்று அதிகம் விற்றது.

கறுப்புத் தேயிலை பரவலாகப் பயன்படுத்தப்பட்டபோது பால் அறிமுகப்படுத்தப்பட்டது. 17ஆம் நூற்றாண்டில் சிலர் பாலைச் சேர்க்க ஆரம்பித்தனர். மர்க்குயி டி செவைன் பிரான்ஸில் பாலைப் பயன்படுத்திய முதல் நிறுவனங்களில் ஒன்று. ஆயினும் 18ஆம் நூற்றாண்டில்தான் பால் சேர்ப்பது பொதுவான வழக்கமாக மாறியது.

சர்க்கரை சேர்ப்பது துவக்கத்திலிருந்தே வழக்கமாயிருந்தது. சீனாவில் சர்க்கரை இன்றித் தேயிலை பருகப்பட்டது. திபெத்தில் உப்பு சேர்க்கப்பட்டது. இந்தியாவில் சர்க்கரை பல நூற்றாண்டுகள் பயன்பாட்டில் இருந்ததால் தேநீரில் இனிப்பு சேர்க்கப்பட்டது. சூரத் வழியாக தேயிலை இங்கிலாந்தை வந்தடைந்ததால் ஒருவேளை கப்பல் சிப்பந்திகள் அங்கிருந்த பழக்கத்தை இங்கு அறிமுகப் படுத்தியிருக்கக்கூடும். 18ஆம் நூற்றாண்டில் தேநீர் பருகும் பழக்கம் அதிகரிக்க அதிகரிக்க சர்க்கரை உட்கொள்ளப்படும் அளவும் இணையாக அதிகரித்தது. சிலர் சர்க்கரை கணக்கைக் கொண்டே தேயிலை எவ்வளவு பயன்படுத்தப்பட்டது என்பதை கணக்கிடும் அளவுக்கு அவை இணையானவையாக இருந்தன.

அதன் வழியே கலப்பட தேயிலையின் அளவையும் அவர்களால் கண்டுபிடிக்க முடிந்தது. பிரித்தானியர்களின் சர்க்கரை மீதான

THE
HISTORY
OF THE
TEA PLANT;
FROM THE
SOWING OF THE SEED, TO ITS PACKAGE
FOR THE
European Market,
INCLUDING
EVERY INTERESTING PARTICULAR OF THIS ADMIRED EXOTIC.

TO WHICH ARE ADDED,
REMARKS ON IMITATION TEA,
EXTENT OF THE FRAUD,
LEGAL ENACTMENTS AGAINST IT,
AND THE
BEST MEANS OF DETECTION.

Embellished with a descriptive Frontispiece.

LONDON:
Published by
LACKINGTON, HUGHES, HARDING, MAVOR, AND JONES, FINSBURY-SQUARE,
For the London Genuine Tea Company,
AND SOLD AT
23, Ludgate-Hill; 149, Oxford-Street; and 8, Charing-Cross; by their Agents in the Country; and by all Booksellers.

PRICE 1s. 6d.

விருப்பமே தேயிலையை அவர்களிடம் பிரபலப்படுத்தியது என்றும் ஒரு கூற்றுண்டு. 1700ல் பிரிட்டன் வருடத்திற்கு 10,000 டன் சர்க்கரை இறக்குமதி செய்திருந்தது 1800ல் 150,000 டன்.

•

18ஆம் நூற்றாண்டு முழுவதும் பின்னர் 19ஆம் நூற்றாண்டிலும் தேநீர் பருகுவது நல்லதா கெட்டதா எனும் விவாதங்கள் தொடர்ந்தன. 1722லேயே தேயிலை அருந்துவதன் பின்விளைவுகளுக்கான ஆய்வுகள் துவங்கிவிட்டன. விலங்குகளுக்கு தேநீர் வழங்கப்பட்டு சோதனைகள் நடைபெற்றன. ஜேம்ஸ் லேசி என்பவர் தேநீர் பருகுவது ஒப்பியத்தை பாவிப்பதுபோல ஆபத்தானது எனக் கருதினார். எனவே ஒரு விசித்திரமான சோதனையை மேற்கொண்டார்:

'ஒரு நாய்க்கு நான் மூன்று அவுன்ஸ் கடுமையான போயா தேநீர் கலவையை ஊசி மூலம் ஏற்றினேன். அது நாயிடம் பெரிய மாற்றத்தை ஏற்படுத்தவில்லை. அதன் பிறகு அதன் நரம்பிலிருந்து ஓர் அவுன்ஸ் இரத்தத்தை ஒரு கோப்பையில் எடுத்தேன். அந்தக் கோப்பையில் போயா தேநீர் அரை அவுன்ஸ் இருந்தது. மூன்று நாட்களுக்கு அந்த இரத்தம் உறையாமல் இருந்தது... இந்தச் சோதனைகளிலிருந்து தேயிலை ஒருவித உப்புடன் சேர்ந்து இரத்தத்தை மென்மையாக்கி அதை மேலும் திரவத்தன்மை உடையதாக மாற்றுகிறது என்று தெரிந்தது. ஆனால் அதன் செயல்பாடுகள் வலுவானதாக இல்லை.'

இது ஓர் அறிவார்ந்த செயலாகத் தோன்றவில்லை ஆனால் தேநீர் சிறுநீர் கழித்தலை அதிகரிப்பது என்றும் உற்சாகமூட்டுவது என்றும் அவர் சரியாக பதிவுசெய்துள்ளார். ஆனால் அவர் மேலும் தேநீர் 'காம வீரியத்தைக் குறைத்து உடலுறவை மென்மையானதாக்குகிறது' என்றும் 'கர்ப்பத்தைக் கலைக்கிறது. மேலும் குழந்தைக்கு (பால்) ஊட்டுவதில் குறைபாடுகளை உருவாக்குகிறது' என்றும்கூட குறிப்பிட்டுள்ளார்.

இந்த விவாதம் விஷத்தன்மையுடைய சாயங்கள் சேர்க்கப்பட்ட கலப்படத் தேயிலையின் காரணமாய் ஒருபக்கம் சாய்வுடன் நிகழ்ந்திருக்கலாம். இல்லையென்றால் இந்தத் தீங்கற்ற பானத்தின் மீது இத்தனை வீரியமான எதிர்ப்புகள் எழுந்ததை விளக்குவது கடினம். அதுவரையிலும் இல்லாதவிதத்தில் ஓர் புதிய பழக்கம் மிக வேகமாகப் பரவியதும் ஒரு காரணம் என்பதில் சந்தேகமில்லை. பல நூற்றாண்டுகளுக்கு பிரித்தானியர்கள் பரவலாக பியர் குடித்து வந்தனர். பலரும் தேநீர் அருந்துவதை ஆங்கிலத்தன்மையற்றது

என்றும், ஆண்தன்மை அற்றது எனறும் கருதினர்.

'த ஜென்ட்டில்மேன்ஸ்' மாகசின் 1737ல் வெளியான தேநீரின் விளைவுகள் குறித்த கட்டுரையில் எதிர்பார்த்தபடி இவ்வாறு குறிப்பிடுகிறது.

'தேநீர் அறவே சரியில்லாத உணவாகும். உடலுக்கு பயனற்றது. எனவே அதை விஷம் கொண்ட காய்கறிகளுக்கு இணையாக வைக்க வேண்டும். நறுமண இலைகளைப்போலவோ அல்லது புதினாவைப் போலவே அது முழுமையான உணவாகவே இருந்தாலும் பொதுமக்கள் எல்லோரும் சூடான தண்ணீரை நாளைக்கு ஒன்றிரண்டு முறை பெண்மையுடன் மெலிதாக உறிஞ்சிக் குடிப்பதென்பது விளையாட்டுத்தனமானது. இப்பழக்கத்தினால் தைரியமானவர்கள் கோழைகளாகின்றனர், வலிமையானவர்கள் வலுவிழக்கின்றனர், பெண்கள் மலட்டுத்தன்மைபெறுகின்றனர் அல்லது குழந்தை பெற்றாலும் அவர்களது குழந்தைக்குப் பால் கொடுக்க முடியாதபடி இரத்தம் மோசமாகிவிடுகிறது. அப்படியே அவர்கள் பாலூட்டினாலும் குழந்தைகள் வயிற்றுவலியில் இறந்துபோகின்றன. இவ்வாறு பெறப்பட்ட ஏழைகளின் குழந்தைகள் சேவகர்களாகவும் வேலைக் காரிகளாகவும் இருக்க மட்டுமே தகுதியானவர்கள்... நமக்கு எம்மாதிரியான படைவீரர்கள் வேண்டும் என்பதை நீங்களே தீர்மானித்துக்கொள்ளுங்கள். கடந்த 20 வருடங்களுக்குள் இந்திய விஷம் கலந்த இந்தச் சுடுநீர் மாற்றாக வந்திராவிட்டால் இஸ்பானியர்கள் ஆங்கிலேய பியரின் வீரியத்தை அறிந்திருப்பார்கள்.'

இதற்கு இணையான ஊதிப்பெருக்கப்பட்ட எதிர்வினையையே இதுபோன்ற கட்டுரைகள் உருவாக்கின. 'பிரித்தானியாவின் உடல் நலத்தில் அக்கறை கொண்டவர்' என்று தன்னை வர்ணிக்கும் ஒருவர் இவ்வாறு எழுதியுள்ளார்.

'தேயிலை அழகைப் பாதுகாக்கும், வயதானவர்களை இளமையாய் காட்டுகிறது, உடலைப் புத்துயிராளும், உற்சாகத்தாலும் நிரப்பி விடுகிறது மலட்டுத்தன்மையுடையவற்றை கனியச்செய்கின்றது, அதனிடம் இல்லாத நற்குணங்களே கிடையாது.'

தேயிலை மீதான அதிகபட்ச விமர்சனம் 1757ல் ஜோனாஸ் ஹான்வே எனும் கொடையாளரும், லண்டனில் குடையை அறிமுகப் படுத்தியதற்கு பெயர்பெற்றவருமானவரிடமிருந்து வந்தது. 'உடல் நலத்திற்கு கேடுவிளைவிப்பதுவும், உழைப்பை தடைசெய்வதும்,

நாட்டை ஏழ்மைக்கு இட்டுச் செல்வதுமான தேயிலைபற்றிய கட்டுரையில் ;

'இந்தத் தேசம் எவ்வளவுதூரம் வெற்றுப் பெருமிதத்தின் உச்சத்தை அடைந்திருந்தால் சாதாரண மக்கள் வீட்டிலுள்ள நல்ல உணவுகளில் நிறைவு பெறாமல், எங்கோ தொலைதூரங்களுக்குச் சென்று தங்களது தரங்கெட்டச் சுவையை நிவர்த்திச் செய்யப் போவார்கள்! ரிச்மாண்டிற்கருகே ஒரு குறிப்பிட்ட சந்து உள்ளது, கோடையில் பிச்சைக்காரர்கள் அங்கே தேநீர் குடித்துக் கொண்டிருப்பதை அடிக்கடி பார்க்கலாம். சாலையை செப்பனிடும் வேலையாட்களும் தேயிலை அருந்துவதைப் பார்க்கலாம், தள்ளுவண்டிகளில் வைத்துக்கூட தேயிலை அருந்தப்படுகிறது; இவற்றைவிடக் குறைந்த கேலிக்குரியதல்ல புல்வெட்டுபவனுக்கு தேநீர் கோப்பைகளில் விற்கப்படுவது. மூன்று பிரெஞ்சுக்காரர்களை துரத்திச்செல்லும் வலிமைகொண்ட ஆண்மகனும் அதுபோன்ற ஓர் ஆண்வர்க்கத்தைப் பெற்றெடுக்கும் பெண்களும் தேயிலையை அருந்துவதா... கிரெஸி மற்றும் அகின்கோர்ட் திடல்களில் வெற்றிபெற்றவர்கள் அல்லது டனுபியின் ஓடைகளை காலியர்களின் இரத்தங்களால் சாயமடித்தவர்கள் தேயிலை அருந்தியவர்களின் மகன்களா? இத்தகைய பெண்மையான பழக்கம் வயல்களில் உடலுழைப்பால் பொருளீட்டுபவர்களுக்கும் வந்துவிட்டால் அது எங்கே பொய் முடியுமோ!'

ஹான்வேயின் துரதிஷ்டம் அவரது கட்டுரை 'த லிட்டரரி மாகசீனில்' சாமுவேல் ஜான்சனால் விமர்சிக்கப்பட்டது. ஜான்சன் தன் தேயிலைப் பிரியத்தை கீழுள்ளவாறு குறிப்பிடத் தவறவில்லை.

'(நான் ஒரு) தீவிர, வெட்கமற்ற தேநீர் பிரியன். கடந்த இருபது வருடங்களாக என்னுடைய உணவுடன் இந்த அதிசயிக்கத்தக்கச் செடியைக்கொண்டு உருவாக்கப்பட்ட நீரைத்தான் அருந்துகிறேன். எனது தேயிலைக் குடுவை குளிர நேரமிருந்ததில்லை, தேநீரைக்கொண்டு என் மாலையை இனிதாக்குகிறேன், நள்ளிரவை ஆறுதல்படுத்துகிறேன், தேநீரைக் கொண்டு என் காலையை வரவேற்கிறேன்... என்னிடமிருந்து குறைந்த நியாயத்தை மட்டுமே எதிர்பார்க்க முடியும்.'

டாக்டர் ஜான்சன் நியாயப்படி ஹான்வேயின் கட்டுரையைத் தகர்த்தெறிந்தார். ஆனாலும் கண்ணியத்துடன் 'தேயிலை கீழ்வர்க்கத் தினருக்கு உகந்த பானமல்ல. அது உழைப்பின்றி இருப்பவரை உற்சாகப்படுத்துகிறது, படிப்பாளிகளை சாந்தப்படுத்துகிறது.

உடற்பயிற்சி செய்யாமலும் விருந்துகளைத் தவிர்க்க முடியாமலும் இருப்பவர்களின் உணவை குறைக்கச் செய்கிறது.' என்றார்.

மெத்தாடிஸத்தை உருவாக்கிய ஜான் வெஸ்லி தேநீருக்கு எதிராக எழுதியவர்களில் ஒருவர். தேயிலை, 'பக்கவாதம் போன்ற குழப்பங்களையும், கைகளின் தள்ளாட்டத்தையும் உருவாக்கும்' என அவர் எழுதினார். அவரைப் பின்பற்றியவர்களிடம் அவர் தேயிலையில் இருந்து விலகியிருக்கும் பலத்தைத் தரும்படி கடவுளை வேண்டச்சொன்னார். அந்தக் காசை ஏழைகளுக்குத் தரச்சொன்னார். இருப்பினும் பின்னாட்களில் அவர் நிலைப்பாட்டைமாற்றிக் கொண்டார். ஜொசையா வெட்வுட்டிடமிருந்து ஒரு கேலன் தேயிலைக் கலம் ஒன்றை வாங்கிக்கொண்டார்.

எல்லோரும் ஒப்புக்கொண்ட தேயிலையின் ஒரே குணம் அது ஓர் உற்சாகமூட்டி என்பதுவே. அது சரியானதுதான்! ஏனெனில் தேயிலையில் கஃபீன் எனும் போதைப்பொருள் உள்ளது. கஃபீன் உண்மையிலேயே ஓர் உற்சாகமூட்டி. தேயிலை இலை 2 முதல் 4 சதவிகிதம் கஃபீன் கொண்டது. காபிக் கொட்டையில் இருப்பதைவிட இது இரு மடங்கானதாகும். ஆனால், தேநீர் செய்ய குறைந்த அளவே தேயிலை தேவைப்படும். ஒரு கோப்பை தேநீரில் எவ்வளவு கஃபீன் உள்ளது என்பது உள்ளபடியே தேயிலைத் தூள் எவ்வளவு சேர்க்கிறோம் என்பதைச் சார்ந்திருக்கிறது. ஆனால் அதைவிட அது எவ்வளவு நேரம் காய்ச்சப்படுகிறது என்பதையே அதிகம் சார்ந்திருக்கிறது. பொதுவாக ஒரு நிமிடம் கொதிக்க விடப்பட்ட ஒரு கோப்பை தேநீரில் 10 முதல் 40 மி.கிராம் கஃபீன் இருக்கும். ஆனால் சற்று அதிகப்படியான தேயிலைத் தூள் சேர்த்து ஐந்து நிமிடங்கள் கொதிக்கவிட்டால் 100 மி.கிராம்வரை கஃபீன் இருக்கும். ஒரு கோப்பை காபியில் 75 - 280 மி.கிராம் கஃபீன் இருக்கும்.

கஃபீன் எப்படியோ மைய நரம்பு மண்டலத்தை ஊக்குவிக்கின்றது. இது குறித்து பல கருத்துக்களும் உள்ளன. ஆனால் எதுவும் நிறுவப்பட வில்லை. கஃபீன் ஒவ்வொருவரையும் வெவ்வேறுவிதமாக பாதிக்கின்றது. ஓர் அளவுக்கும் மேல் எடுத்துக்கொண்டபின் உடலில் அது எந்த விளைவையும் உருவாக்குவதில்லை. உடல் எடையும் இதற்கு ஒரு காரணி. குறைந்த எடை உள்ளவர்களுக்கு குறைந்த அளவு கஃபீனே தேவைப்படும். குறிப்பாக குழந்தைகளுக்கு இது மிகவும் பொருந்தும். எத்தனை விரைவில் கஃபீனின் விளைவுகள் தெரியும் அல்லது எவ்வளவு நேரம் நீடிக்கும் என்பவை வேறுபடுகின்றன. மது அருந்துவதும் புகை பிடிப்பதும் கஃபீனின் விளைவுகளை மாற்றியமைக்கும் தன்மை கொண்டவை.

கஃபீன் அடிமையாக்கும் பழக்கமா என்பது குறித்தும் பல மாறுபட்ட கருத்துக்கள் உள்ளன. கஃபீனே எடுத்துக்கொள்ளாத ஒருவருக்கு வீரியம் மிக்க ஒரு கோப்பை காப்பி உடனடி 'கிக்' உருவாக்கும் வாய்ப்புண்டு. ஆனால் கஃபீனுக்குப் பழக்கப்பட்டவர் இரவு தூங்கும்முன்புகூட உட்கொள்ள முடியும். பொதுவாக பலரும் மிதமான கஃபீன் பயன்பாட்டுக்குப் பழக முடியும். ஒரு நாளின் வெவ்வேறு சமயங்களில் உற்சாகம்பெற அது உதவலாம். கஃபீன் பழக்கத்தை கைவிடுவது பிற போதைப்பொருள்களை கைவிடும் போது ஏற்படும் அதே பின்விளைவுகளை ஏற்படுத்துகிறது. ஆனால் குறைந்த அளவிலேயே இவை ஏற்படுகின்றன. தலைவலி, எரிச்சலுடனிருத்தல், தசை வலி மற்றும் மயக்கம் என இவ்விளைவுகள் பல. பலரும் ஓரிரு நாட்களுக்குள் அல்லது ஒரு வாரத்திற்குள் சாதாரண நிலைக்குத் திரும்பிவிடுவர். பொதுவாகத் தீவிரமாய் பாவிப்பவர்களுக்கே இத்தகைய விளைவுகள் தோன்றுகின்றன. அதே போல கஃபீனே பயன்படுத்தாதவர்கள் நரம்பியல் பாதிப்புகளை அடையும் வாய்ப்பு அதிகம் உள்ளவர்கள்.

அண்மையில் கஃபீன் பல உடல்நலம் சார்ந்த அதிர்ச்சி செய்திகளுக்கும் ஆய்வுகளுக்கும் உள்ளாகியிருக்கிறது. துவக்க காலங்களில் எழுந்த அதே கேள்விகள் பலவும் மீண்டும் இப்போது எழுப்பப்படுகின்றன. புற்று நோய், மலட்டுத்தன்மை, பிறவிக் குறைபாடுகள், கொழுப்பு சேர்தல், இதய பாதிப்பு மற்றும் சுவாச பாதிப்புகளுடன் கஃபீனுக்கான தொடர்பு ஆய்வுசெய்யப்படுகிறது.

அமெரிக்காவில் நாசா செய்த ஓர் ஆய்வு பிரபலமானது. சிலந்திகள் தங்கள் வலைகளைப் பின்னும் சக்தி நரம்பியல் செயல்பாட்டை மாற்றும் மருந்துகளால் எப்படி பாதிக்கப்படுகிறது என்பதை ஆராய்ந்தார்கள். மருந்துகள் எவ்வளவு கொடியவையோ அவ்வளவு மோசமாக வலைகள் பின்னப்பட்டிருக்கும் என்பதே ஆய்வின் அனுமானம். மரியுவானா உட்கொண்ட சிலந்திகள் கவனமிழந்து வலைப்பின்னலமைப்பை மறந்துபோயின. பென்செட்ரீன் அவற்றைத் துரிதப்படுத்தியது, அதனால் வலையில் நிறைய இடைவெளிகள் தோன்றின. கஃபீன் உட்கொண்டபின் ஆங்காங்கே ஓரிரு இழைகளைத் தவிர அவற்றால் வலையைப் பின்னவே முடியவில்லை. இந்த முடிவுகள் மனிதருக்கும் ஒத்துப்போகுமா என்பது சந்தேகமே. ஒருவேளை பூச்சிகளில் இவை அதிக தாக்கம் தர வாய்ப்புண்டு. ஏனென்றால் கஃபீனை உருவாக்கும் காபி அல்லது தேயிலைச் செடிகள் அதை பூச்சி மருந்தாகவே உருவாக்குகின்றன.

மொத்தத்தில் சரியான விகிதத்தில் எடுத்தால் கஃபீனால் பெரிய பாதிப்பில்லை என்பதையே தற்போதைய ஆய்வுகள்

தெரிவிக்கின்றன. தேநீர் காபியைவிட குறைவாக கஃபீனைக் கொண்டது. எனவே பின்விளைவுகளை குறைக்கின்றது.

கஃபீனைத் தவிர்த்து தேநீரில் வேறு சில பொருள்களும் உள்ளன. அவையும் உடல்நலத்தை மாற்றியமைக்கலாம். ஃபிளவனாயிடுகள் மீது அதிக கவனம் விழுந்துள்ளது. இவை பழங்களிலும் காய்களிலும், சிவப்பு வைனிலும், தேநீரிலும் உள்ளன. பிரிட்டனில் தேயிலை வழியாக 90% ஃபிளாவினாய்ட் உட்கொள்ளப்படுகிறது. ஆய்வுகள் இவை இதய நோய், பக்கவாதம் மற்றும் புற்றுநோய்கள் உருவாகும் வாய்ப்பைக் குறைக்கின்றன என்கின்றன.

'த லான்செட்' போன்ற புகழ்பெற்ற பத்திரிக்கைகளில் பல கட்டுரைகள் தேயிலையின் நலனைக் குறிப்பிட்டு வெளிவந்துள்ளன. வயோதிகர்கள் குறித்து நடத்தப்பட்ட 'சுட்பென்' ஆய்வு நெதர்லாந்தில் நூற்றுக்கணக்கான வயோதிகர்களை உள்ளடக்கியது. அவர்களது உணவுப்பழக்கமும் இதய நோய் மற்றும் பக்கவாதத்தில் அவற்றின் தொடர்புகளும் ஆராயப்பட்டன. ஃபிளாவனாய்ட் பயன்பாட்டுடன் இவை தொடர்புபடுத்தப்பட்டன. இது கறுப்புத் தேயிலை ஃபிளவனாயிடை வழங்கும் ஆதாரணமான உணவாகும். சராசரியாக தேநீர் அருந்தும் பழக்கமுடையவர் இதய நோய் வரும் வாய்ப்பை 68%வரை குறைக்கின்றார், முதல் ஸ்ட்ரோக் வரும் வாய்ப்பை 50% குறைக்கின்றார்.

தூரக் கிழக்கு நாடுகளில் ஆய்வகங்களில் தேயிலை உட்கொள்ளுவது புற்றுநோய் வருவதைத் தடுக்கிறது என்பதை நிரூபித்துள்ளன. அங்கே பச்சைத் தேநீரே அதிகம் பயன்படுத்தப்பட்டது. ஜப்பானில் புற்று நோய் குறித்து நடத்தப்பட்ட ஆய்வில் தேநீர் அதிகம் பயன்படுத்தப்பட்ட பகுதிகளில் புற்றுநோயால் ஏற்படும் இறப்புக்கள் குறைவாக உள்ளது தெளிவாகியுள்ளது. குறிப்பாக வயிறு, உணவுக்குழாய் மற்றும் ஈரல் போன்ற செரிமான உறுப்புக்களில் ஏற்படும் புற்று நோய்.

•

18ம் நூற்றாண்டு முழுவதும் காபிக் கடைகள் தேநீர் விநியோகத்தில் முன்னிலை வகித்தன. 18ஆம் நூற்றாண்டு காபிக்கடைகள் பார்க்க தற்போதைய சிறிய மதுக்கூடங்களைப்போலிருந்தன. பெரிய மேசைகள் இருந்தன. சிறிய உயரமான மேசைகளில் சாய்ந்து நின்றுகொள்ளலாம். திறந்த வெளியில் நெருப்புக் கூடம், அதன் முன்பு காபி, சாக்லெட், தேநீர்க் கலன்கள் தொங்கவிடப் பட்டிருக்கும். பல வாடிக்கையாளர்கள் பொடி போட்டுக்

கொண்டனர் அல்லது புகையிலைக் குழாய்களை பயன்படுத்தினர். சில கடைகளில் மது விநியோகிப்பதும் உண்டு. நூற்றாண்டு முடிகையில் மதுக்கடைகளில் தேநீரும் காபியும், காபிக்கடைகளில் மதுவும் அளவுக்கு மீறி விற்கப்பட்டதால் மதுக்கடைகளையும் காபிக்கடைகளையும் பிரித்தறியமுடியாதபடியிருந்தது.

அறிவுஜீவிகளுக்கு காப்பிக்கடை முக்கியமான இடம். 1714ல் லண்டனுக்கு வந்த ஒரு சுற்றுலாப்பயணி, டேனியல் டெஃபோவாக இருக்க வாய்ப்புள்ளது, கீழ்கண்டவாறு எழுதியுள்ளார்.

‘பால் மால் எனும் தெருவில் நான் தங்கியுள்ளேன். எல்லாவித அன்னியர்களும் தங்கும் ஒரு சாதாரண விடுதி. ஏனென்றால் அது அரசியின் அரண்மனைக்கும், நாடாளுமன்றத்திற்கும், நாடகக் கூடங்களுக்கும், சாக்லெட் அல்லது காபிக் கடைகளுக்கும் அருகிலுள்ளது. அங்கேதான் மிகச் சிறந்த மனிதர்கள் கூடுகின்றனர். அந்த வாழ்க்கைமுறை உங்களுக்குத் தெரியவேண்டுமானால், அது இப்படி இருந்தது; ஒன்பது மணிக்கு நாங்கள் எழுகிறோம். ஆண்களின் கரைக்குச் அடிக்கடி செல்பவர்கள் அங்கே சென்று கேளிக்கையில் ஈடுபடுகின்றனர், பிறர் ஹாலந்தைப்போல தேநீர் மேசைகளுக்குச் செல்கின்றனர். 12மணிக்கு உயர்குடிகள் பல்வேறு காபிக்கடைகளில் அல்லது சாக்லேட் கடைகளில் கூடுகிறார்கள். இவற்றில் ஆகச் சிறந்தவை கோக்கோ ட்ரீ மற்றும் வைட்ஸ் சாக்லெட் ஹவுஸ். செயின்ட். ஜேம்ஸஸ், த ஸ்மிர்னா, மிஸஸ் ராச்ஃபோர்ட்ஸ் மற்றும் த பிரிட்டிஷ் காபி ஹவுஸ். இவையெல்லம் ஒன்றுக்கொன்று அருகிலிருந்தன. ஒரு மணி நேரத்தில் இவற்றிலிருக்கும் அனைவரையும் சந்தித்துவிடலாம். எங்களை இந்த இடங்களுக்கு இருக்கைகளில் (செடான்) வைத்து தூக்கிக்கொண்டு போவார்கள். அவை மிக மலிவானவை. ஒரு வாரத்திற்கு ஒரு கினி அல்லது ஒரு மணி நேரத்திற்கு ஒரு ஷில்லிங். இருக்கை தூக்கிகளை சில்லறை வேலைகளுக்கும் நாம் பயன் படுத்த முடியும், வெனிஸில் கொண்டொலா படகோட்டிகளைப்போல.

தட்பவெப்பம் சீராக இருந்தால் இரண்டு மணி வரைக்கும் பூங்காவிற்குச் சென்றுவிட்டு, விருந்துக்குச் செல்வோம். மோசமாக இருந்தால் வைட்ஸில் பொழுதுபோக்கலாம். அல்லது ஸ்மிர்னாவிலோ செயின்ட் ஜேம்ஸிலோ சென்று அரசியல் பேசலாம்.

ஒன்றைச் சொல்ல நான் மறந்துவிடக்கூடாது. கட்சிகள் தங்களுக்கென்று தனித்தனி இடங்களை தெரிவுசெய்துள்ளன. வெளியாட்கள் அங்கே எப்போதும் வரவேற்கப்படுகின்றனர்.

ஆனால் விக் கட்சிக்காரர் கொகோவா ட்ரீக்குப்போவதில்லை. அதேபோல ஒரு டோரியை ஒருபோதும் செயின்ட் ஜேம்ஸ் காபிக்கடையில் காண முடியாது.

ஸ்காட்லாந்தைச் சார்ந்தவர்கள் த பிரிட்டிஷ் செல்கின்றனர். ஸ்மிர்னாவில் கலவையான மக்களைக் காணலாம். இப்பகுதியில் வேறு சில சிறிய கடைகளுக்கும் மக்கள் கூட்டமாய் செல்கின்றனர். யங் மேன்ஸ் அலுவலர்களுக்குரியது. ஓல்ட் மேன்ஸ் பங்குச்சந்தை பணியாளர்களுக்கும், சம்பள விநியோகஸ்தர்களுக்கும், அரசவை ஆலோசகர்களுக்குமானது. லிட்டில் மேன்ஸ் சீட்டாட்டக்காரர்களுக்கானது....

இரண்டுமணிக்கு நாங்கள் விருந்துக்குச் செல்வோம். உணவுப் பட்டியலிலிருந்து விரும்புவதை தயாரிக்கச் சொல்லி சாப்பிடும் (ஆ ல கார்ட்) வழக்கம் வெளிநாடுகளைப்போல இங்கே இன்னும் பரவலாகவில்லை. ஆனாலும் பிரெஞ்சுக்காரர்கள் வெளி நாட்டவர்களின் வசதிக்காக சஃபோக் தெருவில் இரண்டு மூன்று கடைகளை அமைத்திருக்கிறார்கள். ஓரளவுக்கு நல்ல சேவை அங்கே கிடைக்கிறது. ஆனால் காபிக் கடையில் ஒரு கூட்டத்தைக் கூட்டிக்கொண்டு ஓர் உணவுக்கூடத்திற்குச் செல்வதே இங்குள்ள பொதுவான வழக்கம்.'

லண்டன் மாநகரத்தின் மேட்டுக்குடிகள் கிழக்கு நோக்கி நகர்ந்துகொண்டிருந்த வெஸ்ட் என்ட்டில் இதுதான் நிலைமை. 1666ல் ஏற்பட்ட பெரும் தீ விபத்தில் காபிக்கடைகள் பெருமளவில் அழிந்து போயின. அவை பலவும் புதுப்பிக்கப்பட்டன. பல புதிய கடைகளும் உருவாகின. வெஸ்ட் என்ட், நகரின் மையம் மேலும் இவற்றிற்கிடையேயான தெருக்களில் காபிக்கடைகள் மேட்டுக்குடி மற்றும் நடுத்தர வர்க்க ஆண்களுக்கு தவிர்க்கமுடியாதவைகளாயின.

1680களில் பென்னி போஸ்ட் லண்டனில் உருவாக்கப்பட்டது. அது காபிக்கடைகளை தபால் பரிமாற்றத்திற்குப் பயன்படுத்திக் கொண்டது. கிழக்கிந்திய கம்பெனி, ஹட்சன்ஸ் பே கம்பெனி, லவான்ட் கம்பெனி போன்ற பெரிய வியாபார நிறுவனங்கள் காபிக் கடைகளை வியாபாரக் கூட்டங்களுக்காக பயன்படுத்திக்கொண்டன. மருத்துவர்களும் போலி மருத்துவர்களும் காபிக்கடைகளில் விளம்பரம் செய்து தங்கள் மருத்துவத்தை விற்றனர். இங்கிலாந்தின் முதல் 'மாஸ்டர்' சோளம் அறுப்பவர் எனப் பெயர்பெற்ற தாமஸ் ஸ்மித் தினமும் இருபத்தோரு காபிக்கடைகளுக்குச் சென்று வந்தார். ஃபிரீ மேசன்கள் காபிக்கடைகளில் கூட்டங்களை ஒருங்கிணைத்தனர். பல கடைகளுக்கும் சிறப்பு

வாடிக்கையாளர்களும் இருந்தனர். பிரையன்ட் லில்லிவைட் 'லண்டன் காபிக் கடைகள்' எனும் புத்தகத்தில் இதை பதிவு செய்துள்ளார்:

காபிக்கடை இருக்கும் இடத்தைப் பொறுத்து வாடிக்கை யாளர்களின் வர்க்கமும் அமைந்திருந்தது. அரசவையைச் சார்ந்தவர்கள், விக்ஸ் கட்சியினர் மற்றும் டோரிக் கட்சியினர் வெஸ்ட்மினிஸ்டர், வைட் ஹால், செயின்ட் ஜேம்ஸ் மற்றும் பால் மாலில் இருந்த கடைகளுக்குச் சென்றனர். கடற்படை, தரைப்படை 'சட்டத்துறை கனவான்கள்', மருத்துவர்கள், மதசேவகர்கள் மேலும் பிற தொழில்புரியும் கனவான்கள் சாரிங் கிராஸ், ஸ்ட்ரான்ட், ஃபிலீட் தெரு, செயின்ட் மார்ட்டின் தெரு, ஹால்பொர்ன் மற்றும் செயின்ட் பால் தேவாலயத்தைச் சுற்றி இருந்த கடைகளுக்குச் சென்றனர். செய்தியாளர்கள், போலி மருத்துவர்கள் எல்லா இடங்களுக்கும் சென்றனர். புத்தகம் விற்பவர்கள், புத்தக வெளியீட்டாளர்கள் செயின்ட் பாலைச் சுற்றியும் லட்கேட் ஹில்லிலும் இருந்த கடைகளைப் பயன்படுத்தினர். 'சாப்-புக்ஸ்' (அக்காலத்தில் புகழ்பெற்ற விலை மலிவான புத்தகங்கள்) எனும் பெயர் பேட்டர்னாஸ்டர் ரோவிலிருந்த சாப்டர் காபி-ஹவுஸின் பெயரிலிருந்து வந்தது. இலக்கியவாதிகள், அறிவுஜீவிகள், புத்திசாலிகள், அறிவியலாளர்கள் எல்லோரும் ஒரே கடைக்குச் செல்வது வழக்கம். அது எந்தக் கடை என்பது காலத்தின் போக்காலும் நடப்பு விஷயங்களாலும் முடிவுசெய்யப்பட்டது. இதேபோல பகட்டானவர்கள், மைனர்கள், அக்காலத்தின் 'பிளேபாய்ஸ்', சூதாடுபவர்கள், வேலையற்றவர்கள் மேலும் சந்தேகத்துக்குரிய குணமுடையவர்கள் அனைவரும் தங்களுக்கென காபிக் கடைகளை தேர்ந்தெடுத்துக் கூடினர். பொதுவாழ்க்கையின் அனைத்து நடவடிக்கைகளும், விபச்சாரம் உட்பட, காபிக் கடைகளுக்குள் ஒருங்கிணைக்கப்பட்டன. ஏமாற்றிப் பணம் பறிப்பது, கொள்ளையடிப்பதெல்லாம் திட்டமிடப்பட்டன, கொள்ளையைப் பங்கிடவும் காபிக்கடைகள் பயன்படுத்தப் பட்டன. கணிசமான காபிக்கடைகளில் ஏதோ ஒரு குற்றவாளி கைதுசெய்யப்படுவது வாடிக்கை. ஒரு காபிக்கடையின் தரம் ஒரு குறியீட்டால் அறியப்பட்டது. 18ஆம் நூற்றாண்டில் நட்சத்திர குறியிடப்பட்ட ஒரு காபிக்கடையில் 'எந்தவிதக் கேடுகெட்ட செயலையும்' செய்யமுடியும் என்று கருதப்பட்டது.

● ● ●

காபியகங்கள் ஆண்களுக்கானவையாக இருந்தன. சந்தேகமே இல்லாமல், ஒரு சிலர் தேயிலையை வீட்டிற்கு எடுத்துச் சென்றிருப்பர். ஆயினும் நடுத்தரவர்க்க தேநீர் பயன்பாடு அதிகமும் ஆண்களுக்கானதாகவே இருந்திருக்கக்கூடும். உயர்குடிகளில் இப்படி இருந்திருக்காது. ஏனெனில் பிரகன்சாவின் காத்தரீன் என்ற பெண் ஒருங்கிணைத்த தேயிலைச் சடங்குகள் வேரூன்றி நின்றன. 18ஆம் நூற்றாண்டில்தான் 'தேநீர் பூங்காக்கள்' (டீ கார்டன் - தேயிலைத் தோட்டம் அல்ல) துவக்ககாலம், அதுவே பொதுசமூகப் பெண்களிடம் தேநீரைக் கொண்டு சேர்த்தது.

இரண்டாம் சார்லஸின் பதவி மீண்டபோது சுகபோகத்தை விரும்பும் நோக்கில் 17ஆம் நூற்றண்டிலேயே சில தேநீர்ப் பூங்காக்கள் உருவாக்கப்பட்டுவிட்டன. அவற்றில் சில நீடித்துவந்தன. துவக்கத்தில் நுழைவுக்கட்டணம் எதுவும் விதிக்கப்படவிலை. 'மெல்ல மெல்ல' கட்டணம் வசூலிக்கப்பட்டது. பொதுவாக தேநீர் இலவசமாக வழங்கப்பட்டது. பல 'இன்பப் பூங்காக்களும்' தேநீர்ப் பூங்காக்களாகத் தங்களை வடிவமைத்துக்கொண்டன.

அப்போது லண்டன் மிகச் சிறிய நகரமாகவே இருந்தது. கென்டிஷ் நகரத்தில் அல்லது ஐலிங்டனில் இருந்த தோட்டங்களைச் சுற்றி விளைநிலங்கள் இருந்தன. லண்டனின் மையத்தில் கிளர்கென்வெல்லைச் சுற்றி பூங்காக்கள் இருந்தன. வெளிவட்டத்தில் மரில்போர்ன், செல்சீ, தெற்கு லண்டன், வடக்கு லண்டன் மற்றும் ஹாம்ப்ஸ்டெட்டில் இருந்தன. சில பூங்காக்கள் அதன் அதீத அலங்காரங்களுக்குப் பெயர்போனவை ஆனால் வேறு சில பூங்காக்கள் வெறும் அழகுநிலையங்கள். சில குடும்பத் தொழிலாக நடத்தப்பட்டவை. மற்றவை பெரிய நிறுவனங்களால், பல வசதிகளையும், பொழுதுபோக்குகளையும் உள்ளடக்கியவை.

இவற்றில் அதிகம் அறியப்பட்ட 'கேளிக்கை பூங்கா' வாக்ஸால், ஸ்பிரிங் பூங்கா என்றும் அறியப்பட்டது.

'மூன்று கோடை மாதங்களிலும் மேட்டுக்குடிகள், உயர்வகுப்பினரில் பலரும் அங்கே அடிக்கடி செல்லுமளவுக்கு அதன் சுவை உயர்ந்ததாயிருந்தது.' ஆனால் வாக்ஸால் பூங்காவில் தீவிரமான தேநீர் விநியோகம் நடந்தமைக்கு ஆதாரங்கள் இல்லை. 1762ல் வெளிவந்த விளம்பரத்தில் சேம்பெய்ன், பர்கண்டி, கிளாரட், ஹாக், போர்ட், ஷெரி, சைடர் மற்றும் பியர் பட்டியலிடப்பட்டுள்ளன. ஆனால் தேநீர் இல்லை. புகழ்பெற்றதும் வாக்ஸாலுக்குப் போட்டியாகவும் இருந்த இன்னொரு கேளிக்கைக் கூடம் செல்சியின் ரானேலா. 'ரானேலா ரோடுண்டா அன்ட் கார்டன்ஸ்' 1742

திறக்கப்பட்டது. இங்கே நுழைவுக் கட்டணம் அரை கிரவுன் (£1/8). அதில் தேநீர், காபி, ரொட்டி மற்றும் கெட்டி நெய் ஆகியன அடக்கம். சில தருணங்களைத் தவிர வேறு நாட்களில் வேறு பண்டங்கள் கிடைக்காது என்பதால் இவையே அதிகம் உட்கொள்ளப் பட்டிருக்கும்.

ரனேலாவில் ஒரு முறையான பூங்கா இருந்தது. பூக்களும் சரளைக்கல் நடைபாதைகளும், மர வரிசைகளும் இருந்தன. பிரிட்டிஷ் அருங்காட்சியகத்தில் இருக்கும் வட்டவடிவ வாசக சாலையை ஒத்த வடிவத்திலிருந்தது. 150 மீட்டர் குறுக்களவுடன் அறுபது சன்னல்களுடன் இருந்தது. இவற்றின் மேல் பெரிய அரைப்பந்து வடிவக் கூரை இருந்தது. அதில் ஆயிரக்கணக்கில் மெழுகுத்திரிகள் ஏற்றப்பட்ட கிரிஸ்ட்டல் தொங்குவிளக்குகள் தொங்கின. ஆனால் அதன் மிகச் சிறந்த அம்சம் நடுவில் இருந்த கூரையைத் தாங்கும் அமைப்பாகும். அபரிமிதமாய் அலங்கரிக்கப்பட்ட தூண்களும், வளைவுகளும் நிறைந்த அது ஒரு மாபெரும் நெருப்புக் கூடமாகவும் இருந்தது. குளிர்காலத்தில் பெரிய அளவில் அங்கே நெருப்பு ஏற்றப்பட்டிருந்தது. வட்டவடிவமான அந்தக் கட்டடம் முழுவதும் ஓவியங்களும், தங்க வண்ண அலங்காரங்களும், சிற்பவேலைகளும் இருந்தன. எனவேதான் டாக்டர் ஜான்சன், ‘தான் பார்த்ததிலேயே மிக அழகானது’ என அறிவித்தார். அங்கே தொடர்ந்து இசைநிகழ்ச்சிகளும், வாணவேடிக்கையும் நடந்தன ஆனால் ஆடையலங்காரம் செய்துவிட்டு வட்ட வடிவப் பாதையில் மெதுநடை செல்வதே அதிகம் விரும்பப்பட்டதாய் இருந்தது.

சிறிய ‘பூங்காக்கள்’ தேநீரையும் கிசுகிசுக்களையும் மட்டுமே வழங்கின. 1778ல் பதிப்பிக்கப்பட்ட பானிகி வெல்ஸ் கார்டன்ஸில் கீழுள்ள பொருத்தமான வரிகள் உள்ளன:

> கூரையின் கீழே காண்பீரே களங்கமின்மை
> இச்சிறு கூட்டம் உறிஞ்சுவதோ ஆரோக்கியத் தேயிலை
> ஓடையிலிருந்து மெல்லிய கிசுகிசுப்பு ஒலிக்கும்
> ஒவ்வொரு வார்த்தையும் சர்க்கரையும் பாற்கூழுமாய் இனிக்கும்

18ஆம் நூற்றாண்டு பழையதாகியபோது களி பூங்காக்கள் புதுமை இழந்து ஆதரவையுமிழந்தன. பல கடைகள் சமூக விரோதிகளின் கூடாரமாயின. 1752க்குப் பின் இசை மற்றும் நடனத்தை அனுமதிக்க லைசன்ஸ் தேவைப்பட்டது. இதனால் பல நிறுவனங்கள் மூடப்பட்டன அல்லது வெறுமனே அமர்ந்து தேநீர் பருகும் இடங்களாக மாறின. ரானெலா 1803ல் மூடப்பட்டது. 1830 அல்லது 1840 வரைக்கும் பல பூங்காக்கள் செயல்பட்டுவந்தன. பானிகீ

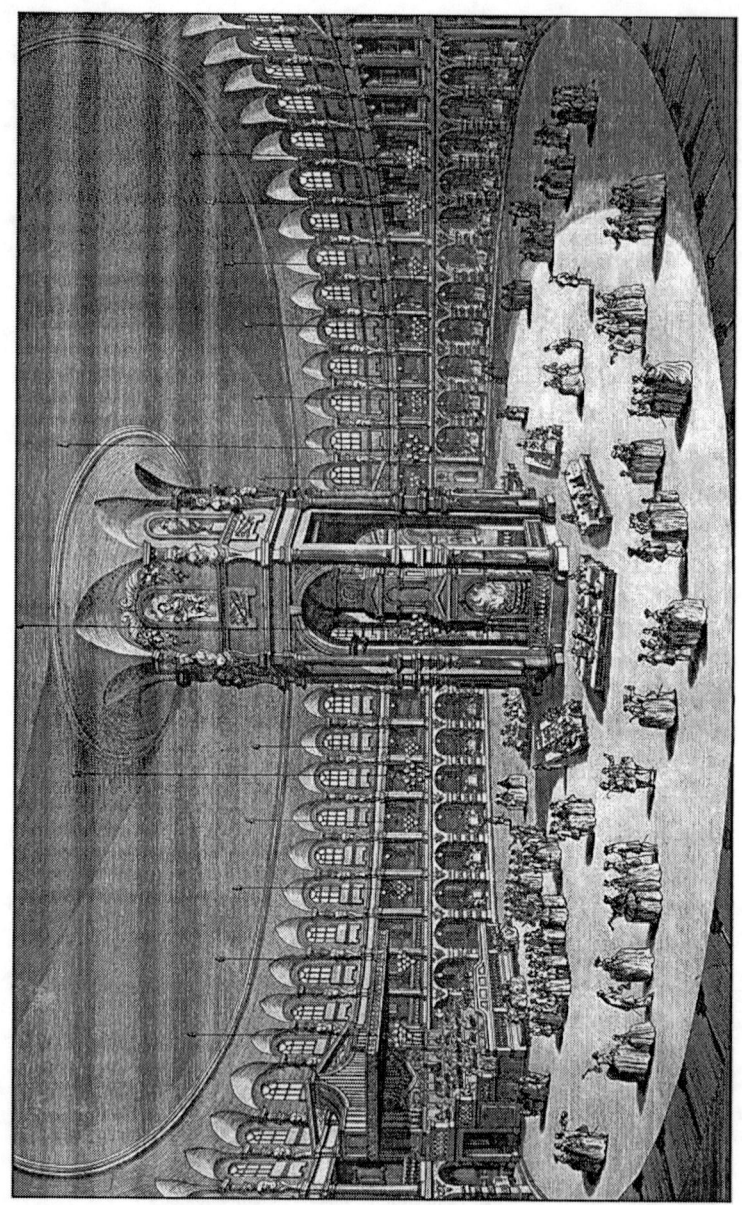

'ரானெலா பூங்காவில் உள்ள ரோட்டுண்டாவில் காலை உணவு நேரம்'

வெல்ஸ் 1841ல் மூடப்பட்டது. வாக்ஸால் தட்டுத் தடுமாறி 1859 வரைக்கும் நீடித்தது.

*

சில்லறை மற்றும் மொத்தத் தேயிலை வணிகம் காபிக் கூடங்களில் இருந்துதான் உருவானது. கிழக்கிந்திய கம்பெனி அடிக்கடி காபிக் கடைகளிலேயே கூடியது. காபிக்கடைகள் அவர்களது தேயிலையை முகவர்கள் வழியாக வாங்கி தாங்கள் பயன்படுத்தியதுபோக மீதியை விற்றனர். பிற நகரங்களிலிருந்த காபிக்கடைகளுக்கும், மருந்து தயாரித்து விற்பவர்களுக்கும் தேயிலை விற்கப்பட்டது. மளிகைக் கடைகள் வரும் முன் மருந்துக்கடைகளின் மூலமே தேயிலை விற்கப்பட்டது.

டெவரு ஜோர்ட்டில், 'லா கோர்ட்ஸ் இன் தெ ஸ்ட்ராண்ட்'டிற்கு எதிரிலிருந்த ட்வைனிங்ஸின் வரலாறு குறிப்பிடத்தகுந்தது. கிழக்கிந்திய கம்பெனிக்காரர் ஒருவரிடம் வேலைபார்த்த தாமஸ் ட்வைனிங்ஸ் டாம்ஸ் காபிக் கூடத்தை 1706ல் நிறுவினார். விரைவிலேயே மும்முரமான விற்பனை நடந்தது. காபி, சாக்லேட், சர்க்கரை, சாராயம், பிராண்டி கூடவே தேயிலையும் விற்கப்பட்டன.

ஆனாலும் கிழக்கிந்தியக் கம்பெனி அனுபவத்தினாலோ என்னவோ அவர் தேயிலை வியாபாரத்தில் குறிப்பிட்ட ஈடுபாடு காண்பித்தார். அதுவே அவரது முக்கியமான வியாபாரமாக ஆகியது. 1711ல் அரசி ஆன், தாம்ஸ் ட்வைனிங்கை தனக்கு தேயிலை விற்பனையாளராக அறிவித்தார். இந்த கௌரவம் அதன் பின் வந்த ஒவ்வொரு அரச வம்சத்தினராலும் புதுப்பிக்கட்டுள்ளது. 1717ல் அருகிலிருந்த வீடொன்றை அவர் வாங்கினார். அதற்கு அவர் 'கோல்டன் லயன்' என்று பெயரிட்டார் அதில் முதன்மையாக காபியும் தேயிலையும் சில்லறை விற்பனை செய்யப்பட்டன. 1720ல் அவர் 18 வகையான தேயிலையை சில்லறை விற்பனை செய்தார். அவரது வாடிக்கையாளர்களில் வழக்கறிஞர்களும், மருத்துவர்களும் மதப்பணியாளர்களும் அடக்கம். அவர்களில் 78 பேர் கௌரவப் பட்டங்களைப் பெற்றவர்கள். அவர் லண்டனிலும் அடுத்துள்ள பிரதேசங்களிலும் பல காபிக் கூடங்களுக்கும், லண்டன், வின்செஸ்டர் மற்றும் செஸ்டரில் இருந்த விடுதிகளுக்கும் தேயிலை விநியோகித்தார். லண்டன், டெவிசெஸ் மற்றும் நார்த்ஹாம்ப்டனில் இருந்த மருந்துக்கடைகள் வழியே மொத்த வியாபாரமும் நடந்தது. அதேபோல மார்ல்பரோ ப்ரெஸ்டனிலிருந்த துணிக்கடைகள், பெண்களுக்கான தொப்பிக் கடைகள் வழியேயும் மொத்த வியாபாரம் நடந்தது.

தாமஸ் ட்வைனிங் கிழக்கிந்திய கம்பெனியின் பொது விற்பனையில் தேயிலைகளை வாங்கினார். பொதுவாக விற்பனை பிர்ச்சின் லேனில் இருந்த மரேன் காபி ஹவுஸில் நடைபெற்றது. ஒபெட் ஸ்மித் எனும் தரகர் மூலமும் அவர் தேயிலை வாங்குவதுண்டு. 1721க்குள் திரு. ஸ்மித் அவருக்கு மிகப் பெரிய தொகையான £100,000க்கு தேயிலை விற்றிருந்தார்.

1741 தாமஸ் ட்வைனிங்கின் மகன் டானியேல் வாரிசுரிமை பெற்றார். 1762 டானியேல் இறந்ததும் வியாபாரம் அவரது மனைவி மேரிக்குச் சென்றது. பின்னர் 1783ல் அவர்களின் மகன் ரிச்சர்டுக்குச் சென்றது. இக்காலகட்டங்களில் வியாபாரம் தொடர்ந்து வெற்றிகரமாக நடந்தது. தேயிலைக்கான தேவை பலமடங்கு அதிகரித்தது. ஆனாலும் இதேகாலத்தில் பெரும் அளவில் தேயிலை கடத்தப் பட்டதால் நியாயமான வியாபாரம் தடைபட்டது. ரிச்சர்ட் ட்வைனிங் தேயிலை மீதான வரியை குறைத்து தேயிலை கடத்தலை குறைக்கும் முயற்சிகளில் முன்னணியில் நின்றார். பல துண்டுப்பிரசுரங்களையும் வெளியிட்டார். தேயிலை முகவர்களின் தலைவராகவும் ஆனார். வில்லியம் பிட்டுக்கு ஆலோசகராகவும் இருந்த அவர், கம்யூட்டேஷன் சட்டத்தை 1784ல் கொண்டுவருவதற்கான மூலகாரணங்களில் ஒன்றாக இருந்தார், அச்சட்டம் தேயிலைக் கடத்தலை முடிவுக்குக் கொண்டுவந்தது.

ட்வைனிங்க்ஸ் குடும்பம் செழித்தது. 1787ல் அவர்கள் டெவ்ரு கோர்ட்டிலிருந்து, ஸ்ட்ரான்டில் நதிக்கரைக்கு குடிபெயர்ந்தனர். மிகப்பெரிய புதிய தேயிலை சரக்ககம் ஒன்றை அவர்கள் உருவாக்கினர். அதன் ரம்மியமான முகப்பில் பிரமிப்பூட்டும் தங்க சிங்கம் ஒன்றும் அதனருகில் இருபக்கமும் பன்றிவால் கூந்தல் வைத்த சீனர்களின் ஆளுயர சிலைகளும் நிறுவப்பட்டிருந்தன. அவை இன்றும் உள்ளன. ட்வைனிங்ஸ் இன்றும் சிறப்பு வகை தேயிலைகளை விற்கின்றனர். சாதாரண தேயிலை விற்பனையை அவர்கள் பிற சர்வதேச நிறுவனங்களுக்கு விட்டுவிட்டனர். ஆனால் சிறப்புவகை தேயிலைகளை மொத்தமாகவும் சில்லறையிலும் விற்பதில் அவர்கள் பெருமளவில் ஈடுபட்டுள்ளனர்.

மருந்துக்காரர்களிடமிருந்து மளிகைக்காரர்கள் தேயிலை சில்லறை விற்பனையை, 18ஆம் நூற்றாண்டின் இரண்டாம் பகுதியில் எடுத்துக் கொண்டனர். இதிலிருந்து தேநீரும் மருந்திலிருந்து பானமாய் மாற்றம் கண்டது. வரிச்சட்டங்கள் தேயிலை விற்பவர்கள்மீதும் விநியோகஸ்தர்கள் மீதும் கடுமையான சட்டங்களை விதித்தது.

அவர்கள் அனுமதி பெற்று அனுமதி சான்றிதழை கடையின் முகப்பில் தொங்கவிடவேண்டும். கம்யூட்டேஷன் சட்டத்திற்கு முன் தயாரிப்பாக சுங்க அதிகாரிகள் தீவிர கணக்கெடுப்பில் இறங்கினர். 1783ல் 33,778 அனுமதிபெற்ற தேயிலை முகவர்கள் இருந்தனர். மூன்றில் இருபங்கு கறுப்புத் தேயிலையும் மீதம் பச்சைத் தேயிலையும் அவர்கள் விற்றனர். 1801க்குள்ளாக வரி குறைக்கப்பட்டபின்பு 62,065 தேயிலை விற்பனையாளர்கள் இருந்தனர். மக்கள் தொகையில் 174பேருக்கு ஒருவர் என்ற கணக்கில்.

சர் பிரெடெரிக் மார்ட்டன் எடன் 1790ல் 'ஏழைகளின் நிலைமையை' ஆய்ந்தறிய இங்கிலாந்தைச் சுற்றிப் பயணம் செய்தார். ஏழைகளின் உணவுகளை அவர் விரிவாகப் பட்டியலிட்டார். அதில் பலரும் தொடர்ந்து தேயிலை வாங்குவது தெரியவந்தது. பொதுவாக ஒரு கூலியாளும் அவரது குடும்பமும் வாரத்திற்கு 2 அவுன்ஸ் தேநீர் அருந்தினர். அதோடு அவர்கள் சர்க்கரையும் சேர்த்துக்கொண்டதால் தேநீர் செலவு வருமானத்தில் 5 முதல் 10 சதவிகிதமாக இருந்தது. 18ஆம் நூற்றாண்டு முடிவடைகையில் பிரித்தானியர்களுக்கு, ஏழையானாலும் பணக்காரரானாலும், தேயிலை ஓர் அடிப்படை தேவையாகவே மாறியிருந்தது.

•

18ஆம் நூற்றாண்டில் இங்கிலாந்தின் அமெரிக்கக் காலனிகளிலும் தேநீர் பெருமளவில் விரும்பிப் பருகப்பட்டது. டச்சுக்காரர்கள் நியூ ஆம்ஸ்டெர்டாமில் தேநீரை அறிமுகப்படுத்தினர். பின்னாளில் அது 'நியூ யார்க்' எனும் பெயரை பெற்றது. லண்டனில் தேநீர் பிரபலமாகும் முன்பே அங்கே பயன்பாட்டிலிருந்தது. அமெரிக்காவின் கிழக்குக் கடற்கரையிலிருந்த பிற மாகாணங்களிலும் தேநீர் பருகும் பழக்கம் இருந்தது. 18ஆம் நூற்றாண்டின் முதல் பாதியில் கிழக்கிந்திய கம்பெனி அமெரிக்காவிற்குத் தேயிலை ஏற்றுமதி செய்யத் தடை விதிக்கப்பட்டிருந்தது. அவர்களது தேயிலை லண்டனில் ஏலம் விடப்பட்டு வியாபாரிகள் மூலம் அமெரிக்காவிற்குக் கொண்டு செல்லப்பட்டது. தேயிலை மீதான இங்கிலாந்தின் சுங்க வரி செலுத்தப்பட்டு மீண்டும் அது ஏற்றுமதியானதால் அதன் விலை அதிகரித்தது. கடத்தல்காரர்களுக்கு இது வசதியானது. கடத்தல் வியாபாரங்களில் பெருமளவு ஸ்வீடனிலிருந்தும் ஹாலந்திலிருந்தும் நடந்தன. அமெரிக்காவின் 1760ல் அமெரிக்காவின் மொத்த தேயிலை இறக்குமதி 1மில்லியன் பவுண்டுகள் என்றும் அதில் முக்கால் பாகம் கடத்தல் தேயிலை என்றும் உத்தேசக்கணக்கீடு உண்டு. இதைத் தடுக்க இங்கிலாந்திலிருந்து அமெரிக்காவிற்கு ஏற்றுமதி செய்யப்

FINE
TEAS.
RICHARDSON.
John Richardson
Grocer
at the Canister and three Sugar Loaves
againſt Hatton Garden Holborn
London.
Sells Fine Teas. Coffee. Chocolate. Snuffs. Sago.
Hartshorn. Vermichelly. Starch. Stone & Powder Blues
With all sorts of Grocery & Confectionary Wares.
Wholeſale and Retail

படும் தேயிலை மீதான வரி திரும்ப வழங்கப்பட 1767ல் சட்டம் இயற்றப்பட்டது. இதன் மூலம் தேயிலைக் கடத்தல் பெருமளவில் நிறுத்தப்பட்டது. 1768 இங்கிலாந்திலிருந்து 900,000 பவுண்ட் தேயிலை ஏற்றுமதியானது.

கிழக்கிந்திய கம்பெனியின் இலாபம் பெருகியது. ஆனால் விரைவிலேயே அது மோசமான நிதிச்சிக்கலில் மாட்டிக்கொண்டது. கம்பெனிக்கு இங்கிலாந்தில் பெரிய அளவில் தேயிலை வைப்பாக இருந்தது. 1760/70களில் கடத்தல் அதிகமானதால் கம்பெனியின் விற்பனை குறைந்து வைப்பு பெருகியது. 1772ல் அவர்களிடம் 21 மில்லியன் பவுண்ட் தேயிலை வைப்பில் இருந்தது. நான்கு வருடங்களுக்குத் தேவையான தேயிலை இது. அரசுக்கு அவர்கள் வரி உட்பட £1 மில்லியன் கட்டவேண்டியிருந்தது. இது பெருஞ்சிக்கல் ஆனது. கம்பெனி நேரடியாக அமெரிக்காவிற்கு தேயிலை ஏற்றுமதி செய்ய அனுமதி கேட்டது. 1773ல் இயற்றப்பட்ட தேயிலைச் சட்டத்தின்படி இந்த அனுமதி வழங்கப்பட்டது. அந்தத் தேயிலைக்கு பவுண்டுக்கு 3டி (£1/80) சுங்கம் வசூலிக்கப்பட்டது.

அமெரிக்கர்களுக்கு இந்த மூன்று பைசா வரி விரும்பத்தக்கதாக இல்லை. இங்கிலாந்து நாடாளுமன்றத்தில் 'அமெரிக்காவில் இங்கிலாந்து எப்படி வரி வசூலிக்க முடியும்' எனும் விவாதம் நெடு நாட்களாக நடந்துகொண்டிருந்தது. நாடாளுமன்றம் காலனிகளில் விற்கப்பட்ட செய்தித்தாள்கள், மற்றும் சட்டப் படிவங்கள் மீது ஸ்டாம்ப் ஆக்ட் ஆப் 1765 வழியாக வரி விதித்திருந்தது. இது விடுதலை வேட்கை கொண்ட ஊடகங்களைக் கட்டுப்படுத்தவே என்ற உணர்வு இருந்தது. வழக்கறிஞர்களை கோபப்படுத்தியது. அடுத்த வருடமே அந்தச் சட்டம் திரும்பப்பெறப்பட்டது. ஆனால் இங்கிலாந்திலிருந்து விதிக்கப்பட்ட எந்த வரியையும் எதிர்க்கும் மனநிலை அதற்குள்ளாகவே உருவாகிவிட்டது.

1767ல் கஜானாவின் புதிய வேந்தர், சார்லஸ் டவுன்சென்ட், ஈயம், பெயின்ட், தாள், கண்ணாடி மற்றும் தேயிலை மீது வரி விதித்தார். அதிலிருந்து பெறப்பட்ட வரி காலனியின் நிர்வாகத்துக்கே செலவிடப்படும். காலனிக்காரர்களின் பார்வையில் இது நிர்வாகத்தை இங்கிலாந்தின் கைப்பிடியில் வைத்துக்கொள்ளும் யுக்தியாகத் தெரிந்தது. தாங்களே வரியை வசூலித்து நிர்வாகத்தை நடத்தினால் நிர்வாகம் அமெரிக்க அரசமைப்புகளுக்கு கட்டுப் பட்டிருக்கும் என நம்பினர். டவுன்செண்டின் வரித் திட்டத்தை முறியடிக்க அமெரிக்கர்கள் தன்னிறைவை அடையத் திட்டமிட்டனர்.

மீண்டும் கடத்தல் துவங்கியது. சட்டபூர்வ இறக்குமதி தடாலடியாக வீழ்ந்தது. அமெரிக்கர்கள் தங்களது சொந்த 'லேபரடோர் தேநீரை' ஒரு செடியின் வேரிலிருந்து உருவாக்க ஆரம்பித்தனர். சுங்க அதிகாரிகள் ஆங்கிலேய அடக்குமுறையின் பிரதிநிதிகளாக பார்க்கப்பட்டனர். எனவே இங்கிலாந்து படையினர் அவர்களை பாதுகாக்க வேண்டியிருந்தது. 1770ல் இந்தக் காவல் படை பாஸ்டனில் ஒரு கும்பலை நோக்கி சுட்டதில் ஒருவர் உயிரிழந்தார். இதைத் தொடர்ந்து பல போராட்டங்கள் நிகழ்த்தப்பட்டன. கமிட்டீஸ் ஆஃப் கரெஸ்பான்டென்ஸ் எனும் அமைப்பு போராட்டங்களை ஒருங்கிணைக்க உருவாக்கப்பட்டது.

அடுத்த மூன்று வருடங்களில் ஓரளவு சகஜ நிலை திரும்பியது. பணக்கார காலனியர்கள் போராட்டக் கும்பல்களின் நடவடிக்கைகளைக் கண்டு அதிர்ச்சி கொண்டனர். எனவே இங்கிலாந்துக்கு எதிரான தங்களது எதிர்ப்பை சற்று குறைத்துக் கொண்டனர். 1773ன் தேயிலைச் சட்டம் மீண்டும் அந்தக் கோபத்தை எரியூட்டியது. மூன்று பைசா வரி மட்டும் அவர்களின் கோபத்திற்குக் காரணமல்ல. கிழக்கிந்திய கம்பெனி அவர்களின் வியாபாரத்துக்கு பெரும் இடைஞ்சலாக இருந்தது. கம்பெனி தேயிலை இறக்குமதியில் முற்றுரிமை பெற்றது மட்டுமல்ல, அமெரிக்காவில் தேயிலையை விநியோகிக்கும் திட்டமும் அதற்கிருந்தது. அதுவும் ஏற்கெனவே இருந்த முகவர்களன்றி புதிய, ஆங்கிலேய ஆதரவுள்ளவர்களைக்கொண்டு தேயிலையை விநியோகிக்கும் திட்டமிருந்தது. தீவிர போராட்டக் குழுக்கள் மக்களை போராட அழைத்தன: 'சபிக்கப்பட்ட அந்தப் பொருளை உறிஞ்சி வருந்தாதீர்கள். ஏனெனில் அதைக் குடித்தால் உங்களுக்குள் பேய் உடனடியாகப் புகுந்துவிடும். அந்நொடியே நீங்கள் தேசத் துரோகி ஆகிவிடுவீர்கள்'. எல்லா வர்க்க அமெரிக்கர்களும் தேயிலை மீதான வரியை எதிர்ப்பவர்களாகினர்.

இதனிடையே கிழக்கிந்திய கம்பெனி அமெரிக்காவிற்கு தேயிலை ஏற்றுமதி செய்ய ஏற்பாடுகளைச் செய்தது. பாலி எனும் கப்பல் ஃபிலடெல்பியாவிற்கும் நேன்சி எனும் கப்பல் நியூ யார்க்கிற்கும் தயார் நிலையில் இருந்தன. வில்லியம், டார்ட்மவுத், எலெனோர் மற்றும் பீவர் எனப் பெயர்களைக்கொண்ட கப்பல்கள் பாஸ்டனுக்குத் தயாராகின. செப்டம்பரிலும் அக்டோபரின் துவக்கத்திலும் இவை பயணத்தைத் துவங்கின. காலநிலையைப் பொறுத்து அவை நான்கு அல்லது எட்டு வாரங்களுக்குள் அமெரிக்காவை அடைய முடியும். பயணத்தின்போது அவர்களுடன் எந்தத் தொடர்பும் இருக்காது

என்பதால் அமெரிக்காவில் உருவாகிவரும் நிலைமை அவர்களுக்குத் தெரியவில்லை. தேயிலை மீதான வரிக்கு எதிராக அமெரிக்காவில் தணிக்கமுடியாத கிளர்ச்சி எழுந்தது. பொதுக்கூட்டங்கள் கலவரங்களில் முடிந்தன. தேயிலை பண்டகசாலைகள் தாக்குதலுக்குக் குறிவைக்கப்பட்டன.

28 நவம்பர் 1773ல் முதல் கப்பல் கரை சேர்ந்தது. 'டார்ட்மவுத்' ஆங்கிலேய வீரர்களின் பாதுகாப்பில் இருந்த 'காசில் வில்லியம்' எனும் பாஸ்டன் துறைமுகத்தில் கரை சேர்ந்தது. ஊர்மக்கள் பெருங்கூட்டங்களைக் கூட்டி தேயிலை இறக்கப்படக் கூடாதென்றும், சுங்கம் கட்டப்படக்கூடாதென்றும் முடிவெடுத்தனர். அதை உறுதி செய்ய காவலர்களை நியமித்தனர். கப்பலில் வந்த தேயிலையை விற்க ஒப்புக்கொண்ட வியாபாரிகள் கிளர்ச்சி யாளர்களின் கோரிக்கையை ஏற்க மறுத்தனர். அவர்கள் காசில் வில்லியம் துறைமுகத்தில் தஞ்சம் புகுந்தனர். ஊர்மக்களின் ஆணையின்படி டார்ட்ஸ்மவுத் கப்பல் காசில் வில்லியமிலிருந்து கிளம்பி அருகிலிருந்த கிரிஃபினஸ் வார்ஃபில் நங்கூரமிட்டது. அங்கே தேயிலையைத் தவிர பிற பொருள்கள் இறக்கப்பட்டன. டிசம்பர் 2ல் எலனோர் வந்து சேர்ந்தது. வில்லியம் 'கேப் காட்' எனுமிடத்தில் தரைதட்டி நின்றுவிட்டது. பீவர் பத்திரமாக வந்து சேர்ந்தது ஆனால் தற்காலிகமாக அது கடலுக்குள் நிறுத்திவைக்கப் பட்டது, ஏனென்றால் அதில் பெரியம்மை பரவியிருந்தது.

டிசம்பர் 8ஆம் தேதி ஆளுனர் கடற்படையினரிடம் துறைமுகத்தைச் சுற்றி வளைத்துக் கப்பல்கள் வரி செலுத்தாமல் செல்வதை தடைசெய்யும்படி ஆணையிட்டார். டிசம்பர் 14ல் ஊர்மக்கள் டார்ட்மவுத்தின் உரிமையாளரை வற்புறுத்தி சுங்கத்தை கட்டாமல் தேயிலையை இறக்க அனுமதி வேண்டச் செய்தனர். அடுத்த நாள் அக்கோரிக்கை அதிகாரபூர்வமாக நிராகரிக்கப்பட்டது. டிசம்பர் 16, 1773ல், பெரிய பொதுக்கூட்டம் கூட்டப்பட்டு ஆளுனரிடம் தேயிலையைச் சுங்கம் கட்டாமல் விடுவிக்கக் கோர முடிவெடுக்கப் பட்டது. அதை அவர் செய்ய மறுத்தார். பின் நடந்தவற்றை டார்ட்மவுத்தின் தலைமைப் பணியாளர் ஆலெக்ஸாண்டர் ஹாட்கிடன் இவ்வாறு பதிவு செய்துள்ளார்.

'இன்று மாலை ஆறு மணிக்கும் ஏழுமணிக்கும் இடையில் தோராயமாய் ஆயிரம்பேர் கொண்ட ஒரு கூட்டம் துறையை நோக்கி வந்தது. அவர்களில் பலரும் (சிவப்பு) இந்தியர்களைப் போல ஆடையணிந்திருந்தனர். குலவையுமிட்டனர். அவர்கள் கப்பலுக்குள் வந்தனர். என்னையும் சுங்க நிலைய அதிகாரியையும்

தங்களைத் தடுக்கவேண்டாம் என எச்சரித்தபின்னர் கப்பல் தளத்தின் கொண்டிகளைத் திறந்து சரக்குகள் இருந்த இடத்திற்குச் சென்றனர். அங்கே எண்பது முழுப்பத்தாயமும், முப்பத்திநான்கு அரைபத்தாயமும் தேயிலை இருந்து. அவற்றை அவர்கள் கப்பல் தளத்தில் ஏற்றிவைத்தனர். பின்னர் பத்தாயங்களை துண்டு துண்டாக வெட்டினர். தேயிலையைக் கடலில் கொட்டினர், அவை சீரழிந்து தொலைந்துபோயின.'

'பாஸ்டன் தேநீர் விருந்து' என்று சரித்திரத்தில் இடம் பெற்ற இந்தச் சம்பவம் மூன்று மணிநேரம் நிகழ்ந்தது. மூன்று கப்பல்களிலும் இருந்த கடைசி அவுன்ஸ் தேயிலையும் கடலில் வீசப்பட்டது. சார்ல்ஸ்டனுக்காக அனுப்பப்பட்ட தேயிலை இறக்கிவைக்கப் பட்டிருந்தது. ஆனால் எந்த வியாபாரியும் அதை எடுக்கத் துணியவில்லை. எனவே அது விரைவில் கெட்டு அழிந்தது. நியூ யார்க்கிற்கும், பிலடெல்பியாவுக்கும் அனுப்பப்பட்ட தேயிலை லண்டனுக்கே திரும்ப அனுப்பப்பட்டது. இருப்பினும் பாஸ்டனில் நடந்த வன்முறையே இங்கிலாந்தின் நாடாளுமன்றத்தை கோபத்துக் குள்ளாக்கியது. நஷ்ட ஈடு செலுத்தப்படும்வரை பாஸ்டன் துறைமுகத்தை மூட முடிவெடுக்கப்பட்டது. கூடவே கொயேர்சீவ் சட்டம் நேரடியான ஆட்சியைக் கொண்டுவந்தது. வடஅமெரிக்காவில் இருந்த இங்கிலாந்துப் படைகளின் படைத்தலைவராக இருந்த ஜெனரல் கேஜ், மாசச்சூசெட்ஸின் ஆளுனராக நியமிக்கப்பட்டார். காலனிக்காரர்கள் இதை எதிர்த்து போராட்டங்களை ஒருங்கிணைத்தனர். இங்கிலாந்துப் படையும், உள்ளூர் கிளர்ச்சி யாளர்களும் மோதிக்கொண்டனர். இறுதியாய் 1775ல் அமெரிக்க விடுதலையை முடிவு செய்த போர் ஆரம்பமாகியது. பெயர் அறியப்படாத ஒரு கவிஞன் கீழுள்ளவாறு இதை தொகுத்துள்ளான்.

'என்னென்ன வருத்தங்கள், என்னென்ன தீவிரங்கள்
ஒரு சில்லறை விஷயத்திலே?
கொஞ்சம் தேயிலை, கலந்தது கடலிலே
நூறாயிரம்பேர் இரத்த வெள்ளத்திலே'

•••

அமெரிக்கா அல்லாமலும் கிழக்கிந்திய கம்பெனி தேயிலை வியாபாரத்தில் முன்னணியிலிருந்தது. அவர்களது தனியுரிமையைக் கொண்டு அவர்கள் கொள்ளை இலாபத்தில் தேயிலையை விற்றனர். குறைந்த பட்ச இலாபம் விற்பனை விலையில் மூன்றில் ஒருபங்காக இருந்தது. இதனால் அதற்கு எதிரிகள் உருவாகினர். பொதுமக்கள்

தேயிலையின் விலை குறைவதை விரும்பினர். எனவே கம்பெனியின் தனியுரிமையை ரத்து செய்யக் கோரிக்கைகள் எழுந்தன. இங்கிலாந்தில் 18ஆம் நூற்றாண்டில் தேயிலை உட்கொள்வது அபரிமிதமாக வளர்ந்தது. 18ஆம் நூற்றாண்டின் முதல் வருடத்தில் தேயிலைக் கொள்முதல், கடத்தல் உட்பட 100,000 பவுண்டுகளே. ஆனால் கடைசி வருடத்தில் அது இருபது மடங்குக்கும் மேல் வளர்ந்து 23மில்லியன் பவுண்டுகளானது. தேயிலை இறக்குமதிக்கு நிகராக சீனர்களுக்குக் கொடுக்கப் போதுமான வெள்ளி இல்லை என்பது பெரிய கவலையாக இருந்தது.

2

சீனர்களை ஒழுங்கு செய்வது

'நாம் சீனாமீது இன்னொரு தாக்குதல் நடத்தும் நேரம் விரைவில் வந்துகொண்டிருக்கிறது... சீனா, போர்ச்சுக்கல், ஸ்பானிஷ் அமெரிக்கா போன்ற இந்த அரை-நாகரிக அரசாங்கங்கள் ஒவ்வொரு எட்டு அல்லது பத்து ஆண்டுகளுக்கு ஒருமுறை ஒழுங்கு செய்யப்படவேண்டியவை.'

- லார்ட் பல்மெர்ஸ்டன்
(இங்கிலாந்தின் வெளியுறவுத்துறை அமைச்சர், 1850)

தேநீர் குடிப்பது எப்படித் துவங்கியது என்பது குறித்து சீனர்களிடம் பல கதைகள் உள்ளன. பேரரசர் ஷென் நங் கி.மு மூன்றாம் நூற்றாண்டில் அதைக் கண்டுபிடித்ததாகப் பிரபல தொன்மக்கதை சொல்கிறது. தாவோவை உருவாக்கிய லாவோ ட்சூ, கி.மு ஆறாம் நூற்றாண்டில் செஸ்வானுக்குச் சென்றபோது அவருக்கு தேநீர் வழங்கப்பட்டதாகச் சொல்லப்படுகிறது. கன்பூசியஸ் தேநீர் அருந்துபவர் என்றும், புத்தர் தேயிலையை சீனாவுக்கு அறிமுகப் படுத்தினார் என்றும் கூறப்படுவதுண்டு. இவை அனைத்துமே பிற்காலங்களில் எழுதப்பட்டவை. உண்மை நிகழ்வுகளுக்கு நம்பத்தகுந்த ஆதாரங்கள் இல்லை. ஆதாரங்களைக் கண்டு பிடிப்பதிலுள்ள ஒரு குறிப்பிட்ட பிரச்னை என்னவெனில் சீன எழுத்து 'ட்டு' பழங்காலத்தில் ஒரு பானத்திற்காக பயன்படுத்தப் பட்டிருக்கிறது. அது தேநீராக இருக்கலாம் அல்லது வேறு

செடிகளை உள்ளிட்டு உருவாக்கிய பானமாகவும் இருக்கலாம். கி.பி மூன்றாம் நூற்றாண்டில்தான் சீன எழுத்து 'ச்சா' தேயிலை குறிப்பிடுவதற்காக உருவானது. 'ச்சா'வும் 'ட்டு'வும் சீன எழுத்து வடிவில் ஒற்றுமையுள்ளவை. இருப்பினும் தேயிலை அதற்கு முன்பே பயன்பாட்டில் இருந்திருக்க வேண்டும் என்பது உறுதி.

•

பழைய பதிவுகளின்படி தேநீர் அஜீரணத்துக்கும் நரம்புத் தளர்ச்சிக்கும் மருந்தாகவும் உற்சாகமூட்டியாகவும் பயன்படுத்தப்பட்டது. மெல்ல மெல்ல முதல் சில நூற்றாண்டுகளில் அது ஒரு பொதுவான பானமாக ஆகியது. கி.பி மூன்றாம் நூற்றாண்டில் தேயிலை வளர்ப்பு, இலை தயாரிப்பு மற்றும் தேநீர் தயாரிப்பு குறித்த தகவல்களை ஜாங் யி என்பவர் பதிவுசெய்துள்ளார். செஸ்வானிலும் ஹ¬பேயிலும் தேயிலை வளர்ப்பது குறித்து அவர் குறிப்பிட்டுள்ளார். இடுப்பளவு வளர்ந்த, நறுக்கப்பட்ட தேயிலைச் செடிகளிலிருந்து விவசாயிகள் இலை பறித்தனர். அவற்றை அமுக்கி கேக்போல கட்டிகளாக்கினர். ஜாங் யி தேநீர் தயாரிக்கும் முறையைக் குறிப்பிட்டிருக்கிறார் - 'முதலில் தேயிலைக் கட்டியை அது சிவப்பு வண்ணமாகும் வரைக்கும் நெருப்புப் படாமல் சூடேற்றவும் (பேக்கிங்). அதன்பின் அதை இடித்து சிறு துகள்களாக்கவும். இத்துகள்களை ஒரு பீங்கான் கிண்ணத்திலிடவும். கொதிக்கும் நீரை இலைகள்மீது ஊற்றவும். வெங்காயம், இஞ்சி, மற்றும் ஆரஞ்சை நறுமணத்திற்காக சேர்க்கவும்.'

கசப்பான மருந்திலிருந்து ஒரு பானமாக மாறியதால் ஐந்தாம் மற்றும் ஆறாம் நூற்றாண்டுகளில் தேநீர் பரவலாக அருந்தப்பட்டது.. 'அந்தப் பானம் ஒருவரை சாந்தமாகவும் விழிப்பாகவும் வைக்க உதவும்', என ஜாங் யி குறிப்பிட்டது கூடுதலான பரவலாக்கத்துக்கு உதவியது.

ஹான் அரசவம்சத்தினரின் (கிமு 206 - கிபி 220) கல்லறைகளில் தேயிலை கண்டுபிடிக்கப்பட்டுள்ளது. ஒரு தேயிலைப் பாண்டத்தில் 'ச்சா' எனும் எழுத்தும் பொறிக்கப்பட்டுள்ளது. பேரரசர் குயீ வுடி (கிபி 479-502) இறப்பிற்குப் பின் தனக்கு தேநீர் காணிக்கையாக வழங்கப்படவேண்டும் என்று உயில் எழுதிவைத்தார். இன்றளவும் இறந்தவருக்கு பரிசாக தேயிலை வழங்கப்படுகிறது. தேயிலை கொண்ட செந்நிறத்தாள் ஒன்று பந்துபோல சுருட்டப்பட்டு இறந்தவரின் உதடுகளுக்கிடையில் வைக்கப்படுகிறது.

டாங் அரசவம்சத்தின் கீழ் (கிபி 618-906) தேயிலை சீனாவின் மாற்றமுடியாத தேசிய பானமாக மாறியது. இதே கால கட்டத்தில்தான் சீனா செல்வச் செழிப்பான நாடானது. எனவே

விலையுயர்ந்த பொருள்களின் பயன்பாடும் அதிகரித்தன. அரசு விரிவடைந்துகொண்டிருந்தது. வெளிநாடுகளுடன் வியாபாரம் செழித்தது. கல்வி உயர்ந்தது. கணிதம், வானியல், மருத்துவம் மற்றும் அச்சுத் துறைகள் வளர்ந்தன. கவிதை எழுதுவதும், படங்கள் வரைவதும் மறுமலர்ச்சிகொண்டன. சீனர்கள் பலரும் இதை பொற்காலமாகக் கருதுகின்றனர்.

சீன அரசவையினருக்கு தேநீர் பருகும் பழக்கம் ஏற்கெனவே அறிமுகமாகியிருந்தது. அங்கிருந்து அது சமூகத்தின் எல்லாப் பகுதிகளுக்கும் பரவிச் சென்றது. முன்னேறிய தொலைத் தொடர்பால் அந்தப் பெரிய நாட்டிற்குள் பொருள்களை ஓர் இடத்திலிருந்து இன்னொன்றுக்கு எடுத்துச் செல்வது எளிதானது. தேயிலை சீனாவினூடே பயணிக்கத் துவங்கியது. அதன் பயன்பாடு வளர வளர தேயிலை வளர்ப்பும் பரவியது. தேயிலையை அமுக்கும் முன்பு நீராவியில் வேகவைத்தால் அதன் 'பச்சை நாற்றம்' அகலும் என்பது கண்டுபிடிக்கப்பட்டது. தேயிலை தயாரிப்பிலும் மாற்றங்கள் நிகழ்ந்தன. தேயிலைக் கட்டிகள் அதிகநாள் கெடாமல் இருந்தன. மேலும் எடுத்துச் செல்ல எளிதாகவும் இருந்தன என்பதால் நாடோடிகளால் சீன எல்லைகளைத் தாண்டி எடுத்துச் செல்லப்பட்டன.

தேநீர் பரவலான பின்னர் பணக்காரர்கள் 'மேம்பட்ட' மணம் குணமுடைய தேயிலையைத் தேட ஆரம்பித்தனர். அரிய பொருள் களுக்கேயுரிய வகையில் எது உற்பத்தி செய்யக் கடினமானதோ அதுவே உன்னதமானதுமாகியது. மிக உயர்ந்த பகுதிகளில் பயிரிடப்பட்ட தேயிலைக்கு தனித்துவம் உருவானது. அங்கே தேயிலை பயிரிடுவது கடினம் மேலும் விளைச்சலும் குறைவு. உயரமான பகுதிகளிலிருந்து கிடைக்கும் தேயிலை சிறப்பான சுவையுடையது என்பதில் ஐயமில்லை 'ஆனாலும் ரசனை மிக்கவர்கள் மிக மிக தூரத்தில் இருந்த, எளிதில் சென்றுவிட முடியாததுமான பிரதேசங்களில் தேயிலையைத் தேட ஆரம்பித்தனர். (இதுபோன்ற கிட்டத்தட்ட கண்டடையவேமுடியாத தேயிலைக்கான தேடல் சீனத் தேயிலை வரலாறு முழுக்க காணக்கிடைக்கிறது. செஸ்வானில் உள்ள மெங் மலையிலிருந்து கிடைக்கும் தேயிலை எத்தனை அரிதானதென்றால் அது அங்கிருந்த ஏழு மரங்களிலிருந்து மட்டுமே பறிக்கப்பட்டது. மேலும் ஒரு வருடத்திற்கு 90 இலைகள் மட்டுமே பறிக்கப்பட்டன.) என்ன தேயிலை பயன்படுத்துகிறார் அதன் விலை என்ன என்பதில் ஒருவரின் அந்தஸ்து அடங்கியிருந்தது. தேநீர் தயாரிப்பது மிக விரிவான, குழப்பமான நடவடிக்கையானது. சரியான நீரில், சரியான கரிமீது, சரியான பாத்திரங்களில் அது

கொதிக்கவிடப்படவேண்டும். சரியான கோப்பைகளில் பரிமாறப்பட வேண்டும். இதில் எந்தத் தவறு நடந்தாலும் அது அவமானமாகக் கருதப்பட்டது. அரசவையிலோ இது ஒரு சடங்காகவே மாறியது. தேநீர் தயாரிப்பும் விளம்பலும் சரியாக அமைய அரசரும் முக்கிய அதிகாரிகளும் 'தேநீர் வல்லுநர்களை' (டீ மாஸ்டர்ஸ்) நியமித்தனர்.

தேநீர் வல்லுநர்களில் ஆகச் சிறந்தவராகக் கருதப்படுபவர் லூ யூ. எட்டாம் நூற்றாண்டின் இரண்டாம் கால்பகுதியில் அவர் பிறந்தார். 804ல் மறைந்தார். அவரது புத்தகம் 'த கிளாசிக் டீ' டாங் சைனாவில் தேநீர் பருகியவர்களுக்கு முக்கியம் வாய்ந்த கையேடானது. இன்றளவும் அது அப்படியே பயன்படுத்தப்படுகிறது. அப்புத்தகத்தில் தேயிலை அறுவடை செய்யவும் தயாரிக்கவும் தேவையான உபகரணங்கள் குறித்த அறிவுரைகள் உள்ளன. தேநீர் தயாரிக்க அறிவுரைகள் உள்ளன, தேயிலை தயாரிக்கும் மாவட்டங்களைக் குறித்த தகவல்களும் அவற்றின் தர வரிசையும் உள்ளன. இருப்பினும் அந்தப் புத்தகத்தின் முக்கியமான அம்சம் என்னவென்றால் அது தேநீர் தயாரிப்பை, தேநீர் அருந்துவதை கவித்துவத்துடனும், பெரும் வணக்கத்துடனும் சொல்லுகிறது. லூ யாவுக்கு தேநீர் என்பது சாதாரண பானம் மட்டுமல்ல:

'நீர் கொதிக்கையில் அது மீன்களின் கண்களைப்போல இருக்க வேண்டும், அதில் சப்தம் வருவதுபோலும் இருக்க வேண்டும். அது பாத்திரத்தின் ஓரங்களில் குமிழும் ஊற்றைப்போல கிசுகிசுத்து எண்ணற்ற முத்துக்களை தொடுத்துவைத்ததைப்போல காணப்படும்போது, இரண்டாம் கட்டத்தை அது அடைந்து விட்டது. அது பிரம்மாண்ட அலைகளைப்போல எழுந்து சத்தமிடும்போது உச்சத்தில் இருக்கிறது. சற்று அதிகமானாலும் நீர் அதிகமாகக் கொதித்துவிடும் - எனவே அதை பயன்படுத்தக் கூடாது.'

தேநீர் தயாரிப்பதும் குடிப்பதும் அழகோடு தொடர்புடையது என யூ லீ வாதிட்டார். அது ஒரு கலை. தேயிலைக் கோப்பை வைக்கப்படும் தாங்கி நகைபோல அலங்கரிக்கப்படவேண்டும். தேநீரைக் கொண்டுவரும் உருளை ஆரஞ்சு மரத்திலானதாய் இருக்கவேண்டும். நீர் அளிப்பு ஜேட் பச்சைப் பட்டில் இருக்கவேண்டும். அதில் மீன்கொத்தியின் இறகு அல்லது வெள்ளி இழைகளைக்கொண்டு அலங்காரம் செய்திருக்கவேண்டும்.

இந்தக் கவனங்கள், துல்லியங்கள் மற்றும் தேநீர் குடிப்பதன் அற்புத அனுபவத்தையெல்லாம் தாண்டி அதை மிக அதிகமாகக் குடிப்பது வெறுக்கப்பட்டது:

தேநீரின் அடிப்படையான அம்சம் - 'கட்டுப்பாடு'. தேநீர் ஊதாரித்தனத்திற்கானதல்ல. தேயிலை சுவையற்றதாயும் குணமற்றதாயுமிருந்தால் அது அரைக் கோப்பை அருந்தும் முன்பே அதன் மணம் மறைந்துவிடும். அளவுக்கதிகமாகக் குடிக்கையில் சுவை மறைந்துபோகும் வாய்ப்பு மேலும் அதிகமாகிறது. அதன் வண்ணத்தின் குதூகலம் மறைந்து அதன் நறுமணம் கரைந்து போகும்.

டாங் அரசவம்சத்தின் காலத்தில்தான் தேயிலையை அரசவைக்கு பரிசாய் அளிக்கும் வழக்கம் துவங்கியது. அரசரின் அலுவலர் ஒருவர் லூவால் புகழப்பட்ட தேயிலையை அரசவைக்கு அனுப்பிவைத்தார். அது பெரிதும் விரும்பப்பட்டது. வருடந்தோறும் அத்தேயிலை அனுப்பப்படவேண்டும் என அந்த அதிகாரி கேட்டுக்கொள்ளப் பட்டார். ஆகச் சிறந்தது பேரரசுக்கே நேரடியாக அனுப்பப்பட்டது. பிற தேயிலைகள் அவரது குடும்பத்தினருக்கும் உயரதிகாரிகளுக்கும் வழங்கப்பட்டன. இந்த வழக்கம் பிரபலம் ஆனதால் வருடந்தோறும் பரிசாய் வரும் தேயிலையின் அளவு அதிகரித்தது. எட்டாம் நூற்றாண்டின் இறுதியில் 30,000 பேர் இந்தத் தேவையை நிவர்த்தி செய்வதில் பணி செய்தனர்.

'அரசுக்குரிய தேயிலை' அதிகாலை பனிப்பொழிவின்போது பறிக்கப் பட்டது. அதன் பின் இலைகள் சூரிய வெளிச்சத்தில் காய்ந்துவிடும். எனவே அதிகமும் சூரிய உதயத்துக்கு முன்பே அது கிள்ளப்பட்டது. தேயிலை பறிக்கும் குழுக்கள் முரசொலி மூலமும் உலோகத் தகட்டொலி மூலமும் கட்டுப்படுத்தபட்டனர். கிள்ளும்போது தேயிலை களங்கப்படாமலிருக்க மிகுந்த கவனம் மேற்கொள்ளப் பட்டது. பாரம்பரியமாய் கன்னிகள் என அழைக்கப்பட்ட பெண்கள் பூண்டு, வெங்காயம் போன்ற வீரியம் மிக்க பொருள்களை உண்ணத் தடையிருந்தது. அவர்களது கைகளும் தேயிலையைத் தொடக் கூடாது. எனவே அவர்கள் பட்டுக் கையுறை அணிந்திருந்தனர். அதன் நுனியிலிருந்த இடைவெளி வழியே நகத்தால் அவர்கள் இலைகளைக் கிள்ள வேண்டும். அவர்களின் நகங்களை அடிக்கடி சுத்தம்செய்ய வேண்டி தண்ணீர்க் குடுவைகள் எடுத்துச்செல்லப் பட்டன. பின்னாட்களில் அரசுக்குரிய தேயிலை பறிப்பது மேலும் தூயதானது. இலைகள் தங்கக் கத்தரிகளால் வெட்டப்பட்டன.

டாங் புலவரான லூ டங் சீனத் தேயிலை கலாச்சாரத்தின் இன்னொரு முக்கிய ஆளுமை. அவரது 'சாங்க் ஆஃப் டீ' (தேநீரின் பாடல்) எனும் கவிதையில் முதல் கோப்பை வெறுமனே அவரது உதடுகளையும் தொண்டையையும் நனைக்கிறது, ஏழாவது கோப்பையில் அவர்

தென்றலில் அடித்துச்செல்லப்படுகிறார். இன்னொரு கவிதையில் அவர் புகழ்பெற்ற வரிகளை எழுதியுள்ளார்:

'இறவாமையில் இல்லை எனக்கு எள்ளளவும் ஆர்வம்
அது மாற தேநீரின் சுவை ஒன்றே காரணம்'

டாங் அரசவம்சத்தைத் தொடர்ந்து சங் வம்சம் (960-1279) ஆட்சிக்கு வந்தது. அது இலக்கியத்தின் மறுமலர்ச்சிக்காலம். தேயிலை குறித்தும் தேநீர் பருகுவது குறித்தும் பல கவிதைகளும் கதைகளும் புனையப்பட்டன. 1107ல் பேரரசர் ஹுயி ட்ஸங் தேநீர் குறித்து ஒரு சிறப்பு கட்டுரை வரைந்தார். அதில் தேயிலை அறுவடை குறித்தும், தயாரிப்பு குறித்தும் அதன் ஆன்மீக பலங்கள் குறித்தும் மிக விரிவாக எழுதியுள்ளார். அதில் தேயிலை காய்ப்பதில் ஏற்பட்டிருந்த ஒரு பெரிய மாற்றமும் குறிப்பிடப்பட்டிருந்தது. முன்பு கொதிக்கும் நீருடன் தேயிலையும் காய்ச்சப்பட்டது (பழைய குறிப்புகளில் இதுகுறித்த தெளிவு இல்லை). ஆனால் இப்போதோ கொதிக்கும் நீர் தூளாக்கப்பட்ட தேயிலைமீது ஊற்றப்பட்டது. கோப்பைகளில் பரிமாறும் முன்பு தேநீர் குடுவையை பலமாகக் குலுக்கினர்.

சங் கால தேநீர் பருகும் முறையே ஜப்பானிய தேநீர்ச் சடங்குகளுக்கு அடிப்படையானது. ஜப்பானுக்குத் தேயிலை 9ஆம் நூற்றாண்டிலேயே அறிமுகமாகியிருந்தாலும் 12ஆம் நூற்றாண்டில் சங் சீனாவிலிருந்து ஜப்பானிய ஜென் வல்லுனர்கள் அதை மீண்டும் அறிமுகம் செய்தபின்னரே பிரபலமானது. தேநீரின் தூக்கத்தை விரட்டும் குணத்திற்கும் ஜப்பானியர்களின் நீண்ட நேரம் தியானம் செய்யும் பழக்கத்திற்கும் தொடர்பிருந்தது. ஜப்பானியத் தேயிலைத் தோட்டங்கள் வித்தியாசமாக நீள்வரிசையில் அமைக்கப் பட்டிருந்தன. தேயிலை பறிக்கும் மேசை சமதளமாயில்லாமல் நடுவில் சீராகக் குழிந்து ஜென் அழகுடையதாக இருந்தது. ஜப்பானியர்கள் பச்சைத் தேயிலையை மட்டுமே தயாரித்தனர். அவர்களது தேயிலை பிற பச்சைத் தேயிலைகளைவிட அதிகம் பசுமையானது ஏனெனில் அறுவடைக்கு மூன்று வாரங்களுக்கும் முன்பு அவை போர்வைகளால் மூடப்படுகின்றன, இதனால் அதிக அளவில் குளோரோபில் தளிரில் சேர்கிறது.

தேநீர் தயாரிப்பில் கடைசிப் பெரிய மாற்றம் மிங் அரசவம்சத்தின் கீழ் நிகழ்ந்தது. மிங்குகளின் ஆட்சி 1368 முதல் 1644வரை நிலைத்தது. அவர்களின் ஆட்சியின் கீழ்தான் சீனத் தேயிலை மேற்குலகிற்கு முதன்முதலாக வந்தது. மிங் ஆட்சியில் சீனக்களிமண் பாண்டங்கள் வீட்டு உபயோகத்துக்கு வருவதில் முன்னேற்றமடைந்தது. தேயிலை அருந்தப் பயன்படுத்தப்பட்ட கற்பாண்டங்களை கைவிட்டு,

மிங்குகள் அருமையான களிமண்பாண்டங்களைப் பயன்படுத்தினர். இதுவே பின்னர் சீனாவிலும் மேற்கிலும் தேநீர் அருந்தும் முறையானது. பெரிய அளவில் சீனக் களிமண்ணும் (போர்செலின்) தேயிலையுடன் ஏற்றுமதியானது. துவக்கத்தில் ஒரு மோஸ்தராக போர்சலின் விலைகூட்டி விற்கப்பட்டது. பின்னர் விலை குறைக்கப்பட்டபோது அது பரவலாகப் பயன்படுத்தப்பட்டது. களிமண்ணை கப்பலில் கொண்டுவரும் செலவும் குறைவானது. ஏனெனில் அது கப்பலை நிலைப்படுத்தும் பொருளாகவும் பயன்படுத்தப்பட்டது. கனமான பொருள்களைக்கொண்டு கப்பலின் புவியீர்ப்பு மையத்தை நீருக்குள்ளே வைத்திருப்பது அவசியம். சீனர்களிடம் இல்லாத செம்பு சீனாவுக்குச் செல்லும் கப்பல்களை நிலைப்படுத்த பயன்படுத்தப்பட்டது. மரக் கப்பல்கள் எப்போதும் ஒழுகும்தன்மை கொண்டவை. தேயிலையோ நீர் பட்டால் கெட்டுவிடும். சீனக்களிமண் கப்பலின் தரைத்தளத்தில் வைப்பது பல சிக்கல்களையும் சரி செய்தது. பட்டும், தேயிலையும் ஏற்றிச்செல்லும் கப்பல்களில் எப்போதும் களிமண் ஏற்றிச்செல்லப்படுவது வழக்கம்.

மிங் அரசவம்சத்தின் காலத்தில் கட்டிகளாக, பந்துகளாக அழுத்தப்பட்ட தேயிலைக்குப் பதில் உதிரி இலைகளாக பயன்படுத்துவது வழக்கத்துக்கு வந்தது. மேற்கில் தேயிலை பயன் பாட்டுக்கு வந்தபோது உதிரித் தேயிலை பயன்பாடு வழக்கமாகி இருந்தது. சீனா முழுவதும் உதிரித் தேயிலை மீது கொதிநீர் ஊற்றப்பட்டு ஊறவிடப்பட்டது. கைப்பிடிகள் அற்ற போர்செலின் கோப்பைகளில் தேநீர் ஊற்றப்பட்டது. தேநீரைக் கலக்கும் வழக்கமும் நின்றுபோனது. இந்த முறையைத்தான் மேற்குலகு பின்பற்றியது.

தேயிலைக் கட்டிகள் குறைந்த அளவிலேயே தயாரிக்கப்பட்டன. இன்றளவும் அவை தயாரிக்கப்படுகின்றன. அதிகமும் சீனாவின் எல்லையில் சுற்றும் நாடோடிகளுக்கு அவை ஏற்றுமதியாகின்றன. அழுத்தப்பட்ட தேயிலையை எடுத்துச் செல்வது எளிது, அதேபோல அது எளிதில் கெடுவதுமில்லை. தேயிலைக்கட்டிக்குள்ளே குறைந்த அளவே காற்று செல்வதால் ஈரப்பதம் மற்றும் மாசு கலப்பு தவிர்க்கப் படுகிறது. ஆனால் நன்கு பாதுகாக்கப்பட்ட உதிரித் தேயிலையே சிறந்த மணமுள்ள தேநீரைத் தருகிறது என்பதில் சந்தேகமேயில்லை.

மிங்குகள் தேயிலையுடன் பூவிதழ்களைச் சேர்த்து மணமூட்டும் பழக்கத்தையும் அறிமுகப்படுத்தினார்கள். மணத் தைலங்களை பயன்படுத்தும் பழக்கம் முன்பே இருந்தது. ஆனால் மிங்குகள் பூக்களை மிகவும் விரும்பியதால் தங்கள் தேநீரைத் தாமரை, ரோஜா,

முல்லை, ஆரஞ்சு பூ , முக்கியமாக மல்லி மலர்களின் இதழ்களைக் கொண்டு மணமேற்றினர். பாதி திறந்த, மணம் நிறைந்த மொட்டுக்கள் தேயிலைக்கு மத்தியில் வைக்கப்பட்டு மூடிய பாத்திரத்தில் கொதிக்கவைக்கப்பட்டன. இதில் மூன்றுபாகம் தேயிலையும் ஒரு பாகம் பூக்களும் இருந்தன. பின்பு அந்தக் கலவையை மூடிய அடுப்பில் 'பேக்' செய்தனர்.

மிங் வம்சத்தின் இன்னொரு கண்டுபிடிப்பு கறுப்புத் தேநீர். சீனர்கள் பச்சைத் தேநீரையே விரும்பினர். கறுப்புத் தேநீர் வெளிநாட்டவர் களுக்கே உகந்தது என கருதினர். மிங்குகளுக்கு முன்பாக கறுப்புத் தேநீர் இருந்ததற்கான ஆதாரங்கள் இல்லை. கறுப்புத் தேநீர் எப்படி பிரபலமானது என்பது குறித்த துல்லியமான தகவல்கள் இல்லை. ஆனால் அது சீனப் பெருஞ்சுவருக்கு வடக்கே இருந்த மக்களிடம் பிரபலமாயிருந்தது. தேயிலையைக் கொடுத்து குதிரை வாங்கும் பழக்கம் டாங்க் வம்ச காலத்திலேயே இருந்தது. ஆனால் மிங்குகள் காலத்தில் பல மடங்கு அதிகரித்தது. குதிரை மற்றும் தேயிலைக்கான கமிட்டி ஒரு வருடத்தில் 20,000 குதிரைகள்வரை, 1 மில்லியன் பவுண்ட் தேயிலைக்கு ஈடாக வாங்கியுள்ளது. இதில் கறுப்புத் தேயிலையே அதிகம். கமிட்டி பெரிய தோட்டங்களைக் கண்காணித்துவந்தது. மேற்குக்கு முதலில் வந்தது பச்சைத் தேயிலைதான் என்றாலும் பின்னர் கறுப்புத் தேயிலை வந்து நிலைத்து நின்றது.

மிங்குகள் சீனத் தேநீரை மேற்குக்கு ஏற்றுமதி செய்ததில் ஒரு நகைமுரண் உள்ளது. மிங்க் வம்சம்தான் சீனாவை ஓர் உள்நோக்கிய நாடாக மாற்றியது. மிங்குகளின் ஆட்சியில் சீனர்கள் தங்களை பிற கலாச்சாரங்களைவிட உயர்ந்ததாகக் கருதினர். எனவே தங்களை பிற கலாச்சாரங்களிலிருந்து அன்னியப்படுத்திக்கொள்ளவேண்டும் என நம்பினர். சீனர்கள் பொருள்களை அன்னிய நாடுகளுக்கு நேரடியாக விற்பது மெல்ல மெல்லக் குறைந்து 1521ல் சட்டவிரோதமாக ஆனது. தேயிலை விற்பனை இடைத்தரகர்கள் மூலம் மட்டுமே நிகழ்ந்தது. ஜப்பானிய, கொரிய அல்லது ஐரோப்பிய இடைத்தரகர்கள் சீனர்கள் (சீனக் கலாச்சாரம்) 'மாசுபடுவதிலிருந்து' காப்பாற்றினர்.

•

என்றும் பசுமையான ஒரு மரத்திலிருந்து தேயிலை பறிக்கப்படுகிறது. தெ கிளாசிக் ஆஃப் டீ புத்தகத்தில் லூ யூ:

> 'தேயிலை, தெற்கிலுள்ள ஒரு சிறப்புமிக்க மரத்திலிருந்து வருகிறது. ஒன்று அல்லது இரண்டு அடி துவங்கி பன்னிரண்டு அடிவரைக்கும் இம்மரம் வளரலாம். செஷ்வான் பகுதியின்

ஆறுகளிலும் பள்ளத்தாக்குகளிலும் உள்ள இம்மரங்கள் மிகத் தடிமனானவை. அவற்றைக் கட்டிப்பிடிக்க இருவர் தேவை. அவற்றை வெட்டியபின்னரே தேயிலை பறிக்க முடியும்' என்று குறிப்பிட்டுள்ளார்.

வழக்கமான தேயிலைத்தோட்டத்தில் இடுப்பளவே வளரும் தேயிலைச் செடிகளைப் பார்த்துப் பழகியவர்களுக்கு இது அதிசயமாகத் தோன்றும். உண்மையில் தேயிலை செடி அல்ல, மரம் ஆகும். அதைப் பறிக்காமல் விட்டுவிட்டால் 40அடிக்கும் மேலான மரமாக வளரக்கூடியது. சீனாவின் யூனான் மாகாணத்திற்கும் மியன்மாருக்கும் (முன்பு பர்மா) இடைப்பட்ட எல்லைப்பகுதியில் ஒரு காட்டுத் தேயிலை மரம் உள்ளது. அது 1700 வருடம் பழமையானது. கடைசியாக அதை அளந்தபோது மூன்றடி சுற்றளவும் 108அடி உயரமும் கொண்டிருந்தது. இலை பிடுங்கப்படும் தேயிலைச் செடிகள்கூட மாபெரும் வேர் அமைப்புகளை உருவாக்குகின்றன. அவற்றின் ஆணிவேர் 20 அடிக்கும் மேல் பூமிக்குள் செல்வதுண்டு. இந்த வேர் அமைப்புதான் இலைகளை பறிக்கப் பறிக்க தொடர்ந்து புதிய தளிர்களை உருவாக்கி நல்ல தேயிலையைத் தருகின்றது.

தேயிலைச் செடி கமெல்லியா உயிரினத்தைச் சார்ந்தது. கமெல்லியா சினென்சிஸ். மேற்கில் பல காலமாய் பச்சைத் தேயிலைக்கு ஓர் உயிர்வகை என்றும் கறுப்புத் தேயிலைக்கு வேறொன்று என்றும் கருதப்பட்டது. இருவகைத் தேயிலையும் எந்தச் செடியிலிருந்தும் உருவாக்கப்படலாம். இருப்பினும் அது மோசமான கருத்தொன்றும் அல்ல. ஏனெனில் சில வகைச் செடிகள் பச்சைக்கும் சில கறுப்புக்கும் வாகானவை.

தேயிலை ஆழமான, வளமான, அமில மண்ணில் ஆகச்சிறப்பாக வளரும். வெப்பமும் ஈரப்பதமும் உள்ள வருடத்திற்கு 100 அங்குலம் அளவிற்கு மழை பெய்யும் சூழல் மிகப் பிடித்தமானது. இரவில் குளிர் இருக்குமானால் அது வளர்ச்சியை மட்டுப்படுத்தும். ஆனால் தேயிலை நல்ல மணமுடையதாக இருக்கும். இந்த வகையான சூழல் வெப்ப நாடுகளில் உயரமான பகுதிகளில் அல்லது அவற்றுக்கருகில் அமைந்துள்ளன. இப்பிரதேசங்களில்தான் வியாபாரத்திற்கான தேயிலை பெருமளவில் தயாரிக்கப்படுகின்றது. சீனாவில் வளர்க்கப்படும் பலவகைத் தேயிலைகள் பிற செடிகளைவிட குளிரைத் தாங்கும் சக்தி அதிகம் கொண்டவை. சிறிதளவு உறைபனியைக்கூட அவை தாங்கிக்கொள்ளும். இதனால் சீனர்கள் வெப்பப்பகுதிக்கு வடக்கே தேயிலை பயிரிடுகிறார்கள். ஆனால் விளைச்சல் ஒப்பீட்டளவில் குறைவே.

சீனத் தேயிலைகள் வடக்கு அட்சரேகைகளிலும் மிக உயர்ந்த பிரதேசங்களிலும் வளர்க்கப்படுவதால் அவை வெப்ப நாடுகளை விட மிகக் குறைந்த முறைகளே பறிக்கப்படுகின்றன. 17ஆம் நூற்றாண்டில் கிழக்கிந்திய கம்பெனியின் கேப்டன் ஒருவருக்குக் கேன்டனில் ஒரு வியாபாரி சொன்ன குறிப்பில் தேயிலை பறிக்கப்படும் சுழற்சி இவ்வாறு குறிப்பிடப்படுகிறது:

> ‘மார்ச் மாதத்தில் நிலா பாதியாகத் தேய்ந்திருக்கும்போது அல்லது முக்கால் பாகம் தேய்ந்திருக்கும்போது மிகச் சிறந்த தேயிலை கிடைக்கிறது.
>
> ஏப்ரலில் இரண்டாம்தர அல்லது மோசமான தேயிலை கிடைக்கிறது.
>
> மே மாதத்தில் மூன்றாம்தர அல்லது மிக மோசமான தேயிலை... இவ்வாறு மேலும் மேலும் மோசமான தேயிலை கிடைக்கும்.’

அவர் மேலும் ‘மலைகளில் வளரும் தேயிலையே மிகச்சிறந்தது’ என்றும் குறிப்பிடுகிறார். இதையே ஒரு சீன பழங்கூற்றும் சொல்கிறது ‘புகழ்மிக்கத் தேயிலைகள் உயர்ந்த மலைகளிலிருந்தே வருகின்றன.’

சீனத் தேயிலை தயாரிப்பில் அண்மைக்காலங்களில் எந்திரங்கள் அறிமுகப்படுத்தப்பட்டிருந்தாலும் அதிகமும் மிங் வம்சத்தின் காலத்தில் உள்ள முறைகளே இன்றும் பழக்கத்திலுள்ளன. நல்ல தேநீர் கிடைக்கத் தேயிலை கவனமாகப் பறிக்கப்படவேண்டும். புதிய இளைய இலைகள் மட்டுமே பயன்படுத்தபடவேண்டும். தளிர்கள் வளர்ந்து விரைவிலேயே கடுமையானவையாக மாறிவிடுவதால் அவை உடனடியாகப் பறிக்கப்படவேண்டும். தேயிலை பறிப்பதற்கான வழக்கமான வழிமுறை ‘இரு இலைகளும் ஒரு தளிரும்’ என்பதேயாகும். மிக நுட்பமான சீன அரசத் தேயிலைகள் இன்னும் கண்டிப்பான வழிமுறையில் பறிக்கப்பட்டன. அவை ஓர் இலையும் ஒரு தளிரும் என்றோ அல்லது தளிர் மட்டும் என்றோ பறிக்கப்பட்டன. சாதாரணத் தேயிலையில் இரு இலைகளும் ஒரு தளிரும் சில முதிர்ந்த இலைகளும் கலந்திருக்கும்.

பறிக்கப்பட்ட இலைகள் பறிப்பவரின் பின்புறம் தொங்கும் பெட்டியில் எறியப்படும். பின்னர் அவை பெட்டிகளில் அல்லது பைகளில் கட்டப்பட்டு ஆலைகளுக்கு அனுப்பப்படும். இலை சேதமடைந்திருந்தால் சில என்சைம்கள் வெளியாகி இலையை நொதிக்கச் செய்கின்றன (குறிப்பாக ஆக்ஸிஜனுடன் வேதியல் மாற்றம் நிகழச் செய்கின்றன). இதனால் இலை பழுப்பாக நிறம் மாறிவிடும். எனவே தேயிலை கவனமாக பறிக்கப்படவும்

கையாளப்படவும் வேண்டும். தேயிலையைக் கசக்கவோ, மிக அதிக அளவில் குவியலாக்கவோ, அல்லது ஆலையை அடைய அதிக நேரமாக்கவோ கூடாது. இருந்தாலும் தேயிலை எத்தனை கவனமாக பறிக்கப்பட்டாலும் ஏதேனும் சேதம் ஏற்பட்டு நொதித்தல் ஆரம்பமாகிவிடும். தேயிலை தயாரிப்பு ஆரம்பமாகும் முன் சேதத்தை எவ்வளவு முடியுமோ அவ்வளவு குறைவாக வைத்திருப்பது நல்லது. எனவே ஆலைகள் தேயிலை பறிக்குமிடத்திற்கு சில மைல்களுக்குள்ளேயே இருக்கவேண்டும். தேயிலை தயாரிப்பில் குறிப்பிடத்தகுந்த அளவு அறிவும் திறனும் தேவைப்படுகிறது. இதனால் தேயிலை தயாரிப்பை சிறுதொழிலாக நடத்துவது கடினம். தேயிலை ஆலைகள் அதிக அளவில் பெரிய தோட்டங்களுக்கு அல்லது பல சிறிய தோட்டங்களுக்கு சேவை செய்பவையாக அமைக்கப்படுகின்றன.

தேயிலை, ஆலையில் மூங்கில்மரத் தட்டுக்களில் பரப்பி ஈரம் காய வைக்கப்படுகின்றது. பச்சைத் தேயிலை தயாரிப்பதற்கு என்சைம்களை தடை செய்யும்பொருட்டு வெப்பமூட்டப் படுகின்றது. நீராவியினாலோ அல்லது சில நிமிடங்கள் நெருப்பில் வாட்டுவதன் மூலமோ இது செய்யப்படுகிறது. மிக மென்மையாகவே இவை வாட்டப்படுகின்றன. இலைகளை ஒரு மெல்லிய இரும்புத் தட்டில் இட்டு கரியடுப்பில் வைத்து கைகளால் தேயிலையை எடுக்க முடிகிற அளவே சூடேற்றப்படுகின்றது. அதன் பின் அவற்றை 'சுருட்டும்' மேசையில் கொட்டுகின்றனர்.

சுருட்டும் மேசையில் பணியாட்கள் அவற்றை பந்துகளாகச் சுருட்டுகின்றனர். அவற்றை கைகளுக்கும் மேசைக்குமிடையே வைத்து சுருட்டுகின்றனர். இதனால் மீதமிருக்கும் ஈரமும் வெளியேறிவிடும். மேலும் ஈரமிருந்தால் மேலும் அடுப்பிலிட்டு மெலிதாக வாட்டுவார்கள். பின்னர் மேசையில் மீண்டும் உருட்டப்படும். (சீன டீ ரோலிங் டேபிள் படங்கள் பக்கம் 58) அதன் பின்னர் தேயிலை இறுதியான வாட்டலுக்கு இரும்புத்தட்டில் இடப்படும். இது ஒரு மணி நேரமோ அதற்கு அதிகமாகவோ ஆகலாம். தேயிலை கறுப்பாகிவிடாதபடி கைகளால் தொடர்ந்து கிண்டப்பட்டுக்கொண்டேயிருக்கும். இதன் முடிவில் தேயிலை பயன்பாட்டுக்குத் தயார். மீதமிருப்பதெல்லாம் தேயிலைத் துகளை அரித்தெடுப்பதும் தேயிலையை வெவ்வேறு தரங்களில் பிரித்தெடுப்பதும்தான்.

கறுப்புத் தேயிலைத் தயாரிப்பும் கிட்டத்தட்ட இதேபோலத்தான். ஆனால் நொதிப்பது நிறுத்தப்படாமல் ஊக்குவிக்கப்படுகிறது.

ஆலைக்குக் கொண்டுவரப்படும் தேயிலைகள் மூங்கில் தட்டுகளில் நீண்ட நேரம் விடப்படுகின்றன. சில சமயம் இரவு முழுக்க விடப்படுகின்றன. அதன்பின் அவற்றை புடைத்துக் கைகளால் அடித்து அவற்றை மென்மையாக்குகின்றனர். இவை என்சைம்களை விரைவாக வெளிப்படுத்தி இலைகள் பழுப்பாக்க உதவுகின்றன. அதன் பின் வாட்டலும் உருட்டலும் நடைபெறுகின்றன. இறுதி வாட்டல் பச்சைத் தேயிலைக்கானதைவிடத் தீவிரமாக செய்யப் படுகின்றது. இரும்புத் தட்டுக்குப் பதில் இரும்பு அரிப்பில் இலைகள் போடப்பட்டு வெப்பம் நேரடியாகப்படும்படி வாட்டப்படுகின்றன. பின்னர் அந்த அரிப்பை மூடும்போது வெப்பம் இன்னும் அதிகமாகி தேயிலை கறுப்பாகின்றது.

சில தேயிலைகள் இவ்விரண்டு முறைகளுக்கும் நடுவான வேறொருமுறையில் உருவாகின்றன. இவை அரைநொதித்த தேயிலைகள், உதாரணமாய் ஊலாங். அவற்றின் மணமும் பாதி பச்சையும் பாதி கறுப்பும் கலந்ததாயிருக்கும்.

●

பத்தொன்பதாம் நூற்றாண்டின் முதல் பகுதியில் பிரித்தானியர்களின் தேயிலைப் பயன்பாடு சிறிய அளவே அதிகரித்திருந்தது. 1800ல் வருடமொன்றிற்கு ஒருவர் சராசரியாக ஒன்றரை பவுண்ட் தேயிலை பயன்படுத்தினார். 1850ல் இரண்டு பவுண்டுகளுக்கருகே பயன்பாடு இருந்தது. அதேநேரம் இங்கிலாந்தின் மக்கட்தொகையும் வேகமாக அதிகரித்திருந்தது. எனவே மொத்த பயன்பாடு இரட்டிப்பாயிருந்தது. இந்தத் தேயிலைகள் அனைத்துமே சீனாவிலிருந்தே வந்தன.

பிரித்தானியர்கள் மாபெரும் வணிகர்களாயிருந்தனர். தாங்கள் தயாரித்த பொருள்களை கைமாற்றுவதிலும், தங்களுக்குத் தேவையானவற்றைப் பெறுவதிலும் மிகத் திறன் வாய்ந்தவர்களாக இருந்தனர். சீனர்களுக்கோ பிரித்தானியர்களிடமிருந்து பெறுவதற்கு அதிகமில்லை. அவர்கள் தயாரித்த பொருள்கள் பிரித்தானிய பொருள்களைவிட தரமானவை என்ற நம்பிக்கை அவர்களுக்கிருந்தது. அவர்களுக்கு பிரித்தானியர்களின் வெள்ளி (உலோகம்) மட்டுமே விருப்பமானதாயிருந்தது. இது பிரித்தானியர்களுக்கு கடினமானது. ஏனென்றால் அவ்வளவு வெள்ளி ஏற்றுமதியாகும்போது இங்கிலாந்தின் பணமதிப்பு குறைந்துபோனது. சீனர்கள் பருத்தியை விரும்ப ஆரம்பித்ததால் இந்தப் பிரச்னை சற்றுக் குறைந்தது. சீனாவின் நிலங்கள் பலவும் இலாபம் மிக்க தேயிலைப் பயிரிடுதலுக்கு வழங்கப்பட்டதால் பருத்தி வளர்ப்பை குறைக்க வேண்டியிருந்தது. இந்தியாவில் பருத்தி வளர்ந்தது. இந்தியாவை

கட்டுக்குள் வைத்திருந்த கிழக்கிந்திய கம்பெனி பருத்தியை வெள்ளிக்கு விற்று வெள்ளியைக்கொண்டு தேயிலை வாங்கியது. ஆயினும் சீனர்களின் பருத்திக்கானத் தேவை பிரித்தானியரின் தேயிலைக்கானத் தேவைக்கு அருகில்கூட இல்லை. பிரித்தானியர் களுக்கு அதிர்ஷ்டம் அடித்தது. சீனாவில் இன்னொரு பொருளுக்கான தேவை அதிகரித்து வந்தது - ஓப்பியம். ஓப்பியமும் இந்தியாவில் தயாரானது.

ஓப்பியம் என்பது ஓப்பியம் மலர்களில் இருக்கும் முற்றாத விதைகளின் காயவைக்கப்பட்ட சாறாகும். அது தென் மேற்கு ஆசியாவில் உருவானது. கிரேக்கர்களுக்கும் உரோமையர்களுக்கும் அது பழக்கமானது. அரேபியர்கள் அதை இந்தியாவிற்குக் கொண்டு வந்திருக்கலாம். இது எப்போது எனத் தெரியவில்லை. ஆனால் 16ஆம் நூற்றாண்டில் பிகாரில் இது பெருமளவில் பயிரிடப்பட்டு விற்கப் பட்டது. சீனாவுக்கு ஏற்றுமதி செய்யப்பட்டிருக்கும் வாய்ப்பும் உண்டு.

அரேபியர்கள் சீனாவுக்கு ஓப்பியத்தை எடுத்துச்சென்றிருக்கும் வாய்ப்பும் உள்ளது. சீனர்களிடம் இந்தியர்களைவிட முழுமையான வரலாற்றுப் பதிவுகள் உண்டு. எனவே ஓப்பியம் அறிமுகமானது அரேபியர் அங்கு சென்ற காலங்களுக்கு முந்தையது என்பதை அறியலாம். அரேபியர்கள் சீனர்களைவிட இந்தியர்களையே முதலில் சந்தித்தனர். எனவே அவர்களுக்கே முதலில் ஓப்பியத்தை அறிமுகப்படுத்தியிருக்கும் வாய்ப்புண்டு. அரேபியர்கள் (சீனாவின்) கேன்டன் பகுதிக்கு ஏழாம் நூற்றாண்டில் சென்றதாகப் பதிவிருக்கிறது. அதே நூற்றாண்டில் சீனாவில் பாப்பி பயிரிடப் பட்டதற்கும் ஆதாரமுண்டு. 973ல் பேரரசர் சுங் டாய்ட்சு ஒரு மருத்துவப் பணியை நடத்த ஆணையிட்டார். அதில் பாப்பி குறித்து கூறப்பட்டுள்ளது:

> ‘அதன் விதைகளுக்கு குணமளிக்கும் பண்புண்டு. மனிதர்கள் சாகாமை தரும் கல்லை உட்கொண்டபிறகு (பாதரசம்?) அது வீரியத்துடன் வேலைசெய்வதை உணர்கின்றனர். பசி இல்லாமல் போவதால் உணவுண்ண முடியாமல் அவதியுறுகின்றனர். அவர்களுக்கு இந்த விதைகளை மூங்கில் சாறுடன் கலந்து கஞ்சிபோலக் காய்ச்சிக் குடிப்பது பலனளிக்கும்.’

பின்வந்த நூற்றாண்டுகளில் பல குறிப்புகளிலும் ஓப்பியம் பல நோய்களுக்கு மருந்தாகவும் குறிப்பிடப்பட்டுள்ளது. இருமல் முதல் வயிற்றுப்போக்குவரை. 16ஆம் நூற்றாண்டுக்குள்ளாக ஓப்பியம் சீனாவில் தயாரிக்கப்பட்டது என்பது மிகத் தெளிவானது. மருத்துவம்

தவிர்த்த வேறு காரணங்களுக்காக ஒப்பியம் உட்கொள்ளப்பட்டதா என்பது பதிவாகவில்லை. ஆனால் பிற நாடுகளின் அனுபவத்தைக் கொண்டு, அதன் அடிமையாக்கும் தன்மையையும் சேர்த்துப் பார்க்கையில் இது நிகழ்ந்திருக்க வாய்ப்புண்டு.

புகையிலை வந்து சேர்ந்தபோது ஒப்பியத்தின் பயன்பாடு மாறியது. பிலிப்பைன்ஸிலிருந்து சீனாவுக்கு புகையிலை வந்திருக்கலாம். பிலிப்பைன்ஸில் இஸ்பானியர்கள் அமெரிக்காவிலிருந்து 1620வாக்கில் புகையிலையை அறிமுகம் செய்தனர். கடைசி மிங் பேரரசர் ஸ்ஜூ ட்சங் 1628முதல் 1644வரை ஆட்சியிலிருந்தபோது புகையிலையைத் தடை செய்ய முயன்றார். ஆனால் வெற்றி பெறவில்லை. அதற்குள் அது பரவலாகியிருந்தது. விரைவில் மக்கள் பிற போதைப்பொருள்களையும் புகையிலையுடன் கலந்து பயன் படுத்தினர். ஆர்சனிக் எனும் வேதிப்பொருளும் இதில் அடக்கம் (இன்றும் பயனில் உள்ளது). ஆயினும் மிகவும் விரும்பப்பட்ட போதைப்பொருள் ஒப்பியமே.

சிறு அளவில் உட்கொள்ளப்பட்டால் ஒப்பியம் பெருமளவில் விடமுடியாத பழக்கமாவதில்லை; அதன் விளைவுகளும் மோசமானதாயில்லை. மத்திய கிழக்கிலும் தெற்காசியாவிலும் பலர் அதை ஒரு பொழுதுபோக்குப் பொருளாக எடுத்துக்கொண்டு வேலைகளில் ஈடுபடுகின்றனர், அது உடல்வலுவை இழக்கச்செய்யும் என்றாலும். மேற்கத்தியர்கள் தொடர்ந்து ஒப்பியம் எடுத்துக்கொண்டதற்கான பல பதிவுகளும் உள்ளன. அவர்களும் தொடர்ந்து பணிகளைச் செய்தனர். அதீத பயன்பாடு, குறிப்பாக நோய்வலியைக் கட்டுப்படுத்த எடுக்கப்படும்போது அது பெரும் அழிவுக்கு இட்டுச்செல்கிறது. கோலெரிட்ஜ், டெ குயின்சி மற்றும் இந்தியாவின் கிளைவ் ஆகியோர் ஒப்பியம் அதிக அளவில் உட்கொள்வதன் கெடுபலனை அனுபவித்தவர்கள். அதை புகைத்தல் இன்னும் மோசமானது. பழைய சீனக் குறிப்பொன்று இதை இன்னும் துல்லியமாகச் சொல்கிறது.

> ‘எந்த வேலையுமில்லாத சில இளைஞர்கள் இரவில் புகைபிடிக்கவென்று ஒன்றாய்க் கூடுவதுண்டு; அவர்களுக்கு அது ஒரு பழக்கமாக மாறிவிட்டிருந்தது. பொதுவாக தேனிலோ சர்க்கரையிலோ பழங்களுடன் தயாரிக்கப்பட்ட பத்து அல்லது அதற்கும் மேலான உணவு வகைகள் புகைப்பவர்களுக்கு வழங்கப் பட்டது. புதியவர்களை ஈர்க்க முதல் முறை வருபவர்களுக்குக் கட்டணம் வசூலிக்கப்படுவதில்லை. சில முறைகளுக்குப் பின் அவர்களால் வராமலிருக்க முடிவதில்லை. அவர்கள்

சொத்தெல்லாம் போனாலும் அவர்கள் வருவார்கள். புகைப்பவர்களால் இரவு முழுவதும் விழித்திருந்து கொண்டாட முடியும். அதன்பின் அவர்கள் குணப்படுத்த முடியாதவர்களாயினர். ஒருநாள் புகைக்காமலிருந்தாலும் அவர்களது முகம் திடிரெனச் சுருங்கிவிடும். உதடுகள் திறந்திருக்கும். பற்கள் வெளியே தெரியும். எல்லா வசீகரத்தையும் இழந்துபோனார்கள். பார்ப்பதற்குச் சாகத் தயாரானவர்கள்போல இருந்தனர். இன்னொருமுறை புகைப்பது அவர்களை புதுப்பித்தது. மூன்று வருடங்களுக்குள் அவர்கள் அனைவரும் இறந்துபோவார்கள்.'

அந்தக் கால கட்டத்தில் ஒப்பியம் புகைப்பது பரவலாக சீனாவின் கடலோர மாகாணங்களிலும் பர்மோசா தீவிலும் மட்டுமே இருந்தது. இருப்பினும் பெக்கிங்கில் (பீஜிங்) இருந்த அரசாங்கம் அதிர்ச்சியடைந்து 1729ம் ஆண்டு புகைப்பதற்காக ஒப்பியம் விற்கப்படுவதை தடை செய்தது. புகைப்பவர்களுக்கு எதிராக எந்த நடவடிக்கையும் எடுக்கப்படவில்லை. ஆனால் விற்பனை செய்தவர்கள் சிறையிலிடப்படுவர். பின்னர் கழுத்து நெரிக்கப்பட்டு கொல்லப்படுவர். ஆனாலும் ஒப்பியம் இறக்குமதியாவது தொடர்ந்தது. மேலோட்டமாய் மருத்துவத்திற்கென்று இருந்தாலும் அதிகமும் புகைப்பதற்கே பயன்படுத்தப்பட்டது. சுங்க அதிகாரிகளுக்கு லஞ்சம் வழங்கி இறக்குமதி எளிதாக்கப்பட்டது. 1727ல் 200 பெட்டகங்கள் இறக்குமதியாகின. ஒரு பெட்டகம் தோராயமாக 140 பவுண்டுகள். 1767ல் 1000 பெட்டகங்கள் இறக்குமதியாகின. இவற்றில் அதிகமானவை இந்தியாவிலிருந்தே வந்தன.

முகலாயர்கள் 16ஆம் நூற்றாண்டில் இந்தியாவின் பெரும்பகுதியை கட்டுக்குள் வைத்திருந்தபோது ஒப்பியம் பயிரிடுவது ஒழுங்கு செய்யப்படவில்லை. பேரரசர் அக்பர் (1556-1605) ஒப்பிய விளைச்சலை வாங்குவதும் அதை விற்பதும் அரசின் தனியுரிமையாக மாற்றினார். முகலாயப் பேரரசர்கள் பின்னர் அந்த உரிமையை ஒப்பந்தாரர்களுக்கு அளித்து இலாபம் ஈட்டினர். பயிர் வளர்ப்பை யார்வேண்டுமானாலும் செய்துகொள்ளலாம். ஆனால், அதை அரசின் ஒப்பந்தாரருக்கு மட்டுமே விற்கமுடியும். ஒப்பந்தாரர்கள் விளைச்சலை ஒப்பியமாக்கி அதை இந்தியாவிற்குள்ளிருந்த வணிகர்களுக்கு ஏற்றுமதிக்காக விற்றனர்.

ஏற்றுமதி வியாபாரம் பல ஐரோப்பிய நாடுகளால் கட்டுப்படுத்தப்பட்டது. குறிப்பாக டச்சுக்காரர்களால். பிரிித்தானியர்கள் வங்காளத்தில் வெற்றி பெற்ற பின்னரும் இதுவே நிலைமையாயிருந்தது.

1773ல் பிரிந்தானியர்கள் வங்கத்தையும் பிகாரையும் முகலாயரிடமிருந்து கைப்படுத்தினர். அதன்மூலம் ஒப்பியத்தின் மீது தனியுரிமையை நிலைநாட்டினர். அந்த உரிமை மீண்டும் ஒப்பந்ததாரர்களுக்கு வழங்கப்பட்டது. அவர்களே கம்பெனியின் ஆட்சிப்பகுதியிலுள்ள ஒப்பியத்தையும் பிற மாநிலங்களிலிருந்து இறக்குமதியான ஒப்பியத்தையும் வர்த்தகம் செய்யும் உரிமை பெற்றிருந்தனர். ஆனால் ஏற்றுமதிக்கு உகந்த உயர் ரக ஒப்பியம் கிழக்கிந்திய கம்பெனிக்கு முன்னிர்ணய விலையில் விற்கப்பட வேண்டும். ஒப்பந்ததாரர்கள் ஒப்பிய விவசாயிகளை மிகவும் ஒடுக்கத் தொடங்கியதால் விளைச்சலும் வருமானமும் குறையத் துவங்கியது. எனவே கம்பெனி நேரடியாக விவசாயிகளிடமிருந்து விளைச்சலை வாங்கத்துவங்கியது. துவக்கத்தில் கம்பெனி நேரடியாக சீனாவுக்கும் தென்கிழக்கு ஆசியாவுக்கும் ஏற்றுமதி செய்தது. ஆனால் அது கம்பெனியின் ஆதார அரசாணைக்கு விரோதமானது என அறிந்ததும் கல்கத்தாவில் ஏலத்தின்மூலம் ஏற்றுமதிக்கான ஒப்பியத்தை விற்றது. அது எந்த நாட்டுக்கு வேண்டுமானாலும் ஏற்றுமதியாகலாம்.

ஆங்கிலேய ஆட்சியின் கீழல்லாத இந்திய சிற்றரசர்களின் ஆட்சிக்குட்பட்ட பல பகுதிகளும் ஒப்பியத் தயாரிப்பில் முக்கிய இடம் பெற்றன. இவை அதிகமும் மத்திய இந்தியாவிலும் இராஜஸ்தானிலும் இருந்தன. இப்பகுதியிலிருந்து வந்த ஒப்பியம் 'மால்வா' என அழைக்கப்பட்டது. அது அங்கிருந்த ஒரு மாவட்டத்தின் பெயராகும். ஆங்கிலேயர்கள் இங்கிலாந்துக்கு வருமுன்னரே டச்சுக்காரர்களும் போர்ச்சுக்கீசியர்களும் மால்வா ஒப்பியத்தை ஏற்றுமதி செய்தனர். இவை மும்பை வழியே ஏற்றுமதியாவதே வழக்கம். மும்பை ஆங்கிலேயர் கையில் வந்தபின்னர் 1803ல் அவர்கள் அதை தடைசெய்தனர். இருப்பினும் பிற இடங்களிலிருந்து ஒப்பியம் ஏற்றுமதியானது. அவற்றைக் கைப்பற்றவோ அல்லது அவற்றைச் சுற்றியிருக்கும் இடங்களை கைப்பற்றி ஒப்பியம் கொண்டு செல்ல வரி வசூலிக்கவோ ஆங்கிலேயருக்கு மேலும் சில ஆண்டுகள் பிடித்தன. 1843ல் இதை ஆங்கிலேயர் செய்துமுடித்தனர். அதன் உச்ச காலத்தில் இந்திய ஒப்பியத் தயாரிப்பில் ஒரு மில்லியனுக்கும் அதிகமான மக்கள் பணியிலிருந்தனர்.

சீனர்கள் ஏன் பிற ஒப்பியங்களைவிட இந்திய ஒப்பியங்களை விரும்பினர் என்பது ஒரு புதிர்தான். ஒப்பியச் செடி சீனாவில் நன்றாக வளர்ந்தது. தேயிலையைப்போலன்றி ஒப்பியச் செடியை வளர்ப்பது எளிதானது. பிற பொருள்களைப்போல இதுவும் 'பழக்கத்தினால்' வந்த விருப்பமாக இருக்க சாத்தியமுண்டு. பழகிய சுவையை

விட்டுக்கொடுக்க மனமில்லாத நிலை. சீனர்களுக்கு ஏற்ற ஒப்பியத்தைத் தயாரிக்க இந்தியாவில் பிரத்யேக முயற்சிகள் மேற்கொள்ளப்பட்டன. 1836ல் ஆங்கிலேய ஒப்பிய அதிகாரி ஒருவர் எழுதியதைப்போல 'வங்க ஒப்பிய வியாபாரிகளுக்கு ஒரே ஒரு குறிக்கோள்தான் இருந்தது. சீனர்களின் தனிப்பட்ட சுவைக்கேற்ற ஒப்பியத்தை தயாரிப்பது என்பதுதான் அது.'

18ஆம் நூற்றாண்டின் இறுதி பத்தாண்டுகளில் இரு அதிர்ச்சிதரும் விஷயங்கள் சீன பேரரசரின் கவனத்துக்கு கொண்டுசெல்லப் பட்டன. முதல் விஷயம் ஒப்பியத்தை வெளிப்படையாக புகைக்கும் பழக்கம் பெக்கிங்கை அடைந்துவிட்டது என்பது. இரண்டாவது விஷயம் மருந்துக்கென்றே இறக்குமதியானாலும் வருடாந்திர ஒப்பிய இறக்குமதி 4000 பெட்டகங்களாய் கூடியிருந்தது. ஒப்பியத்துக்காக கட்டப்படும் வெள்ளியின் அளவு ஏற்றுமதி இறக்குமதிச் செலவுகளின் சமநிலையை பாதித்தது. 1796ல் பேரரசர் வெள்ளியை ஏற்றுமதி செய்வதையும் ஒப்பியம் இறக்குமதி ஆவதையும் முற்றிலும் தடை செய்தார்.

இது சீன ஒப்பியத்தின் தயாரிப்பை அதிகப்படுத்தியது. ஆனால் வேறு எந்தத் தாக்கத்தையும் ஏற்படுத்தவில்லை. கிழக்கிந்திய கம்பெனி தங்கள் கப்பல்களில் ஒப்பியம் ஏற்றிச்செல்லப்படுவதைத் தடை செய்தது. ஆனால் பிற கப்பல்களில் செல்வதற்கு உற்சாகமாய் அனுமதி வழங்கியது. வங்க மற்றும் மால்வா ஒப்பியங்களை அவரவர் ஏலத்தில் வாங்கி சீனாவுக்கு கடத்த ஆரம்பித்தனர்.

சீன அதிகாரிகளின் ஒத்துழைப்புடனே கடத்தல் நடந்தது. அவர்கள் அதிக லஞ்சம் பெற்றுக்கொண்டே இதைச் செய்தனர். வங்கமும் மால்வாவும் போட்டி போட்டு விலையைக் குறைத்து ஒப்பிய பயன்பாட்டை அதிகரித்தனர். 1820ல் சீன அரசு ஒப்பிய இறக்குமதியை தடைசெய்வதில் சில வெற்றிகளைக் கண்டது. கன்டோனீஸ் துறைமுகமான வாம்பொவாவில் ஒப்பியம் இறக்குமதி செய்வதை முதலில் தடுத்து நிறுத்தியது. புதிய கடத்தல் முறை உருவானது. கான்டன் ஆற்றின் முகத்துவாரத்தில் நிறுத்திவைக்கப்பட்டிருந்த சரக்குக் கப்பல்களில் ஒப்பியம் ஏற்றப்பட்டது. இக்கப்பல்கள் பிடிக்கப்படுவதிலிருந்து தப்புவதற்காக ஆயுதம் தாங்கிய கப்பல்களாகவும் உருவாகின. அங்கிருந்து லஞ்சம் கொடுத்துக் கொடுத்து ஆற்றின் வழியாக ஒப்பியம் உள்நாட்டுக்குள் எடுத்துவரப்பட்டது. இதை சீன கடத்தல்காரர்களே செய்தனர். அவர்கள் வெள்ளியால் விலை தந்தனர். அவ்வெள்ளி சீனத் தேயிலையை வாங்கவோ அல்லது இந்தியாவில் மேலும் ஒப்பியம் வாங்கவோ பயன்படுத்தப்பட்டது.

அமெரிக்கர்களும் ஓப்பியத் தொழிலில் ஈடுபட்டனர். இந்திய ஓப்பியத்தில் ஆங்கிலேயருக்கு தனியுரிமை இருந்ததால் அவர்கள் துருக்கியில் அதை வாங்கினர். 1818க்கும் 1833க்கும் இடையே அமெரிக்கர்கள் $5 மில்லியன் மதிப்புள்ள ஓப்பியத்தை சீனாவுக்குள் கொண்டுவந்தனர். இது ஆங்கிலேயர் கொண்டுவந்த $100 மில்லியனைவிட இருபது மடங்கு சிறியது. இதில் முக்கியமான அமெரிக்க நிறுவனம் ÷ரசல் - கம்பெனி. அதன் கப்பல்களில் அமெரிக்கக் கொடி பறக்கவிடப்பட்டிருக்கும். ஓப்பிய மாலுமிகளில் ஒருவன் அதன் தலைமை நிர்வாகியுமானான். அவரைத் தொடர்ந்து இரண்டாம் வாரன் டிலேனோ தலைவரானார். இவர் அமெரிக்க அதிபர் பிராங்க்ளின் டிலேனோ ரூசெவெல்ட்டின் தாத்தா ஆவார்.

1830க்குள் சீனா வருடத்திற்கு 18,000 பெட்டகங்கள், அதாவது இரண்டரை மில்லியன் பவுண்ட் இந்திய ஓப்பியத்தை இறக்குமதி செய்திருந்தது. இது தேயிலை ஏற்றுமதி மதிப்பைவிட அதிகமானது. கிட்டத்தட்ட 9 மில்லியன் ஸ்பானிய டாலர்கள். (சீனாவில் ஓரளவு மெக்சிக்கோ மற்றும் பிற டாலர்கள் வழக்கிலிருந்தாலும் ஸ்பானிய டாலரே சர்வதேச வியாபாரத்திற்கு அதிகம் பயன்படுத்தப்பட்டது. 9 மில்லியன் ஸ்பானிய டாலர்கள் தோராயமாய் £2.2 மில்லியன்). ஆங்கிலேய வணிகர்கள் ஓப்பியம் வியாபாரத்தை விரிவுபடுத்த புது வழிகளைக் கண்டுபிடித்தனர். ஜார்டின் மாத்தெசன் எனும் நிதி நிறுவனத்தை உருவாக்கிய டாக்டர் வில்லியம் ஜார்டின் தலைமையில், அவர்கள் சீனாவின் கடற்கரையோரங்களில் வியாபாரத்தை ஆரம்பித்தனர். புதிய சந்தைகளை, புதிய போதை அடிமைகளை, புதிய இலாபங்களை உருவாக்கிக்கொண்டனர்.

வில்லியம் ஜார்டின் 1784ல் ஒரு ஸ்காட்லாந்து பண்ணையில் பிறந்தார். 18வயது இருக்கும்போதே எடின்பரோவிலிருந்த ராயல் காலேஜ் ஆஃப் சர்ஜியன்ஸில் டிப்ளமா வாங்கினார். அதே மாதம் சீனாவுக்கு துணை மருத்துவராகப் பயணித்தார். கப்பல் அலுவலர்களைப்போல அவருக்கும் 'சிறப்பு எடையளவு' இருந்தது. அதாவது கப்பலில் இருந்த சரக்கில் அவருக்கும் பங்குண்டு. அவரது பங்கு இரு டன்கள். அது உயரதிகாரிகளைவிட மிகக் குறைவு என்றாலும் இலாபகர மானது. 1817வரை ஜார்டின் இதைத் தொடர்ந்தார். அதன் வழியே கிழக்கில் ஒரு பெரிய வியாபார தொடர்புவலையை உருவாக்கினார். அடுத்தவருடத்தில் அவர் லண்டனிலிருந்து பாம்பேக்கு பயணித்து அங்கே பார்சி வியாபாரிகளுடன் சேர்ந்து சீனாவுக்கு கப்பல் விடும் தொழிலில் ஈடுபட்டார். 1822ல் ஜார்டின் கேன்டனுக்கு குடிபெயர்ந்து பெருமளவில் ஓப்பிய வியாபாரத்தில் ஈடுபட்டார். பெரும் செல்வம் சேர்த்தார். 1828ல் சக ஸ்காட்லாந்தினர் ஜேம்ஸ் மத்தேசனோடு

தே : ஒரு இலையின் வரலாறு | 81

சேர்ந்து ஜர்டீன் மத்தேசன் நிறுவனத்தை ஆரம்பித்தார். மத்தேசனும் ஒப்பிய வியாபாரத்தில் ஈடுபட்டவரே. இனியவரானாலும் ஜார்டீன் திறன் மிக்கவராயும் கடுமையானவராயுமிருந்தார். அவரைப்பற்றி ஒன்று சொல்லப்படுகிறது. வேலையைத் துரிதப்படுத்த அவரது அலுவலகத்தில் இருக்கைகளே இருக்காது என்று. ஒருமுறை கேன்டனில் இருந்த அலுவலகம் ஒன்றில் ஒரு மனுவை அவர் அளிக்கையில் பின்னாலிருந்து விழுந்த மூங்கில் கழை ஒன்று அவர்மீது பலமாக விழுந்தது. அவர் திரும்பிக்கூடப் பார்க்கவில்லை. அதன்பின் சீனர்கள் அவரை 'இரும்புத்தலையுடைய பழம் பெருச்சாளி' என அழைத்தனர்.

ஜார்டீனும் பிற வெளிநாட்டவரும் சேர்ந்து ஒப்பிய வியாபாரத்தை மிகப் பெரிதாக்கினர். 1838ல் வங்க மற்றும் மால்வா ஒப்பியம் 4 3/4 (நாலேமுக்கால்) மில்லியன் பவுண்ட் ஏற்றுமதியானது. உலகத்திலேயே அதிக மதிப்புள்ள ஏற்றுமதி அதுதான். சீனாவின் வெள்ளி இந்தியாவுக்குள் குவிந்துகொண்டிருந்தது. அங்கே அது ஆங்கிலேயரால் காலனியாக்கத்தை வேகப்படுத்தவும், புதிய பிரதேசங்களை பிடிப்பதற்கும் பயன்படுத்தப்பட்டது. உபரி வெள்ளி - அது பெரிய உபரி - இங்கிலாந்துக்கு அனுப்பப்பட்டது. 1830களில் வருடத்திற்கு £4 மில்லியன் இந்தியாவிலிருந்து அனுப்பப்பட்டது.

ஆங்கிலேயரின் ஒப்பிய வியாபாரத்தால் ஏற்றுமதி இறக்குமதி சமன்பாடுகளில் ஏற்பட்ட மாறுதல் இங்கிலாந்துக்கும் சீனாவுக்கும் இடையேயான வெள்ளி பரிமாற்றத்தின் அளவால் மிக வெளிப்படையாகத் தெரிந்தது. 1810க்கு முந்தைய பத்தாண்டுகளில் இங்கிலாந்து சீனாவுக்கு 983 டன் வெள்ளியை ஏற்றுமதி செய்தது. 1840க்கு முந்தைய பத்தாண்டுகளில் சீனா இங்கிலாந்துக்கு 366டன் வெள்ளியை ஏற்றுமதி செய்தது.

•

இதற்கிடையே கிழக்கிந்திய கம்பெனியின் நிலை அடிப்படையில் மாற்றம் கண்டது. இங்கிலாந்து நாடாளுமன்றம் சீன வியாபாரத்திற்கான கம்பெனியின் தனியுரிமையை ரத்து செய்தது. 22 ஏப்ரல் 1834 முதல் சீனாவுடன் யார் வேண்டுமானாலும் வியாபாரம் செய்யலாம் என்றானது. ஒரு வருடத்திற்குப்பின் கம்பெனியின் அரசாணை புதுப்பிக்க வேண்டியிருந்தது. இந்தியாவில் அதன் நிலைமை மாற்றியமைக்கப்பட்டது. அதன் விளைவாக கம்பெனி இங்கிலாந்து அரசின் முகவர்போல இந்தியாவில் செயல்பட்டது. வரி வசூலிக்கவும் அரசை நடத்தவும் அதிகாரம் பெற்றது. கம்பெனிக்கான வியாபாரங்கள் நிறுத்தப்பட்டன. 1857ல் நடந்த

இந்திய (சிப்பாய்) கலகத்தைத் தொடர்ந்து கம்பெனியின் இந்த அங்கீகாரமும் பறிக்கப்பட்டது. ஆங்கிலேய அரசு நேரடியாகவே அரசாட்சி செய்ய ஆரம்பித்தது. இந்த இழப்பு இந்தியர்களின் பணத்தைக்கொண்டு கம்பெனிக்கு தாராளமாக ஈடுசெய்யப்பட்டது.

சீனாவுக்கும் மேற்குலகிற்குமான வணிகத்தொடர்பு போர்ச்சுக்கீசியர்களால் துவங்கப்பட்டது. 1517ல் முதலில் அவர்களின் கப்பல் கேன்டனை அடைந்தது. அவர்கள் 'ஃபேக்டரிகள்' எனப்படும் வியாபார சாவடிகளை சீனக் கரையோரம் உருவாக்கினர். 1545ல் சீனர்கள் அவற்றைத் தாக்கினர். பல போர்ச்சுக்கீசியர்கள் கொல்லப்பட்டனர், கப்பல்கள் அழிக்கப்பட்டன. 1549ல் அவர்களது அனைத்து சாவடிகளும் அடைக்கப்பட்டன. ஆனால் 1557ல் அவர்கள் மக்காவோவிலிருந்து வியாபாரம் செய்ய மீண்டும் அனுமதிக்கப்பட்டனர். இது கேன்டனுக்குத் அறுபத்தைந்து மைல்கள் தெற்கேயுள்ள ஓர் ஒடுங்கிய இருமைல் நீளமுள்ள நிலப்பகுதியாகும்.

ஆங்கிலேயக் கப்பல் 1637ல் கேன்டனுக்கு வந்து சேர்ந்தது. ஆனால் 1699ல்தான் அவர்கள் வியாபாரக் கூடமொன்றை நிறுவித் தொடர்ந்து வணிகம் செய்ய முடிந்தது. சீனர்கள் 15 ஏக்கர் நிலத்தை வெளிநாட்டவர்களுக்காக அளித்தனர். அதில் பல நாட்டவரின் நெரிசலில் ஆங்கிலேயரும் சேர்ந்துகொண்டனர். அங்கே டச்சுக்காரர்கள், பிரெஞ்சுக்காரர்கள், அமெரிக்கர்கள், ஸ்பானியர்கள் மற்றும் டேனிஷ் நாட்டவர்களின் 'ஃபேக்டரிகள்' இருந்தன. அந்த நிலம் தங்களுக்குச் சொந்தமானது என வெளிநாட்டவர் கருதிவிடக்கூடாது என்பதால் அவர்கள் அங்கே ஆறு மாதங்கள் மட்டுமே இருக்க அனுமதிக்கப்பட்டனர். மீதி ஆறுமாதங்கள் அவர்கள் மக்காவுக்குச் செல்லவேண்டும். சீனாவின் பிற பகுதிகளுக்குச் செல்வது தடைசெய்யப்பட்டிருந்தது. மக்காவுக்குச் செல்வதை வெளிநாட்டவர் வரவேற்றனர். ஏனென்றால் அவர்கள் கேன்டனுக்கு பெண்களை உடன் அழைத்துவர, அவர்கள் மனைவியோ அல்லது வைப்பாட்டியோ, அனுமதி இல்லை. அதேபோல சீனப் பெண்களையும் அவர்கள் அணுகத் தடையிருந்தது. மக்காவில் வெளிநாட்டவர் தங்கள் குடும்பங்களுடன் இருக்க அனுமதி இருந்தது. அவர்கள் வைப்பாட்டிகளைத் தேடிக்கொள்ளலாம் அல்லது அங்கிருந்த பல உடற்தொழிற்கூடங்களில் ஏதேனும் ஒன்றுக்குச் செல்லலாம்.

தங்கள் மேன்மையில் அதிநம்பிக்கைகொண்ட சீனர்கள் தங்களின் கீழ்மையை ஒப்புக்கொள்ளாத வேறெந்த நாட்டினுடனும் அரசுரீதியான உறவைப் பேண மறுத்தனர். வெளிநாட்டு வணிகர்களுடனான எல்லா தொடர்புகளும் சீன வியாபாரிகளின்

குழுமத்தின் வழியாகவே நடைபெற்றது. அதன் பெயர் 'கொஹாங்'. இவர்களை சீன அரசவையின் அதிகாரிகள் கண்காணித்தனர்.

கிழக்கிந்திய கம்பெனிக்கு நேர்ந்த நிலைமாற்றம் கேன்டனில் எதிர்வினைகளை உருவாக்கியது. கம்பெனியின் தனியுரிமை காலாவதியானபோது இங்கிலாந்து அரசின் ஆங்கிலேய வணிகர்கள் நேரடியாக சீனர்களுடன் தொடர்புகொள்வதற்குப்பதில் வணிகத்திற்கான உயரதிகாரியை (சூப்பரின்டெண்டன்ட் ஆஃப் டிரேட்) அமர்த்தியது. அவர் பெயர் நேப்பியர் பிரபு. அவருக்கு வெளியுறவுத்துறை செயலர் பாமெர்ஸ்டனிடமிருந்து தன் புதிய பதவியை கேன்டனின் கவர்னர் ஜெனரலுக்கு அறிவிக்கும்படி கட்டளையிருந்தது.

நேப்பியர் ஜூலை 1834ல் சீனாவை வந்தடைந்தார். அவர் கொடுத்த அதிகாரபூர்வ கடிதம் ஏற்றுக்கொள்ளப்படவில்லை. கவர்னர் ஜெனரல் அவரை மசவோவிலிருந்து வெளியேறும்படிக் கட்டளையிட்டார். நேப்பியர் மறுத்தபோது சீனர்கள் வியாபாரக் கூடங்களை தடைசெய்தனர்.

நேப்பியர் இரு ஆங்கிலேய போர்க்கப்பல்களை வரவழைத்தார். சீனர்கள் ஆற்றை மறித்து அறுபத்தெட்டு போர் படகுகளை (சீனப் பாய்மரப் படகுகள்) எதிர் நிறுத்தினர். 21 செப்டம்பர் 1834ல் நேப்பியர் அவமானத்துடன் திரும்பினார். மக்காவில் அடுத்த மாதமே காய்ச்சலால் இறந்தார். வணிகம் சகஜநிலைக்குத் திரும்பியது.

ஓப்பியப் பழக்கம் மோசமாக மோசமாக பெக்கிங்கிலிருந்த பேரரசருக்கு வெவ்வேறு அறிவுரைகள் வழங்கப்பட்டன. மக்களின் மோசமான நிலையைவிட பணமதிப்பைக்குறித்து கவலைகொண்ட சிலர் ஓப்பியத்தை சட்டபூர்வமானதாக அறிவிக்கலாம் என்றனர். பிறர் தடையை பயனுள்ளமுறையில் நிறைவேற்றும் வழிகளை பரிந்துரைத்தனர். பேரரசர் இரண்டாவது பரிந்துரையை தேர்ந்தெடுத்தார். இப்பரிந்துரைகளில் ஓப்பிய அடிமைகளுக்கு மரணதண்டனை விதிப்பதும் (தண்டனைக்கு முன்பு ஒரு வருடம் அவர்கள் மறுவாழ்வு பெற வாய்ப்பளிக்கப்பட்டது), வெளி நாட்டவர் உட்பட ஓப்பிய வியாபாரிகள் அனைவருக்கும் கடும் தண்டனைகள் வழங்கவும் இடமிருந்தது. 1838ன் கடைசி நாளில் ஒழுக்கத்தை பரிந்துரைத்தவர்களில் முதன்மையானவரான லின் செ-சூ பிரச்னையை 'வேரோடு பிடுங்க' அரசின் ஆணையராக நியமிக்கப்பட்டார்.

லின் செ-சூவுக்கு 53 வயதாகியிருந்தது. சீன அரசுப் பணிகளில் பல பதவிகளை அவர் வகித்திருந்தார். நீதி ஆணையராக, நிதி

ஆணையராக. அப்போது ஹுப்பே மற்றும் ஹுனான் பகுதியின் கவர்னர் ஜெனரலாக பதவியிலிருந்தார். அவர் நியாயமானவராகவும், மனிதாபிமானமுடையவராகவும் அறியப்பட்டார். அவரை 'வானங்களைப்போல தெளிவுள்ள லின்' என அழைத்தனர். ஜூலை 1838ல் லின், பேரரசருக்கு ஓர் அறிக்கையை அனுப்பியிருந்தார். அதில் ஒப்பியத்தை தடை செய்ய தீவிர சட்ட அமலாக்கத்தை பரிந்துரைத்திருந்தார். ஒப்பியம் புகைக்கும் சாதனங்களை அழிப்பது, மறுவாழ்வுக்கென்று கால நிர்ணயம் செய்வது, மேலும் வியாபாரிகள் மற்றும் கடத்தல்காரர்களுக்கு கொடுமையான தண்டனைகளை வழங்குவது போன்ற கொள்கைகளை அவர் கொண்டிருந்தார். அவரது மாகாணத்தில் அவர் இவற்றை நடைமுறைபடுத்தி வெற்றியும் கண்டிருந்தார். லின் கலந்தாலோசனைக்காக பெக்கிங்கிற்கு அழைக்கப்பட்டார். அங்கே அவர் பேரரசரை 19முறை சந்தித்து தன்னால் மட்டுமே, கேன்டனில் இருந்த நிலைமையைச் சரிசெய்ய முடியும் என அரசரை நம்பவைத்தார்.

லின் உடனடியாக வேலையிலிறங்கினார். ஜனவரி 8, 1839ல் பெக்கிங்கிலிருந்து கேன்டனுக்கு பணியாளர்களின் சிறு கூட்டத்துடன் பயணம் மேற்கொண்டார். அது கொடுமையான, மெதுவான பயணமாயிருந்தது. ஏனென்றால் அதன் பெரும்பகுதி சீன ஆறுகளில் படகில் நிகழ்ந்தது. உயர்ந்த பகுதிகளில் பனிப்பொழிவும் இருந்தது. பயணம் முடிய இரண்டு மாதங்களானது. ஆனால் லின் வேகக்குதிரையோட்டிகளின் மூலம் ஏற்கெனவே செய்தி அனுப்பியிருந்தார். அவர் வரும் முன்னரே பலர் கைதாகியிருந்தனர். அமெரிக்க வியாபாரிகள் ஒப்பியத்தை கைவிட முடிவு செய்தனர். சில ஆங்கிலேயர்களும். மீதி இருந்தவர்கள் சில ஜார்டீன் மத்தேசன் ஆதரவு பெற்ற ஆங்கிலேய வணிகர்களும் ஹிர்ஜிபாய் ரஸ்ட்டும்ஜி தலைமையில் இயங்கிய இந்திய பார்ஸி வணிகர்களும்.

லின் கேன்டனுக்குள் மார்ச் மாதம் 10ம் நாள் படகுமூலம் அதிகாரபூர்வ ஊர்வலத்தோடு நுழைந்தார். எட்டு நாட்களுக்குப் பின் அவர் கொஹாங்குகளை (சீன வியாபாரிகளின் கூட்டமைப்பு) சந்தித்தார். ஒப்பியத்தை சீனாவுக்குள் அனுமதித்து வெள்ளியை வெளியேறச் செய்த தேச துரோகத்துக்காக அவர்களை கடுமையாகக் கடிந்துகொண்டார். வெளிநாட்டவர் கடலுக்குள் வைத்திருக்கும் ஒப்பியத்தை உடனடியாக ஒப்படைக்க கொஹாங்குகள் ஏற்பாடு செய்யவேண்டும், இல்லையேல் அவர்களது சொத்துக்கள் முடக்கப்படும். சிலர் கொல்லப்படுவர் எனும் பயமும் இருந்தது. லின் வெளிநாட்டு வணிகர்கள் வெளியேறுவதையும் தடுத்தார்.

வெளிநாட்டவர் நல்லெண்ணத்திற்காக 1,056 ஒப்பிய பெட்டகங்களை ஒப்படைக்க தங்களுக்குள் முடிவு செய்தனர். லின்னுக்கு அது போதாதிருந்தது. லான்செலாட் டென்ற்-ஐ கைதுசெய்ய ஆணையிட்டார். அவர்தான் ஒப்பிய வியாபாரத்தில் முதன்மையானவர் என லின் கருதினார். ஃபேக்டரிகளையும் முடக்கினார். ஆங்கிலேய முதன்மை மேலதிகாரி சார்லஸ் எலியட் அப்போதுதான் அங்கே வந்திறங்கியிருந்தார். சரியான சமயத்தில் சிக்கினார் அவர். நாற்பத்தேழு நாட்கள் முற்றுகைக்குப் பின்னர் எலியட் எல்லா ஒப்பியமும் ஒப்படைக்கப்படவேண்டும் என ஆணையிட்டார். அதற்கான விலை ஆங்கிலேய அரசால் தரப்படும் என வாக்களித்தார். ஆங்கிலேய, பார்ஸி வியாபாரிகளிடமே அதிக ஒப்பியம் இருந்தது. எம்ரிக்கர்களிடம் 1,000 பெட்டகங்கள் இருந்தன. ÷9மில்லியன் மதிப்புள்ள 20,283 பெட்டக ஒப்பியம் கடலில் கொட்டப்பட்டது.

அத்தனை பணமும் வீணாகப் போவதை விரும்பாத ஆங்கிலேயர் தங்கள் படைகளை அனுப்புவது தவிர்க்க முடியாததானது. ஆங்கிலேய வெளியுறவுத்துறை செயலர் பாமர்ஸ்டன் பிரபு ஒரு சண்டைக்காரர். 'போர்ப்படகு இராஜதந்திரத்திற்கு' பெயர்போனவர். 24வயதிலேயே அவர் போர்க்கால செயலராக நியமிக்கப்பட்டார். பின்பு 19 வருடங்கள் அதே பதவியில் நீடித்திருந்தார். ஊடகங்கள் அவரை முறையற்றவர் எனக் கருதி 'லார்ட் குப்பிட்' என கேலி செய்தாலும் அவர் கடினமாக உழைப்பவராயிருந்தார். பல இரவுகளில் அதிகாலை 1 மணிவரைக்கும் பணிசெய்தார். தூங்கி விழாமலிருக்க உயர்ந்த மேசை ஒன்றின்மேல் ஏறி நின்றுகொள்வார். அவர் உலகம் முழுவதிலும் தீவிரமான இராணுவ நடவடிக்கைகள் உட்பட்ட வெளியுறவுக்கொள்கையை சிரத்தையுடன் செயல் படுத்தினார். பதவி ஏற்ற பதினொரு வருடங்களில் அவர் கடற்படையை நேப்பிள்சின் அரசருக்கும் எகிப்தின் வைஸ்ராய்க்கும் எதிராகப் பயன்படுத்தினார். ராட்டெர்டாமையும், நேப்பிள்ஸ், ஆக்கர் மற்றும் பெய்ரூட்டையும் முற்றுகையிட்டார்.

பமெர்ஸ்டன் ஒப்பிய வியாபாரியான வில்லியம் ஜார்டினிடம் ஆலோசனை கேட்டார். ஜார்டின் ஆணையர் லின் கேன்டனுக்கு வந்து சேரும் முன்னரே அங்கிருந்து கிளம்பிவிட்டார். பின்னர் சீனாவின் முக்கியத் துறைமுகங்களை முற்றுகையிட ஆணையிட்டார். கைப்பற்றப்பட்ட ஒப்பியத்தின் விலையைப் பெறும்வரை முற்றுகை நீடிக்க வேண்டும். அதனுடன் இந்த முற்றுகை முயற்சிக்கான செலவையும் சீனா தரவேண்டும். மேலும் சீனா ஆங்கிலேய

வியாபாரிகளையும் அவர்களது ஓப்பியத்தையும் திறந்தமனதுடன் அனுமதிக்கவேண்டும். மேலும் அவர்களது தீவொன்றை இங்கிலாந்துக்கு விட்டுக்கொடுக்க வேண்டும் போன்ற கோரிக்கைகளை முன்வைத்தார்.

மெக்காலே நாடாளுமன்றத்தில் அரசுக்கு ஆதரவாகப் பேசினார்:

> ...கேன்டனிலிருந்த வியாபாரிகள் 'அவர்கள்மீது ஏற்றப் பட்டிருக்கும் வெற்றிகரமான கொடியை தைரியத்துடன் நோக்கவேண்டும். அது அவர்கள் தோல்விக்கோ, பணிந்து போவதற்கோ அல்லது அவமானத்திற்கோ பழகியிராத நாட்டவர் தாங்கள் என்பதை அவர்களுக்கு நினைவூட்டும். தன் பிள்ளைகளுக்கிழைக்கப்பட்ட தவறுகளுக்கெல்லாம் கேட்பவர் காதுகள் சிலிர்க்கும்வகையில் ஈடுகட்டிய நாட்டவர் என்பதையும்; அவமானப்படுத்தப்பட்ட தன் அதிகாரியின் முன் அல்ஜீரியாவின் அதிகாரியை புழுதிமீது பணியச் செய்த நாட்டவர் என்பதையும்; பிளாஸியின் சமவெளிகளில் பிளாக் ஹோலில் பாதிப்புக்கு உள்ளானவர்களுக்காகப் பழிதீர்த்த நாட்டவர் என்பதையும்; இங்கிலாந்தின் குடிமகனின் பெயர் உரிமைக் குடிமகனின் பெயரளவுக்கு மதிக்கப்படச் செய்வேன் என உறுதிபூண்ட காவலனின் காலத்திலிருந்து கீழ்மையையே அறியாத நாட்டவர் என்றும் (அது அவர்களுக்கு உணர்த்தட்டும்).'

கிளாட்ஸ்டோன் நாடாளுமன்ற எதிரணிக்கு தலைமைவகித்தார். 'இந்தப் போர் அதன் அடிப்படைகளிலேயே அறமற்றது. இந்தப் போர் நம் நாட்டை நான் அறிந்திராத, படித்திராத நிரந்தர இழிவுக்கு அழைத்துச் செல்லும்படி உருவாக்கப்பட்டிருக்கிறது,' சுமூக வியாபாரத்தை உறுதிப்படுத்தவேயன்றி ஓப்பிய விற்பனைக்காக போர் தொடுக்கவில்லை எனக் கூறிய அரசுக்கே அன்றைய வெற்றி அமைந்தது. போர் துவங்க அதற்கு அனுமதி வழங்கப்பட்டது.

•

சீனர்கள் இங்கிலாந்தின் போர் அமைப்பை முற்றிலும் குறைத்து மதிப்பிட்டனர். வெளித்தொடர்புகளில்லாமல் சீனப் படைகள் பழைய தொழில் நுட்பங்களையே நம்பியிருந்தது. மாபெரும் வாட்பயிற்சிகளில் அவர்கள் ஈடுபட்டனர், ஆனால் அவை புத்தம்புதிய மஸ்கெட் துப்பாகிகளுக்கு முன்பு வலுவற்றவை. தங்களது மேன்மையில் நம்பிக்கை கொண்டவர்களான அவர்கள் சண்டைக் கலைபயின்றவர்கள்மீதும் நம்பிக்கை வைத்திருந்தனர். அவர்கள் ஆற்றுப் படுகையில் படுத்திருந்து ஆங்கிலக் கப்பல்களில் துளைகளிட்டனர்.

ஜூன் 1840ல் ஆங்கிலேயர் மக்காவுக்கு அருகில் நீராவிப்படகுகளும், பிற போக்குவரத்து வசதிகளும் கொண்ட 4000 படைவீரர்களையும் பதினாறு போர்க்கப்பல்களையும் ஒருங்கிணைத்தனர். பாமர்ஸ்டனுக்கு கேன்டன் மாகாணத்தில் சண்டையிடுவதைவிட பெக்கிங் சென்று சண்டையிட்டு பேரரசரை சரணடையச் செய்வதே குறிக்கோளாயிருந்தது. அதன்படி ஒரு சிறு அடையாளப் படையை கேன்டனில் விட்டுவிட்டு போர்ப்படை வடக்கே 800 மைல்கள் கடலில் பயணித்து சுசன் தீவை வந்தடைந்தது. அந்தத் தீவை அடையாளமாக கைப்பற்றுவது, பின்னர் அங்கிருந்து வடக்கே பெக்கிங்கின் கரைக்குச் சென்று கோரிக்கைகளை பேரரசர் முன் வைப்பது என்பது திட்டம். ஆங்கிலேய வணிகக்கப்பலிலிருந்த மாலுமிகளை போர்க்கப்பல்கள் பெற்றுக்கொண்டன.

சுசான் எளிதாய் வெல்லப்பட்டது. முதலில் அத்தீவு மக்கள் ஆங்கிலேய கப்பல்கள் வியாபாரத்துக்குத்தான் வந்திருக்கின்றன என்று எண்ணி மகிழ்ந்தனர். ஆங்கிலேயர் விரைவிலேயே அவர்கள் சரணடையவேண்டும் என்பதை தெளிவாகத் தெரிவித்தனர். அவர்கள் மறுத்தபோது அந்நகரத்தின்மீது குண்டுமழை பொழிந்தது. நகரம் வெறும் இடிபாடாய் மாறியதும் ஆங்கிலேயர் அதைச் சூறையாடினர்.

படை வடக்கு நோக்கிப் பயணத்தைத் தொடர்ந்தது. பெக்கிங்கிலிருந்து 100 மைல் தொலைவிலிருந்த டாக்குவை வந்தடைந்தது. ஆங்கிலேயப்படை பெக்கிங்கை தாக்கும் என சீனர்கள் அஞ்சி பேச்சுவார்த்தைக்கு ஒப்புக்கொண்டனர். ஆனால் எந்த ஒப்பந்தத்தையும் எட்டமுடியவில்லை. பாமெர்ஸ்டனின் கடிதமும் அவர்கள் கேட்ட பணமும் சீனர்களை வியப்புக்கு உள்ளாக்கியது. ஆங்கிலேயர் ஒப்பியத்துக்கான தடை குறித்து விவாதிக்க மறுத்தனர். ஆங்கிலேயப் படைகளிடம் ஆழமற்ற உள்நாட்டு நீர்வழிகளில் செல்லும் படகுகள் அதிகம் இல்லாததால் அவர்கள் திரும்பி கேன்டனுக்கு வந்து போரைத் தொடர முடிவெடுத்தனர்.

லின் கேன்டனை விட்டு வெளியேறியிருந்தார். அவர் பதவியிலிருந்து இறக்கப்பட்டு ரஷ்ய எல்லைக்கு நாடு கடத்தப்பட்டிருந்தார். (பின்னாட்களில் லின் மீண்டும் கவர்னர் ஜெனரல் ஆக்கப்பட்டார். அவர் இறுதியில் குவாங்சிகளின் கிளர்ச்சியை அடக்கும் அரசின் ஆணையராக இருக்கையில் 1850ல் இறந்தார். அவர் புனிதராக்கப்பட்டு அவர் நினைவில் பல கோவில்கள் எழுப்பப் பட்டன. 1929ல் சீன அரசு ஜூன் 3ஆம் தேதியை ஒப்பிய ஒழிப்பு நாளாக அறிவித்தது, அந்தத் தேதியில்தான் லின் கேன்டனில் ஒப்பிய

ஒழிப்பு நடவடிக்கைகளை துவங்கியிருந்தார். இப்போதும் பரவலாக சீனாவிலிருக்கும் சீனர்களாலும் வெளிநாட்டுச் சீனர்களாலும் அவர் பெரிதும் மதிக்கப்படுகிறார். நியூ யார்க்கில் ஒரு தெருவுக்கு அவர் பெயரிடப்பட்டுள்ளது.)

லின்னுக்குப் பதில் சிஷான் கேன்டனின் ஆணையராக நியமிக்கப் பட்டார். அவர்தான் டக்குவில் பேச்சுவார்த்தையை நடத்தியவர். ஆங்கிலேயப் படையின் வலிமையைக் கண்ட அவர் எலியட்டுடன் பேச்சுவார்த்தையை ஆரம்பித்தார். பமர்ஸ்டனின் கோரிக்கைகளில் சிலவற்றை ஏற்றுக்கொண்டனர். ஆனால் துறைமுகங்களை விட்டுக்கொடுக்கும் கோரிக்கையை வழங்கத் தயங்கினர். ஆங்கிலேயர், கேன்டன் ஆற்றைப் பாதுகாத்திருந்த சீன துப்பாக்கிப் படையை தாக்கிக் கைப்பற்றினர். பேச்சுவார்த்தை மீண்டும் துவங்கியது. சிஷான் மேலும் தாக்குதல்களை தவிர்க்கும் பொருட்டு ஒரு துறைமுகத்தை வழங்க ஒப்புக்கொண்டார். ஹாங்காங் ஆங்கிலேயர் வசம் வந்தது. சிஷான் நிகழ்வுகளின் நெருக்கடியில் தத்தளித்தார். ஏனென்றால் பேரரசர் இன்னொரு புறம் வெளி நாட்டவரை துரத்தியடிக்க ஒரு 'அழித்தொழிக்கும் போர்ப்படையை' உருவாக்கிக் கொண்டிருந்தார். சிஷான் நிந்திக்கப்பட்டு கேன்டனிலிருந்து சங்கிலியிட்டு இழுத்துச் செல்லப்பட்டார்.

எலியட்டும் பதவியிழந்தார். பாமர்ஸ்டன் அவர் வலுவாகச் செயல்படவில்லை என்று கருதினார்.

'நீர் முன்னின்று நடத்திய நிகழ்வுகள் முழுக்க எனது வழிகாட்டல்களை ஒரு மதிப்பற்ற குப்பைக் காகிதம்போல நீர் கருதியதாகத் தெரிகிறது. உமது நாட்டின் நலனுக்காக நீரே உமது கற்பனைக்கேற்ற முடிவுகளை எடுக்கும் முழு அதிகாரமும் உமக்கு உள்ளதைப்போலச் செயல்பட்டுள்ளீர்.'

ஹென்றி பாட்டிஞ்சர் அவருக்குப்பதிலாக நியமிக்கப்பட்டார்.

பாட்டிஞ்சர் தீர்க்கமான நடவடிக்கைகளுக்காக பெயர்போனவர். 1789ல் பெல்பாஸ்ட்டுக்கருகே ஏழ்மையை நோக்கிச் சென்று கொண்டிருந்த ஒரு குடும்பத்தில் அவர் பிறந்தார். அக்குடும்பத்தின் ஐந்து மகன்கள் இந்தியாவுக்கு பிழைப்புதேடிச் சென்றிருந்தனர். ஹென்றி 12 வயதில் ஒரு கப்பலின் உதவியாளனாகச் சேர்ந்தார். 14ஆம் வயதிலேயே இந்தியாவுக்குச் சென்றார். விரைவிலேயே கம்பெனியின் படையில் சேர்ந்தார். 1809ல் பதவி உயர்வு பெற்றார். உடனடியாக அவர் வடகிழக்கு இந்தியாவிலிருந்த சிந்து பகுதியுடன் வெற்றிகரமாக ஏற்பட்ட ஒப்பந்தத்தை முடித்துவைத்த கவர்னர்

ஜெனரலுடன் சேர்ந்துகொண்டார். அவரும் இன்னொரு அதிகாரியும் பின்னர் பலூசிஸ்தானுக்கு ஒற்றர்களாகச் சென்றனர். 1,500 மைல்கள் குதிரை வியாபாரிகளாக அல்லது திருப்பயணிகளாக வேடமிட்டுச் சென்று அப்பகுதி குறித்த முக்கிய தகவல்களைக் கொண்டுவந்தார். அதற்கு முன்பு ஆங்கிலேயர் அப்பகுதிக்குள் சென்றிருக்கவில்லை.

பாட்டிஞ்சர் பூனாவிலிருந்த ஓர் ஆங்கிலேய ரெசிடன்ட்டுக்கு உதவியாளரானார். அங்கிருந்து அவரால் போரில் இயந்திரங்களின் பயன்பாடு குறித்தும் மத்திய இந்தியாவில் மராத்தா ஆட்சியாளர்களை ஆங்கிலேயர்கள் அடிபணியச் செய்ததையும் உன்னிப்பாக கவனித்து வந்தார். அதன் பின்னர் அவருக்கு சிந்துவின் தெற்கு எல்லையில் அது இருந்த குச் பகுதியில் ரெசிடென்சி வழங்கப் பட்டது. பின்னர் சிந்து பகுதியை கண்காணிக்கவும் அதை ஆங்கிலேயரின் கீழ் கொண்டுவரவும் அவருக்கு பணிக்கப்பட்டது. பாட்டிஞ்சர் சிந்துவுடன் போர் தொடுக்கப்போவதாக மிரட்டினார். பின்னர் ஒரு சாதகமான ஒப்பந்தத்தை 1839ல் முடித்து வைத்தார். அதன்படி ஆங்கிலேயப் படை சிந்து வழியாக ஆப்கானிஸ்தானுக்குச் செல்ல முடிந்தது. அவருக்கு பிரபுத்துவம் வழங்கப்பட்டது - சர் ஹென்ரி பட்டிஞ்சர் ஆனார். அதன் பின் இங்கிலாந்திற்கு விடுமுறைக்காகவும் உடல்நலனை முன்னேற்றிக்கொள்ளவும் சென்றார். பாமெர்ஸ்டன் அழைத்தபோது அவர் அங்கேதான் இருந்தார். வெளியுறவுத்துறை செயலரின் ஆணைகள் தெளிவாக இருந்தன. நஷ்டஈடு, போர்ச்செலவுக்கான ஈடு, ஹாங் காங்கை முற்றிலுமாக ஒப்படைப்பது (ஏற்கெனவே அது ஆங்கிலேயப் படைகளின் கையிலிருந்தது), குறைந்தபட்சம் மேலும் நான்கு துறைமுகங்களை விட்டுக்கொடுக்கவேண்டும். சுதந்திரமாகத் தொழில் புரிய அனுமதி வேண்டும், ஓப்பியம் சட்டபூர்வமாக்கப்பட வேண்டும்.

21 மே 1841ல் சீனப் பேரரசின் நெருங்கிய உறவினர் (கசின்) நெருப்பு அம்புகளை ஆங்கிலேயப் போர்க்கப்பல்மீது எய்யச்செய்தார். அதன்பின் ஆங்கிலேயர் எழுபத்தியோரு சீன போர்ப் படகுகளை நாசம் செய்தனர். தரையிலிருந்த பீரங்கிகளையும் கைப்பற்றினர். கேன்டனுக்கு வெளியேயிருந்த குன்றுப்பகுதியை வீரர்கள் ஆக்ரமித்தனர். நகரத்தை அவர்கள் கைப்பற்றவில்லையென்றாலும் நகரம் அவர்களின் பிடியிலிருந்தது. ஆங்கிலேயர் கேன்டனை விட்டுவிடப் பணம் கேட்டனர். சீனர்கள் 6 மில்லியன் அமெரிக்க டாலர்களைத் தந்தனர் (£1,450,000). அதன்பின் ஆங்கிலக் கப்பல்கள் பின்வாங்கின. கடலுக்கருகிலிருந்த வாம்போ துறைமுகத்திலிருந்து ஏற்றுமதி மீண்டும் துவங்கியது. அமெரிக்கர்களும்

பிரெஞ்சுக்காரர்களும் கேன்டனுக்கே மீண்டும் சென்று வியாபாரத்தை ஆரம்பித்தனர். தேயிலை சீனக் கரியை விட்டு பழைய அளவிலேயே செல்ல ஆரம்பித்தது.

பாட்டிஞ்சர் ஆகஸ்ட்டில் மேலும் படைகளுடனும் கப்பல்களுடனும் ஹாங்காங்கை வந்தடைந்தார். எலியட்டிடமிருந்து தலைமையைப் பெற்றுக்கொண்டார். அங்கிருந்து வடக்குநோக்கி நீர்வழியே பயணித்தார். அமாய் எனும் இடத்தை முதலில் கைப்பற்றினார். அது கடலுக்குச் செல்லும் தூரத்தில் பாதிவழியிலிருந்தது. பின்னர் சுஷான் தீவைக் கைப்பற்றினார். அதன் பின் நின்போ எனும் துறையைக் கைப்பற்றினார். சீனர்கள் நின்போவை மீட்டெடுக்க முயன்றனர். அரசரின் வேறொரு சகோதரர் (கசின்) படைத்தலைமையேற்றிருந்தார். அவர் ஒரு தனித்துவம் மிக்க சீன வரைஎழுத்துக்கலைஞர் (கேலிகிராபர்). ஆனால் மோசமான போர்த்தலைவர். தெருக்கள் பிணங்களால் மறிக்கப்பட்டிருந்தன. 500 சீன வீரர்கள். ஓர் ஆங்கிலேயர்கூட சாகவில்லை.

ஆங்கிலேயர் அடுத்து யாங்சே ஆற்றின் ஓரமாய் மக்கள்தொகை அதிகமாயிருந்த சமவெளிகளை நோக்கி நகர்ந்தனர். சீனர்கள் கைவிட்டுச் சென்ற ஷாங்காயை கைப்பற்றினர். சாப்பு, சின்கியாங் பகுதிகளில் சீனர்கள் சற்று எதிர்த்து நின்றனர். ஆனால் அவையும் கைப்பற்றப்பட்டன. இதன்மூலம் உள்நாட்டில் வணிகம் செய்ய பயன்பட்ட யாங்சே மற்றும் யெல்லோ ஆறுகளை இணைத்த கிராண்ட் கால்வாய் துண்டிக்கப்பட்டது. சிங்கியாங் நாங்கிங் சென்ற ஆற்றையும் கட்டுப்படுத்தியது. எனவே, இப்போது போர்ப் படகுகளையும், பீரங்கிகளையும் நான்கிங்கிற்கு கொண்டு செல்ல முடிந்தது. ஆங்கிலேயர் அடுத்த தாக்குதலுக்குத் தயாராகினர். சீன மேன்டரின்கள் எல்லாம் முடிந்துபோனதை உணர்ந்தனர். பெக்கிங் தாக்கப்படும் என்று அஞ்சினர். அப்படி ஆகுமானால் பேரரசு வீழ்த்தப்படும். பல முயற்சிகளுக்குப் பின் பேரரசர் பேச்சு வார்த்தைக்கு ஒப்புக்கொண்டார்.

நான்கிங் ஒப்பந்தம் 29 ஆகஸ்ட் 1842ல் கையெழுத்தானது. பாமெர்ஸ்டன் கேட்ட அனைத்தையுமே கிட்டத்தட்ட சீனர்கள் தந்தனர். சன்டன், அமாய், ஃபூச்சவ், நிங்போ மற்றும் ஷாங்காய் துறைமுகங்கள் ஆங்கிலேய வணிகர்களுக்கும், குடியிருப்புக்கும் திறந்துவிடப்பட்டன. சீனா ÷21 மில்லியன் (£5 மில்லியன்) போர் செலவுகளுக்காகவும் அழிக்கப்பட்ட ஓப்பியத்திற்காகவும் தந்தது. ஹாங்காங் ஆங்கிலேயருக்கு நிரந்தரமாக வழங்கப்படும். சீனர்கள் ஏற்றுக்கொள்ளாத ஒரே விஷயம் ஓப்பியத்தை சட்டபூர்வமாக்குவது

மட்டுமே. ஆச்சர்யமூட்டும்வகையில் பாட்டிஞ்சர் அதை வலியுறுத்தவில்லை.

•

சீனர்கள் எல்லா வெளிநாட்டவரையும் ஒன்றுபோல நடத்தும் கொள்கையுடையவர்கள். எனவே அவர்கள் பிற பெரிய வணிக நாடுகளான அமெரிக்கா மற்றும் பிரான்சுடன் இதேபோன்ற ஒப்பந்தங்களை இதேபோன்ற சலுகைகளுடன் செய்துகொண்டனர்.

நன்கிங் உடன்படிக்கை சீனாவுக்கு அவமானமாக இருந்தாலும் அதை அமுல்படுத்தும் விதத்தில் ஆங்கிலேயருக்கு திருப்தியில்லை. கேன்டனில் ஆங்கிலேயர் குடியேற முடியுமா இல்லையா என்பது குறித்த விவாதங்கள் எழுந்தன. பெக்கிங்கில் பிரதிநிதித்துவம் பெறுவது குறித்த சர்ச்சைகளும் எழுந்தன. ஓப்பியம் சட்டபூர்வ மாக்கப்படவில்லை. எனவே ஆங்கிலேயர் தங்களுக்கு வழங்கப் பட்டிருந்த துறைமுகங்கள் வழியே ஓப்பியத்தை அனுமதிக்க வில்லை. ஆனாலும் இந்தியாவிலிருந்து கடத்தியது மூலம் ஓப்பியம் சீனக் கடற்கரைகளில் கிடைத்தது. 1850லும் வெளியுறவுச் செயலராயிருந்த பாமெர்ஸ்டன் பிரபு அந்த உடன்படிக்கையே முழுமையற்றது எனக் கருதினார்.

> ‘நாம் சீனாமீது இன்னொரு தாக்குதல் நடத்தும் நேரம் விரைவில் வந்துகொண்டிருக்கிறது. சீனா, பொர்ச்சுக்கல், ஸ்பானிஷ் அமெரிக்கா போன்ற இந்த அரை-நாகரிக அரசாங்கங்கள் ஒவ்வொரு எட்டு அல்லது பத்து ஆண்டுகளுக்கு ஒருமுறை ஒழுங்கு செய்யப்படவேண்டியவை!’

1856ல் நேரம் கூடிவந்தது. சீனர்கள் சந்தேகத்தின் பெயரில் ஆரோவ் எனப் பெயர்கொண்ட கொள்ளைக் கப்பலின் பணியாளர்களை கைது செய்தனர். பாமெர்ஸ்டன் பிரபு 16வருடங்கள் வெளியுறவுச் செயலராகவும் அவ்வப்போது உள்துறை செயலராயும் இருந்தபின் பிரதம மந்திரியாகியிருந்தார். முதல் ஓப்பியப் போரின்போது இருந்ததைவிட இன்னும் கடுமையானவராய் இப்போது மாறியிருந்தார். இங்கிலாந்து மக்களுக்கு அவரது அலங்காரப் பேச்சுக்கள் மிகப் பிடித்திருந்தன.

> ‘உரோமைக் குடிமகன், பழங்காலத்தில், எப்படி சிவிஸ் ரொமானஸ் சும் என்று சொல்வதன்மூலம் தன்னை கீழ்மையிலிருந்து காப்பாற்றிக்கொண்டானோ அப்படியே ஆங்கிலேயக் குடிமகனும், எந்த நாட்டில் இருந்தாலும், இங்கிலாந்தின் வலுவான கரங்கள் அவனை

அநியாயத்திலிருந்தும் தவறுகளிலிருந்தும் காக்கும் என்பதில் தைரியம் கொள்ளட்டும்'

கேன்டனில் இருந்த ஆங்கிலேய ஆலோசகரும், ஹாங்காங்கின் கவர்னரும் கடற்படை மூலம் கேன்டனைத் தாக்கி சீன கவர்னர் ஜெனரலின் உறைவிடத்தைக் கைப்பற்றினர். அதற்கு எதிர் வினையாக நகருக்கு வெளியேயிருந்த வெளிநாட்டவரின் வியாபாரக் கூடங்கள் கொளுத்தப்பட்டன. ஆங்கிலேயர்களை கொல்பவர் களுக்கு அல்லது பிடித்துக் கொடுப்பவர்களுக்கு பரிசுகளும் அறிவிக்கப்பட்டன. பாமெர்ஸ்டன் சீன விவகாரத்தை ஒட்டு மொத்தமாக முடித்துவைக்கும் வாய்ப்பொன்றைக் கண்டார். எல்ஜின் பிரபு தலைமையில் மீண்டும் ஒரு பெரிய போர்ப்படை உருவாக்கப் பட்டது. தங்கள் மதபோதகர் ஒருவர் கொல்லப்பட்டதனால் பிரான்சும் இங்கிலாந்துடன் இணைந்துகொண்டது.

1857 கடைசி நாட்களில் கேன்டன்மீது தாக்குதல் தொடுக்கப்பட்டது. கவர்னர் ஜெனரல் பிடிக்கப்பட்டு இந்தியாவுக்கு நாடுகடத்தப் பட்டார். எல்ஜின் மேலும் வடக்கே சென்றார். தியன்ஸ்டின் ஆற்றையும் பெக்கிங்கையும் காத்துவந்த டாகு கோட்டையைக் கைப்பற்றினார். தலைநகரைக் காப்பாற்ற பேரரசர் மீண்டும் பேச்சுவார்த்தைக்கு இணங்கினார். 1858ல் தியென்ஸின் ஒப்பந்தத்தில் சீன இறையாண்மைக்கு பெரும் இழப்புகளை உருவக்கியது. மேலும் பத்துத் துறைமுகங்கள் வெளிநாட்டவர்களுக்கு திறந்துவிடப் பட்டது. மதபோதகர்கள் சீனாவிற்குள் அனுமதிக்கப்பட்டனர். வெளிநாட்டவர் சீனாவின் உட்பகுதிகளுக்குள் நுழைய அனுமதி கிடைத்தது. பெக்கிங்கில் ஆங்கிலேயத் தூதுவர் இருப்பார். இம்முறை ஓப்பியத்தை தவறவிடவில்லை. ஓப்பிய விற்பனை சட்டபூர்வமானது.

டிஎன்ஸ்டின் ஒப்பந்தத்தின் ஷரத்துக்கள் சீனாவில் பெருத்த கவலையை ஏற்படுத்தியது. ஆங்கிலேயரும் பிரெஞ்சுக்காரர்களும் ஒப்பந்தத்தை நடைமுறைப்படுத்த வந்தபோது ஆறுகள் மறிக்கப் பட்டிருப்பதைக் கண்டனர். டாகு கோடையிலிருந்து தாக்குதல் நடத்தப்பட்டது. பல ஆங்கிலேயர்களும் இறந்தனர். நடுநிலை பார்வையாளர்களாக இருந்துவந்த அமெரிக்கர்களும் ஆங்கிலேயருடன் இணைந்தனர். இருப்பினும் ஆங்கில பிரெஞ்சுப் படைகள் பின்வாங்கவைக்கப்ப்டான.

1860ல் ஆங்கிலேயரும் பிரெஞ்சுக்காரர்களும் மேலும் பெரிய படையுடன் வந்தனர். சீனர்கள் படைகளுக்கு முன்பாக பேச்சுவார்த்தைக்கு வந்த ஆங்கிலேய தூதரை கைது செய்தனர்.

அவருடன் வந்த பலரையும் கொன்றனர். அதற்கு எதிர்வினையாக பெக்கிங் கைப்பற்றப்பட்டு பேரரசரின் கோடைக்கால அரண்மனை எரிக்கப்பட்டது. அதன் பின் உண்டான உடன்படிக்கை சீனர்களுக்கு பெருத்த தோல்வியையும் அவமானத்தையும் தந்தது. அது முற்றிலும் ஒருபக்கச் சாய்வுள்ள உடன்படிக்கையாக அமைந்தது. உடன்படிக்கை பேச்சுவார்த்தைகளை நடத்தி வைத்த ரஷ்யர்களுக்கு வடக்குச் சீனாவில் பெரும் நிலப்பகுதிகளும் விளாடிவாஸ்டாக் துறைமுகத்தில் நுழைய அனுமதியும் வழங்கப்பட்டது. பெக்கிங் கூட்டத்தில் சீனா கட்டவேண்டிய பணத்தொகை மேலும் அதிகரிக்கப் பட்டது. டியென்சின் துறை திறந்துவிடப்பட்டது, ஹங்காங்கிற்கு எதிரிலிருந்த தீபகற்பம் ஆங்கிலேயருக்கு வழங்கப்பட்டது.

1840 மற்றும் 1850க்கு இடையே நிகழ்ந்த போர்களுக்கும் கலவரங்களுக்கும் மத்தியில் சீனத் தேயிலை வியாபாரம் அதிசயிக்கத்தகுந்தவகையில் சீராகவே இருந்தது. சீனாவிலிருந்து வந்த செய்திகளால் லண்டனில் தேயிலையின் விலை மேலும் கீழுமாகச் சென்றுகொண்டிருக்கலாம்; ஆனால் தேயிலை வந்துகொண்டேயிருந்தது. போர் தாக்குதல்களின்போது தேயிலை ஏற்றுமதி நிறுத்தப்பட்டது. தாக்குதல்கள் நாட்கணக்கில் நீண்டு கொண்டிருக்கவில்லை. எனவே அவை முடிந்ததும் உடனடியாக தேயிலை ஏற்றுமதி மீண்டது. ஆங்கிலேயருக்கு கடினமாக இருந்தால் அமெரிக்கர்கள் தேயிலையை ஏற்றுமதி செய்தனர். இங்கிலாந்தில் தேயிலையின் இருப்பு ஒருபோதும் ஒன்பது மாதத் தேவையளவுக்குக் குறைந்ததில்லை. சீனர்கள் ஒப்பியத்தை தடைசெய்தபோது வணிகர் மத்தியில் அதிர்வலைகளை ஏற்படுத்தியது. ஒப்பியம் இல்லையென்றால் எப்படி தேயிலைக்கான வெள்ளியைக் கொடுப்பது? இருப்பினும் கேன்டனில் சீன அதிகாரிகள் என்ன செய்தாலும் வேறு துறைகளில் இந்திய ஒப்பியம் இறக்குமதியாகிக் கொண்டேயிருந்தது. ஒப்பியத்தின் மதிப்பு தேயிலையின் மதிப்பைவிட மிக அதிகமாக இருந்ததால் ஒப்பியம் குறைந்த அளவு கிடைத்தாலும் போதுமானதாயிருந்தது.

ஒப்பியத்தை தேயிலைக்கு ஈடாக்கியது சீனர்களுக்கு பெருங்கேடாக விளைந்தது. ஆங்கிலேயர் எப்போதும் விருப்பத்துடன் குறிப்பிடுவதைப்போல, யாரும் சீனர்கள் ஒப்பியத்தை புகைக்க வேண்டும் என வற்புறுத்தவில்லை என்றாலும் ஆங்கிலேயரின் கட்டுப்பாட்டிலிருந்த பகுதிகளிலிருந்து ஏற்றுமதியும், ஆங்கிலேய கடத்தல்காரர்களின் வெற்றியும் ஒப்பிய பழக்கத்தை அழிக்க விரும்பிய சீன அரசின் முயற்சிகளை தகர்த்தன. டியென்ஸ்டின் உடன்படிக்கை ஒப்பியத்தை சட்டபூர்வமாக்கியபின் இந்திய

ஓப்பியம் சீனாவுக்குள் வெள்ளம்போல வந்திறங்கியது. ஓப்பிய இறக்குமதி ஓப்பியப் போருக்கு முன்பு 1835ல் இருந்ததைவிட மும்மடங்கானது. 1872ல் உச்சகட்டமாக 93,000 பெட்டகங்கள் இறக்குமதியாயின. 1911 வரைக்கும் இங்கிலாந்து இந்திய ஓப்பியத்தை சீனாவுக்கு ஏற்றுமதி செய்துகொண்டிருந்தது. சீனாவிலும் ஓப்பியம் பயிரிடுவது அதிகரித்தது. கணிசமான அளவு நிலம் ஓப்பியம் பயிரிடப் பயன்படுத்தப்பட்டதால் உணவுப் பற்றாக்குறை வந்தது.

இவற்றையெல்லாம்விட முக்கியமாக ஓப்பிய-தேயிலை வியாபாரத்தை பாதுகாக்க அனுப்பப்பட்ட ஆங்கிலேய இராணுவம், மத்தியிலிருந்த அரசை நிலைகுலையச் செய்தது. வெளிநாட்டவர் மீதான பொது பயத்தை உருவாக்கியது. சீன அரசு பெரும்பகுதிகளை கொள்ளைக்காரர்களிடமும், கடற்கொள்ளையர்களிடமும் இழந்தனர். பல சீனர்களும் மன்சு அரசவம்சம் வெறுக்கத்தக்க வெளிநாட்டவரை ஆதரிக்கிறது என்று நம்பினர். அதன் அதிர்வலைகள் நவீன சீனாவிலும் எதிரொலிக்கின்றன.

•

சீன தேயிலை வணிகத்தின் சுவையான அம்சங்களில் ஒன்று தேயிலை கப்பல்களுக்கிடையேயான போட்டி. தேயிலை பறிக்கும் பருவத்தில், வசந்தகாலத்தில், முதலில் பறிக்கப்படும் தேயிலைகளே மிகவும் விலையுயர்ந்தவை. முதிர்ந்த தேயிலையின் தரம் குறைந்தது எனும் நம்பிக்கை இருந்தது. ஈரப்பதம் அதிகமிருந்தால் அவை கெட்டுப்போயின. ஆனால், சரியாகப் பறிக்கப்பட்டு மூடிய கொள்கலன்களில் வைக்கப்பட்டால் அவை தாக்குப்பிடிக்கும். இருப்பினும் புதிதாய் பறிக்கப்பட்ட தேயிலையை, குறிப்பாக முதல் அறுவடையை, பயன்படுத்துவது குறித்த ஒரு மாய நம்பிக்கை உருவாகியிருந்தது. தற்போது இங்கிலாந்தில் புதிய பேஜுலே வைனைக் குடிக்க நடக்கும் போட்டிக்கு நிகரானது அது.

கிழக்கிந்திய கம்பெனி அதிக வலுவான, பெருத்த, கனமான கப்பல்களைப் பயன்படுத்தியது. இவற்றை ஒரு மத்தியகால அரண்மனையையும் ஒரு சரக்ககத்தையும் சேர்த்துச் செய்தது எனச் சொல்லலாம். பொதுவாக இந்த 'ஈஸ்ட் இன்டியாமென்' படகுகள் இங்கிலாந்திலிருந்து ஜனவரி மாதம் கிளம்பும். நன்னம்பிக்கை முனையைச் சுற்றிப் பயணித்து தென்மேற்கு பருவக்காற்றைப் பிடித்து சீனாவுக்கு செப்டெம்பரில் வந்து சேரும். அந்த வருடத்திற்கான மொத்தத் தேயிலை அறுவடையும் அதற்குள் முடிந்திருக்கும். அதிர்ஷ்டமிருந்தால் டிசம்பருக்குள் கப்பலில்

ஏற்றிவிட முடியும். திரும்புகையில் பல நேரங்களில் கப்பல்கள் சுற்றுப்பாதையிலேயே சென்றன. ஏனென்றால் பயணம் காற்றின் போக்கை நம்பியிருந்தது. முதலில் சீனாவிலிருந்து கிழக்கே சென்றனர், பர்மோசா (தாய்வான்) மற்றும் பிலிப்பீன்ஸுக்கு இடைப்பட்ட பகுதிக்கு. அதன் பின் தெற்கே நியு கினிக்குச் சென்று மேற்கு நோக்கித் திரும்பினர். காற்று சாதகமாயிருந்தால் அடுத்த செப்டம்பரில் இங்கிலாந்துக்கு வந்துவிடுவர். அதிகமாய் டிசம்பர் அல்லது பிந்தியே வந்து சேர்வர். இங்கிலாந்திலிருந்து கிளம்பி இரு வருடங்களுக்குப் பின்னர். சீனாவில் தாமதம் ஏற்பட்டால் அங்கேயே ஒருவருடம் வரைக்கும் பருவக்காற்றை எதிர்பார்த்துக் காத்திருக்க வேண்டிவரும். இதனால் மொத்தப் பயண காலம் மூன்றாண்டுகளாகும்.

1814ல் கிழக்கிந்திய கம்பெனி தனியுரிமையை இழந்தபோது பல கப்பல்களை விற்றது. சீனாவுடன் தொடர்ந்து வியாபாரத்தில் இருந்தாலும் 1834ல் அதற்கான உரிமையையும் இழந்தது. அதன் கடைசி கப்பலையும் விற்றது. பல கப்பல்களை மாலுமிகளே வாங்கினர் அல்லது கம்பெனியின் உரிமம் பெற்றிருந்த இந்திய வியாபாரிகள் வாங்கினர். அவை தொடர்ந்து சீனாவுக்குப் பயணித்துக்கொண்டிருந்தன.

அமெரிக்கர்கள் 1812ல் ஆங்கிலேயருக்கு எதிரானப் போரின்போது தனியார் போர்ப்படைகளின் மூலம் வேகமாகச் செல்லும் கப்பல்களை உருவாக்கினர். இவற்றில் மென்மையான கயிறுகள் பயப்படுத்தப்பட்டன. இவற்றின் முன்பக்கம் கூர்மையானதாக இருந்தது, பல பாய்களைக்கொண்டவையாகவும் அவை இருந்தன. (இத் தனியார் கப்பல் ஒன்றைப்பிடித்து அதன் வடிவமைப்பைப் பின்பற்றி ஆங்கிலேய ஒப்பியக் கப்பல்கள் இந்தியாவுக்கும் சீனாவுக்குமிடையே பயணம் செய்ய உருவாக்கப்பட்டன. இவற்றில் முதலானது ரெட் ரோவர் ஆகும். 1829ல் அது வெள்ளோட்டம் கண்டது. அதன் தலைமை மாலுமி வில்லியம் கிளிப்ஃடன். கேன்டனுக்குச் ஒப்பியம் செல்லும் வேகத்தை அதிகரித்ததற்காக அவருக்கு இந்தியாவின் கவர்னர் ஜெனரல் £10,000 வழங்கினார். அக்கப்பல் பிரின்ஸ் டெ நிய்ஃசட்டெல் எனும் கப்பலின் நகலாகும். இக்கப்பல்கள் 'கிளிப்பர்ஸ்' என அழைக்கப்பட்டன. இதேபோல தனியார் போர்க்கப்பல்களிலிருந்து அமெரிக்கர்களும் தேயிலைக் கிளிப்பர்களை உருவாக்கினர். 'ரெயின்போ' 1845ல் நியுயார்க்கில் இருந்து கேன்டனுக்கு 102 நாட்களில் பயணித்தது. இது முந்தைய பயணங்களைவிட 16 நாட்கள் குறைவாகும். 1849ல் 'சீ விட்ச்' எனும் கப்பல் 74 நாட்கள் குறைவான காலத்தில் பயணத்தை முடித்தது.

1849ல் ஆங்கிலேய கப்பல்போக்குவரத்துச் சட்டம் திரும்பப் பெற்றுக்கொள்ளப்பட்டதையடுத்து அமெரிக்க கப்பல்கள் நேரடியாக தேயிலையை சீனாவிலிருந்து இங்கிலாந்துக்குக் கொண்டு செல்ல முடிந்தது. சீனாவிலிருந்து லண்டனுக்கு தேயிலை எடுத்துச் சென்ற முதல் அமெரிக்க கப்பல் 'ஓரியன்டல்' என அழைக்கப்பட்ட கப்பலாகும். அது ஹாங்காங்கிலிருந்து தொண்ணூற்றேழு நாட்களில் லண்டனை அடைந்தது. இது மெதுவாகச் செல்லும் 'ஈஸ்ட் இண்டியாமேன்' என அழைக்கப்பட்ட பழைய ரகக் கப்பல்களின் வேகத்தைவிட மூன்றுமடங்கு அதிகம். இதனால் லண்டனில் பெருங்கொந்தளிப்பு எழுந்தது, அமெரிக்கர்களுடன் போட்டிக்கு ஆங்கிலேயர் தயாராகினர்.

1860கள்தான் தேயிலைக் கப்பல்களுக்கிடையேயான போட்டா போட்டியின் உச்ச காலகட்டமாக அமைந்தன. 1850களில் ஆங்கிலேயர் அமெரிக்கர்கள் முறையில் கப்பல் கட்டும் முறையில் தேர்ச்சி பெற்றனர். அமெரிக்கா உள்நாட்டுப் போரில் ஈடுபட்டிருந்ததால் அவர்களின் கப்பல்களுக்கு வேறு பயன்பாடுகளும் இருந்தன. உடன்படிக்கைகளின் மூலம் பெறப்பட்ட துறைமுகங்களை ஆங்கிலேயர் திறந்துவிட்டபோது போட்டி இன்னும் தீவிரமடைந்தது. ஏனென்றால் தேயிலை பறிப்பிடங்களுக்கு மிக அருகிலிருந்த ஃபூச்சாவ் துறைமுகத்திலிருந்து தேயிலை பறிக்கப்பட்டு தயாரான உடனேயே அதை கப்பலில் ஏற்றிக்கொள்ள முடிந்தது. எந்தக் கப்பல் முதலில் லண்டனைச் சென்று சேரும் என்று பெரிய பந்தயங்கள் கட்டப்பட்டன. 1866ல் நடந்த போட்டி மிகப் பிரபலமானது. நாற்பது கப்பல்கள் அதில் பங்கெடுத்தன. இறுதியில் 'ஏரியல்' எனும் கப்பலுக்கும் 'டாய்பிங்' எனும் கப்பலுக்கும் உச்ச கட்ட போட்டி நடந்தது.

1869ல் சூயெஸ் கணவாய் திறக்கப்பட்டபோது போட்டிகள் முடிவுக்கு வந்தன. ஏனெனில் நீராவிக் கப்பல்களை அது தேயிலை வியாபாரத்துக்கு ஏற்புடையதாக்கியது. இதற்கும் முன்பே சில நீராவிக்கப்பல்கள் சீன வியாபாரத்தில் ஈடுபட்டிருந்தன. அவை மெதுவாகச் செல்லக்கூடியவை. மேலும் எரிபொருளை எடுத்துச் செல்ல அதிக இடத்தை ஒதுக்கவேண்டியிருந்தது. சூயெஸ் கால்வாயின் வழியிலேயே நிலக்கரி ஏற்றிக்கொள்ள முடிந்தது. ஆப்பிரிக்காவை சுற்றிச் சென்ற நீராவிக்கப்பல்களைவிட இம்முறை திறன்வாய்ந்தது. கடைசி 'கிளிப்பர்' போட்டி 1871ல் நடந்தது.

கடைசியாகக் கட்டப்பட்ட கிளிப்பர்களில் ஒன்று 'கட்டி ஷார்க்'. 1869ல் வெள்ளோட்டம் கண்ட அக்கப்பல் தற்போது லண்டன்

கிரீன்விச்சில் காட்சிக்கு வைக்கப்பட்டுள்ளது. தேயிலைப் பெட்டகங்கள் நகர்ந்துவிடாதபடிக்கு எத்தனை நெருக்கமாக அடுக்கப்பட்டிருந்தன என்பதையும், அத்தனை சிறிய கப்பல் ஒரு மில்லியன் பவுண்ட் தேயிலையை ஏற்றிவந்தது என்பதையும் காண ஆச்சரியமாக இருக்கும்.

•

பல போர்களுக்குப் பின்னரும் சீனத் தேயிலை இறக்குமதி ஏறுமுகத்திலேயே இருந்தது. 1830ல் 30 மில்லியன் பவுண்டுகள் இறக்குமதியாயின. 1879ல் உச்சமாக 136 மில்லியன் பவுண்டுகள் இறக்குமதியாயின. இவற்றில் அதிகம் பெரும் தேயிலைத் தோட்டங்களில் அன்றி சிறு விவசாய நிலங்களில் பயிரிடப்பட்ட தேயிலைகள் ஆகும். தேவை அதிகமாக இருந்ததால் தரத்தைவிட அளவுக்கே முக்கியத்துவம் தரப்பட்டது. தேயிலை கவனமின்றி பறிக்கப்பட்டது. பொதுவாக விரும்பப்பட்ட இரு இலைகள் ஒரு தளிர் எனும் அளவைவிட அதிகம் பறிக்கப்பட்டது. தேயிலைப் புதர்கள் அதிகம் பறிக்கப்பட்டதால் பாதிப்படைந்தன. தேயிலை தயாரிப்பும் கவனமின்றிச் செய்யப்பட்டது. கலப்படம் அதிகமாயிருந்தது. பல தசாப்தங்களுக்கு சீன விவசாயிகளும் வியாபாரிகளும் இலாபமடைந்து வந்தனர். ஆனால் பிற நாடுகளில் அமையப்போகிற தேயிலைத் தோட்டங்களுடன் போட்டியிட அவர்கள் தயார் நிலையிலில்லை.

3

விக்டோரிய சாகசம் - இந்தியா

'அக்காலத்தில் தேயிலைப் பயிரிட்டவர்களெல்லாம் விநோத மனிதர்கள். ஓய்வுபெற்ற அல்லது பணிநீக்கம் செய்யப்பட்ட இராணுவ, கடற்படை அதிகாரிகள், மருத்துவர்கள், பொறியாளர்கள், கால்நடை மருத்துவர்கள், நீராவிக்கப்பல் மாலுமிகள், மருந்து தயாரிப்பவர்கள், பலவிதமான கடைகளை வைத்திருந்தவர்கள், விலங்குத் தொழுவங்களை பராமரித்தவர்கள், வலுவிழந்த காவல்துறைக்காரர்கள், கிளார்க்குகள்... வேறு எவரெல்லாம் இருந்தனரோ கடவுளுக்குத்தான் வெளிச்சம்'

- எட்வர்ட் மணி

சீனாவிலிருந்து இங்கிலாந்துக்கு தேயிலை ஏற்றுமதி துவங்கிய நாட்களிலிருந்து 1834வரைக்கும் கிழக்கிந்திய கம்பெனி தேயிலை வியாபாரத்தில் தனியுரிமை பெற்றிருந்தது. அதன் மூலம் பெரும் இலாபங்களை அது சம்பாதித்தது. இருப்பினும் கிழக்கிந்திய கம்பெனியின் முக்கியப் பணித்தலம் இந்தியா. அங்கேதான் அதன் வியாபார நடவடிக்கைகள் அதிகமாயிருந்தன. அங்கேதான் அவர்கள் ஒரு வியாபார நிறுவனம் என்பதிலிருந்து ஒரு நாட்டை ஆளும் அமைப்பாக வியத்தகு உருமாற்றமடைந்தனர்.

கம்பெனி முதன் முதல் வியாபாரக் கூடத்தை (ஃபேக்டரி) 1619-ல் மேற்குக்கடற்கரையில் அமைந்திருந்த சூரத் நகரத்தில் அமைத்தது. பதினேழாம் நூற்றாண்டின் மீதி நாட்களில் அது இந்தியாவின்

பல்வேறு பகுதிகளில் வியாபாரக் கூடங்களை நிறுவியது. அவற்றில் சில அதிக பாதுகாப்பு அமைப்புகளுடன் உருவாக்கப்பட்டிருந்தன. அப்பகுதிகளை ஆளும் சிற்றரசர்களுடன் பல மோதல்களும், சண்டைகளும் நிகழ்ந்திருக்கின்றன. இருப்பினும் கம்பெனி ஒரு வியாபார அமைப்பாகவே இருந்தது.

பதினெட்டாம் நூற்றாண்டில் இந்தியாவின் பெரும்பகுதி பெயரளவில் தில்லியிலிருந்த முகலாயப் பேரரசரின் கட்டுப்பாட்டிலேயே இருந்தது. இந்தியாவின் மேற்கிலிருந்து மராத்தியர்களும் ஆப்கானியர்களும் போர் தொடுத்துக்கொண்டிருந்ததால் இவ்வரசு வலுவிழந்துகொண்டிருந்தது. பல சிற்றரசுகளும் தங்களை சுதந்திர நாடுகளாக அறிவித்துக்கொண்டன அல்லது பெயரளவில் கப்பம் கட்டி வந்தன. அப்படி பெயரளவில் கப்பம் கட்டி வந்தவர்களில் ஒருவர் வங்காளத்தின் நவாப். கம்பெனி கல்கத்தாவில் ஒரு 'ஃபேக்டரியை' நிர்மாணித்திருந்தது. இந்த வியாபாரக் கூடத்தைச் சுற்றி முன் அனுமதி இன்றி ஆங்கிலேயர் பாதுகாப்பு அரண்களைக் கட்டினர். இது நவாபை கோபமடையச் செய்தது. நவாபின் தொழிற்சாலையைத் தாக்கி ஆங்கிலேயரை தற்காலிகமாக விரட்டியடித்தார். பதில் தாக்குதல் உடனே வந்தது. கம்பெனி, இராபர்ட் கிளைவின் கீழ் ஒரு படையை அனுப்பியது. 1857இல் நவாப் வீழ்த்தப்பட்டார். தாக்குதலில் கிளைவோடு சேர்ந்துகொண்ட ஒரு பொம்மை நவாப் பதவியில் வைக்கப்பட்டார்.

இந்தக் கம்பெனியின் பணியாட்கள் தங்களுடைய தனியார் போர்ப் படைகளைக் கொண்டு பெரும்பணம் சம்பாதித்துக்கொண்டிருந்ததை புதிய நவாப், மிர் காசிம், கண்டு அதிர்ச்சியடைந்தார். கிளைவ் இங்கிலாந்துக்குச் சென்று திரும்பியபோது தான் கண்ட காட்சியை (கம்பெனி பணியாளர்களைக் குறித்து) இவ்வாறு குறிப்பிட்டுள்ளார்: 'இத்தகைய அராஜகமும், குழப்பமும், இலஞ்சமும், ஊழலும், பணம்பறிப்பதும் வங்காளத்தைத் தவிர வேறெந்த நாட்டிலும் பார்த்ததோ கேள்விப்பட்டதோ இல்லை; அதேபோல இத்தனை செல்வம் அநீதியாகவும் பேராசையின் பெயரிலும் சம்பாதிக்கப்பட்டதில்லை.' மிர் காசிம் கம்பெனியுடன் பிணக்கிட்டு ஒரு முகலாயப் படையை கம்பெனிக்கு எதிராக ஒழுங்கு செய்தார். அதைத் தொடர்ந்த போரில் முகலாயர் முற்றிலுமாகத் தோற்கடிக்கப்பட்டனர்.

கம்பெனி விரும்பியிருந்தால் அவர்கள் தில்லியிலிருந்த பேரரசரை நோக்கி படையெடுத்திருக்க முடியும், ஆனால் அதில் வியாபார இலாபமில்லை என அறிந்து 1756ல் வங்காள திவானியையும், பிகாரையும் ஒரிசாவையும் தனதாக்கிக்கொண்டதோடு கம்பெனி திருப்தியடைந்தது. திவானியில் வரி வசூலிக்கும் உரிமை

அவர்களுக்கு இருந்தது. அவர்கள் வருடா வருடம் ஒரு சிறு கப்பத்தை தில்லிக்குக் கட்டவேண்டும் (விரைவிலேயே இது நிறுத்தப்பட்டது). கம்பெனி எல்லா நிர்வாகப் பொறுப்புக்களையும் ஏற்றுக்கொண்டது - போர்ப்படை, காவல்துறை, நீதித்துறை உட்பட. அது ஓர் அரசாங்கமாக மாறியது. அதற்கு வியாபாரத் தனியுரிமையும் இருந்தது.

கிழக்கிந்திய கம்பெனி இந்திய அரசாங்கத்தின் பகுதியாக இருந்தாலும் அது ஓரளவுக்கு இங்கிலாந்தின் அரசுக்கு கட்டுப்பட்டது. கம்பெனிக்கு வழங்கப்பட்ட வியாபாரத்திற்கான அரசாணையில் இந்தப் புதிய உறவு செம்மையாக வரையறுக்கப்படவில்லை. நாடாளுமன்றம் கவலையுற்று 1784ல் புதிய இந்திய சட்டத்தை (இந்தியன் ஆக்ட்) உருவாக்கி ஒரு கட்டுப்பாட்டு வாரியத்தை அமைத்தது. இதற்குப் பிற இந்திய சிற்றரசர்களுடன் போர் புரியவோ, உடன்படிக்கைகள் செய்துகொள்ளவோ உரிமையிருந்தது. கூடவே கம்பெனியின் கவர்னர் - ஜெனரலை பணிநீக்கம் செய்யும் அதிகாரமும் அதற்கிருந்தது. இந்தக் கட்டுப்பாடுகளுக்கிணங்கி கம்பெனி தொடர்ந்து வியாபாரத் தனியுரிமை பெற்றது, ஆட்சியிலும் இருக்க முடிந்தது.

கம்பெனியின் படைகளும் ஆங்கிலேயப் படைகளும் இணைந்து தென்னிந்தியாவில் பெரும்பகுதியை கைவசப்படுத்தினர். இந்தியாவில் கிட்டத்தட்ட பாதி இடங்கள் கம்பெனியின் ஆட்சியின் கீழ் வந்தது. அரசாட்சி மற்றும் வியாபாரம் எனும் கம்பெனியின் இரட்டைப் பணி பெரும் விமர்சனத்துக்குள்ளானது. 1813ல் கம்பெனி வியாபாரத் தனியுரிமையை இழந்தது. 1833ல் பழைய அரசாணை புதிப்பிக்க வந்தபோது சிலர் கம்பெனியின் அரசாட்சியை தடை செய்ய விரும்பினர். ஆனால் நேரெதிராக நடந்தது. கம்பெனிக்கு உப்பு மற்றும் ஒப்பியம் தவிர வேறெந்த வியாபாரமும் செய்யத் தடை விதிக்கப்பட்டது, ஆனால் அது இந்தியாவை ஆளும் பணியை தொடர்ந்து செய்ய பணிக்கப்பட்டது. அதன் பங்குதாரர்கள் ஆண்டுக்கு பத்தரை சதம் இலாபத்தின் பங்கை பெற்றுக் கொள்ளலாம். இந்தச் செலவும் இங்கிலாந்து அரசுக்கு கம்பெனி தந்த கடன் பத்திரங்களுக்கான செலவும் இந்திய வரிகளிலிருந்து பெற்றுக் கொள்ளப்படும். இக்கடன் பத்திரங்கள் கம்பெனி (நாட்டு நலனுக்காக அன்றி) தன் சொந்த இலாபத்திற்காக இந்திய வியாபாரத்தைப் பெருக்குவதற்காக ஆங்கிலேய அரசுக்கு வழங்கியவை என்பதால் இந்தியாவில் இந்த ஏற்பாடுகளுக்கு பலத்த எதிர்ப்பு இருந்தது.

இச்செலவுகளுக்கு மட்டுமன்றி இங்கிலாந்திலிருந்து படைகளைக் கொண்டு வரவும், கம்பெனி நிர்வாகிகளுக்கு ஓய்வூதியம்,

படைகளுக்கான செலவு, கம்பெனியின் உயரதிகாரிகளுக்கான செலவு எனப் பல செலவுகளையும் இந்தியர்கள் ஏற்கவேண்டி இருந்தது. தங்களை ஆங்கிலேயர் போரில் தோற்கடித்ததற்காக வழங்கப்பட்ட அங்கீகாரப் பதக்கங்களைச் செய்வதற்கும், ஐரோப்பிய பைத்தியக்காரர்களை வைத்து பராமரிக்கவும் தேவையான செலவுகளும் இதில் அடக்கம். இவை எல்லாவற்றையும் இந்தியர்கள் 'ஹோம் சார்ஜஸ்' என அழைத்தனர். இந்தியர்கள் இதை அடியோடு வெறுத்தனர். இந்தியர்கள் மட்டும் கோபப்படவில்லை. பின்னாளில் மதராஸின் கவர்னர் ஜெனரலாக இருந்த சர் சார்லஸ் டிரெவெலியன் குறிப்பிடுகிறார்: 'வருடத்திற்கு £5,000,000 ஸ்டெர்லிங் இந்திய செல்வத்திலிருந்து கழிக்கப்பட்டு இங்கிலாந்தின் செல்வத்தோடு சேர்க்கப்பட்டது. இதுவே இந்தியா இங்கிலாந்து உடனான தொடர்பினால் அடையும் மிக மோசமான பாதிப்பாகும்.' ஆக்கிரமிப்புக்காகவும் அண்டை நாடுகளுடனும் நடத்தப்பட்ட பல போர்களின் செலவையும் இந்தியக் குடிமக்கள் ஏற்றுக்கொள்ள வேண்டியிருந்ததால் இதைப்போல பின்னாட்களில் பல கவலைக் குரல்களும் எழும்பின.

•

1834ல் வந்த அரசாணையின் பின் கம்பெனி சீன - இங்கிலாந்து வியாபாரத்திற்கான தனியுரிமையை இழந்தது. அதே நேரம் சீன ஏற்றுமதிகளின் எதிர்காலம் குறித்து இங்கிலாந்தில் அவநம்பிக்கை இருந்தது. ஜப்பான் அக்காலகட்டத்தில் மேற்குலகினுடனான வியாபார உறவை முறித்துக்கொண்டது ஒரு காரணமாகும். எனவே ஆங்கிலேயர், கிழக்கிந்திய கம்பெனியின் வழியாக இந்தியாவில் தேயிலை வளர்ப்பதை முன்னெடுக்க வேண்டியிருந்தது.

1793ல் மக்கார்ட்னி பிரபு ஆங்கிலேய அரசால் பெக்கிங்கிற்கு ஒரு குறிக்கோளுடன் அனுப்பப்பட்டார். மக்கார்ட்னி தான் ஓர் இணையான நாட்டின் பிரதிநிதியாக நடத்தப்படவேண்டும் என எதிர்பார்த்தார். ஆனால் சீனர்களுக்கு வேறு திட்டங்கள் இருந்தன. அவர்கள் அவரின் துறைமுகப் படகுகளில் அவர்கள் (அரசருக்கு) 'பரிசு கொண்டு வரும் தூதுப் படகு' என்று எழுதிவைத்தனர். அவர் வந்து சேர்ந்தபோது 'கவ்டவ்' செய்ய வேண்டும் என எதிர்பார்க்கப் பட்டது, அரசரின் முன்பாக மூன்று முறை முழங்காலிட்டு மும்முறையும் முகம் தரையைத் தொடுமாறு வணங்கும் முறை அது. பேரரசர், ஆங்கிலேய அரசர் மூன்றாம் ஜியார்ஜின் படத்தின் முன்பாக கவ்டவ் செய்தால் தானும் செய்யத் தயார் என மக்கார்ட்னி சொன்னார். பேரரசர் மறுக்கவே மக்கார்ட்னி பெக்கிங்கின் அமர்வு

தூதுவராக இருக்க அனுமதி மறுக்கப்பட்டது. இருந்தும் இருவரும் பரிசுகளைப் பரிமாறிக்கொண்டனர். மக்கார்ட்னி பிரபு தேயிலை விதைகளையும் செடிகளையும் எடுத்துச்செல்ல அனுமதிக்கப் பட்டார்:

'கியாங்சியை கடந்தபோது நாங்கள் தேயிலைத் தோட்டங்களூடே சென்றோம். அங்கிருந்து வளரும் நிலையிலிருந்த பல தேயிலைச் செடிகளை எடுத்துச் செல்ல வைஸ்ராயால் அனுமதிக்கப் பட்டோம். அவற்றில் பெரிய பந்துபோல மண் ஒட்டியிருந்தது. அவற்றை வங்கத்துக்கு என்னால் அனுப்ப முடியும் என்பதில் எனக்குப் பெருமையாக உள்ளது.'

அந்தச் செடிகள் தப்பியிருக்க வாய்ப்பில்லை. ஆனால் விதைகள் கல்கத்தா தாவரவியல் பூங்காவில் வெற்றிகரமாக துளிர்விட்டன. 1816ல் அம்ஹெர்ஸ்ட் பிரபு பெக்கிங்கிக்கு இன்னொரு தூதுக் குழுவுடன் சென்றார். மெக்கார்ட்னியைப் போல தோல்வியுற்ற பயணம் அது. ஆனால் அவரும் விதைகளையும் செடிகளையும் எடுத்துச் சென்றார். ஆம்ஹெர்ஸ்ட்டுடைய கப்பல், ஆல்செஸ்ட், சுமுத்திராவிற்கருகில் பவழப்பாறையை தட்டி நின்றது - அதிலிருந்த ஆட்கள் அனைவரும் காப்பாற்றப்பட்டனர், ஆனால் தாவர மாதிரிகள் அழிந்தன.

சீனாவிலிருந்து தேயிலை இப்படித்தான் முதன்முதலாய் வெளியே சென்றது என்றில்லை. ஜப்பானில் முழுமையான தோட்டங்கள் இருந்தன. அதேபோல சீனாவிலிருந்து பலவகையான செடிகளும் உலகின் பல பகுதிகளிலும் பயிரிடப்பட்டிருந்தன. ஹாலந்துக்கு சில தேயிலைச் செடிகள் பதினேழாம் நூற்றாண்டிலேயே சென்றிருக்கின்றன என்று தெரிகிறது. ஆனால் அவை ஜப்பானிலிருந்து சென்றவை. லினேயஸ் எனப் பெயர்கொண்ட புகழ்பெற்ற ஸ்வீடன் நாட்டு தாவரவியலாளர் ஓர் உயிருள்ள தேயிலைச் செடியைப் பெற பல முயற்சிகளையும் எடுத்தார். இவர்தான் நவீன தாவர உயிர்வகைப்படுத்துதலை உருவாக்கியவர். அவர் தனது உதவியாளர்களை ஸ்வீடனின் கிழக்கிந்திய கம்பெனியில் மதப் பணி செய்பவர்களாக சீனாவுக்கு அனுப்பிவைத்தார். அவர்கள் திரும்பக் கொண்டுவந்த தேயிலைச் செடிகள் பல்வேறு பேரழிவுகளைச் சந்தித்தன. புயலில் அழிந்தன, எலிகள் அழித்தன, சில செடிகள் தேயிலைச் செடிகளே அல்ல என்பது பின்னர் தெரியவந்தது. இறுதியாக 1763ல் அவர் ஒரு செடியை தருவித்தார். அதுவே ஐரோப்பியாவின் முதல் தேயிலைச் செடி. வெப்ப நாடுகளில் - குறிப்பாக ஜாவா, செயின்ட் ஹெலன் மற்றும் பிரேசிலில் பிற தோட்டங்கள் பயிரிடப்பட்டு நன்கு வளர்ந்தன.

துவக்கத்திலிருந்தே இந்தியாவில் தேயிலை வளர்ப்பது சாத்தியம் என கிழக்கிந்திய கம்பெனி நிர்வாகம் கருதி வந்தது. 1778ல் சர் ஜோசப் பேங்க்ஸ், கேப்டன் குக்குடன் சென்ற புகழ் பெற்ற தாவரவியலாளர், வட இந்தியாவின் சில பகுதிகளில் வளர்க்க கறுப்புத் தேயிலைகள் ஏதுவானவை எனத் தெரிவித்தார். சீன விவசாயிகளையும் தயாரிப்பாளர்களையும் பணியிலமர்த்தவும் அவர் நினைத்தார். பேன்க்ஸ் மக்கார்ட்னி பிரபு அனுப்பிய மாதிரிகள் சிலவற்றை பெற்றுக்கொண்டார். கல்கத்தாவின் தாவரவியல் தோட்டத்தில் அது நன்கு வளர்ந்தாலும் கம்பெனி அதை வியாபாரத்துக்காக வளர்ப்பதற்கு ஊக்குவிக்கவில்லை. கம்பெனிக்கு சீன வியாபாரத்தில் தனியுரிமையிருந்ததால்தான் அவர்கள் இதில் ஈடுபடவில்லை என சிலர் கருதுகின்றனர். சீனாவுக்கு வெளியே நல்ல தேயிலை வளர்க்க முடியுமா எனும் சந்தேகமும் இருந்தது. அதேபோல தரமாக தேயிலை தயாரிக்கும் திறனுடையவர்களை வெளியில் கண்டடைவதும் கடினம் என்று கருதப்பட்டது. சீன வியாபாரத்தின் தனியுரிமையை இழந்த கம்பெனி இந்த சந்தேகங்களை மேலும் அலசியது. 1834ல் ஒரு தேயிலை கமிட்டி உருவாக்கப்பட்டு சீனாவிலிருந்து செடிகள், விதைகளைக் கொண்டுவரும் சாத்தியங்களை அறியவும், இந்தியாவில் அதைப் பயிரிட சாதகமான இடங்களை கண்டு பிடிக்கவும் சோதனை முயற்சிகளை துவக்கவும் பணிக்கப்பட்டது. அவர்கள் விரைந்து செயல்பட்டனர். தங்கள் உறுப்பினர்களில் ஒருவரான சி.ஜெ. கோர்டனை செடிகள் விதைகளைக் கொண்டு வரவும் தேயிலை வளர்ப்பிலும் தயாரிப்பிலும் தேர்ந்தவர்களை வேலைக்காக அழைத்துவரவும் சீனாவுக்கு அனுப்பினர். இந்தியாவில் எங்கெல்லாம் தேயிலை வளர்க்க முடியும் என்பதை தெரியப்படுத்துமாறு ஓர் அதிகாரபூர்வ சுற்றறிக்கையையும் அனுப்பினர்.

கோர்டன் மூன்று விதைத் தொகுப்புகளை வாங்கினார். ஆனால் அவர் இல்லாத நேரத்தில் அவ்விதைகள் அனுப்பப்பட்டன. அவை தரம் குறைந்தவையாக இருந்தன. தேர்ந்த சீனர்களை பணியிலமர்த்தவும் அவருக்கு கடினமாக இருந்தது. திறன் வாய்ந்த தேயிலைப் பணியாளர்களுக்கு அதிக சம்பளம் கிடைத்தது. அவர்கள் வேறு நாட்டுக்குக் குடியேறத் தயாராக இல்லை. மேலும் சீனர்கள் தங்கள் திறனை பிறருக்கு சொல்லித்தருவது சட்டவிரோதமானது என்றும் அவர்கள் விட்டுச் செல்லும் குடும்பத்தினரை சீன அதிகாரிகள் துன்புறுத்தக் கூடும் எனும் பயமும் பரவலாக இருந்தது. டச்சுக்காரர்களும் தங்கள் கீழைப் பிரதேசங்களில் தேயிலைப் பயிரிட முயன்றபோது பன்னிரண்டு சீனப் பணியாளர்களை மட்டுமே

வேலைக்கமர்த்த முடிந்தது. அவர்கள் அனைவருமே கொலை செய்யப்பட்டனர். கோர்டன் இந்த சவால்களைத் தாண்ட முயன்றுகொண்டிருந்தபோது இந்தியாவில் ஒரு கண்டுபிடிப்பு நிகழ்ந்தது. அது மொத்தச் சூழலையும் மாற்றியது.

•

1834ல் கமிட்டி அமைக்கப்படுவதற்கு சில ஆண்டுகளுக்கு முன்பே தேயிலை இந்தியாவில் தோன்றிய செடியாக இருக்கலாம் எனும் புரளி நிலவிவந்தது. 1815ல் லாட்டர் எனப்படும் கர்னல், காட்மண்டு, நேப்பாளில் உயரதிகாரியாக இருந்தபோது சில அசாமியர்கள் தேநீர் அருந்துவதைக் கண்டுள்ளார். 1816ல் அவர் தேயிலைச் செடி எனக் கருதிய ஒரு செடியை கல்கத்தாவுக்கு அனுப்பிவைத்தார். ஆனால் சோதனைகளில் அதை உறுதிப்படுத்த முடியவில்லை.

கிழக்கிந்திய கம்பெனி 1826ல் அசாமை இணைத்துக்கொண்டது. அடிப்படையில் அப்பகுதி ஆசியாவின் மாபெரும் நதிகளில் ஒன்றான பிரம்மபுத்திராவின் மேல்பகுதியிலிருந்த பள்ளத்தாக்காகும். 400 மைல்கள் நீளத்துடன் அது எல்லாப்பக்கங்களிலும் அடர்ந்த காடுகளைக்கொண்ட மலைகளால் சூழப்பட்டிருந்தது - தெற்கே ஒரு சிறு இடைவெளியைத் தவிர. பொதுவாகவே அசாம் பிற தேயிலைப்பகுதிகளைப்போல மலைப்பிரதேசம் எனும் நம்பிக்கையுள்ளது. ஆனால் அதன் பெரும்பகுதி அப்படி இல்லை. கடலிலிருந்து 300மைல் தொலைவில் இருந்தாலும் பிரம்மபுத்திரா அசாமுக்குள் நுழைவது கடல்மட்டத்திலிருந்து 150 அடிக்கு மேல்தான். அது பெரும்பாலும் சமவெளியாக இருப்பதுதான் அங்கு வருபவர்களை ஆச்சர்யத்துக்குள்ளாக்குகிறது. பல சிறு ஆறுகள் மலைகளிலிருந்து இறங்கி பிரம்மபுத்திராவில் கலக்கின்றன. இவற்றால் சமவெளிகளில் அடிக்கடி வெள்ளப்பெருக்கு ஏற்படுகிறது. சதுப்பு நிலங்கள் கணிசமாக உள்ளன. அது தேவைக்கதிகமான மழையும், கடுமையான ஈரப்பதமும் கொண்ட நாடு. அங்கே வாழ்பவர்களுக்கு தட்பவெட்பம் உடலுக்கு ஒவ்வாததாகவும், எரிச்சலூட்டுவதாகவும் இருந்தது. ஆனால் பல தாவரங்களுக்கும் அந்தச் சூழல் ஏற்புடையது.

அந்நாடு ஆஹோம்கள் எனப்படும் ஷான் வம்சத்தவர்களால் ஆளப்பட்டு வந்தது. 13ஆம் நூற்றாண்டில் அவர்கள் அதைக் கைப்பற்றினர். அது இயல்பிலேயே எளிதில் பாதுகாக்கக்கூடிய பள்ளத்தாக்கு. எனவே ஆஹோம்கள் முகலாயர்களையும் பிற போரிடும் அண்டைநாட்டவர்களையும் வெளியில் வைத்திருக்க முடிந்தது. ஆனால் பதினெட்டாம் நூற்றாண்டில் பல திறனற்ற

அரசர்களால் நாடு வலுவிழந்தது. தொடர்ந்து அரசின்மை நோக்கிச் சென்றுகொண்டிருந்தது. இந்தச் சீர்கேடு தங்கள் அரசை விரிவுபடுத்த பர்மியர்கள் கொண்ட கனவுகளோடு இணைந்தபோது அவர்கள் 1817ல் அசாமைத் தாக்கி விரைவிலேயே ஆட்கொண்டனர். பின்னர் ஒரு பொம்மை அரசரை நியமித்துவிட்டுச் சென்றனர். இந்த அரசரின் பதவியும் உடலுறுப்புக்களும் நீக்கப்பட்டபோது பர்மியர்கள் 1819ல் மீண்டும் தாக்கினர். பர்மியர்களின் வாளுக்கு அந்நாடு இரையாகிச் சீரழிந்தது. 1822க்குள் அசாம் முற்றிலும் பர்மியரின் கட்டுக்குள் வந்துவிட்டது. அவர்கள் மிக மோசமான கொடுமைகளை செய்தார்கள். 'சிலர் உயிருடன் தோலுரிக்கப்பட்டனர். பிறர் எண்ணெயில் எரிக்கப்பட்டனர். இன்னும் பிறர் கிராம நகர அல்லது வழிபாட்டுக் கூடங்களுக்குள் மக்களைக் கூட்டமாகச் சேர்த்துவிட்டு அதற்கு நெருப்பூட்டினர்.'

'(அந்த) பயங்கர ஆட்சிக்குப் பயப்படாதவர்கள் எனச் சந்தேகப்பட்ட அனைவரும் பர்மிய கொலைகாரர்களால் பிடிக்கப்பட்டு, கட்டப்பட்டனர். பர்மியர்கள் அந்தப் பரிதாபத்துக்குரிய மக்களின் காது மடல்களை, உடலின் தேர்ந்தெடுத்த பகுதிகளையும் அறுத்தனர். உதாரணமாய் தோள் முனைகளை. உண்மையிலேயே அவர்கள் அப்படி வெட்டப் பட்ட பச்சை இறைச்சியை உயிருடன் இருந்த வதைபடுபவரின் முன்பே உண்டனர். பின்னர் உடலில் ஆழமாக வெட்டினர். வெட்டப்பட்டவர்கள் மெதுவாகச் சாக வேண்டி இதைச் செய்தனர். இறுதியாக சபிக்கப்பட்ட அந்த வதைபடுபவரின் குடலை வெளியிலெடுத்து அந்தக் கொடூரத்தை முடிவுக்குக் கொண்டுவந்தனர்.'

பலர் நாட்டை விட்டு ஓடினர். ஆனால் பெரிய அளவில் ஆண்களும் பெண்களும் குழந்தைகளும் கொல்லப்பட்டனர் அல்லது அடிமைகளாக எடுத்துச்செல்லப்பட்டனர். அசாமின் மக்கள்தொகை பாதியானது என கணிக்கப்பட்டது.

ஆனால் தெற்கு அசாமில் நடந்த நிகழ்வுகளே முதல் ஆங்கிலோ - பர்மியப் போரை உருவாக்கிது. பர்மியர்கள் கடற்புற அரசான அரக்கானை 18ஆம் நூற்றாண்டின் பின்பகுதியில் கைப்பற்றினர். அரக்கான் அகதிகள் வடக்கேயிருந்த வங்காளத்திற்குச் சென்று பின்னர் பர்மியர்களின் கட்டுப்பாட்டிலிருந்த இடங்களைக் கொள்ளை அடித்தனர். பர்மியர்கள் இதற்கு எதிர்வினையாக வங்கத்துக்குள் திடீர் தாக்குதல்களில் ஈடுபட்டனர். ஆனால் கம்பெனியின் படைகள் அவர்களைத் தடுத்தனர். வங்கத்தின்மீது இன்னொரு திடீர் தாக்குதலை பர்மியர்கள் நடத்தினர். மேலும் ஆங்கிலேயருக்குச்

சொந்தமான தீவு ஒன்றையும் கைப்பற்றினர். எனவே 1824ல் ஆங்கிலேயர் பர்மியருக்கு எதிராகப் போரை அறிவித்தனர். ரங்கூன் கடலிலிருந்து தாக்கப்பட்டது, 1824ல் ஆங்கிலேயர் கைக்கு வந்தது. பர்மியர்கள் பின்பு திரும்பித் தாக்கினர். அதில் தவறாக வழிநடத்தப்பட்ட ஆங்கிலப் படை பெருமளவில் அழிந்தது. குறைந்தது 15,000 'பிரித்தானிய' படைவீரர்கள் இறந்தனர். அதில் கிட்டத்தட்ட எல்லோருமே இந்தியர்கள். அந்தப் போரின் முழு செலவும் இந்தியர்கள்மீது சாத்தப்பட்டது. இதன் பின்னான ஒப்பந்தத்தில் அசாம் உட்பட பெரும் நிலப்பகுதிகளை ஆங்கிலேயர் பெற்றுக்கொண்டனர்.

அசாமியர்கள் கம்பெனியை மீட்பர்களாக எண்ணி வரவேற்றனர். ஆனால் விரைவிலேயே அவர்கள் சுயாட்சிக்காக குரல் கொடுத்தனர். 1830துவங்கி 1840க்குள் பல புரட்சிகளும் வெடித்தன. ஆனால் கம்பெனியின் ஆட்சியை கலைக்கும் அளவுக்கு எதுவும் நிகழவில்லை.

•

ராபர்ட் புரூஸ் எனும் ஒரு முன்னாள் போர்ப்படைத் தொழிலதிபர் அசாமுக்கு வியாபாரம் செய்ய போருக்கு முன்னமே சென்றிருந்தார். அங்கே அவர் அசாமின் தலைவருக்கு முகவராக மாறினார். அத்தலைவரை கிழக்கிந்திய கம்பெனி மேல் அசாமை தங்கள் கட்டுப்பாட்டில் வைக்க வேண்டி ஆதரித்தது. 1823ல் புரூஸ் அசாமில் தேயிலைப் பயிர் இருப்பதைக் கண்டறிந்தார். சில செடிகளைப் பெறவும் வழிசெய்தார். அதேநேரம் பர்மாவுடன் போர் உருவாகியது. ராபர்ட் புரூஸின் சகோதரர் சி. ஏ. புரூஸ் இங்கிலாந்து துப்பாக்கிப் படகுகளுக்கு தலைமையேற்க வந்தார்.

இந்தியாவில் தேயிலைப் பயிரிடுதல் உருவாக மிக முக்கியக் காரணமயிருந்த சி. ஏ. புரூஸ் அசாமுக்குச் செல்வதற்கு முன்பு சாகசம் மிகுந்த வாழ்க்கையை வாழ்ந்திருந்தார். 1809ல் இங்கிலாந்திலிருந்து கப்பல் பணியாளராகக் கிழக்கிந்திய கம்பெனியின் கப்பலில் அவர் கிளம்பினார். அந்தப் பயணத்தில் அவர் இருமுறை பிரெஞ்சுக் காரர்களால் பிடிக்கப்பட்டார். மரீஷியஸின் குறுக்கே 'துப்பாக்கிக் கத்தியின் முனையில்' நடத்திச்செல்லப்பட்டு அத்தீவு ஆங்கிலேயர் வசம் வரும்வரையில் சிறையிலடைக்கப்பட்டார். பின்னர் அவர் ஆங்கிலேயருடன் ஜாவா தீவை கைப்பற்றச் சென்றார்.

உள்ளபடியே புரூஸின் கட்டுப்பாட்டிலிருந்த அசாம் பகுதியில்தான் சடியா இருந்தது. அங்கிருந்துதான் அவர் சகோதரர் தேயிலைச்

செடிகளைப் பெற திட்டமிட்டிருந்தார். சி. ஏ. புரூஸ் அந்த தேயிலைச் செடிகளை சேகரித்தார். சடியாவிலிருந்த அவரது தோட்டத்தில் சில செடிகளை வளர்த்தார். சிலவற்றை அசாமிலிருந்த ஆங்கிலேய உயரதிகாரியின் தோட்டத்தில் வளர்ப்பதற்காக அனுப்பினார். தேயிலையையும் விதைகளையும் ஆராய கல்கத்தாவுக்கும் அனுப்பி வைத்தார். அந்தச் செடிகள் உண்மையில் தேயிலைதானா அல்லது வேறொரு கமெல்லியா வகைச் செடியா என உறுதி செய்ய கம்பெனியின் தாவரவியல் பூங்கா மறுத்துவிட்டது. எனவே அந்த முயற்சி கைவிடப்பட்டது.

லெப்டினண்ட் சார்ல்ட்டன் என்பவர் 1831ல் அசாமில் பணியில் இருக்கும்போது சில செடி மாதிரிகளை கல்கத்தாவிலிருந்த தோட்டக்கலை சங்கத்திற்கு கீழுள்ள குறிப்புடன் அனுப்பிவைத்தார்.

'தேயிலை மரம் சுத்யா பகுதியில் வளர்கிறது. அசாமில் ஆங்கிலேயருக்குச் சொந்தமான இடங்களிலேயே மிகத் தொலைவில் இருக்கும் இடம் இது. பிரித்தானியரின் இடங்களுக்கு அருகிலிருக்கும் பகுதியிலும் வளர்கிறது. சுத்யாவில் வசிக்கும் சிலருக்கு காய்ந்த தேயிலை இலை கலந்த பானத்தை அருந்தும் பழக்கமுள்ளது. ஆனால் அவர்கள் இலையை பறித்தபின்னர் தயாரிப்பதில்லை. பச்சையாயிருக்கையில் அவற்றிற்கு எந்த மணமுமில்லை என்றாலும் காய்ந்தபின்னர் அவை சீனத் தேயிலையின் மணத்தையும் சுவையையும் பெறுகின்றன.'

சார்ல்ட்டனின் செடிகள் விரைவில் கருகிப்போயின. அவையும் அதிகாரபூர்வ ஒப்புதலைப் பெறமுடியவில்லை. இதைத்தொடர்ந்து சார்ல்ட்டனுக்கும் சி.ஏ. புரூஸுக்குமிடையே யார் முதலில் இந்தியாவில் தேயிலையைக் 'கண்டுபிடித்தது' என்ற பெரிய சர்ச்சை உருவானது. கல்கத்தாவின் தாவரவியல் பூங்காவின் டாக்டர் வாலிச் தேயிலை அசாமில் வளர்வதை கடைசிவரை ஏன் ஏற்றுக்கொள்ள வில்லை என்பது இன்றுவரை புதிராகவேயுள்ளது.

தேயிலை கமிட்டியின் சுற்றறிக்கை சார்ல்ட்டனுக்கு 1834ல் கிடைத்தது. அதற்குள் அவர் கேப்டன் ஜெங்கின்ஸ் ஆகியிருந்தார். வடகிழக்கு எல்லைப்பகுதியான ஜோரத்திற்கு உயரதிகாரியாக இருந்தார். சில மாதங்களுக்குப் பிறகு அவர் புதிய மாதிரி விதைகளையும் இலைகளையும் சடியாவிலிருந்து கல்கத்தாவுக்கு அனுப்பினார்:

'இந்த மரம் இந்தப் பகுதிக்கும் பீசாவுக்கும் சொந்தமானது. இங்கிருந்து சீனப் பகுதியான யூனானுக்கு ஒருமாதகாலப் பயணம்

செல்லும் வழியெங்கும் எல்லா இடங்களிலும் ஆங்காங்கே வளர்ந்துகொண்டிருக்கிறது. யூனானில் அது மிக அதிகமாக வளர்க்கப்படுகிறது என நான் கேள்விப்பட்டேன். அங்கிருந்து வந்த இருவரில் ஒருவர் இந்தச் செடி அங்கே வளர்க்கப்படும் செடியின் இனத்தை ஒத்திருக்கிறது என்று உறுதிசெய்துள்ளார். எனவே அதுதான் உண்மையான தேயிலை (bona fide - நன் நம்பிக்கை) என்பதில் இனிமேலும் சந்தேகமில்லை.'

வாலிச் இறுதியாக நம்பிக்கைகொண்டார். 1834 கிறிஸ்துமஸ் இரவில் தேயிலைக் கமிட்டி இந்தியாவின் கவர்னர்-ஜெனரலுக்கு அறிவித்தது:

'தேயிலைப் புதர் மேல் அசாமில் உருவானது என்பது சந்தேகத்துக்கப்பாற்பட்டது. இந்தக் கண்டுபிடிப்பை வெளிப்படையாக அறிவிப்பதில் எங்களுக்கு எந்தத் தயக்கமும் இல்லை. இது கேப்டன் ஜெங்கின்சின் மற்றும் லெப்டினன்ட் சார்ல்டனின் அயராத உழைப்பால் மட்டுமே சாத்தியமானது. மேலும் விவசாயத்தையும் வியாபாரத்தையும் பொறுத்தமட்டில் இதுபோன்ற மதிப்புள்ள கண்டுபிடிப்பு எதுவும் ஒருபோதும் நிகழவில்லை. வெளிச்சத்திற்கு வந்துள்ள இந்தத் தேயிலைச் செடி சரியான பராமரிப்பின் கீழ் வியாபாரத்துக்காக முழுமையான வெற்றியுடன் பயிரிடப்பட்டு வளர்க்க சாத்தியமானது என்பதில் எங்களுக்கு முழு நம்பிக்கையுள்ளது. இதன் மூலம் நம் உழைப்பின் பயனை விரைவிலேயே நாம் முழுமையாக அடையவிருக்கிறோம்.'

•••

கோர்டன் ஏற்கெனவே போதுமான அளவு தேயிலை விதைகளை சீனாவிலிருந்து பரிசோதனைக்காக அனுப்பியிருந்தார். அவர் இல்லாதபோது கமிட்டி இந்தியத் தேயிலை இந்தியாவில் சிறப்பாக வளரும் என்று முடிவுசெய்தது. சீன வல்லுனர்களை கிழக்குச் சீனாவிலிருந்து மட்டுமல்லாது யுன்னன் பகுதியிலிருந்தும் கொண்டுவரும் எண்ணமும் அவர்களுக்கிருந்தது. ஆனால் கோர்டன் கல்கத்தா வந்தபோது அவர்கள் மனதை மாற்றிக்கொண்டனர். சீன வல்லுனர்களைக் கொண்டுவரும்படி மீண்டும் கேன்டனுக்கே அவர் அனுப்பப்பட்டார். அவர் அனுப்பியிருந்த 80,000 விதைகள் ஏற்கெனவே கல்கத்தாவின் தாவரவியியல் பூங்காவில் முளை விட்டிருந்தன. அவற்றை பரவலாக விநியோகித்து அவை எங்கே சிறப்பாக வளர்கின்றன என்று பார்க்க முடிவுசெய்யப்பட்டது. 20,000 விதைகள் இமயமலை அடிவாரத்திலிருந்த குமாவுனுக்கு அனுப்பப்

பட்டன. 20,000 தென்னிந்தியாவுக்கும் 20,000 அசாமுக்கும் அனுப்பப்பட்டன.

தேயிலை கமிட்டி மூன்று விஞ்ஞானிகளைக்கொண்ட குழு ஒன்றை அசாமுக்கு அனுப்பிவைத்தனர். சதியாவில் ஒரு தேயிலை முளைதோட்டத்தை (நர்சரி) உருவாக்கும்படி லெப்டினண்ட் சார்ல்ட்டனை கேட்டுக்கொண்டனர். சி. ஏ. புரூஸ் அவருக்குத் துணையாக இருக்கும்படியிருந்தது. புரூசுக்கும் சார்ல்ட்டனுக்கும் இடையே அசாமில் தேயிலையை முதலில் யார் கண்டுபிடித்தது எனும் போட்டி இருந்தது. கமிட்டி சார்ல்ட்டனை முழுமையாக ஆதரித்தது, புரூஸ் குறித்து அவர்கள் எதுவும் குறிப்பிடவில்லை. மேலும் சார்ல்ட்டன் புரட்சி ஒன்றை அடக்கச் சென்றது புரூஸுக்குச் சாதகமாக அமைந்தது. சார்ல்ட்டனுக்கோ அதிருஷ்டம் இல்லாமல் போனது. அவர் கடுமையாகக் காயம்பட்டு ஊனமுற்றவராக அசாமை விட்டு வெளியேற்றப்பட்டார். புரூஸ் அசாம் தேயிலைக்கு முக்கியப் புள்ளியாக பல வருடங்கள் நீடித்தார்.

அறிவியல் வல்லுநர்கள் அசாமை அடைய நான்கரை மாதங்கள் ஆகின. தேயிலை முளைத்தோட்டம் ஏமாற்றமூட்டுவதாயிருந்தது. பரவலாக ஆடு மாடுகள் அவற்றைச் சேதப்படுத்தியிருந்தன. அங்கு நடப்பட்டிருந்த 20,000 சீனத் தேயிலைச் செடிகளில் 55 மட்டுமே பிழைத்திருந்தன; அவையும் வாடும் நிலையிலிருந்தன. அசாமில் ஆங்காங்கே கிளர்ச்சி எழுந்துகொண்டிருந்தது. பயம் கொண்ட டாக்டர் வாலிக் கல்கத்தா திரும்ப விருப்பப்பட்டார். ஆனால் அறிவியல் குழுவிலிருந்த மற்ற இருவர்களான மெக்லெலாண்ட் மற்றும் கிரிஃபித் தொடர விரும்பினர். முழுமையான ஆய்வு நடத்தப்பட்டது.

அறிவியல் குழுவுக்கு தேயிலை அசாமில் இயல்பாக விளைகிறதா, அங்கே தேயிலை தொழிலை நிறுவ சாதகமுள்ளதா, எந்தெந்தப் பகுதிகள் ஏற்றவை, சீனத் தேயிலை விதைகளை இறக்குமதி செய்யத் தேவையுள்ளதா போன்ற கேள்விகளுக்கு விடைதேடும்படி கட்டளை இடப்பட்டிருந்தது. தேயிலை இந்தியாவில் இயல்பாக விளைந்ததா என்பதை அவர்களால் உறுதிசெய்ய முடியவில்லை. மேல் அசாமில் பல பகுதிகளில் குறிப்பாக பிரம்ம புத்திராவிற்கு தெற்கே, தேயிலைச் செடிகள் வளர்வதை அவர்கள் கண்டார்கள். ஆனால் அவை பயிரிடப்பட்டவை போன்றே தோன்றின. அங்கிருந்தவர்கள் தேயிலையை அறுவடை செய்து தேநீர் அருந்தி வந்ததால் அவை முன்னர் பயிரிடப்பட்டு அண்மையில் கைவிடப்பட்ட தோட்டங்களாக இருக்க வாய்ப்பிருந்தது.

தேயிலைச் செடி தோன்றியது குறித்து பல வாதங்கள் உள்ளன. சீனா மற்றும் இந்தியாவும் தேயிலை உருவாகிய பகுதிகளாக கருதப்பட்டன. சில தென் கிழக்கு ஆசிய நாடுகளும் முன்வைக்கப் பட்டன. எதிர்காலத்தில் கற்கால தாவரவியலை ஆராய்பவர்கள் மண்ணில் கலந்திருக்கும் மகரந்தங்களை ஆராய்ந்து ஒரு தீர்க்கமான முடிவை எட்டக்கூடும். அதுவரை மிக முக்கியமான ஆய்வாக லண்டன் கீவில் உள்ள ராயல் பொட்டானிக்கல் கார்டனைச் சார்ந்த ராபர்ட் சீலி 1958ல் வெளியிட்ட ஆய்வே இருக்கும். அவரது 'எ ரிவிஷன் ஆப் த ஜீனுஸ் கமெல்லியா'வில் அவர் இரு முக்கிய தேயிலை வகைகளை குறிப்பிடுகிறார் - கமெல்லியா சினென்சிஸ் - வகை சினென்சிஸ் மற்றும் கமெல்லிய சினென்சிஸ் - வகை அசாமிக்கா. முதல் வகை 19 அடி உயரம்வரை வளரக்கூடியது, சூழலைத் தாக்குப்பிடிக்கும் தன்மைகொண்டது. ஒப்பீட்டளவில் ஒடுங்கிய சிறிய இலைகளைக் கொண்டது அது யுனான் பகுதியில் உருவாகியிருக்கக்கூடும். இரண்டாம் வகை ஐம்பத்தாறு அடி உயரம்வரை வளரக்கூடிய, தாக்குப்பிடிக்கும் தன்மை குன்றிய, தோல்போன்ற பெரிய இலைகளைக் கொண்ட வகை. அது ஒருவேளை அசாமின் வெம்மையான பகுதிகளில் மற்றும் மியன்மார், தாய்லாந்து லாவோஸ், கம்போடியா வியட்நாம் மற்றும் தென் சீனாவில் உருவானதாக இருக்கலாம்.

ராபர்ட் சீலி இரண்டாம் பகுதியிலிருப்பவர்கள் அசாமிக்கா வகையை ஓர் ஊக்கமுட்டியாக பயன்படுத்தியதையும், அவர்கள் பொதுவாக தேயிலையை நிலத்தில் குழிதோண்டி ஊறவைத்து நொதிக்கச் செய்து பின்னரே பானமாகவோ அல்லது நேரடியாக வாயிலிட்டு மெல்லுவதோ வழக்கமாகக் கொண்டிருந்தனர் என்பதையும் குறிப்பிடுகிறார். தேயிலையை பானமாக்கி அருந்துவதை சீனர்களோ ஆங்கிலேயரோ சொல்லும்வரை அவர்கள் செய்திருக்கவில்லை. இப்படி அசாமிக்கா வகை தேயிலையை நொதிக்கச் செய்யும் முறையை சீனர்கள் தெரிந்துகொண்டு சினென்ஸிஸ் வகைத் தேயிலைகொண்டு முயன்றபோது இனிமையான பானம் கிடைத்தது.

தேயிலை கமிட்டி அனுப்பிய வல்லுனர்கள் அசாம் சீனாவின் தேயிலை வளர்ப்புப் பகுதிகளைப்போலவே நில அமைப்பு, பயிர்வகைகள், தட்பவெப்பம் மற்றும் ஈரப்பதம் கொண்டிருந்தது எனக் கருதினர். உண்மையில் அசாம் சீனாவைவிட வெப்பமும் ஈரப்பதமும் அதிகமுள்ள பகுதியாகும். மேலும் அங்கே மழைப்பொழிவும் அதிகம். இருப்பினும் பின்னாட்களில் இந்த வித்தியாசங்கள் அசாமிக்கா வகை தேயிலைக்கு சாதகமானவை

யாகவே அமைந்தன. நீர் நன்கு வடியும் பகுதிகளில் மட்டுமே தேயிலை பயிரப்படவேண்டும் என்பதை வல்லுனர்கள் வலியுறுத்தினர்.

அவர்கள் மத்தியில், சீன விதைகளா அல்லது உள்ளூர் தேயிலை விதைகளா என்ற விவாதம் எழுந்தது. டக்டர். வாலிக் உள்ளூர் செடிகளே அங்கிருந்த தட்பவெட்பத்திற்குத் தன்னை தகவமைத்திருக்கும் என வாதிட்டார். வில்லியம் கிரிஃபித் சீன விதைகள் பல நூற்றாண்டுகளாகத் தேர்ந்தெடுக்கப்பட்டு பயிரிடப் படுவதால் அவையே சிறந்தவையாக இருக்கும் என்றார். கிரிஃபித்தே வெற்றி பெற்றார். இதனால் கோர்டன் மீண்டும் சீனாவுக்கு அனுப்பப்பட்டார். அவரும் பிறரும் சீன விதைகளை சீனாவிலிருந்து இந்தியாவிற்கு பல வருடங்கள் அனுப்பிவைக்கும் பெரிய வேலையைச் செய்தனர். அசாமிலிருந்த உள்ளூர் வகைத் தேயிலைக்குப் பதில் சீனத் தேயிலையைக் கொண்டுவரும் பெரும் முயற்சி பின்னர் மேற்கொள்ளப்பட்டது. அதேநேரம் சீனத் தேயிலை வளர்ந்து பலன் தர இரண்டு அல்லது மூன்றாண்டுகள் ஆகுமாகையால் புரூஸ் உள்ளூர்த் தேயிலையை பரிசோதிக்கும்படி கேட்டுக் கொள்ளப்பட்டார். வல்லுனர் குழு நேர்மறையான அறிக்கையைக் கண்டு வியப்படைந்தது. 1836ல் புரூஸ் தேயிலைக் காடுகளின் சூப்பரின்டெண்டன்ட்டாக நியமிக்கப்பட்டார், மேலும் இரண்டு அல்லது மூன்று தோட்டங்களை உருவாக்கும் அதிகாரம் அவருக்கு வழங்கப்பட்டது.

புரூஸ் புதிய சீனத் தேயிலை முளைத் தோட்டங்களை உருவாகினார். அவை கிழக்கிந்திய கம்பெனிக்கு சொந்தமானவை. மேல் அசாமின் பல்வேறு பகுதிகளான ஜெய்பூர், சபுவா, சோட்ட டிங்கிரி மற்றும் ஹகன்பக்ரி போன்றவற்றில். சதியாவில் சீனத் தேயிலைக்கும் உள்ளூர் தேயிலைக்கும் முளைத்தோட்டங்கள் இருந்தன.

புரூஸூம் அவரது ஆட்களும் காடுகளுக்குள் தேயிலைப் புதர்கள் இருக்கக்கூடும் எனத் தேடினர். அது ஒரு எளிய பணி அல்ல. அசாமில் தொடர்ந்து நடந்த போர்களால் மிகப் பயனுள்ள விளைநிலமாக இருந்த பள்ளத்தாக்குப் பகுதி இயற்கைக்குத் திரும்பியது. ‘அது எட்டில் ஆறு அல்லது எட்டில் ஏழு பங்கு பெரும் நாணல்கள் நிரம்பிய காடாக மாறிவிட்டிருந்தது. அங்கே காட்டு யானைகளும் எருமைகளும் மட்டுமே உலவின. மனிதக் காலடிகளை அது அறியவேயில்லை.’

அசாம் காடுகள் வருடத்திற்கு 100 முதல் 200 இன்ச் வரைக்கும் மழைபெய்யும் இடங்களாயிருந்தன. (பலராலும் ஈரமானது என

அறியப்படும் லண்டன் வருடத்திற்கு 25 இஞ்ச் மழை மட்டுமே பெறுகிறது) இதனால் வரிசை வரிசையாகப் புதர்களும் ஈரநிலங்களும் அங்கே உண்டு. மரங்கள் உயர்ந்தும் நெருங்கியும் வளர்ந்தன. அவற்றின் கீழே பொதுவாகக் காட்டுப் புதர்கள் இருக்கும். சிறிது தூரத்தைக் கால்நடையாகக் கடப்பதுவும்கூட மிகக் கடினமானது. கூடவே காட்டுக்குள் கொல்லும் விலங்குகளும் மிகுந்திருந்தன. குறிப்பாக புலிகள். (அந்தக் காலகட்டத்தில் இந்தியாவில் புலிகள் வருடத்திற்கு கிட்டத்தட்ட இரண்டாயிரம் நபர்களைக் கொன்றன.) இந்தச் சூழலுக்குச் சிறந்த வாகனம் யானையாகும் - மெதுவாகச் சென்றாலும் பாதுகாப்பானது. அதே போல நிலப்பரப்பைக் நோட்டமிடவும் வசதியானது. புரூஸ் நான்கு யானைகளை 15 பவுண்டுகள் வீதம் வாங்கினார். அசாம் நிலைமைக்கு யானைகளுக்கு வேறு உணவுகள் தேவைப்படவில்லை. ஆனாலும் புரூஸ் அவரது யானைகளுக்கு வருடத்திற்கு 5 பவுண்டுகளுக்கு அரிசிவாங்கி செலவு செய்தார்.

•

காட்டில் ஒரு தேயிலைப் புதர் கண்டுபிடிக்கப்பட்டதும் அப்பகுதியின் குடித்தலைவருடன் பேச்சுவார்த்தை துவங்கப்படும். சிலர் முன்னேற்றம் மற்றும் வேலைவாய்ப்பினை மனதில் கொண்டு ஒத்துழைத்தனர். சிலர் வெளியாட்கள் உள்ளே வருவதை விரும்ப வில்லை. எனவே அவர்களுக்கு லஞ்சம் தரவேண்டியிருந்தது. புரூஸ் சமரசம் பேசுவதில் திறமைவாய்ந்தவர். அவர் தலைவர்களுடன் சம்மணமிட்டு அமர்வார். அவர்களுடன் புகைப்பார். இனிமையான வார்த்தைகளைக்கொண்டு அவர்களை வளைத்துப்போடுவார். சில நேரங்களில் மிகக் குறைந்த அளவு பணமே போதுமானதாயிருந்தது. ஆனால் அதிகமாக குடித்தலைவர்களுக்கு ஓப்பியமே கையூட்டாக வழங்கப்பட்டது.

1839க்குள் கிட்டத்தட்ட 120 பகுதிகளில் உள்ளூர் தேயிலை விளைவது கண்டுபிடிக்கப்பட்டது. இவற்றில் சில மிகப்பெரிய பரப்பளவில் இருந்தன. ஜெய்ப்பூருக்கு வெளியே புரூஸ் இரண்டு அல்லது மூன்று மைல்கள் தூரமுள்ள தேயிலைப்புதரை கண்டுபிடித்தார். தேயிலைப் பயிருக்கு வெளிச்சம் கிடைக்கும்படி அந்த இடத்திலிருந்த மரங்கள் வெட்டப்பட்டன. அங்கிருந்த சில தேயிலைப் புதர்கள் பெரிய மரங்களாக வளர்ந்திருந்தன. ஒரு மரம் 39 முழம் உயரமாகவும் 4 ஜாண் சுற்றளவுடனும் வளர்ந்திருந்ததை புரூஸ் குறிப்பிட்டுள்ளார். அதாவது 44 அடி உயரமும் 4 அடி சுற்றளவும். இந்த மரங்களும் பிற தேயிலைப்புதர்களும் மூன்றடி உயரத்திற்கு வெட்டப்பட்டன.

பின்னர் அவற்றில் துளிர்க்கும் இலைகள் அறுவடைசெய்யப்பட்டன. இப்படிச் செய்வதால் சீனாவிலிருந்ததைவிட பெரிய புதர்கள் உருவாகின. ஆறு அடிவரை உயரமுள்ளவையாக அவை மாறின. இடைவெளியுடன் நடப்பட்டிருந்ததால் அவை இன்றுள்ள தேயிலைத் தோட்டங்களைப்போலல்லாமல் ஆரஞ்சுத் தோட்டங்களைப் போலவே காட்சியளித்திருக்கும்.

சில சீனப் பணியாளர்கள் தேயிலை தயாரிப்புக்காக வந்திறங்கினர். தேயிலைக் காடுகள் தழைவான இடங்களில் பரந்திருந்ததால் அவற்றை கொண்டுவருவது கடினமாயிருந்தது. அதிகமான அளவில் தேயிலை ஆலையை வந்தடையும் முன்பே நொதித்துப் போனது. தரமான தேயிலை தயாரிப்பது கடினமாயிருந்தது. இருப்பினும் மிகுந்த முயற்சிக்குப் பின் ஏற்றுக்கொள்ளக் கூடிய தன்மையுள்ள தேயிலை தயாரிக்கப்பட்டது.

நவம்பர் 1836ல் சதியாவிலிருந்து வந்த சிறிய அளவு மாதிரித் தேயிலை கல்கத்தாவில் வரவேற்பைப் பெற்றது. 1837ன் இறுதியில் பெரிய மாதிரி அனுப்பப்பட்டது. அது விற்கத்தகுந்த தேயிலையாக கருதப்பட்டது. 1838ல் பன்னிரண்டு பெட்டகங்கள் லண்டனிலிருந்த கிழக்கிந்திய கம்பெனிக்கு அனுப்பப்பட்டன. கொஞ்சம் தேயிலை இயக்குனர்களுக்கென்று எடுத்துவைக்கப்பட்டது. கொஞ்சம் தேயிலை முகவர்களுக்கு சுவைக்க அனுப்பப்பட்டது. கொஞ்சம் தேயிலை நகர மேயர்களுக்கு, ஆர்வத்தைத் தூண்டும்படிக்கு அனுப்பப்பட்டது. ஜனவரி 10 1839ல் மீதமிருந்த 350பவுண்ட் தேயிலையும் ஏலம்விடப்பட்டது. சாதாரணமாக இவை பவுண்டுக்கு ஒன்று அல்லது இரண்டு ஷில்லிங்குகள் விலைபோகும், அனால் உற்சாகமான ஏலத்தினால் முதல் பாகம் ஐந்து ஷில்லிங்குக்கு வாங்கப்பட்டது. கடைசி பங்கு பெரும்பணம் கொடுக்கப்பட்டு பவுண்டுக்கு முப்பத்தி நான்கு ஷில்லிங்குக்கு வாங்கப்பட்டது. எல்லாம் கேட்டன் பிட்டிங் என்பவருக்கு விற்கப்பட்டன. அது திடீர் தேசப்பற்றின் வெளிப்பாடு என அதைப் பார்த்தவர் தெரிவித்தார். ஒருவேளை அவரது தேயிலைக்கான விளம்பரத்திற்காகக் கூட இதைச் செய்திருக்கலாம்.

1839ல் புரூஸ் 5,000 பவுண்ட் தேயிலை தயாரித்தார். 1840ல் அதை இருமடங்காக்கும் எதிர்பார்ப்புடனிருந்தார். அவரது வேலை முழுக்க முழுக்க ஆராய்ச்சிப்பணியாக இருந்தாலும் அசாமியத் தேயிலை வணிகமயமாக அவர் வழிகாட்டினார். ஒரு தேயிலைத் தோட்டத்தை அமைக்க எவ்வளவு செலவாகும் என்பது குறித்த விரிவான உத்தேசக்கணக்குகளை அவர் உருவாக்கினார். அதன்படி:

10 பகுதிகளுள்ள தோட்டத்துக்கு:	
ஒவ்வொன்றும் 400க்கு 200 கஜம் அளவுள்ளவை (மொத்தம் 165 ஏக்கர்)	- ரூ 16, 591
முதலீடு	- ரூ 4,304
முதலீட்டைக் கழித்தால் வருடச் செலவு	- ரூ 12,287
வரவுகள் - 355, 555 தேயிலைச் செடிகளிலிருந்து 35,554 பவுண்ட் தேயிலை கிடைக்கும்	
பவுண்டுக்கு ஒரு ரூபாய் என்றால்	- ரூ 35,554
வருடாந்திர இலாபம்	- ரூ 23,267
ரூ 10 = £1 என்றால் வருடாந்திர இலாபம்	- £ 2,327

இதன் அடிப்படையில் 1,000 பகுதி (16,500 ஏக்கர்) தேயிலைக்கு வருடாந்திர இலாபம் ப232,660 என அவர் கணக்கிட்டார்.

இத்தகைய இலாபக் கணக்குகளும் லண்டன் ஏலத்தில் கிடைத்த வெற்றியும் ஆங்கிலேய வியாபாரிகளுக்கு கிடைத்த தங்கமான வாய்ப்பாக அமைந்தது.

•

லண்டனில் தொழில் முனைவோருக்கு முதலீடு செய்பவர்கள் முதலில் செயல்படத்துவங்கினர். பிப்ரவரி 12 1839ல், அசாம் தேயிலை ஏலம் விடப்பட்டு ஒரே மாதத்திற்குள்ளாக வியாபாரிகள் சிலர் கூடி ஒரு கம்பெனியை உருவாக்கும் சாத்தியத்தை விவாதித்தனர். அடுத்த நாளே அவர்கள் கிழக்கிந்திய கம்பெனியின் தலைவரை சந்தித்தனர். அவர் அசாமில் அவ்வியாபாரிகளுக்கு நிலம் வழங்கப்படவும் கிழக்கிந்திய கம்பெனியிடமிருந்த தேயிலை விளைநிலங்களை அவர்களுக்கு வழங்கவும் ஒப்புக்கொண்டார். அதற்கடுத்தநாள் வணிகர்கள் மீண்டும் கூடி ‘அசாம் கம்பெனி’யை உருவாக்க £500,000 முதலீட்டை ஏற்படுத்த முடிவெடுத்தனர். சில நாட்களுக்குள்ளாக அதன் பங்குகள் முழுக்க விற்றுத் தீர்ந்தன.

லண்டன் வியாபாரிகள் விரைவாகச் செயல்பட்டாலும் அசாமில் வணிகத்திற்காகத் தேயிலை வளர்ப்பதை முதலில் முன்னெடுத்தது அவர்கள் அல்ல. கல்கத்தாவில் பெங்கால் டீ அசோசியேஷன் துவங்கி அசாம் தேயிலை வளர்ப்பில் ஈடுபடும் முயற்சி ஒன்று எடுக்கப்பட்டது. அதன் உறுப்பினர்கள் ஒருவருக்கொருவர் தொடர்புடையவர்கள். 1834ல் அமைக்கப்பட்ட தேயிலை

கமிட்டியின் தலைவரும் அதில் அடக்கம். அவர்கள் லண்டன் கம்பெனியை முதலீடு செய்யவும், தேயிலை தயாரிப்பின் மேலாண்மை முழுக்க தங்கள் வசம் வைத்திருக்கவும் வற்புறுத்தி வெற்றிகண்டனர். இந்தியாவிலிருந்த வியாபாரிகளுக்கு லண்டன் கம்பெனிகளில் பங்குகளும் பதவிகளும் கிடைக்க சாதகமான விதிகள் உருவாக்கப்பட்டன. உள்ளூர் மேலாண்மையும் கட்டுப்பாடும் இந்திய வியாபாரிகளின் கைகளில் விழுந்தன.

ஜெ. டபிள்யூ. வைட் அசாமில் கம்பெனியின் மேலாளராக அமர்த்தப்பட்டார். நசீராவில் அவர் தலைமை அலுவலகத்தை அமைத்தார், இன்றளவும் அது அங்கிருந்தே செயல்படுகிறது. சி. ஏ. புரூஸ் அவரது பணியை புதிய கம்பெனிக்கு மாற்றிக்கொண்டார். கிழக்கிந்திய கம்பெனியின் பணியாட்களில் அசாம் தேயிலை வளர்ப்பு குறித்து அறிந்த மூத்த பணியாளர் அவர் மட்டுமே என்பதால் அது அத்தியாவசியமானது. அவர் வடக்கில் கம்பெனியின் நடவடிக்கைகளை ஜெய்ப்பூரிலிருந்து மேலாண்மை செய்தார். 1839ல் நிகழ்ந்த கிளர்ச்சியில் கர்னல் வைட்டும் அவரது காவற்படையும் அழித்தொழிக்கப்பட்டதால் சதியாவிலிருந்த அவரது பழைய தலைமையகத்தை அவர் பயன்படுத்த விருப்பப்படவில்லை என்பதை யூகிக்கலாம்.

அடர்ந்த, புலிகள் நிறைந்த காடுகளுக்குள் பயணிக்க யானைகள் முக்கியமானவை. தேயிலைப் பயிரிடவேண்டிய நிலத்திலிருந்த பெரும் மரங்களை அகற்றவும் அவை பயன்பட்டன. கிழக்கிந்திய கம்பெனி புரூஸ் வைத்திருந்த யானைகளை அவருக்குத் தர மறுத்து விட்டது. அவற்றை வெளியே வாங்குவதுவும் கடினமாயிருந்தது. எனவே புதிய அசாம் கம்பெனி, காட்டு யானைகளைப் பிடித்து அவற்றை வேலைக்குப் பழக்கியது. பின்னர் இந்த யானைகள் தொலைவிடங்களில் தயாரிக்கப்பட்ட தேயிலைகளைத் தூக்கிவரவும் பயன்படுத்தப்பட்டன. ஆறு பெட்டகங்கள்வரை அவற்றின்மீது கட்டப்பட்டு எடுத்துச்செல்லப்பட்டன. இறுதியாக கம்பெனி ஒரு யானை வண்டியையும் உருவாக்கியது. பெரிய சக்கரங்களையுடைய அந்த வண்டிகளில் 54 பெட்டகங்கள், அதாவது 5,000 பவுண்டுக்கு அதிகமான தேயிலையை எடுத்துச் செல்ல முடியும். யானைகள் கம்பெனியின் ஐரோப்பிய ஊழியர்களுக்கு உபரி வருமானத்தை சம்பாதிக்கவும் பயன்பட்டது. அவர்கள் காட்டு யானைகளை வாங்கி அவற்றை பிறரைக்கொண்டு பயிற்றுவித்து கம்பெனிக்கு 'பழக்கப்பட்ட' யானைகளாக விற்றனர். அவர்கள் கம்பெனியின் தலைமையகத்துக்கு வெகு தொலைவிலிருந்ததால் இது எளிதில் சாத்தியமானது.

ஏற்கெனவே கிழக்கிந்திய கம்பெனியின் கட்டுப்பாட்டிலிருந்த தேயிலைப் பயிர்கள் செப்பனிடப்பட்டன. அசாம் கம்பெனி புதிய காட்டுத் தேயிலைப்பயிர்களையுடைய பகுதிகளை வாங்கி தேயிலை தயாரிப்புக்குட்படுத்தியது. அரசுக்கு அந்நிலத்திற்கான வாடகையை தர 10 அல்லது 20 வருடங்கள் ஆகி இருந்தது. 1840ன் இறுதிக்குள் 2,638 ஏக்கர் நிலத்தில் தேயிலை பயிரிடப்பட்டது (ஒரு ஏக்கர் 70 சதுர கஜம்; ஒரு பெரிய கால்பந்து மைதானத்தில் பாதி அளவு). மேலும் 10,202 பவுண்ட் தேயிலை ஏற்றுமதி செய்யப்பட்டது. எல்லோரும் மகிழ்ச்சியடைந்தனர். 1845க்குள் 320,000 பவுண்டுகள் தேயிலை தயாரிக்க முடியும் என்று வருடாந்திர அறிக்கை தெரிவித்தது.

அடுத்த வருடம் அவர்களால் வியாபார இலக்கை எட்ட முடிய வில்லை. செலவுகள் அதிகமாயின. கம்பெனியின் பிரதிநிதியாக ஜெ. எம். மக்கீ அசாமுக்கு விபரமறிய அனுப்பப்பட்டார். அதே நேரம் வைட் மற்றும் புரூஸ் கல்கத்தாவிலிருந்த கம்பெனியுடன் கடுமையான கடிதப் பரிமாற்றத்தில் ஈடுபட்டிருந்தனர். பின்னர் பதவி விலகினர். மக்கி நசீராவிற்கு அக்டோபர் 1843ல் வந்து சேந்தார். ஒரு ‘மேன்மை தங்கிய கனவானாக’ இருந்ததைத் தவிர வேறு என்ன தகுதிகள் அவருக்கு இருந்தன என்பதில் தெளிவில்லை. ஜுன் 1844வரை அவர் எந்த அறிக்கையையும் வெளியிடவில்லை என்பதால் பதவி விலக்கப்பட்டார். இந்தப் பிரச்னைகளுக்கும் மேலாக கம்பெனியின் கணக்குகள் 10 மாதம் நிலுவையிலிருந்தன .

அசாம் கம்பெனி சரியாக பதியப்படாமல் செயல்பட்டுவந்தது. எனவே கம்பெனி திவால் ஆகிவிட்டால் பங்குதாரர்கள் கடன்களுக்கு முழு பொறுப்பேற்க வேண்டியிருந்தது. இந்தப் பிரச்னைகளும், இந்தியாவிலிருந்து வந்த சோர்வளிக்கும் செய்திகளும் சில பங்குதாரர்களை பயமுறுத்தப் போதுமானதாயிருந்தன. அவர்கள் கடன்களுக்கு பொறுப்பேற்பதைவிட தங்கள் பங்குகளை திருப்பியளித்தனர். 1845ல் கம்பெனி ஒருவழியாக பாராளுமன்றத்தில் ஏற்படுத்தப்பட்ட சிறப்பு சட்டத்தின் மூலம் பதிவு செய்யப்பட்டது, துவங்கப்பட்டு ஆறு வருடங்கள் கழித்து. அதன் முத்திரையில் ஒரு தேயிலைப் புதரும் ஒரு யானையும் பொறிக்கப்பட்டிருந்தன. அதைச்சுற்றி அவர்களது குறிக்கோள் வாக்கியம் ‘இஞ்செனியோ எற் லேபோர்’ பொறிக்கப்பட்டிருந்தது. ‘கூர்மதியும் கடின உழைப்பும் கொண்டு’ என்பது அதன் பொருள். 1845ல் கம்பெனி இலாபப் பங்கை அறிவித்தது. இது பங்குதாரர்களை சாந்தப்படுத்தவே என யூகிக்க முடிகிறது, ஏனென்றால் உண்மையில் இலாபம் எதுவும் இருக்க வில்லை. வங்கியிலிருந்து அப்பணம் கடனாக வாங்கப்பட்டது.

கம்பெனியின் இயக்குநர்களில் சிலர் அதை விற்க விருப்பப்படும் அளவுக்கு அதன் நிதி நிலை மோசமாக இருந்தது. ஆனால் வாங்க எவரும் முன்வரவில்லை.

தொடர்ந்து செலவை கட்டுப்படுத்த அதிரடி திட்டங்கள் உருவாக்கப் பட்டன. கம்பெனியின் நீராவிக்கப்பலும், மரம் அறுக்கும் மில்லும் விற்கப்பட்டன. வடக்கிலும் கிழக்கிலுமிருந்த தோட்டங்கள் கைவிடப்பட்டன. கல்கத்தா உயர்மட்டக் குழு தைரியமாக இருந்தாலும் லண்டன் குழு பீதியடைந்திருந்தது. அவர்கள் அசாம் வியாபாரத்தின் மேலாண்மையை மாற்றினர். தனிக்கவனத்துடன் வளர்க்கப்பட்ட தேயிலைப் புதர்கள் சிறப்பாக வளர்ந்தன. தயாரிப்பு முன்னேற்றம் கண்டது. 1847ல் அலை சாதகமாகத் திரும்பியது. 1848ல் கம்பெனி அதன் முதல் இலாபத்தை பதிவு செய்தது. 1850ல் கம்பெனி தன் கடன்களையெல்லாம் அடைத்தது. கைவிடப்பட்ட தோட்டங்கள் சில மீண்டும் விளைச்சலுக்குக் கொண்டுவரப்பட்டன. 1852ல் கம்பெனி உண்மையான இலாபப்பங்கை அறிவித்தது.

பத்தாண்டுகளுக்குள் கம்பெனி தேயிலைத் தயாரிப்பை 10,000 பவுண்டுகளிலிருந்து 250,000 பவுண்டுகளுக்கு உயர்த்தியது. ஐந்து வருடங்கள் கழித்து 1855ல் அது 583,000 பவுண்டுகளாகியது. அப்போது அவர்கள் மட்டுமே அசாம் தேயிலையை ஏற்றுமதி செய்பவர்களாயிருந்தனர். ஆனால் நிலைமை மாறியது. 1850ன் துவக்கத்தில் அசாம் கம்பெனியின் முன்னுதாரணத்தை வைத்து பல சிறிய தோட்டங்கள் உருவாக ஆரம்பித்தன. பல தோட்டங்கள் அசாம் கம்பெனியின் ஆங்கிலேய ஊழியர்களாலேயே துவங்கப்பட்டன. தாங்கள் நிர்வகித்து வந்த கம்பெனியின் தோட்டங்களுக்கு அருகேயே சிறிய தோட்டங்களை உருவாக்குவது அவர்களுக்கு எளிதாகியது. ஒருவேளை கம்பெனி தோட்டங்களிலிருந்து விதைகளையும் ஊழியர்களின் சேவையையும் அவர்கள் 'கடன்' பெற்றிருக்கலாம். 1859ல் ஒரு பெரிய நிறுவனம் களத்தில் இறங்கியது. ஜோர்ஹாட் டீ கம்பெனி. அது அங்கிருந்த பல சிறிய தோட்டங்களை வாங்கி அவற்றை மையமாகக் கொண்டு பெரிதாக வளர்ந்தது. 1859ன் இறுதிக்கு அசாம் கம்பெனி மற்றும் ஜோர்ஹாட் டீ கம்பெனியுடன் சேர்த்து மொத்தம் ஐம்பது தேயிலைத் தோட்டங்கள் அசாமிலிருந்தன.

இந்தியாவில் முதன்முதலாய் தேயிலை பயிரிடப்பட்ட பகுதிகளில் டார்ஜிலிங்கும் ஒன்று. தேயிலைப் பயிரிட சாத்தியமான நிலப் பகுதிகள் குறைவாகவே அங்கிருந்தன. எனவே, டார்ஜிலிங் ஒருபோதும் பெருமளவான தேயிலையைத் தயாரித்ததில்லை. ஆனால் அதன் தரமோ மிக அரியதாக இருந்தது. பின்னர் டார்ஜிலிங்

தேயிலையே பிற தேயிலைகளை ஒப்பீடு செய்வதற்கான தர அளவாக ஆகியது.

●

டார்ஜிலிங் சிக்கிம் அரசர்களின் கீழ் இருந்தது. 1768ல் நேபாளத்தை கட்டுக்குள் கொண்டுவந்த கூர்காக்கள் டார்ஜிலிங்கின் பெரும் பகுதியை உடன் சேர்த்துக்கொண்டனர். இது கூர்காக்களுக்கு ஆங்கிலேயருடன் நீண்ட தேச எல்லையைத் தந்தது. அதன்வழியே அவர்கள் கொள்ளைகளில் ஈடுபட்டனர். 1814ல் கூர்காக்கள் சில சிறிய ஆங்கிலேய கோட்டைகளைக் கைப்பற்றியபோது ஆங்கிலேயர் போர்ப்பிரகடனம் செய்தனர். கூர்காக்கள் முற்றாக தோற்கடிக்கப் பட்டனர். அதையடுத்த உடன்படிக்கையின்படி 4,000 சதுரமைல் அளவு சிக்கிமிடமிருந்து பறித்து வைத்திருந்த நிலம் ஆங்கிலேயர் வசம் வந்தது. தங்களுக்கும் கூர்காக்களுக்குமிடையே ஒரு கண்காணிப்பு அரசை வைத்துக்கொள்ள விரும்பிய ஆங்கிலேயர் அந்நிலத்தை சிக்கிம் ராஜாவுக்கு திரும்ப வழங்கினர்.

1828ல் கேப்டன் லாய்ட், சிக்கிமுக்கும் நேபாளத்துக்குமிடையே எல்லைப்பிரச்னையைத் தீர்ப்பதற்காக டார்ஜிலிங் சென்றார். கூர்காக்களின் முகாமாயிருந்த அந்த நகரம் கைவிடப்பட்டு கிடந்தது. இருப்பினும் அது கடல்மட்டத்திலிருந்து 7,000 அடி உயரத்தில் நல்ல தட்பவெப்பத்துடன் இருந்ததால் அங்கே ஆங்கிலேயர் உடல் நலம் பேணும் அமைப்பொன்றை உருவாக்க வாய்ப்பிருந்ததை லாய்ட் உணர்ந்தார். அவர் ஓர் அறிக்கையை சமர்ப்பித்தார். அதன்பேரில் சிக்கிம் ராஜாவுடன் பேச்சுவார்த்தையில் ஈடுபட கிழக்கிந்திய கம்பெனி அவருக்கு அனுமதி வழங்கியது. சிக்கிம் ராஜா 1835ல் ஒரு சிறிய வருடாந்திர தொகைக்காக டார்ஜிலிங் ஹில் பகுதியில் ஒரு சிறு அளவு நிலத்தையும் கைவிடப்பட்ட நகரத்தையும் கிழக்கிந்திய கம்பெனிக்கு வழங்கினார்.

1839ல் இந்திய சுகாதார சேவையைச் சார்ந்த டாக்டர் கேம்பல் அந்த மாவட்ட மேற்பார்வையாளராக நியமிக்கப்பட்டார். அவர் விரைவிலேயே ஒரு வெற்றிகரமான சுகாதார நிலையத்தை கம்பெனியின் படைகளுக்கும் பணியாட்களுக்கும் உருவாக்கினார். அதனுடன் நிதியமைப்பையும் நீதியமைப்பையும் உருவாக்கி சாலைகள், வீடுகள், கடைத்தெருக்களையும் உருவாக்கினார். நேப்பாளம், சிக்கிம் மற்றும் பூட்டானிலிருந்து ஆயிரக்கணக்கில் மக்கள் அங்கே குடிபெயர்ந்தனர். டாக்டர் கேம்பல் தோட்டக் கலையில் ஈடுபாடுகொண்டவர். அவரது தோட்டத்தில் பல தாவரங்களைக்கொண்டு அவர் பரிசோதனைகளை மேற்கொண்டார்.

1841ல் குமாவோனிலிருந்த கோர்டனின் தோட்டத்திலிருந்து சீனத் தேயிலை விதைகளை அவர் பெற்றுக்கொண்டார். அவை சிறப்பாக வளர்ந்தன. அதேபோல குன்றின் கீழ்ப்பகுதியில் நடப்பட்ட செடிகளும் நன்கு வளர்ந்தன. டாக்டர் ஜோசப் ஹூக்கர் எனும் புகழ்பெற்ற தாவரவியலாளர் அவை பெரும் இலாபத்துக்காகப் பயிரிடப்படும் சாத்தியமுள்ளதாகத் தெரிவித்தார். 1847ல் கம்பெனி தேயிலைக்கென ஒரு முளைத்தோட்டத்தை உருவாக்கியது. அதிலிருந்து டார்ஜிலிங்கில் இடங்களை வாங்கி தேயிலைப் பயிரிடும் முயற்சியில் ஈடுபட்ட ஆங்கிலேய தோட்டக்காரர்களுக்கு செடிகள் வழங்கப்பட்டன.

இதற்கிடையே சிக்கிம் அரசு போர் நாட்டம் கொண்டதாகியது. பல தாக்குதல்களுக்குப் பின் 1849ல் டாக்டர் கேம்பலும் ஜோசப் ஹூக்கரும் சிறைபிடிக்கப்பட்டனர். கேம்பல் அடித்துத் துன்புறுத்தப்பட்டார். பதிலடி தவிர்க்கமுடியாததானது. ஆங்கிலேயர் ஒரு பெரும் போர்ப்படையைத் திரட்டினர். சிக்கிம் ஒரு குண்டுகூட சுடப்படாமல் சரணடைந்தது. சிறைபிடிக்கப்பட்ட ஆங்கிலேயர் விடுவிக்கப்பட்டனர். ராஜாவின் உதவித் தொகை நிறுத்தப்பட்டது. டார்ஜிலிங்குக்கு அருகேயிருந்த 640 சதுர மைல்கள் மேலும் ஆங்கிலேயர் வசம் வந்தன.

பத்துவருடங்கள் கழித்து சிக்கிம் படைகள் மீண்டும் ஆங்கிலேய பிரதேசங்கள்மீது படையெடுத்தன. இச்சமயம் ஆங்கிலேயர் பெரிய படையை அனுப்பி சிக்கிமின் தலைநகரான டும்லாங்கை கைப்பற்றினர். பூட்டானிலிருந்து வந்த படையெடுப்புகளும் ஆள்கடத்தல்களும் ஆங்கிலேயருக்கு கவலையளித்தது. எனவே இன்னொரு படையெடுப்பும் நடைபெற்றது. 1865 வெற்றிக்குப் பிந்தைய உடன்படிக்கைகளில் ஆங்கிலேயர் டார்ஜிலிங்கில் மேலும் பல பகுதிகளைப் பெற்றனர். மிகச் சிறிய சுகாதார மையமாகத் துவங்கிய டார்ஜிலிங் மாவட்டம் 1,164 சதுரமைல்கள் பரப்பளவு கொண்ட பெரும்பகுதியாக மாறியது.

டார்ஜிலிங்கில் தேயிலைத் தொழில் மிக விரைவாக வளர்ச்சி அடைந்தது. ஆங்கிலேயருக்கு அங்கிருந்த தட்பவெப்பம் விருப்பமானதாயிருந்தது. அதன் 'நிலக்காட்சிகளும் நிகரற்றவையாக' இருந்தன. ஜோசப் ஹூக்கர் ஒரு வீட்டிலிருந்து இவ்வாறு எழுதினார்: 'இமாலயத்தின் பனிமூடிய மலைத் தொடர்களிலேயே மிக உன்னதமான நிலக்காட்சிகளைக் கொண்ட இடமாகையால் இது உலகிலேயே சிறந்த நிலக்காட்சியைக் கொண்ட இடம்.' பணியாட்கள் கிடைப்பதுவும் பிற இந்தியப்

பிரதேசங்களைப்போல கடினமானதாயில்லை. நேப்பாளத்திலிருந்து வேலைக்கு எளிதில் ஆட்கள் கிடைத்தனர். 1866ல் டார்ஜிலிங்கில் 39 தேயிலைத் தோட்டங்கள் 10,000 ஏக்கர் பரப்பளவில் அமைந்திருந்தன. 1874ல் 113 தோட்டங்கள் 18,000 ஏக்கர் பரப்பில் அமைந்திருந்தன. 4 மில்லியன் பவுன்ட் தேயிலை தயாரிக்கப்பட்டது. அதுவும் மேலும் உயர்ந்துகொண்டிருந்தது. கூடுதலாக டார்ஜிலிங் நல்ல தேயிலைக்கான பெயரையும் பெற்றுக்கொள்ளத் துவங்கியது.

டார்ஜிலிங்கில் ஆண்டுக்கு 70முதல் 150 இஞ்ச் மழைவரை பெய்தது. பள்ளத்தாக்கின் அடிவாரத்தில் வெப்பமான தட்பவெப்பம் இருந்தது. ஆனால் 7000 அடி உயரத்தில் உறைநிலை தட்பவெப்பம் இருந்தது. இது தேயிலை வளர்ச்சியைப் பாதித்தது. உயர்ந்த பகுதிகளில் வளர்ச்சி குறைவாகவும் கீழே அதிகமாகவும் இருந்தது. இருந்தாலும் விளைச்சல் குறைவாக இருந்த தேயிலை அதிக மணமுடையதாகவும் விலை உயர்ந்ததாகவும் இருந்தது.

மார்ச் மாத இறுதியில் தேயிலை பறிக்கும் காலம் துவங்கியது. நவம்பர் இறுதி வரைக்கும் தொடர்ந்தது. தேயிலை பறிப்பது கடுமையாகக் கண்காணிக்கப்பட்டது. புதிய மொட்டுக்களுடன் கீழே காம்பிலிருக்கும் இரு இளம் இலைகளை மட்டுமே பறிக்க வேண்டும். மழைக்காலத்தில் பறிக்கப்பட்ட தேயிலை வேகமாக வளரும் செடிகளிலிருந்து பறிக்கப்பட்டது. அது உயர்தரமானதாக இல்லை. மிகச் சிறப்பானதும், நுட்பமான மணமுடையதும், அதிக விலையுள்ளதுமான தேயிலை விளைச்சல் காலத்தின் துவக்கத்திலேயே, மழைக்காலத்திற்கு முன்பு பறிக்கப் படுபவையாகும். டார்ஜிலிங்கின் முதல் அறுவடை தேயிலையை தேநீர் வல்லுனர்கள் எதிர்பார்த்துக் காத்திருந்தனர். அது மிக உயர்ந்த தர தேயிலையாகக் கருதப்பட்டது. இன்னொரு பிரபல தேயிலை 'இலையுதிர்கால டார்ஜிலிங்' தேயிலை. அது விளைச்சல் காலத்தின் இறுதியில் வளர்ச்சி குறைந்த பொழுதில் பறிக்கப்பட்டது. அப்போது மணம் மீண்டும் சிறப்பாக அமைந்தது.

உயரம் மட்டுமே தரத்தினை நிர்ணயிக்கவில்லை. ஒரே உயரத்தில் பயிரிடப்பட்ட வெவ்வேறு தோட்டங்களுக்கிடையேயும் தர வேறுபாடுகள் இருந்தன. இதற்கு தேயிலை பறிப்பு கண்காணிக்கப் பட்டவிதமும் தேயிலை வளர்ப்பு மற்றும் தயாரிப்பு முறைகளும் காரணமாயிருந்தன. மண்ணின் குணமும் ஒரு காரணமாயிருந் திருக்கலாம். அதேபோல சீனத் தேயிலைகளுடன் உள்ளூர் அசாம் தேயிலைகளின் கலப்பு விகிதமும் ஒரு காரணமாயிருக்கலாம். தரமே டார்ஜிலிங் தேயிலைத் தோட்டக்காரரின் தாரக மந்திரமாயிருந்தது.

ஏனென்றால் தேயிலை அறுவடை, அசாமில் கிடைத்ததில் சிறு பங்கே டார்ஜிலிங்கில் கிடைத்தது.

●

1857ஆம் வருடம் இந்தியாவில் பிரளயக்காலம் போல இருந்தது. ஏனென்றால் அது ‘சிப்பாய் கலகத்தின்’ வருடம். பத்து வருடங்களாக கம்பெனி நிலம் கையகப்படுத்துவதில் தீவிரமாக ஈடுபட்டது. இந்திய சிற்றரசர்களுக்கு வாரிசில்லாதபோது அவர்கள் தத்தெடுக்கும் வழக்கம் இருந்தது. அவர்களுக்கே சொத்தும் உரிமையானது. கம்பெனி இவ்வழக்கத்தை ஏற்றுக்கொள்ள மறுத்தது. அதன் மூலம் சத்தரா, உதய்பூர், ஜான்சி மற்றும் நாக்பூர் உள்ளிட்ட பல பகுதிகளை கம்பெனி கையகப்படுத்தியது. இதனால் ஏற்பட்ட கசப்பு 1856ல் ஔத்தின் அரசரை திறனற்றவர் என்று கூறி ஆங்கிலேயர் பதவியிலிருந்து இறக்கியபோது மேலும் அதிகரித்தது. நிலச்சுவான் தார்களும் விவசாயிகளும் நிலஉரிமைக்கான கால அளவில் ஏற்பட்ட மாற்றங்களால் கொந்தளித்திருந்தனர். அதே நேரம் கம்பெனியின் படைகளுக்குள் பிரச்னை கிளம்பியது. இந்திய வீரர்களை வெளிநாட்டில் போர்புரியச் செய்யும் சட்டம் ஒன்று உருவாக்கப் பட்டது. இதற்கு சில இந்துக்கள் மத்தியில் மத ரீதியான எதிர்ப்பு கிளம்பியது. 1857ல் இறுதிக்கட்டமாக புதிய பிரச்னை ஒன்று எழுந்தது. புதிய ரக துப்பாக்கிகளில் குண்டை ஏற்ற அதன் முனையை கடித்தெடுக்க வேண்டியிருந்தது. இவை விலங்கின் கொழுப்பு பூசப்பட்டவை. இந்துக்களுக்கு பசுவை உண்பதுவும், இஸ்லாமியர் களுக்கு பன்றியை உண்பதுவும் தடைசெய்யப்பட்டிருந்ததால் இருவரும் இதற்கு மறுப்பு தெரிவித்தனர். படைக்குழுக்கள் ஒவ்வொன்றாக ஆங்கிலேய பீரங்கிகளுக்கு முன்பாக நிறுத்தப் பட்டன. புதிய குண்டுகளை அவர்கள் துப்பாக்கியில் ஏற்ற மறுத்ததும் குழுக்கள் கலைக்கப்பட்டன.

1857 மே மாதம் டில்லியிலிருந்து நாற்பது மைல் தூரத்திலிருந்த மீரட்டில் புரட்சி ஆரம்பித்தது. குண்டை ஏற்ற மறுத்த பல வீரர்களும் சங்கிலியிடப்பட்டு சிறையிலடைக்கப்பட்டனர். ஆங்கிலேய அதிகாரிகள் சர்ச்சில் இருக்கும்போது மூன்று படைக்குழுக்கள் புரட்சியை ஆரம்பித்தன. சிறையிலிருந்தவர்களை அவர்கள் விடுவித்தனர், பல ஆங்கிலேய அதிகாரிகளைக் கொன்றனர். பின்னர் அங்கிருந்து டில்லிக்குச் சென்றனர். டில்லியிலிருந்த இந்திய வீரர்கள் தங்கள் சகாக்களை வரவேற்றனர். எல்லோருமாய் டில்லியை கைப்பற்றினர். மக்கள்தொகை அதிகமாயிருந்த கங்கைக் கரைப் பகுதிகளில் கலகம் பரவியது. அவ்வப்போதுதான் அதைத் தாண்டிப்

பரவியது. ஆனால் பிரிட்டிஷ் மற்றும் இந்திய வீரர்களைக்கொண்டு ஆங்கிலேயர் நிலைமையை கட்டுக்குள் கொண்டுவந்தனர். இருபக்கமும் பெரும் கொடுமைகள் நிகழ்ந்திருந்தன. ஆண்கள், பெண்கள், குழந்தைகள் என சாதாரண ஆங்கிலேயர் பலர் கொல்லப் பட்டிருந்தனர். ஆங்கிலேயர் கட்டுப்பாட்டை மீட்டபின்னர் மிகக் கடுமையாக பழிவாங்கினர். கிராமங்களை ஒட்டுமொத்தமாக எரித்தனர். குற்றமற்றவர்கள் பலரும் தூக்கிலிடப்பட்டனர். ஒத்துழைத்தவர்களாக சந்தேகத்துக்குள்ளான இந்தியர்கள் பீரங்கிகளின் முன் கட்டப்பட்டு சுட்டுக்கொல்லப்பட்டனர். 1858ல் சமாதானம் அறிவிக்கப்பட்டது.

புரட்சி ஒருவருடகாலம் நீடித்திருந்தாலும் இந்தியாவின் பிற பகுதிகளுக்கு அது பரவவில்லை. இருப்பினும் அது ஆழமான தாக்கத்தை உருவாக்கியிருந்தது. இந்தியர்களுக்கும் ஆங்கிலேயர் களுக்கும் இடையேயிருந்த நம்பிக்கை மறைந்தது. ஆங்கிலேயர் மேலும் அதிகமாய் கொடுமையானவர்களாக மாறினர். தாங்கள் இனரீதியாக மேலானவர்கள் என்பதில் முன்பைவிடத் தீவிரமாக நம்பிக்கை கொண்டனர். கட்டுப்பாட்டை இறுக்க தங்கள் படை பலத்தை அதிகரித்தனர். குறிப்பாக ஆங்கிலேய வீரர்களைக்கொண்ட படைகளை உருவாக்கினர். புரட்சியை அடக்க ஆங்கிலேயர் பெரும்பணம் செலவு செய்திருந்தனர். அந்தச் செலவுகளும் அதையடுத்து படைபலத்தை பெருக்க செய்யப்பட்ட செலவுகளும் இந்தியர்கள் மீதே திணிக்கப்பட்டன. இங்கிலாந்திலிருந்து இடைக்கால கடன் பெறப்பட்டது. கிழக்கிந்திய கம்பெனியின் வரைமுறையற்ற செயல்பாடுகள் இங்கிலாந்தின் கஜானாவுக்கு காசு வரும்வரைக்கும் பொறுத்துக்கொள்ளப்பட்டன. இங்கிலாந்தின் பாராளுமன்றம் அழுத்தமாகச் செயல்படும் காலம் வந்தது. 1858ல் கம்பெனியின் எல்லா உரிமைகளும் இங்கிலாந்து அரசிற்கு மாற்றப்பட்டது. கம்பெனியின் அப்போதைய கவர்னர் ஜெனரல் கேனிங் பிரபு முதல் வைஸ்ராயாக பதவியேற்றார்.

•••

அசாம் கிளர்ச்சிக்கு வெகுதொலைவில் இருந்தது. எனவே பாதிப்பில்லை. சிட்டகாங் படைகள் உருவாக்கிய கலகம் ஓரளவு பதட்டத்தை ஏற்படுத்தியது. கடற்படை பிரிகேடைச் சார்ந்த சில நூறு வீரர்கள் கலகத்தை அடக்க அனுப்பப்பட்டனர். சில கிறித்துவர்களைக் கொல்ல திட்டம் இருந்தது கண்டுபிடிக்கப் பட்டது. இதனால் சில தோட்டக்காரர்கள் தோட்டங்களை தற்காலிகமாக கைவிட்டனர். ஆற்றுப்பாதைகல் தடுக்கப்பட்டது

பெரிய தொல்லையாக அமைந்தது. பிற தேயிலைப் பகுதிகளிலும் தடைகள் ஏற்பட்டன. ஆனால் அனைத்தும் தற்காலிகமானவை யாகவே இருந்தன.

அசாமுக்கு வெளியே தேயிலைப் பயிர்வளர்ப்பு பரவுவது மெதுவாகவே நிகழ்ந்தது. டார்ஜிலிங்கில் 1850முதலே பல தோட்டங்கள் இருந்தன. சிறிய அரசு முளைத்தோட்டங்கள் சீன விதைகளைக்கொண்டு இமயமலையின் அடிவாரத்திலிருந்த குமான் மற்றும் கர்வாலிலும் அமைக்கப்பட்டன. தனியார் தோட்டங்கள் உருவாவதும் அசாமைவிட மெதுவாகவே நடந்தது. 1856 முதல் தனியார் தோட்டங்கள் இவ்விடங்களில் உருவாகத் துவங்கின. 1863க்குள் 78 தோட்டங்கள் குமான், தேரா துன், கர்வால் மற்றும் சிம்லாவில் அமைக்கப்பட்டிருந்தன. அசாமைப்போலல்லாமல் பல பணக்கார இந்தியர்களும், காஷ்மிர் மகாராஜா உட்பட, தோட்டங்களை அமைத்தனர்.

அசாமின் உள்ளூர் தேயிலையே கோர்டன் 1830களில் கொண்டுவந்த சீனத் தேயிலையை விட சிறப்பாக வளர்ந்தது. அசாமில் உள்ளூர் தேயிலை சீனத் தேயிலையை மெல்ல மெல்ல மாற்றியமைத்தது. ஆனால் அதற்குள்ளாக ஓரளவு இனக்கலப்பு நிகழ்ந்திருந்தது. இதன் விளைவாக 'ஈரின' தேயிலை உருவானது. அந்தச் செடிகள் வலுவற்றவையாக இருந்தமைக்கு முக்கிய காரணம் கோர்டனின் பல செடிகளும் விதைகளும் (உண்மையில் அவர் சீனாவில் இல்லாத போது அனுப்பப்பட்டவை அவை) தரம் குறைந்தவையாக இருந்தன. அசாமுக்கு வெளியே தேயிலை அதிகமும் உயர்ந்த பகுதிகளிலேயே வளர்க்கப்பட்டது. கடல்மட்டத்திற்கு 2,000 முதல் 6,000 அடி உயரம்வரை தோட்டங்கள் அமைக்கப்பட்டன. அங்கே இரவுகள் கடும் குளிராயிருந்தன. இந்தச் சூழலில் சீனத் தேயிலை நன்றாக விளைந்தது. புதிய தரமான சீனச் செடிகளைக் கொண்டுவர முயற்சிகள் எடுக்கப்பட்டன.

ராபர்ட் ஃபார்ச்சூன் என்பவரை கிழக்கிந்திய கம்பெனி 1848ல் சீனாவுக்கு அனுப்பி நல்ல தேயிலை வகைகளை கண்டறியச் சொன்னது. ஃபார்ச்சூன் 19ஆம் நூற்றாண்டிலிருந்த தாவரங்களை துப்பறிகிறவர்களில் முதன்மையானவர்களில் ஒருவர். 1812ல் பிறந்த அவர் எடின்பரோவில் தோட்டக்காரராக பணியமர்த்தப்பட்டு பின்னர் அங்கிருந்த ராயல் தாவரவியல் பூங்காவிற்கு மாற்றப்பட்டார். 1842ல் அவர் தோட்டக்கலை குழுமத்திற்குச் சொந்தமான லண்டனுக்கருகே சிசிக்கில் இருந்த சூட்டறைகளை மேற்பார்வையிடுபவராக பணியமர்த்தப்பட்டார். அடுத்த வருடம் அவரை தாவரங்களைக் கொண்டுவரும்படி வடக்கு சீனாவுக்கு

அக்குழுமம் அனுப்பிவைத்தது. இது மேற்கத்தியவர்கள் பயணிக்க கடினமான பகுதியாயிருந்தது. குறிப்பாக ஓப்பியப் போர்களுக்குப் பின்னால். ஃபார்ச்சூன் ஒரு கைத்துப்பாக்கியையும் இரு நீளத் துப்பாக்கிகளையும் எடுத்துக்கொள்ள அனுமதி பெற்றார். ஷாங்காயிலிருந்து சுஷானுக்குச் செல்லும் வழியில் அவர் தாக்கப்பட்டபோது அவற்றைப் பயன்படுத்தவேண்டியிருந்தது. அவர் காய்ச்சலில் அவதியுற்றாலும் பதட்டமின்றி கொள்ளையர்கள் படகு அருகே வரும்வரை காத்திருந்தார். பின்னர் துள்ளி எழுந்து இரு நீளத் துப்பாக்கிகளாலும் சுட்டார். இரண்டாவது படகைக் கட்டுப்படுத்தியவனை கைத்துப்பாக்கியால் சுட்டு படகை செயலிழக்கச் செய்தார். கொள்ளையர்கள் சிதறி ஓடினர். ஃபார்ச்சூன் சுஷானை அடைந்து தன் தேடுதலைத் தொடர்ந்தார். மேற்கில் அறியப்படாத பல செடிவகைகளையும் அவர் கண்டுபிடித்தார். பிலி செடிகள் முதல் பனை வகைகள் வரை பல செடிகளுக்கும் அவரது பெயர் சூட்டப்பட்டன. அவரது முதல் சீனப் பயணத்தில்தான் பச்சைத் தேயிலையும் கறுப்புத் தேயிலையும் ஒரே செடியிலிருந்து பறிக்கப்பட்ட இலைகளை வெவ்வேறு வகைகளில் தயாரித்து உருவாக்கப்படுகின்றன என்பதை அவர் அறிந்தார். இதை அறிந்த முதல் மேற்கத்தியர் அவரே.

ராபர்ட் ஃபார்ச்சூன் சீனாவின் கிராமப்புற வாழ்க்கைமுறையைக் கண்டு வியந்தார். 'உலகின் வேறெந்த நாட்டிலும் இத்தனை குறைவான ஏழ்மை இல்லை. வேறெந்த இனமும் சீன விவசாயிகளைப்போலவும், சாதாரண குடிமக்களைப்போலவும் மகிழ்ச்சியான இனமல்ல.' என்று குறிப்பிட்டிருக்கிறார். 1848 முதல் 1851வரை அதிக நம்பிக்கைதரும் தேயிலை வகையைத் தேடி ஃபார்ச்சூன், சீனாவில் நீண்ட பயணங்களை மேற்கொண்டார். ஷாங்காயிலிருந்து உள்நாட்டிற்கு, வெளிநாட்டவர் செல்ல தடைசெய்யப்பட்டிருந்த சிறந்த தேயிலை வளரும் இடங்களுக்கு அவர் சீன வணிகர்போல வேடமணிந்து சென்றார். அவர் ஏற்கெனவே (சீனர்கள் வைத்திருக்கும்) பன்றிவால் சிகை அலங்காரத்தை வளர்த்திருந்தார். மீதமிருந்த முடியை மழித்து விட்டார். ஷாங்காயை விட்டுக் கிளம்பியதுமே சீன ஆடைகளை அணிந்துகொண்டார். படகுகளில் பயணித்தோ அல்லது ஆட்களால் இருக்கையில் அமர்ந்து சுமக்கப்பட்டோ பயணித்தார். தட்ப வெப்பம், மண்வளம், பயிரிடல், பறித்தல் மற்றும் தயாரிப்பு குறித்து பல நூறு பக்கங்கள் குறிப்புகளை எடுத்துக்கொண்டார். 20,000 தேயிலைச் செடிகளை அவர் இந்தியாவிற்கு அனுப்பிவைத்தார். அவற்றில் ஒருசிலவேனும் பாதுகாப்பாக சென்று சேரும் என நான்கு வேறு கப்பல்களில் அனுப்பிவைத்தார்.

வார்டியன் பெட்டகங்கள் எனப்படும் சிறப்பு கண்ணாடிக் கூண்டுகளில் அச்செடிகள் வைக்கப்பட்டிருந்தன. நத்தானியேல் வார்ட் எனும் பெயர்கொண்ட லண்டன் மருத்துவர் கூட்டுப்புழு வைத்திருந்த மூடிய போத்தல் ஒன்றில் சில விதைகள் எதேச்சையாக முளைத்தன. மூடிய அந்த போத்தலில் நீரின்றி நான்கு வருடங்கள் வரை அச்செடிகள் உயிருடனிருந்தன. வார்ட் அதன்பின் செடிகளை எடுத்துச் செல்ல மரச்சட்டகங்களில் கண்ணாடி பொருத்தப்பட்ட கூண்டுகளை உருவாக்கினார். இதன்மூலம் அதிக சூடான அல்லது குளிரான காலநிலையிலும் செடிகளை கப்பலில் எடுத்துச்செல்ல முடிந்தது. தேயிலை விதை புதிதாக இல்லை என்றால் அது செடியாக வளர்வது கடினம். ஏனென்றால் உள்ளிருக்கும் விதைக்கும், விதையின் உறைக்கும் இடையே ஓர் இடைவெளி உருவாகிவிடும் வாய்ப்புண்டு. அவ்விடைவெளியில் நீர் தேங்கிவிடுவதுண்டு. ஃபார்ச்சூன் இந்தப் பிரச்னையை வார்டியன் கூண்டுகளுக்குள் விதையை நட்டுவைப்பதன் மூலம் தவிர்த்தார். அவை கல்கத்தா செல்லும் வழியிலேயே முளைத்தன. அவர் தேயிலை வளர்ப்பில் திறமை வாய்ந்த எட்டுபேரை வேலைக்குச் சேர்த்துக்கொண்டார். அதேபோல தேயிலை பயிரிடத் தேவையான பொருள்களையும் போதுமான அளவுக்கு வாங்கிக்கொண்டார். இந்தியா திரும்பிய போது அவரது செடிகள் கர்வாலிலும் குமாவனிலும் சிறப்பாக வளர்ந்ததைக் கண்டார். தரமான தேயிலை அவர் கூட்டிவந்த சீனர்களால் தயாரிக்கப்பட்டது.

மேல் அசாமுக்கு சற்றுத் தெற்கிலிருந்த கச்சாரில் 'காட்டுத்தேயிலை' 1855ல் கண்டுபிடிக்கப்பட்டது. அடுத்த பத்து வருடங்களில் பல சிறிய தேயிலைத் தோட்டங்கள் அங்கே உருவாகின. தென் இந்தியாவில் தேயிலை காபிக்கு ஊடுபயிராக பயிரிடப்பட்டது. 1832ல் பரீட்சார்த்தமாக செடிகள் நடப்பட்டன. ஆனால் 1881ல் 5,000 ஏக்கருக்குக் குறைவாகவே தேயிலை பயிரிடப்பட்டிருந்தது. அதிகமும் நீலகிரி மலையில்.

தேயிலை தயாரிப்பை அதிகப்படுத்த விரும்பிய அரசாங்கம் நிலத்தை வழங்குவதில் தாராள மனத்துடன் செயல்பட்டது. தோட்டத்திற்கான இடத் தேர்வு குத்தகைதாரரின் செலவில் செய்யப்பட வேண்டும். கால்பாகம் நிலத்திற்கு வாடகை விலக்கப்பட்டது. மீதி முக்கால் பாகத்திற்கு பதினைந்து வருடங்கள் வாடகை விலக்கப்பட்டது. அதற்குப்பின் அந்த முக்கால் பாகத்திற்கும் குறைந்த வாடகையே வசூலிக்கப்பட்டது. ஆனால் குத்தகை பெற்ற நிலத்தை சீர் திருத்த வேண்டியது கட்டாயமாக்கப்பட்டது. முதல் ஐந்து வருடங்களுக்குள் எட்டில் ஒரு பாகத்தையும், பத்து வருடங்களுக்குள் கால்

பாகத்தையும், இருபது வருடங்களுக்குள் பாதி நிலத்தையும் முப்பது வருடங்களில் முக்கால் பாகத்தையும் சீர் திருத்த வேண்டும். பல வருடங்களுக்கு வாடகை இல்லாமல் நிலம் கிடைத்ததால் இத்திட்டம் பிரபலமாகியது.

1860க்குள் இந்தியாவில் தேயிலை வளர்ப்பில் இலாபம் அடைய முடியும் என்பது தெளிவாகியது. தேயிலைப் பங்குகளை வாங்கவும் தேயிலைத் தோட்டங்களை உருவாக்கவும் எதிர்பார்த்தபடியே பரபரப்பிருந்தது. தேயிலை வளர்ப்பதில், தயாரிப்பதில் அல்லது விற்பதில் கிடைக்கும் இலாபத்தை குறித்து எவரும் கவலைப்பட வில்லை. கம்பெனிகளும் தனிமனிதர்களும் நிலம் வாங்க முண்டியடித்தனர். கச்சர் எனும் ஒரு மாவட்டத்தில் மட்டும் 1862-63ல் ஐந்து லட்சம் ஏக்கர் நிலத்திற்கான விண்ணப்பங்கள் வந்து சேர்ந்தன. பின்னர் எழுதப்பட்ட அரசுக் குறிப்பு கீழ்கண்டவாறு குறிப்பிடுகிறது.

> 'நிலச் சீர்திருத்த விதியின்படி விண்ணப்பதாரர்கள் பத்து வருடங்களுக்குள் 140,000 ஏக்கர் நிலத்தை விளைச்சலுக்குக் கொண்டுவரவேண்டும். இதற்குக் கிட்டத்தட்ட 140,000 பணியாட்கள் தேவை. ஆனால் மாவட்டத்தின் மொத்த மக்கட்தொகை அதைவிட சற்றே அதிகமாயிருந்தது என்பது வெளிப்படையானது.'

நிலம் வேண்டுபவர்கள் நில அளவெடுக்கும் செலவை முன்பணமாகத் தரவேண்டியிருந்தது. கடுமையான காட்டுப் பகுதிகளில் நடத்தப்பட்ட இந்த அளவுகள் மிகப் பிழையானவையாக இருந்தன என்பது பின்னர் நடத்தப்பட்ட சரியான அளவுகளின்போது தெரியவந்தது. சில நேரங்களில் அளவிடப்பட்ட நிலம் உண்மையில் இல்லாமலிருந்தது. வேறு சமயங்களில் அவை சண்டைக்கார பழங்குடிகளின் கையில் இருந்தது. எனவே அவற்றில் பயிருடுவது சாத்தியமற்றது. ஏக்கர் கணக்கில் நிலம் தவறாகக் கூட்டி அளக்கப் பட்டது. இவை பல நேரங்களில் நில உரிமையாளரால் உருவாக்கப்பட்ட கம்பெனிக்கே ஏமாற்றும் எண்ணத்தோடு விற்கப்பட்டன.

இத்தனை குழப்பங்களுக்கு மத்தியிலும் தேயிலை தயாரிக்கப்பட்ட அளவு அதிகரித்தது. 1862ல் இரண்டு மில்லியன் பவுண்டுகள் இருந்தது 1866ல் ஆறு மில்லியன் ஆனது. ஆனால் இதில் மிகுந்த அளவு தேயிலை அதிக செலவுடனும் குறைந்த தரத்துடனும் தயாரிக்கப்பட்டது. தேயிலையின் சராசரி விலை மூன்றில் ஒரு பங்கு குறைந்தது. புதிய தோட்டங்கள் பலவும் நஷ்டத்தில் இருந்தன. லண்டன் நிதி சந்தையில் சுணக்கம் ஏற்பட்டபோது முடிவு விரைந்து

வந்தது. இந்தியாவில் ஆக்ரா வங்கி திவாலானது. கல்கத்தா சந்தை பயம்கொண்டது. உத்தேசத் தேயிலைத் தோட்டங்களுக்கு வழங்கப்பட்ட கடன்களை வங்கிகள் திரும்பக் கேட்டன. தேயிலைத் தோட்டங்கள் விற்கப்படுவது தவிர்க்கமுடியாததானது. தேயிலைக் கம்பெனிகளின் மதிப்பு கீழிறங்கியது. கனவுகள் கலைந்தன.

தேயிலைப் பித்தும் அதன் பின் வந்த வீழ்ச்சியும் இந்தியத் தேயிலை தொழிலை ஒன்றிரண்டு வருடங்களுக்கு நிலைகுலையச் செய்தன. செல்வங்கள் அழிந்தன. விளை உயர் நிலங்கள் கைவிடப்பட்டன. இருப்பினும் அதிக கவனத்துடனும் செலவுகளைக் கட்டுப்படுத்தும் முயற்சிகளுடனும் தேயிலைத் தயாரிப்பு மீண்டும் வளர்ச்சி கண்டது. 1873க்குள் 75,000 ஏக்கர் தேயிலைத் தோட்டங்களில் 15 மில்லியன் பவுண்டுகள் தேயிலை தயாரானது. 1880க்குள் 208,000 ஏக்கர்களில் 43 மில்லியன் பவுண்டுகள் தேயிலை தயாரானது. இதில் முக்கால் பாகம் தோட்டங்கள் அசாமில் இருந்தன. இந்தியத் தேயிலையில் பெரும்பங்கு இங்கிலாந்துக்குச் சென்றது. சீனத் தேயிலையைவிட இதற்கு சாதகமான சூழல் அங்கிருந்தது. சீனத் தேயிலைமீது 35% இறக்குமதி வரி வசூலிக்கப்பட்டது. பொதுவாக இந்தியத் தேயிலை சீனத் தேயிலையை விட தரம் கூடியதாக இருந்தது. 1888ல் 86 மில்லியன் பவுண்ட் தேயிலை தயாரிக்கப்பட்டது. இது ஒரு முக்கிய மைல்கல். ஏனென்றால் இங்கிலாந்தின் இறக்குமதியில் இந்தியத் தேயிலை சீனத் தேயிலையை முந்தியது. ஓர் இராஜாங்கக் கனவு நனவானது.

●

துவக்ககாலத்தில் தோட்ட முதலாளிகளுக்கு போக்குவரத்து யானைமீது அல்லது பல்லக்குகளில் அல்லது படகுகளில் என்றிருந்தது. நிலத்தில் பெரும்பங்கு சதுப்பாயிருந்ததால் குதிரைகளோ காளைகளோ பயன்படுத்த முடியாதவையாகின. சாலைகள் வந்த பின்னரே இவை பொது பயன்பாட்டுக்கு வந்தன.

பல்லக்குகள் உள்ளூரில் 'பல்கீ' என அழைக்கப்பட்டன. கல்கத்தாவிலும் அதைத் தாண்டியும் பயன்படுத்தப்பட்டன. அடிப்படையில் அது ஒரு நீளமான, தடித்த மரப் பெட்டகம். சறுக்கும் மூடிகள் அதன் இருபக்கங்களிலும் இருந்தன. அதற்குள் பயணிகள் படுத்திருந்தனர். ஒரு நீண்ட தடி அதன் கூரை வழியே சென்று முன்னும் பின்னும் நீண்டிருந்தது. அவற்றை நான்குபேர் தோளில் சுமந்தனர். பல்கீவாலாக்கள் என அழைக்கப்பட்ட அவர்கள் உடல்வலு மிக்கவர்களாகப் புகழ் பெற்றவர்கள். அவர்களால் பயணிகளை வியத்தகு தூரங்களுக்கு நன்கு ஒருங்கிணைக்கப்பட்ட

தொடர் முறையில் தூக்கிச் செல்ல முடிந்தது. டாக்டர் ஜோசப் ஹூக்கர் கல்கத்தாவிலிருந்து டார்ஜிலிங்கிற்கு பல்கீ மூலம் 1848ல் தூக்கிச் செல்லப்பட்டார்.

> ‘மூடிகள் திறந்தபோது தூசியும், மழையின்போது மூடியிருந்தால் கொடுமையான வெப்பமும் அவ்வாகனத்தை தவிர்க்கப் போதுமான காரணங்கள். பயணத்தின் முடிவில் வெளியேறுகையில் எலும்புகள் வலித்து தலை சுற்றும். என் முழு உடலிலிருந்தும் தூசியை நான் உதறினேன். பல்கீயை ஒருபோதும் கண்ணில் காணக்கூடாது என முடிவெடுத்தேன்.’

பல்கீகளுக்கென்று குறைகள் இருந்தன. அவற்றில் குறைந்த அளவே சரக்கு எடுத்துச்செல்ல முடியும். இருந்தாலும் அவை சில வழித்தடங்களில் முக்கிய போக்குவரத்து சாதனமாக இருந்தன. மாற்று வசதிகள் எதுவும் இல்லை. பல்லக்குத் தூக்கிகள் பள்ளத் தாக்குகளைக் கடந்து சென்றனர். ஆறுகளைக் கடந்து சென்றனர். இரத்தம் உறிஞ்சும் அட்டைகள் நிரம்பிய காடுகளுக்குள் பயணித்தனர். ஹூக்கர் பயணித்த வழியில் பின்னர் ஆறு மைல் தூரத்திற்கு சாலை வழி போடப்பட்டது. அதற்கு 300 பாலங்கள் போட வேண்டியிருந்தது. பல்கீவாலாக்கள் வியப்பூட்டும் வேகத்துடன் சென்றனர். சாதாரணமாக ஒரு நாளில் 30 மைல் தூரத்தைக் கடந்தனர். ஆனால் ஒரு குழு மாற்றி இன்னொரு குழுவாகத் தொடர் ஓட்டம்போல செயல்பட்டு அவர்களால் மேலும் பல மைல்கள் செல்ல முடிந்தது. கல்கத்தாவிலிருந்து டார்ஜிலிங் மலையடிவாரப் பயணம் 400 மைல்கள் தொலைவுள்ளது. அதை 98 மணி நேரத்தில் கடக்க முடிந்தது.

தோட்டக்காரர்கள் வெளியுலகத்துடன் தொடர்புகொள்ள தபால் சேவையை நம்பியிருந்தனர். முக்கிய மையங்களுக்கு தபால் தொடர்பு நன்கு ஒருங்கிணைக்கப்பட்டிருந்தது, விரைவாகவும் இருந்தது. 1790ல் பாம்பேயிலிருந்து கல்கத்தாவுக்கு 2 வார தபால் சேவையை ஆங்கிலேயர் அறிமுகம் செய்தனர். ‘டக்’ (தபால்) தொடர் ஓட்டக்காரர்கள் பாம்பேயிலிருந்து மசூலிப்பட்டணத்திற்கு தபாலை எடுத்துச்சென்று, அங்கிருந்து மெட்ராசுக்கும் கல்கத்தாவுக்கும் எடுத்துச் சென்றனர். ஒவ்வொரு 11 அல்லது 12 மைலுக்கும் ஒரு தபால் ஓட்டக்காரர் மாறினார். இரவில் அவர்களோடு பந்தம் ஏந்திய ஒருவரும் துணைக்குச் சென்றார். சில இடங்களில் காட்டு விலங்குகளை விரட்ட முரசு கொட்டும் ஒருவரும் செல்வதுண்டு. ருட்யார் கிப்லிங்கின் கவிதை ‘த ஓவர்லேண்ட் மெயில்’ பயமற்ற இவர்களுக்கு மரியாதை செலுத்தும் வகையில் ஒரு பத்தியைக் கொண்டுள்ளது.

பெருகிவரும் வெள்ளமா?
அவன் அதில் நடக்கவேண்டும் அல்லது நீந்தவேண்டும்.

மழை சாலையை அழித்துவிட்டதா?
அவன் மலைச்சரிவு வழியாக ஏறவேண்டும்.

புயல் ‘நில்’ என்று கதறுகிறதா? புயல் என்றால் அவனுக்கு என்ன?

ஒரு ‘ஆனால்’ அல்லது ‘இப்படியிருந்தால்’ என்பதை
அச்சேவை அனுமதிப்பதில்லை.

அவன் வாயில் மூச்சிருக்கும்வரை தோய்வின்றி தூக்கிடவேண்டும்

பேரரசியின் பெயரில், தரைவழித் தபாலை.

•

பாம்பேயிலிருந்து கல்கத்தா செல்லும் ஒரு கடிதம் சென்று சேர இருபத்தாறு நாட்கள் எடுத்தன. 1820ல் பாம்பேக்கும் கல்கத்தாவிற்குமிடையே நேரடியான தபால் சேவை உருவாக்கப்பட்டது. 1840களில் இவ்வழித்தடத்தில் சில பகுதிகளில் குதிரைகள்மீது பயணம் அறிமுகமானது. 1860 இரயில். 1860ல் பாம்பே கல்கத்தாவிற்கிடையே ஒரு தந்தி சேவை உருவாக்கப்பட்டது. இருந்தாலும் தபால் தூக்கிகளே பல இடங்களுக்கும் முக்கிய தொடர்பாக இருந்தனர். இருபதாம் நூற்றாண்டின் இரண்டாம்பாதி வரைக்கும் அவர்கள் பணியிலிருந்தனர். அசாம் தோட்டங்கள் உருவாகிய காலத்தில் தபால் ஓட்டக்காரர்கள் தொடர் ஓட்டத்தின் மூலம் அசாமின் எல்லையிலிருந்த டுப்ரி வரைக்கும் தபால் எடுத்துச் சென்றனர். அங்கிருந்து தபால் பிரம்மபுத்திரா ஆறு வழியாக இருவர் செலுத்திய சிறு தனூ படகுகள் வழியாக மேல் அசாமுக்கு எடுத்துச் செல்லப்பட்டன. 15 மைல்களுக்கு ஒருமுறை ஆள் மாற்றிக் கொண்டனர். 1840ல் கூட அசாமிலிருந்து தபால் கல்கத்தா வர 11 நாட்களே ஆகியது.

கல்கத்தாவிலிருந்து இங்கிலாந்துக்கு தபால் சென்று சேர பொதுவாக ஐந்து மாதங்களாகின. ஆனால் பணம் ஒரு பொருட்டல்ல என்றால் தபால்காரர்கள் கல்கத்தாவிலிருந்து பாம்பேக்கு 1,356 மைல்களைக் கடந்து கொண்டுவந்து, அங்கிருந்து கப்பலில் சூயெஸ் வந்து, கைரோவிற்கு நிலம்வழி சென்று அங்கிருந்து அலெக்ஸாண்ட்ரியாவிற்கு நீராவிக்கப்பலில் கொண்டுசெல்லப் பட்டு, கப்பலில் மசாலிஸ் சென்று சேர்ந்து, அங்கிருந்து குதிரைமூலம் ஆங்கிலக் கணவாய்க்கு கொண்டுசெல்லப்பட்டு இங்கிலாந்தை அடைய முடியும். மொத்த பயணமும் 2 மாதங்களுக்குள் முடிந்துவிடும்.

துவக்க காலங்களில் கல்கத்தாவிலிருந்து அசாம் செல்வது நாட்டுப் படகுகள் மூலமே இருந்தது. நாற்பது அடிகள்வரை நீளமிருந்த இந்தச் சிறிய படகுகள் காற்று சரியாக வீசினால் ஆற்றோட்டத்திற்கு எதிராகப் பயணிக்கும் திறன்கொண்டவை. ஆனால் சாதாரணமாக ஐந்து அல்லது அதற்கும் மேற்பட்ட ஆட்கள் அதை கரையிலிருந்து இழுத்துச் சென்றனர்.

பாகிரதி ஆற்றின் வழியே கல்கத்தாவிலிருந்து மேலே சென்று பட்னாவில் கங்கையை அடைந்தன. அங்கிருந்து கிழக்காகச் சென்று கங்கை வழியும் போக்கில் சென்று பிரம்மபுத்திராவை அடைந்தனர். அங்கிருந்து ஆற்றுப்போக்கின் எதிராகப் பயணித்து அசாமின் கவுகாத்தியை அடைந்தனர். ஆற்றில் இருக்கும் நீரின் அளவும் நீரோட்டத்தின் வலுவும் பயணத்தின் வேகத்தை நிர்ணயித்தது. 500 மைல் தூர பயணம் மூன்றுமாதகாலம்வரை நீடித்தது. அசாமிற்குள் பிரம்மபுத்திராவின் மேல்பகுதியில் பயணிப்பது மிகக்கடினமாக இருந்தது. கவுகாத்தியிலிருந்து மேலே சைக்கோவா செல்ல மேலும் இரு மாதங்கள் ஆகியது.

கிழக்கிந்திய கம்பெனி நீராவிப்படகுகளை விரைவிலேயே இந்தியாவில் அறிமுகம் செய்தது. கங்கையில் அரசு நீராவிப்படகு சேவை 1834ல் கல்கத்தாவிலிருந்து அலகாபாத்திற்கு துவக்கப்பட்டது. விரைவிலேயே கல்கத்தாவிலிருந்து கவுகாத்திக்கு சீரற்ற சேவை துவங்கப்பட்டது. இவை பெரிதாக இருந்ததால் பாகிரதியில் பயணிக்க ஏதுவானவை அல்ல. எனவே அவை கல்கத்தாவிலிருந்து கீழிறங்கி வங்காள விரிகுடாவிற்குச் சென்று கடற்காடுகள் வழியே பயணித்து கங்கையின் முகத்துவாரத்தை அடைந்தன. இந்த நீர்ப்பாதைகள் அடிக்கடி மாறிக்கொண்டேயிருந்ததால் பயணிக்க அதிக திறமை தேவைப்பட்டது. நீராவிப்படகுகள் பயண நேரத்தை வெறும் மூன்று அல்லது நான்கு வாரங்களாகக் குறைத்தன.

ஆனால் நீராவிப்படகு சேவை சீரற்றதாகவும் நம்பகத் தன்மையற்றதாகவுமிருந்தது. பல போக்குவரத்தும் நாட்டுப் படகுகளை பயன்படுத்தியே நடந்தன. 1842ல் அசாம் கம்பெனி தனது நீராவிப்படகு சேவையை அறிமுகப்படுத்தியது. ஆனால் அது பிரம்மபுத்திராவின் கடுமையான நிலைமைக்கு ஏற்றதாக இல்லாததால் நிறுத்தப்பட்டது. இருபது வருடங்களுக்குப் பிறகு 1862ல் இந்திய கெனெரல் ஸ்ட்ரீம் நேவிகேஷன் கம்பெனி சீரான சேவையை கல்கத்தாவிற்கும் அசாமிற்குமிடையே உருவாக்கியது. அச்சேவை மேல் அசாமில் திபுர்கா வரைக்கும் சென்றது. தட்டையான அடிப்பாகம் கொண்ட, வட்ட வடிவ விசைத்

துடுப்புகளைக்கொண்ட நீராவிப்படகுகள் பயன்படுத்தப்பட்டன. அவை 'பிளாட்ஸ்' என அழைக்கப்பட்ட தட்டையான மிதக்கும் சரக்குத் தட்டிகளை இழுத்துச் சென்று பிரம்மபுத்திராவின் கரைகளில் விட்டுச் சென்றன.

கல்கத்தாவுக்குத் திரும்புகையில் அவற்றில் தேயிலை ஏற்றப்பட்டது. அசாமில் முதல் தோட்டக்காரர்கள் வந்தபோது அங்கு சாலைகள் எதுவுமில்லாமலிருந்தது. அஹோம் அரசர்கள் பல சாலைகளை அமைத்திருந்தனர். ஆனால் அவை ஆங்கிலேய அரசுக்கு முன்னர் இருந்த அராஜக காலங்களில் பராமரிப்பின்றி அழிந்தன. இவற்றில் பல சாலைகளும் வெள்ளப்பெருக்க அளவுகளுக்கும் மேலே உயர்த்தி கட்டப்பட்டிருந்தன. தேயிலைத் தோட்டக்காரர்கள் இவற்றைச் சரிசெய்து பயன்படுத்திக்கொண்டனர். 1866ல் ஒரு மையச் சாலை அசாமில் அரசாங்கத்தால் அமைக்கப்பட்டது என்றாலும் 1880வரைக்கும் அது முழுமையாகவில்லை. பல தேயிலைப் பகுதிகளிலும் தோட்டக்காரர்களே சாலைகளை உருவாக்கினர். அதற்கான அரசின் நிதி உதவி கிடைக்கும் என்றும் நம்பியிருந்தனர். மழைக்காலங்களில் தோட்டக்காரர்கள் நீரால் சூழப்பட்டு தன் தோட்டத்திலேயே பல மாதங்கள் தனித்திருக்க நேரிட்டது.

இரயில் போக்குவரத்து அசாமுக்கு வர பல வருடங்கள் ஆயின. 1862இல் கல்கத்தாவிலிருந்து கிளம்பிய தடம் கங்கை கரையிலிருந்த குஷ்தியா எனும் இடத்திற்குச் சென்றது. அங்கேதான் நாட்டுப் படகுகள் கங்கைக்குள் நுழைந்தன. இதனால் பிரம்மபுத்திராவரை செல்லும் பயணம் விரைவானது, எளிதானது. 1879ல் இரயில் போக்குவரத்து மேலும் வடக்கே டிஸ்டா ஆறுவரை, கிட்டத்தட்ட அசாமுக்குள் சென்றது. இரண்டு வருடங்களுக்குப் பின் இரயில் தடம் அசாம் எல்லையைக் கடந்து சென்றது. 1880களில் அது தேயிலைப் பிரதேசங்களை அடைந்தது.

நல்ல சாலைகள் இல்லாத முந்தைய காலகட்டத்தில் தேயிலைத் தோட்டங்கள் தொலைவுகளில் பரவிக்கிடந்ததால் ஐரோப்பிய தோட்டக்காரர்கள் கூடிப்பழகுவது சாத்தியமற்றதாயிருந்தது. அசாம் கம்பெனி அரை டசன் ஐரோப்பியர்களை ஓர் இடத்தில் வைத்திருக்கக்கூடும். இவர்களில் சிலர் அசாமின் முதல் கேளிக்கை விடுதியை 1881ல் துவங்கினர். அது ஹட்டி புட்டி பில்லியர்ட் கிளப் என்பதாகும். ஆனால் கம்பெனியின் பல தோட்டக்காரர்களும் ஒருவருக்கொருவர் பல மைல்களுக்கப்பாலிருந்தனர். சிறிய தோட்டங்களில் ஒரு தோட்டக்காரருடன் இன்னொருவரும் துணையிருந்திருக்கலாம் (அவர் நட்பானவராயிருந்தால் உண்டு)

இல்லையேல் தனியே அடுத்த தோட்டத்திலிருந்து பல மைல்கள் தள்ளி இருப்பார். அசாமியர்களுடன் எந்தவித சமூகத் தொடர்பும் இல்லாதிருந்தது. தோட்டக்காரர்களல்லாத அரசு ஊழியர்களும் மிஷனரிகளும் என சில ஐரோப்பியர்களும் அங்கிருந்தனர். அவர்கள் அதிக எண்ணிக்கையில் இல்லை. பொதுவாகவே இவர்கள் தோட்டக்காரர்களுடன் பழகுவதைத் தவிர்த்தனர்.

•

ஐரோப்பிய தோட்டக்காரர்கள், ஒட்டுமொத்தமாகவே, பத்தொன்பதாம் நூற்றாண்டின் இந்தியாவில் கெட்ட பெயருடையவர்களாயிருந்தனர். இதற்கு முதன்மை காரணம் இன்டிகோ தோட்டக்காரர்களின் கட்டுக்கடங்கா தன்மையே. இந்தியாவில் நீல வண்ணம் தயாரிப்பது மிக நீண்ட வரலாறுடைய தொழிலாகும். ஆனால் ஐரோப்பியர்கள் அதை பெரிய அளவில் பயிரிட்டு, தயாரித்து முக்கியமான ஏற்றுமதித் தொழிலாக மாற்றினர். பெரிய அளவில் நிலம் அதற்காக வாங்கப்பட்டது. குறிப்பாக பிகாரில். அங்கே ஒரு எஸ்டேட் 300 சதுர மைல் அளவுடையதாக இருந்தது. மேற்கிந்தியத் தீவில் அடிமைகளைக்கொண்டு தோட்ட வேலை செய்த அனுபவமிருந்தவர்கள் பிகாருக்கு வந்தனர். நிலக் குத்தகை எடுத்தவர்கள் இன்டிகோவை மிகக் குறைந்த இலாபத்துக்கு பயிரிட வற்புறுத்தப்பட்டனர். இது தனியார் போர்ப்படைகளைக்கொண்டும் மிரட்டியும் செய்யப்பட்டது. தோட்ட முதலாளிகளின் ஆட்கள் குடியானவர்களை அடித்தனர், அவமானப்படுத்தினர் அல்லது 1810 அரசின் சுற்றறிக்கை ஒன்று கூறுவதைப்போல (‘வன்முறையான செயல்கள், சட்ட ரீதியாக கொலை இல்லை என்றாலும், அவை உள்ளூர் மக்களின் இறப்புக்கு காரணமாயிருந்தன’) நடத்தினர்.

மிக மோசமானவர்களில் முக்கியமானவர் ஆர்.பி. ஹன்டர். வடக்கு பிகாரில் திர்ஹட் மாவட்டத்தில் பல இன்டிகோ தோட்டங்களுக்கு அவர் சொந்தக்காரர். மூன்று தாழ்த்தப்பட்ட சாதிப் பெண்கள் அவரையும் அவரது இந்திய வைப்பாட்டியையும் மனம்வருந்தச் செய்தனர். அதற்கு அவரின் பழிவாங்கல் கீழுள்ளவாறு குறிப்பிடப்பட்டுள்ளது.

> ‘அவர்களது மூக்கு, காது மற்றும் முடியையும், ஒருத்தியின் நாக்கையும் வெட்டச் செய்தார். கால்களில் விலங்கு மாட்டப் பட்டது. அவர்களின் பிறப்புறுப்புக்கள் சிதைக்கப்பட்டிருந்தன. அவர்களுக்கு பால்வினை வியாதிகள் வந்திருந்தன. (குப்பையைப்போல மாஜிஸ்ட்ரேட்டின் முன் தூக்கிவரப்பட்ட

மசமந்த் கினோஜீ என்பவர் இதன் காரணமாக திர்கூரில் மரணித்தார்) இதேபோன்ற கொடுமையான வன்முறை அவர்கள்மீது செலுத்தப்பட்டிருந்தது. எல்லாப் பெண்களும் ஹன்டர் தங்களை மானபங்கம் செய்ததாகப் புகார் அளித்தனர். அவர்களில் ஒருத்தி தன் மானத்தைக் காக்க கிணற்றில் மூழ்க முயற்சித்ததாகவும் கூறினாள்.'

1797ல் இந்த வழக்கு கல்கத்தாவில் விசாரணைக்கு வந்தது. ஹன்டர் குற்றவாளி என அறிவிக்கப்பட்டார். அவ்வழக்கு தன்னை அழித்து விட்டது என வேண்டிய அவருக்கு இழப்பீடும் ரூ. 100 அபராதமும் மட்டும் கட்ட தீர்ப்பு இடப்பட்டது.

இன்டிகோ விவசாயத்திலிருந்து அதிக வருமானம் வந்ததால் அரசாங்கம் இக்கொடுமைகளை தடுப்பதற்காக எதையும் செய்ய முன்வரவில்லை. இன்டிகோ தோட்டக்காரர்களின் அமைப்பு சுயகட்டுப்பாடுகளைக் கொண்டுவர முயன்றது. ஆயினும் அந்நூற்றாண்டு முடியும்வரையிலும் அத்துமீறல்கள் தொடர்ந்தன. செயற்கை முறையில் இன்டிகோ தயாரிக்கும்முறை கண்டறியப்பட்டு இன்டிகோ பயிரிடுவது குறையும்வரை அவை நீடித்தன.

இன்டிகோ தோட்டக்காரர்களை இந்தியக் குடிமக்களும் அரசு அதிகாரிகளும் வெறுத்தனர். ஜான் பீம்ஸ், சம்பரான் எனும் மாவட்டத்தின் ஆட்சியர், 1866இல் இவ்வாறு குறிப்பிட்டிருக்கிறார்: 'அவர்கள் கடுமையானவர்கள், படிக்காதவர்கள், குடிகாரர்கள், கட்டுப்பாடின்றி வாழ்பவர்கள், உள்ளூர் மக்கள் மீது பரிவற்றவர்கள்.' இன்டிகோ தோட்டக்காரர்கள்மீது குடிமக்களுக்கு இருந்த வெறுப்பால் தேயிலைத் தோட்டங்களுக்கு ஆள் சேர்ப்பது கடினமாயிருந்தது. ஆங்கிலேய அதிகாரிகளுக்கு இன்டிகோ தோட்டக்காரர்கள் மீதிருந்த மதிப்பு குறைவால் தோட்டக்காரர்கள் ஐரோப்பிய சமூக அடுக்கில் கீழானவர்களாக நடத்தப்பட்டனர். இதனால் மிக மோசமான நிலையிலிருந்தவர்களே ஆரம்ப காலங்களில் தேயிலைத் தோட்ட வேலைகளுக்குச் சென்றனர். இன்டிகோ தோட்டக்காரர்களின் கருணையற்ற காசு சம்பாதிக்கும் கலாச்சாரம் தேயிலைத் தோட்டக்காரர்களின் செயல்பாட்டிலும் வெளிப்பட்டது.

1860 தோட்டங்களில் வேலைபார்த்த ஐரோப்பியர்களின் எண்ணிக்கை நூறுக்கருகிலேயே இருந்தது. 1880இல் அது 800ஆக உயர்ந்தது. தேயிலைச் சந்தை வீழ்ச்சியடைய காரணங்களில் ஒன்று தேயிலைத் தோட்டங்கள் மோசமாக மேலாண்மை செய்யப்பட்டதேயாகும். 1860இல் நல்ல அனுபவமுள்ள தோட்டக்காரர்கள் அசாம்

கம்பெனியில் அல்லது ஜோர்ஹாட் டீ கம்பெனியில் அல்லது சில குறிப்பிட்ட சிறு தனியார் தோட்டங்களில் வேலைபார்த்தனர். ஆனால் தேயிலைப் பித்து வேறு இடங்களில் தோற்றுப்போன பலரையும் கூட்டமாக அழைத்து வந்து சேர்த்தது. ஓர் அரசறிக்கை இவ்வாறு கூறுகிறது:

'அக்காலத்தில் தேயிலைப் பயிரிட்டவர்களெல்லாம் விநோத மனிதர்கள். ஓய்வுபெற்ற அல்லது பணிநீக்கம் செய்யப்பட்ட இராணுவ, கடற்படை அதிகாரிகள், மருத்துவர்கள், கால்நடை மருத்துவர்கள், பொறியாளர்கள், நீராவிக்கப்பல் மாலுமிகள், மருந்து தயாரிப்பவர்கள், பலவிதமான கடைகளை வைத்திருந்தவர்கள், விலங்குத் தொழுவங்களை பராமரித்தவர்கள், வலுவிழந்த காவல்துறைக்காரர்கள், கிளார்க்குகள் வேறு எவரெல்லாம் இருந்தனரோ கடவுளுக்குத்தான் வெளிச்சம்.'

பெரிய எஸ்டேட்களில் ஒரு 'உதவியாளர்' பொறுப்பாக இருந்தார். அவர் தலைமையகத்திலிருந்த மேற்பார்வையாளருக்கு பதில் சொல்ல வேண்டியவர். பொதுவாக ஐரோப்பியர்களே இவ்வுதவியாளர் பணியிலிருந்தனர். அசாம் கம்பெனி துவக்கப்பட்ட நாட்களில் அதன் மேற்பார்வையாளர் அசாமிய அல்லது வங்காள உதவியாளர்களை பணியமர்த்துவதே சிறப்பானது எனக் கருதினார். ஏனென்றால் 'ஐரோப்பியர்கள் உள்ளூர் மொழி அறியாதவர்களாதலால் தங்கள் பணிகளை அவர்களால் சரிவரச் செய்ய முடிவதில்லை'. ஆனால் அவரது கருத்து கண்டுகொள்ளப்படாமல் போனது. ஐரோப்பிய உதவியாளர்கள் அடுத்த நூறாண்டுகளுக்கு தேயிலைத் தோட்டங்களில் மிகுதியானவற்றை மேலாண்மை செய்தனர். முதலில் ஏற்கெனவே இந்தியாவில் வசித்து வந்தவர்கள் அல்லது அங்கேயே பிறந்தவர்கள் பின்னர் நேரடியாக இங்கிலாந்திலிருந்து எனத் தொடர்ந்து ஐரோப்பியர்கள் பணியமர்த்தப்பட்டனர்.

பொதுவாக ஐரோப்பியர்கள் முதலில் ஐந்து வருட ஒப்பந்தத்தின் பேரில் பணியமர்த்தப்பட்டனர். மேலும் மூன்று வருடங்கள் பணிசெய்ய அவர்கள் விரும்பினால் விடுமுறைக்கு இங்கிலாந்து சென்று வர ஆகும் செலவை கம்பெனி ஏற்றுக்கொண்டது. கல்கத்தாவிலிருந்து ஆப்பிரிக்காவைச் சுற்றி இங்கிலாந்து செல்ல ஐந்து மாதங்கள் ஆகின. துவக்க காலங்களில் மேல் அசாமிலிருந்து கல்கத்தா வந்து சேர நான்கு அல்லது ஐந்து மாதங்கள் ஆகும். மொத்தம், எதிர்பாராத தாமதங்களுக்கும் சேர்த்து தோட்டத்திலிருந்து இங்கிலாந்து வர ஒரு வருடம்வரை ஆகலாம். ஆறுமாத விடுமுறையையும் சேர்த்தால் இங்கிலாந்துக்குச் சென்ற ஒரு

தே : ஒரு இலையின் வரலாறு | 135

தோட்டப் பணியாளர் இரண்டரை ஆண்டுகள்வரை தோட்டத்தை விட்டு விலகியிருக்க நேரிடும்.

அசாம் தோட்டப் பணியாளர்களின் பங்களா முதலில் மரமும் களிமண்ணும் கொண்டு கட்டப்பட்டது. அதன் மேல் மிக அடர்த்தியாக வேயப்பட்ட கூரை இருந்தது. தரை வழக்கமாக வெறும் களிமண்ணால் ஆனது. பின்னர் ஈரத்தை தவிர்க்க தரையிலிருந்து பல அடிகள் உயரத்திற்கு மரத்தாலான தளங்கள் அமைக்கப்பட்டன. கூரை சுவர்களிலிருந்து நன்கு வெளியே நீட்டிக் கொண்டிருந்தது. அதன் கீழ் ஓர் உயர்த்தப்பட்ட வராந்தா இருந்தது. அங்குதான் தோட்டப் பொறுப்பாளர் அதிக நேரத்தை செலவிட்டார். கூரை வேயப்பட்ட படிக்கட்டும் முன் முற்றப் பாதையும் வழக்கமாக இருந்தது. சன்னல்களும் கதவுகளும் மூங்கில் சட்டத்தில் வேயப்பட்ட புற்களைக்கொண்டு செய்யப்பட்டிருந்தன. மொத்தக் கட்டடமும் அறுபதுக்கு நாற்பது அடி என்ற அளவில், மூன்று அறைகளுடன் இருந்தது. ஒரு மைய வரவேற்பறை, ஒரு விருந்துண்ணும் அறை, இரு பக்கங்களிலும் படுக்கையறைகள். தேங்கி நிற்கும் நீரிலிருந்து வரும் பிரச்னைகளை சமாளிக்க குளியலறை சற்று தொலைவில் அமைக்கப்பட்டிருந்தது. சமையலறையும் வீட்டிலிருந்து தொலைவிலேயே இருந்தது.

இந்தச் சிறிய வீட்டில் பல பணியாட்களிருந்தனர். சிலர் தோட்டத் தொழிலாளிகளிலிருந்து தேர்ந்தெடுக்கப்பட்ட இந்துக்கள். மாமிச உணவு தயாரிக்க இஸ்லாமியர்களும் கல்கத்தாவிலிருந்து பணியமர்த்தப்பட்டனர். ஜியார்ஜ் பேக்கர் எனும் அசாம் தோட்டக் கண்காணிப்பாளர் 1880ல் வேலைக்காரர்களின் பட்டியல் ஒன்றை பதிந்துள்ளார்.

> ‘ஒவ்வொருவருக்கும் ஒரு கிர்முட்கர் அல்லது வெயிட்டர் இருந்தார். அவரே உணவுத் தேவைகளை கேட்டறிந்தார். பட்லர்களில் ஒருவகை எனலாம். அடுத்து ஒரு பேரர் இருந்தார் அவர் படுக்கையறைகளை பராமரிப்பதற்கும் ஏவல்களைச் செய்யவும் பயன்பட்டார், அடுத்து கன்சமா (சமையல்காரர்) மற்றும் அவரது துணையாள், இரண்டு அல்லது மூன்று பாணிவாலாக்கள் (தண்ணீர் சுமப்பவர்கள்), மேட்டர் எனப்படும் துப்புரவுப் பணியாளர், இரு செளக்கிதார்கள் (காவலாளிகள்) இரவுக்கும் பகலுக்குமென்று, பங்காவாலாக்கள் (இரண்டு அல்லது மூன்றுபேர் வெப்ப காலங்களில் பங்காக்களை இழுக்க), குதிரைகளை பராமரிப்பவர் - ஒவ்வொரு குதிரைக்கும் ஒருவர், மலீ (தோட்டக்காரர்கள் - தோட்டங்களின் அளவிற்கேற்ப),

மூற்கிவாலாக்கள் (கோழிகளை பராமரிக்க), கொருக்கியா (மாடு மேய்ப்பவர்) மேலும் சிலர்.'

பங்கா எல்லா ஐரோப்பியர்கள் மற்றும் பணக்கார இந்தியர்களின் வீடுகளிலும் அலுவலகங்களிலும் இருந்தது. அடிப்படையில் அது துணியால் மூடப்பட்ட ஒரு பெரிய மரச்சட்டகம். அது உயரத்தில் மேலிருந்து கீழாக தலை உயரத்திற்கும் சற்று மேல் இருக்கும்படி தொங்கவிடப்பட்டது. அவற்றில் கட்டப்பட்ட கயிறுகள் சுவற்றில் இருக்கும் துளைகள் வழியாக பின்புறமோ வெளிப்புறமோ நீண்டிருக்கும். பங்காவாலாக்கள் அங்கிருந்து அவற்றை இழுத்தும் விட்டும் முன்னும் பின்னுமாக அசைத்து காற்றுவீசினர். வெப்ப காலத்தில் இரவிலும் பகலிலும் இது தொடர்ந்து நடைபெறும்.

தோட்ட மேற்பார்வையாளரின் தினசரி வாடிக்கை என்பது காலை ஐந்து மணிக்கு எழுந்து கொள்வது. பின்னர் சிறியதாய் காலை உணவு, மதியம் 11 வரை வேலை செய்வது, பின்னர் மதிய உணவு உண்டுவிட்டு 2 மணி வரைஓய்வெடுப்பது. பின்னர் மாலை ஆறு மணி வரைக்கும் வேலை. அதன் பின் குளித்துவிட்டு இரவுணவு உண்ட பின்னர் இரவு ஒன்பதரைக்கு உறக்கத்துக்குச் செல்வது என்றிருந்தது. இதுவே எல்லா தோட்டங்களிலும் வாடிக்கையாக இருந்தது. இதனால் ஒரு தோட்டத்திலிருந்து வேறொரு தோட்டத்திற்குச் செல்பவர்கள் சரியாகத் திட்டமிட்டுச் செல்லமுடியும். தோட்டத்தில் இருந்த ஐரோப்பியர்கள் விருந்தினரை உபசரிப்பதில் மிகுந்த ஆர்வமுடையவர்களாயிருந்தனர். முன் பின் தெரியாதவர்களைக்கூட நன்கு கவனித்தனர் - 'அறவே அறிமுகமில்லாதவரானாலும் அவன் ஒரு வெள்ளைக்காரனல்லவா?'

கோழிக்கறியே முக்கிய மாமிச உணவாயிருந்தது. 'கோழிக்கறி எல்லா வகையிலும் சமைக்கப்பட்டது. கட்லெட்டாக, கொத்துக்கறி போல, பொரிக்கப்பட்டு, முழுதாக சமைத்து, அடுப்பில் சுடப்பட்டு, அவிக்கப்பட்டு, கறியாக சமைக்கப்பட்டு, சூப்பாக, டோஸ்ட்டுடன், கொதி நீரில் சமைக்கப்பட்டு, மற்றும் பல வழிகளில்'. டின்களில் விற்கப்பட்ட பலசரக்கு சாமான்களை கல்கத்தாவில் வாங்க முடிந்தது. ஆனால் அவை தோட்டக்காரர்களுக்கு விலை உயர்ந்தவையாக இருந்தன. மதுபானக் கேளிக்கைக்கு அவர்களிடம் பணத் தட்டுப்பாடிருந்ததில்லை. துவக்ககால தோட்டக்காரர்கள் பிராந்தியை விரும்பினர். அது எடுத்துச் செல்ல வசதியானதும்கூட. ஆனால் 1870களில் பிரெஞ்சு திராட்சை தோட்டங்களில் நோய் பரவியபோது பிராந்தி மறைந்துபோனது. விஸ்கி அதன் இடத்தை எடுத்துக்கொண்டது. போக்குவரத்து முன்னேற்றம் கொள்ள பியர்

பயன்பாடும் அதிகரித்தது. தோட்டக்காரர்கள் குடிகாரர்கள் எனப் பெயர்பெற்றவர்கள். கடைசி தோட்டக்காரர் இந்தியாவைவிட்டு வெளியேறியபோது அவர்கள் விட்டுச்செல்லும் நினைவுச்சின்னம் பங்களாக்களின் பின் குவிந்துகிடக்கும் போத்தல்கள்தான் என்று கூறுவதுண்டு.

இந்தியாவிலிருந்து பல இங்கிலாந்து நாட்டவரும் மதுபானங்களுக்கு மருத்துவ குணம் உண்டு என நம்பினர், குறிப்பாக சிவப்பு ஒயினில். சளிக் காய்ச்சலில் அவதியுற்றவர்களுக்கு போர்ட் ஒயினை அதிக அளவில் குடிக்கும்படி அறிவுரை தரப்பட்டது. காலராவுக்கோ பிராந்தி சிறப்பானது. அற்புத குணம் பெற்றவர்கள் குறித்த கதைகள் பல உலவின. சர் ஜான் லாயிட் என்பவர் இரண்டு மணி நேரங்களுக்கு மேல் உயிருடன் இருக்கமாட்டார் என மருத்துவர் கைவிட்ட தாகவும், சவப்பெட்டியை தூக்குபவர்களும் வந்துவிட்ட வேளையில் சர் ஜான் சாவை வென்றெழுந்ததாகவும் சொல்லப் பட்டது. கிளாரட் எனப்படும் சிவப்பு ஒயினே அவர் உயிர்பிழைக்கக் காரணம் என்று அவரது மருத்துவர் கூறினார். 'நோயின் கடைசி வாரத்தில் அவரது தொண்டைக்குள் மூன்று முதல் நான்கு போத்தல்கள் அந்த தாராளமான பானத்தை இருபத்து நான்கு மணிகளுக்கு ஒருமுறை ஊற்றினோம், பெரும் முயற்சியுடன்.'

துவக்ககால தோட்டக்காரர்களுக்கு உடல்நலமே முக்கிய சவாலாக அமைந்தது. அசாம் மலேரியாவுக்குப் பெயர்போனது. அதன் மிக மோசமான வடிவாகிய 'காட்டுக் காய்ச்சலும்' (ஜங்கிள் ஃபீவர்) காலராவும் அங்கிருந்தன. 1840ல் முதல் வருடத்தில் அசாம் கம்பெனி இருபது ஐரோப்பியர்களை வேலைக்கு வைத்திருந்தது. அந்த வருடத்தில் இவர்களில் மூன்றுபேர் இறந்தனர். மூன்றுபேர் உடல்நலம் குன்றி நாடு திரும்பினர். அடுத்த வருடம் அசாம் கம்பெனி மருத்துவரை பணியமர்த்தியது. அவர் அடுத்த வருடமே காய்ச்சலால் இறந்துபோனார். அசாம் கம்பெனியும் பிற கம்பெனிகளும் மருத்துவர்களை பணியமர்த்தினாலும் சிறிய தோட்டங்களில் இருந்தவர்கள் சில அரசாங்க மருத்துவர்களை நம்பியே இருந்தனர். ஒரு மருத்துவரையோ அல்லது மருத்துவமனையையோ சென்று சேர்வதென்பதே மிகக் கடினமாக இருந்தது. அது படகில் அல்லது நாட்டுப் படகில் கடுமையான பயணங்களுக்குப் பிறகே சாத்தியம். மலேரியாவைக் கட்டுப்படுத்த கொயினா பயன்படுத்தப்பட்டது. ஆனால் அது பலன் தருவதாக இல்லை அல்லது அதிலிருந்து கறுப்புத் தண்ணீர்க் காய்ச்சல் வந்தது - சிறுநீர் கறுப்பு நிறத்தில் கழிந்ததால் அப்பெயர் - அப்படி ஆகிவிட்டால் அவர்கள் அசாமிலிருந்து வெளியேறவேண்டியிருந்தது. குளோரோடன் - குளோரோபார்மும்

மார்பினும் கலந்த ஒரு வலி நிவாரணி - காலராவிற்கும் வயிற்றுப்போக்குக்கும் மருந்தாகப் பிரபலமானது. தோட்டக் காரர்களில் பலரும் வலுவான உடலமைப்பு கொண்டவர்களாக இருந்ததால் ‘தினசரி காலையில் கொயினா, வாரம் இருமுறை விளக்கெண்ணெய், நிலா மாறும்போது கேலோமெல்’ என உட்கொண்டு நலமுடன் இருந்தனர்.

காப்பீட்டு கம்பெனிகளின் நிர்ணயித்த சந்தாவே இந்தியா எத்தனை சுகாதாரக் குறைவாக இருந்தது என்பதற்குச் சான்று. ஆங்கிலேய அரசதிகாரிகளுக்குக்கூட காப்பீட்டு சந்தா இங்கிலாந்தைவிட இருமடங்கானதாக இருந்தது. ஆரம்பகால ஆங்கிலேயக் கல்லறைகள் பாதி கதையைத்தான் சொல்கின்றன. ஏனென்றால் மேலும் பலர் மிக நலிவடைந்த உடல்நிலையுடன் இந்தியாவை விட்டுக் கிளம்பிச்சென்று பின்னர் இறந்துபோயினர். கைரோ மற்றும் ஏடெனில் இருக்கும் கல்லறைகளில் இப்படி பயணத்தை முடிக்க முடியாதவர்கள் பலரும் புதைக்கப்பட்டுள்ளனர்.

துவக்கத்திலிருந்தே சில தோட்டக்காரர்களுடன் அவர்களது குடும்பமும் சேர்ந்துகொண்டது. நசீராவில் புதைக்கப்பட்டிருகும் அசாம் கம்பெனியின் ஆண் பணியாட்களுடன் பல பெண்களும் குழந்தைகளும் புதைக்கப்பட்டுள்ளனர். ஆண்களுக்கே தனிமையான அவ்வாழ்க்கைமுறை பெண்களுக்கு மேலும் கடினமானதாக இருந்திருக்கும். அவர்கள் வேறொரு ஐரோப்பிய பெண்ணைப் பல மாதங்களுக்கு பார்க்கவே முடிந்திருக்காது. குழந்தைகள் இருந்தால் மட்டுமே ஆறுதலாக இருந்திருக்கும். ஆனால் குழந்தைகள் வளர்ந்தபோது இந்தியாவில் அவர்கள் இருப்பது உடல்நலத்திற்கு நல்லதல்ல எனக் கருதப்பட்டதால் ஏழு அல்லது எட்டு வயதாகும்போது அவர்கள் இங்கிலாந்தில் உறவினர் வீடுகளுக்கு அனுப்பிவைக்கப்பட்டனர்.

பல தோட்ட நிர்வாகிகளும் தனியர்கள். சிலர் இந்திய காதலிகளை வைத்திருந்தனர். வழக்கமாக இரகசியக்காதலி. ஏனென்றால் அப்பெண்கள் ஐரோப்பிய சமூகத்தில் ஏற்றுக்கொள்ளப்படும் சாத்தியங்கள் எதுவுமில்லை. புதிய கலாச்சாரத்தை அறிந்துகொண்டு புதிய மொழியை கற்றுக்கொள்ள விரும்பியவர்களுக்கு அத்தகைய உறவுகள் சாதகமாயிருந்தன. இந்த ‘உறங்கும் அகராதிகள்’ தோட்ட வாழ்வில் ஓர் அங்கமாகவே இருந்தது. இரகசியமாக இருந்தால் அது கண்டுகொள்ளப்படாமல் விடப்பட்டது. சிப்பாய் கலகத்துக்குப் பின்னர் கருத்துக்கள் வலுவாகின. திடீரென ஆங்கிலேயரின் பால் ஈர்ப்பு மாறிவிட்டதைப்போல ஆனது. இருந்தும் ஜியார் பேக்கரின்

புத்தகமான 'எ டி பிளாண்டர்ஸ் லைஃப் இன் அசாம்' சொல்வது மிகையானதாகத் தோன்றுகிறது, அல்லது அப்படி இல்லாமலும் இருக்கலாம். ஏனென்றால் கல்கத்தாவின் முன்னணி பதிப்பாளர்களால் அது வெளியிடப்பட்டது.

'பல வருடங்களுக்கு முன்னர் பர்மியர்கள் அசாமுக்குள் படையெடுத்து வந்து அதை அழித்து அங்கிருந்து பெரும்பாலான பெண்களை தூக்கிச் சென்றனர். தற்போதைய இனத்தின் அழகின்மையை வைத்துப்பார்த்தால் பர்மியர்கள் அழகை ரசிக்கத் தெரிந்தவர்கள். அவர்கள் அழகானப் பெண்களைமட்டும் தூக்கிச்சென்றுவிட்டு அவர்களின் அசிங்கமான சகோதரிகளை விட்டுச் சென்றிருக்கின்றனர். இவர்கள் வழியாக ஓர் அசிங்கத்தில் வெல்லப்படமுடியாத ஒரு தலைமுறையே உருவாகியிருக்கிறது.'

அசாமியர்கள் மேலான இவ்வெறுப்பு வெளியிலிருந்து வந்த தொழிலாளிகளின் மீதும் சமமாகவே இருந்துவந்தது.

4
விக்டோரியன் என்டர்பிரைஸ் - முதல்தர காட்டுவாசி

'துவக்க காலங்களில் தேயிலைத்தோட்டங்களில் இறப்பு விகிதம் அதிகமாயிருந்தது என பொதுவாக புரிதல் இருந்தது. ஆனால் வெகு சிலரே உண்மையில் அது எத்தனை பரிதாபகரமாக இருந்தது என்பதை உணர்ந்துள்ளனர் என நம்புகிறேன்.'

- ஜெ.டபிள்யூ, எட்கர்
(வங்காள அரசின் இளநிலை செயலர், 1873)

ஆரம்பத்திலிருந்தே அசாம் தோட்டங்களுக்கு பணியாட்களை வெளியிலிருந்தே கொண்டுவரவேண்டும் என்பது தெளிவானது. தேயிலை வளர்ப்பதற்கு கடின உழைப்பு தேவைப்பட்டது - குறைந்த கூலிக்கு. ஒரு ஏக்கருக்கு ஒன்று அல்லது ஒன்றரை ஆளின் வேலை கிட்டத்தட்ட ஆண்டு முழுவதும் தேவைப்பட்டது. இது மேற்பார்வையாளர், கண்காணிப்பாளர் மற்றும் தேயிலை தயாரிப்புத் தொழிலாளர்களை தவிர்த்து. தேயிலை தயாரிப்பு ஆலை சரியான திறனுடன் செயல்பட 500 ஏக்கர் தோட்டம் அல்லது அதற்கும் அதிகமாகவும் தேவைப்பட்டது. எனவே 500 பணியாளர்களும் தேவைப்பட்டனர். புதிய தோட்டங்கள் மிகக் குறைந்த கூலிக்கு வேலையாட்களை பிடிக்கவேண்டியிருந்தது. அப்போதுதான் அவர்களால் குறைந்த கூலி கொடுக்கும் வேறொரு நாட்டுடன் போட்டி போட முடியும் - சீனாவுடன்.

அசாமியர்கள் பரவலாக தேயிலைத் தோட்ட வேலை செய்ய விருப்பம் கொள்ளவில்லை. குறிப்பாக அங்கு வழங்கப்பட்ட குறைந்த சம்பளத்திற்காக. பர்மிய படையெடுப்புக்குப் பின் அசாமின் மக்கள்தொகை வெகுவாகக் குறைந்துபோனது. மிகக் குறைந்த அளவே உபரி உழைப்பாளர்கள் இருந்தனர். பலருக்கும் சொந்த விளை நிலம் இருந்தது. அதில் அவர்கள் ஆண்டின் பெரும்பகுதி உழைக்க வேண்டியிருந்தது. பருவமில்லாத காலங்களில் அவர்கள் வெளி வேலைகள் செய்யக்கூடும். ஆனால் அதை நம்பித் திட்டமிடுவது இயலாதது. ஒரு சில அசாமியர்கள் முழுநேரப் பணியாளர்களாயினர், குறிப்பாக ஆலைகளில். ஆனால் அவர்கள் விதிவிலக்கு. ஆங்காங்கே வாழ்ந்த அசாமியப் பழங்குடிகள் புருசின் தோட்ட முயற்சிகளுக்கு உதவியவர்கள். ஆனால் அவர்கள் ஒப்பியப்பழக்கத்திற்கு அடிமையாகியிருந்ததால் அவர்கள் நம்பத்தகுந்த வேலையாட்களாயில்லை.

தேயிலைத் தோட்டங்களுக்கு முதன் முதலாக வெளியிலிருந்து வேலைக்கு வந்தவர்கள் சீனர்களே. கோர்டனால் கூட்டிவரப்பட்ட மூன்றுபேர் அவரது அசாம் சோதனைத் தோட்டங்களில் 1836ல் பணிக்கமர்த்தப்பட்டனர். ஒரிரு வருடங்களுக்குள் அவர்களில் இருவர் நோய்வாய்ப்பட்டு இறந்தனர். 1838 மேலும் ஐந்துபேர் கோர்டனால் அசாமுக்கு அனுப்பப்பட்டனர். கல்கத்தாவில் குறிப்பிடத்தகுந்த அளவு சீனர்கள் இருந்தனர். அரசாங்கம் எல்லா சீனர்களும் தேயிலை நிபுணர்கள் என எண்ணியதால் டாக்டர் லும்குவா என்பவரிடம் கல்கத்தாவிலிருந்து சீனர்களை தோட்ட வேலைக்காக தெரிந்தெடுக்கச் சொன்னது. லும்குவா 1840ல் பதினெட்டு ஆண்களுடன் அசாம் வந்தடைந்தார். மேலும் இருபதுபேர் அதன்பின் வந்து சேர்ந்தார். பயணத்தின்போதே அரசு அவர்களது சேவையை அசாம் கம்பெனிக்கு மாற்றியது.

டாக்டர் லும்குவா சீனாவிலிருந்து வேலையாட்களை அழைத்துவர அசாதாரணமான திட்டங்களை வகுத்தார். சீனாவின் யுனான் பிரதேசத்திலிருந்து அவர்கள் கால்நடையாக அழைத்துவரப்பட வேண்டும் என்று முன்மொழிந்தார். இது 800மைல் தொலைவும், நடுவில் மலைகளும், காடுகளும் இருந்ததால் அது நடைமுறைக்கு சாத்தியமானதல்ல. ஆயினும் ஒரு சீன ஏஜன்ட் யுனானுக்கு அதிகாரபூர்வ கடிதங்களுடனும் விலையுயர்ந்த பரிசுப் பொருள்களுடனும் அனுப்பப்பட்டார். அவரை அதற்குப்பின் யாரும் காணவில்லை. டாக்டர் லும்குவா 1840ல் காய்ச்சலால் இறந்தார். அவரது திட்டமும் கைவிடப்பட்டது.

அதே நேரம் அசாம் கம்பெனி மலேயாவிலிருந்து சீனர்களை வேலைக்கமர்த்தத் துவங்கியது. முதலில் வந்த 105 பேர் பிரம்மபுத்திரா வழியே மேலே செல்லும் வழியில் உள்ளூர் கிராமத்து மக்களுடன் மோதலில் ஈடுபட்டது பிரச்னையாகியது. அசாம் கம்பெனியின் மேற்பார்வையாளன் அவர்களை சமாதானப்படுத்தி அசாம் கொண்டு சேர்த்தான். ஆனாலும் அவர்கள் காவல் துறையினரை தாக்கியதை சமாளிக்க அசாம் கம்பெனி கடின முயற்சிகளை எடுக்கவேண்டியிருந்தது.

பிப்ரவரி 1840ல் மேலும் 247 மலேய சீனர்கள் கல்கத்தாவை வந்தடைந்தனர். அங்கே அவர்களுக்கிடையே நடந்த சண்டையில் ஐந்துபேர் மோசமாகக் காயமடைந்தனர். அசாமுக்குச் செல்லும் வழியில் பாப்னாவில் உள்ளூர்க்காரர்களுடன் சண்டை உருவானது. உள்ளூர்க்காரர்களில் இருவர் இறந்தனர் மேலும் இருவர் படுகாயமடைந்தனர். மாவட்ட மாஜிஸ்ட்ரேட் 15 சீனர்களை கைது செய்தார். மீதமிருந்தவர்கள் இவர்கள் இல்லாமல் பயணிக்க மறுத்தனர். மூன்று மாதங்களுக்குப் பிறகு சாட்சியங்களால் அவர்களை சரியாக அடையாளம்காண முடியாததால் அவர்கள் விடுவிக்கப்பட்டனர். சீனர்கள் அசாம் செல்ல மறுத்தனர். பலமுறை எச்சரித்தபின்னர் நான்குபேரைத் தவிர்த்து மற்றவர்கள் திருப்பி அனுப்பப்பட்டனர். கல்கத்தா திரும்பும் வழியிலும் சண்டைகள் மூண்டன. கல்கத்தாவில் அச் சீன கூலிகள் தொடர்ந்து தாக்குதலில் ஈடுபட்டனர். கைது செய்யப்பட்டு மொரீஷியசுக்கு நாடுகடத்தப் பட்டனர்.

மேலும் சீனக் கூலிகளைப் பணியமர்த்தும் திட்டம் கைவிடப்பட்டது. (கூலி எனும் வார்த்தை கீழைநாடுகளிலிருந்து குறைந்த சம்பளத்துக்காக பணியமர்த்தப்பட்ட பயிற்சிகளற்ற வேலை ஆட்களை குறித்தது. அப்போது அது கீழான சொல்லாக இல்லை. பின்னர், குறிப்பாக தென்னாப்பிரிக்காவில்தான் அது கீழான சொல்லாக மாறியது.) பிற்காலங்களில் சில சீன நிபுணர்கள் பணியமர்த்தப்பட்டனர். அவர்கள் உண்மையில் தேயிலை நிபுணர்கள்தான் என்பது உறுதி செய்யப்பட்டபின்னரே பணியமர்த்தப்பட்டனர். உடலுழைப்பில் ஈடுபடுக்கூடிய கூலிகளை இந்தியத் துணைக்கண்டத்துக்குள்ளேயே தேடினர்.

அசாமியர்களில் மிகக் குறைந்தவர்களே படித்தவர்களாயிருந்தனர். எனவே குமாஸ்தா பணிகளுக்கு கல்கத்தாவிலிருந்து வங்காளிகள் வரவழைக்கப்பட்டனர். அவர்களே முதலில் மருத்துவ உதவியாளர் களாகவும் செயல்பட்டனர். எழுத்திலும் எண்ணிலும் தேர்ந்த

வங்காளிகள் இல்லாமல் தோட்டங்களை நடத்த முடியாது. ஆனாலும் அவர்களை தோட்டக்காரர்கள் வெறுத்தனர். இது தேயிலைத் தோட்டங்களில் மட்டுமல்ல அரசுப் பணியிடங்களிலும் அவ்வாறே இருந்தது. புகழ்பெற்ற வரலாற்றாசிரியரான மெக்காலே பிரபு 1834 முதல் 1838 வரை சுப்ரீம் கவுன்சில் ஆஃப் இந்தியாவின் உறுப்பினராக இருந்தார். அவர்தான் இந்திய குற்றவியல் சட்டத்தை உருவாக்கியவர். மேலும் இந்தியர்களுக்கு ஆங்கில வழிக் கல்விமுறையையும் உருவாக்கினார். வாரன் ஹேஸ்ட்டிங்ஸ் குறித்த தன் கட்டுரையில் அவர் இவ்வாறு குறிப்பிடுகிறார்.

'எருதுகளுக்கு கொம்பு எப்படியோ, புலிகளுக்கு நகங்கள் எப்படியோ, தேநீக்களுக்கு கொடுக்கு எப்படியோ, அழகு என்பது, பழைய கிரேக்கப் பாடலின்படி, பெண்களுக்கு எப்படியோ, அப்படியே வங்காளிகளுக்கு வஞ்சகம் என்பதுவும். பெரிய வாக்குறுதிகள், பிசிறற்ற சாக்குபோக்குகள், சூழலுக்கேற்ப மிக விரிவாக உருவாக்கப்பட்ட பொய்கள், புரட்டுக்கள், பொய் சாட்சியம், எல்லாமுமே தாக்கவும் தடுக்கவும் கீழ்கங்கையின் மக்கள் பயன்படுத்தும் ஆயுதங்கள்.'

வங்காளிகள் மீதான இவ்வொவ்வாமை பல ஆங்கிலேயரிடமும் இருந்தது. 1877ல் அசாமுக்கு தோட்டக்காரராகச் சென்ற ஆஸ்கர் லிங்ரென் 1933ல் தன்னை சந்திக்க வந்த ஓர் இந்திய விருந்தினரைக்குறித்து இவ்வாறு கூறியிருக்கின்றார்: 'என்னைச் சந்திக்க வந்த பங்குதாரர் வழக்கமான, பன்றிக்கொப்பான ஒரு திமிர்பிடித்த வங்காளி'.

ஆங்கிலேய இந்தியாவில் பதினெட்டாம் நூற்றாண்டில் அடிமை முறை பரவலாக இருந்துவந்தது. பொதுவாக ஐரோப்பியர்கள் வீட்டு ஏவல்களுக்காக அடிமைகளை வைத்திருந்தனர். கிழக்கிந்தியா கம்பெனி 1764வரை அடிமைகள் வியாபாரத்தில் ஈடுபட்டு வந்தது 1789க்குப் பின்னர்தான் அடிமைகளை ஏற்றுமதி செய்வது தடை செய்யப்பட்டது. பதினெட்டாம் நூற்றாண்டின் பிற்பகுதியில் கல்கத்தாவிலிருந்து வெளிவந்த பல செய்தித்தாள்களிலும் அடிமைகளைக்குறித்த விளம்பரங்கள் வந்தன. உதாரணமாக 1784ல் லெப்டினன்ட் ஜெ. எஃப். வாலென்டின் டூபோய் என்பவரிடமிருந்து வந்த விளம்பரம் ஒன்று:

'அடிமைப் பையன்கள் தப்பி ஓட்டம் - கடந்த அக்டோபர் மாதம் பதினைந்தாம் தேதி இரு அடிமைப் பையன்கள் (வலது கை முட்டிக்கு மேற்பக்கமாய் வி.டி எனும் எழுத்துக்கள் பொறிக்கப் பட்டிருக்கும். அவர்களது பெயர் சாம் மற்றும் டாம். பதினொரு

வயதிருக்கும். ஒரே போன்ற வளர்ச்சியுடையவர்கள்.) ஓடிப்போய்விட்டார்கள். இதன்மூலம் நான் வேண்டிக்கொள்வது அவர்கள் கனவான்களாகிய உங்களில் யாருக்கேனும் சேவை செய்ய முன்வந்தால் அவர்களது கைகளை ஆராய்ந்து, அவர்களை பிடித்து வைத்துக்கொண்டு அவர்களின் உரிமையாளரிடம் தெரிவிக்கவும். அவர்களை பிடித்துத்தரும் எந்த கறுப்பு மனிதனுக்கும் பரிசாக நூறு சிக்கா ரூபாய்கள் (கிழக்கிந்திய கம்பெனியின் பணம்) தரப்படும்.'

1843ல் அடிமைமுறை ஆங்கிலேய இந்தியாவில் ஒழிக்கப்பட்டது. இங்கிலாந்தின் பிற காலனிகளைவிட பத்து வருடங்கள் கழித்தே இது இந்தியாவில் சாத்தியமானது. ஆயினும் சட்டப்படி அடிமை என்கிற சமூக நிலை இந்தியாவில் ஒருபோதும் இருந்ததில்லை என அறிவித்து, பிற இடங்களில் வழங்கப்பட்ட இழப்பீடுகளை தருவதிலிருந்து இந்தியா தப்பித்துக்கொண்டது. ஒரு புதிய அடிமை முறை இந்தியர்களால் உருவாக்கப்பட நீண்ட காலம் ஆகவில்லை.

தொலை தூரங்களிலிருந்து தேயிலைத் தோட்டங்களுக்கு பணியாட்களை எடுக்கும் வழக்கம் அடிமைமுறை ஒழிக்கப்பட்ட பின்பு அதிகமாகியது. அடிமைகளை விடுவிக்கும் சட்டம் 1833இல் இங்கிலாந்தின் நாடாளுமன்றத்தில் இயற்றப்பட்டது. அடிமைகளுக்கு உரிமைகளையும் அவர்களின் உடமைதாரர்களுக்கு இழப்பீட்டையும் அது அறிவித்தாலும் அதன் உடனடி விளைவாக பல முன்னாள் அடிமைகளும் 'பயிற்சிபெறுபவர்களாக' பல வருடங்கள் கட்டாயமாக நீட்டிக்கப்பட்டு பின்னரே விடுவிக்கப் பட்டனர். இருப்பினும் காலப்போக்கில் கரிபியன், மொரீஷியஸ், தென் ஆப்பிரிக்க பகுதிகளிலிருந்த ஆங்கிலேயத் தோட்டங்களில் வேலையாட்களின் எண்ணிக்கை வெகுவாகக் குறைந்தது. அங்கிருந்தவர்கள் குறைந்த கூலிக்கு பணியாட்களை தேட ஆரம்பித்தனர். இலட்சக்கணக்கில் ஏழைகளைக் கொண்டிருந்த இந்தியா ஒரு தவிர்க்கமுடியாத தெரிவாகியது.

பிரெஞ்சுக்காரர்கள் வேலையாட்களை இந்தியாவிலிருந்த போர்பன் தீவிலிருந்த (இப்போது ரியூனியன்) அவர்களது தோட்டங்களுக்கு ஏற்றுமதி செய்துள்ளனர். 1826 முதலே இது நடந்துள்ளது. முதலில் இது பிரெஞ்சு பிரதேசங்களான பாண்டிச்சேரி மற்றும் காரைக்காலில் இருந்து துவங்கியது. பின்னர் அவர்கள் கல்கத்தாவிலிருந்து ஆட்களை எடுக்கத் துவங்கினர். இவர்கள் தாமாகத்தான் வேலைக்குச் செல்ல முன்வருகிறார்கள் என்பதை அரசு அதிகாரி சரிபார்க்க வேண்டும் என ஆங்கிலேயர் நிர்பந்தித்தனர். வழக்கமாக அவர்கள்

ஐந்துவருட ஒப்பந்தத்தில் சென்றனர். கூலியும் உணவும் வாக்களிக்கப்பட்டது. அதே நேரம் பிரித்தானியத் தீவான மொரீஷியஸுக்கு ஆள் அனுப்பும் முயற்சி ஒன்றும் நடந்தது. ஆனால் அவர்கள் வேலைக்கு சரியானவர்களாயில்லை. 1834ல் வெற்றிகரமாக 39 இந்தியர்கள் மொரீஷியசுக்கு அனுப்பிவைக்கப்பட்டனர். 1838க்குள்ளாக 2,500 இந்தியர்கள் அங்கே வந்திறங்கியிருந்தனர்.

வெளியூர் தொழிலாளிகளில் அதிகமானபேர் சோட்டா நாக்பூரின் குன்றுகளிலிருந்து வந்தவர்கள். இது தென் மேற்கு வங்கத்தில் இருந்தது. இக்குன்றுகளில் ஆதிவாசிகள் அதிகமாக வாழ்ந்து வந்தனர். இப்பூர்வகுடி மக்கள் ஆரிய படையெடுப்புகளாலும் முகலாய படையெடுப்புக்களாலும் தனிமைப்படுத்தப்பட்டனர். அவர்களது மக்கட்தொகை பெருகப்பெருக அவர்களின் விவசாய முறைகளின் போதாமைகளினால் அவர்கள் சமவெளிகளை நோக்கி இறங்கி வந்தனர். முறையான கல்வியோ பிற சமூகங்களைப்போல முறைப்படுத்தப்பட்ட அனுபவங்களோ இல்லாதவர்களாதலால் இவர்கள் எளிதில் ஏமாற்றப்பட்டனர். இதனால் இவர்கள் தோட்டங்களில் பணிசெய்ய ஏதுவானவர்களானார்கள். ஜான் கிளாட்சன் (பின்னாள் பிரதமர் வில்லியம் கிளாட்சனின் தந்தை) சோட்டா நாக்பூரிலிருந்து கூலிகளை தனது சர்க்கரை தோட்டத்திற்கு பணியமர்த்தியபோது அவரது இந்திய முகவர், 'இவர்களைக்குறித்து பிறர் பேசும்போது இவர்களை மனிதர்களாக அல்லாமல் குரங்குகளாகவே எண்ணுகின்றனர். இவர்களுக்கு மதமில்லை, கல்வியில்லை, தற்போதைய நிலையில் உண்பது, குடிப்பது, உறங்குவதைத் தவிர வேறு தேவைகளில்லை. இதைப்பெற அவர்கள் உழைக்கத் தயாராயிருக்கிறார்கள் என்றார்.'

இந்திய அரசு 1837ல் இக்குடியிறக்கங்களை கட்டுப்படுத்தச் சட்டமியற்றியது. இவை அசாமுக்கு பொருந்தின. ஏனென்றால் அது பணியாட்களின் சொந்த ஊர்களைவிட வெகு தொலைவிலிருந்தது. எனவே அது தனி நாட்டைப்போலவே கருதப்பட்டது.

அசாம் கம்பெனி வெளியாட்களை 1839 முதலே பணியமர்த்த ஆரம்பித்துவிட்டது. அதுவே அவர்கள் தோட்டங்களைத் துவங்கிய வருடம். பல ஐரோப்பியர்களும் வேலைக்கு ஆள் தேடி பல இடங்களுக்கும் சென்றனர். வேலைக்கு வர விருப்பமிருந்தவர்களுக்கு ஒப்பந்தத்தின் பெயரில் முன்பணமும் வழங்கப்பட்டது. முதன் முதலில் வெற்றிகரமாக அசாமின் மேற்கு எல்லைக்கருகில் இருந்த ரன்பூரில் 400பேர் வேலைக்குச் சேர்க்கப்பட்டனர். அங்கிருந்து அவர்கள் 160 மைல்கள் கவுகாத்தி நோக்கி நடந்தனர். பிறர் கல்கத்தாவிற்கும் மேற்கிலிருந்த வங்கப் பகுதிகளில்

பணியாட்களைத் தேடினர். 1839ன் முடிவில் டபிள்யூ. எஸ். ஸ்டிவர்ட் பிகாரின் ஹசாரிபாத்துக்கும் ராஞ்சிக்கும் சென்றார். இன்டிகோ தோட்டக்காரர்கள் அப்பகுதியிலிருந்து வெற்றிகரமாக ஆட்களை பணியமர்த்தியிருந்தனர். மூன்று மாதங்கள் கழித்து ஸ்டிவர்ட் 637 கூலிகளுடன் 400 மைல் தொலைவிலிருந்து அசாம் நோக்கி நடக்கலானார். பாதி வழியில் காலரா பரவியது. இரவோடு இரவாக எல்லா கூலிகளும் ஓட்டம் பிடித்தனர். அசாம் கம்பெனிக்கு ரூ. 10,727 நஷ்டம் ஏற்பட்டது. ஸ்டிவர்ட் பணிநீக்கம் செய்யப்பட்டார் - இந்தக் குழப்பத்திற்காக அல்ல மாறாக குடித்துவிட்டு சக ஊழியர்களை இழிவாக நடத்தியதற்காக.

1840, 50களில் அசாம் கம்பெனியின் பல ஊழியர்களும் அருகிலிருந்த வங்கப் பகுதிகளிலிருந்தே வந்திருந்தனர். அசாம் கம்பெனியே அப்போது அதிகம் பேர் வேலை பார்த்த கம்பெனியாக இருந்தது. சிலர் பிரம்மபுத்திராவின் கீழ்பகுதியிலிருந்து அரசின் நீராவிப்படகுச் சேவை மூலம் வந்திருந்தனர். ஆனால் அச்சேவை சீரானதாக இல்லை. மேலும் இரண்டாம் பர்மியப் போரில் வீரர்களைக் கொண்டுசெல்ல 1852-53ல் அச்சேவை முழுமையாக நிறுத்தப் பட்டது. பின்னர் 1857-58 இல் சிப்பாய் கலகத்தின்போதும் நிறுத்தப்பட்டது. 1860இல் மொத்தம் 12,000 வேலையாட்கள் மட்டுமே அசாம் தேயிலைத்தோட்டங்களில் பணியிலிருந்தனர்.

●

1860களில் தேயிலைத் தோட்டங்களின் அளவுகள் பெருகின. கூடவே பணியாட்களுக்கான தேவையும் பெருகியது. பிரம்மபுத்திராவில் 1862 முதல் துவங்கப்பட்ட சீரான நீராவிப்படகுச் சேவை இதற்கு உதவியது. கூலியாட்களை ஒப்பந்தம் செய்பவர்களுக்கும், முகவர்களுக்கும் உயிருடன் சென்று சேரும் கூலியாளுக்கு விகிதம் பணம் தரப்பட்டது. அவர்கள் எவ்விதமான உடல்நலத்துடன் இருக்கிறார்கள் என்பது குறித்த கவலை அவர்களுக்கில்லை. கூலிகள் அக்கடுமையான பயணத்தை உயிருடன் கடந்தால் போதுமானது. 1862ல் அமைக்கப்பட்ட அரசின் சிறப்பு கமிஷன் குறிப்பிட்டதைப் போல மரணத்தருவாயில் இருந்தவர்களைக்கூட அனுப்பி வைத்தனர். உடல்நலக் குறைவுடன் சென்றவர்கள் அக்கடுமையான பயணத்தை தாங்கிக்கொள்ள முடியாமல் மரித்தனர். மரணங்களின் எண்ணிக்கை கொடியதாயிருந்தது. பலநேரங்களில் சென்றவர்களில் பாதிபேர்வரைக்கும் எஸ்டேட்களை அடையும் முன் இறந்து போயினர். இது ஒரு ஏற்றுக்கொள்ளப்படக்கூடிய இழப்பாகவே கருதப்பட்டது. ஏனென்றால் கமிஷனின் கூற்றுப்படி

தே : ஒரு இலையின் வரலாறு | 147

'கூலியாட்களை பணியமர்த்துவது தோட்டக்காரர்களுக்கும் உள்ளூர் முகவருக்குமிடையே நடக்கும் சாதாரண வியாபார நடவடிக்கையாகவே பார்க்கப்பட்டது. 'உயிருடன் இருப்பவர்கள் இறங்கி விட்டு, இறந்தவர்களுக்கான செலவு கழிக்கப்பட்டவுடன் எல்லோரும் தங்கள் பணி செவ்வனே முடிந்து விட்டதாகக் கருதினர்.'

அரசாங்கம் தலையிட முடிவு செய்து 1863ல் முதன் முதலாய் அசாமுக்கு கூலியாட்களை பணியமர்த்துவதையும் கொண்டு செல்வதையும் கட்டுப்படுத்தச் சட்டம் இயற்றியது. இதன் மூலம் முகவர்கள் முறையாகப் பதிவு செய்து அனுமதி பெறவேண்டி இருந்தது. கூலிகளைக் கொண்டுசெல்லும்முன் மருத்துவ சோதனை செய்ய வேண்டியிருந்தது, அதேபோல பயணத்தின்போது போதுமான அளவு சுகாதாரம் பேணப்படவேண்டியதும் கட்டாய மாக்கப்பட்டது. இதன்மூலம் சில படுமோசமான நடவடிக்கைகள் குறைந்தன. ஆனாலும் நிலைமை இன்னும் மோசமாகத்தான் இருந்தது.

1863லிருந்து ஐந்துவருடங்களுக்குள் வடகிழக்குக்கு 108,980 கூலிகள் அனுப்பப்பட்டனர். புதிய சட்டம் இருந்தும் இவர்களில் அனைவரும் எஸ்டேட்களை சென்று சேரவில்லை. 4,250பேர் இறந்துபோயினர், அதிகமும் காலராவினால். மேலும் 759பேர் தப்பியோடினர்.

பல கூலிகள் அசாம் வந்தடைந்தாலும் அவர்களது உடல்நிலை மோசமாகவே இருந்தது. மேல் அசாமில் டிபுராவிலிருந்த பொது மருத்துவர் இவ்வாறு குறிப்பிட்டுள்ளார்:

'1864 மற்றும் 1865ல் மாதத்திற்கு 1000 பேராவது வந்திறங்கினர். இக்கூலிகள் அனைவரையும் நான் பார்த்திருக்கிறேன். பொதுவாகப் பலரும் சகிக்கத்தக்க உடல்நிலையுடனிருந்தனர். ஆனால் 25 சதவிகிதம்பேர் வலுவிழந்து சோர்ந்திருந்தனர்; சில கூட்டங்களில் 75 சதம்வரை மோசமாக சோர்ந்த நிலையிலிருந்தனர்.'

கூலிகள் வந்து சேர்ந்ததும் ஆறு மைல்களை கடக்கும் முன்பே பலரும் சோர்ந்து விழுந்துவிடுவார்கள் என்பதே பொதுவான கணக்கு. ஒருமுறை 800பேர் கொண்ட ஒரு குழு 12மைல் தொலைவிலிருந்த சீப்சகர் சாலையிலிருந்த தோட்டத்துக்குச் சென்றுகொண்டிருந்தனர். டாக்டர் கிரீன் அவ்வழியாக தற்செயலாக வந்தபோது அங்கே பலரும் சாலை ஓரங்களில் இறந்தோ அல்லது இறக்கும் தருவாயிலோ கிடந்ததைக் காண

முடிந்தது. இது 1865 ஜூலையில். நான் ஏற்கெனவே அவர்களில் மோசமான நிலையிலிருந்தவர்களை நீக்கியிருந்தேன். ஏற்கெனவே அறுபது எழுபதுபேர் உடல்நலமின்றி இருந்ததால் மேலும் ஆட்களுக்கு இடமில்லாதிருந்தது. அதிக விகிதத்தில் உடற் குறைகளுள்ளவர்களை, முட்டாள்களை, தொழுநோயாளிகளை மேலும் மிக முற்றிய தொடர்நோய்களையுடையவர்களை 'சோதனை செய்து வேலைக்கென்று அனுப்பும்முறை ஒரு கேலிக்கூத்துதான்'.

இவர்களில் பலரும் சோட்டா நாக்பூர் மற்றும் வங்கத்தின் பிற மாவட்டங்களிலிருந்து வந்தவர்கள். பிறர் ஒரிசாவிலிருந்து அல்லது வடமேற்கு பகுதிகள் மற்றும் அவுத்திலிருந்து வந்தனர். 30 சதவிகிதம்பேர் பெண்கள். இவர்களில் பலரும் தங்கள் குழந்தைகளுடனும் வந்திருந்தனர். அசாம் மற்றும் வட கிழக்கில் வேலை செய்ய ஆள்பிடிப்பது மிகக் கடினமாயிருந்தது. தொலை தூரங்களிலிருந்து வந்தவர்கள் தங்கள் குடும்பங்களுடன் தொடர்பில் இருப்பது மிகக் கடினமானது. பலரும் ஒப்பந்தம் முடியும்போது ஊர் திரும்பவே முடியாது எனப் பயந்தனர். இது உண்மையும்கூட. வெகு சிலரே ஊர்திரும்பினர். ஆனால் பலருக்கும் மிகக் குறைந்த வாய்ப்புகளே இருந்தன. ஆள்பிடிக்கும் இடங்களில் கடும் பஞ்சம் நிலவியது. 1865-66ல் பிகாரிலும் ஒரிசாவிலும் மழை பொய்த்தது. இப்போது வெகுவாகக் குறைக்கப்பட்டது எனக் கருதப்படும் அரசின் கணக்கெடுப்பில் 1,435,000 பேர் இறந்துபோயினர். 4500000 பேர் பஞ்சத்தில் நலிந்தனர்.

பயணத்தில் நிலைமை மோசமாயிருந்தாலும் தோட்டங்களில் நிலைமை மேலும் மோசமாயிருந்தது. நம்பமுடியாததாகத் தோன்றினாலும் பணியாட்களுக்கு எப்படி உணவளிப்பது என்பது குறித்த எந்தத் திட்டமும் இல்லாதிருந்தது. குடிபுகுந்தவர்களுக்குப் போதுமான உணவு அசாமில் இருக்கவில்லை. விளைவாக பல கூலிகளும் உணவின்றி உடல்நலிந்தனர். தோட்டவேலையின் சவாலை சமாளிக்க முடியாதவர்களாயினர். கூடவே உறைவிடங்களும் சரிவர அமைக்கப்படவில்லை. மலேரியா பரவலாயிருந்தது. நீர் சுகாதாரமானதாயில்லை. காய்ச்சல், வயிற்றுப்போக்கு மற்றும் காலராவினால் இறப்புக்கள் அதிகரித்தன. ஆறு மாதகாலம் எடுக்கப்பட்ட கணக்குகளில் இறப்பு விகிதம் சராசரியாக 20 முதல் 30 சதம்வரை இருந்தது. உதாரணமாய் 1865ன் பின்பகுதியில் கிலாதரியில் ஒரு தோட்டத்திலிருந்த 282பேரில் 111பேர் இறந்துபோயினர். சிலெட்டில் செரகான்கான் எஸ்டேட்டில் 203பேரில் 113பேர் இறந்துபோயினர்.

அக்காலத்தில் இக்கணக்குகள் அரிதாகவே பதிவுசெய்யப்பட்டன. இருந்தாலும் 1 மே 1863 துவங்கி 1 மே 1866க்குள்ளான மூன்று வருடங்களில் மொத்தம் 84, 915 வேலையாட்கள் அசாமுக்கும் அருகிலிருந்த பகுதிகளுக்கும் வேலைக்கு வந்தனர். ஜூன் 1866 முடிகையில் மொத்தம் 49,750 பேர் மட்டுமே அங்கிருந்தனர். பிறர் ஓடிப்போய் பிடிக்கப்படாமல் போயினர் (இதனால் அவர்கள் காடுகளுக்குள் இறந்திருக்கவும் கூடும்). அல்லது எஸ்டேட்களில் இறந்துபோயினர். மே, ஜூன் 1866ல் சில கூலிகள் வந்து சேர்ந்திருப்பார்கள் என்பதால் நாம் 35, 165பேர் இறந்திருக்கக்கூடும் என அனுமானிக்கலாம்.

கூலிகள் பலரும் தப்பி ஓடினர். தோட்டக்காரர்களை இது கோபம்கொள்ளச் செய்தது. கூலிகளுக்கான ஒப்பந்தத்தொகை முன்னரே செலுத்தப்பட்டுவிட்டது. ஆனால் ஒப்பந்தம் முடியும் முன்னரே பலர் தப்பி ஓடினர். 1865ல் வங்க அரசு தோட்டங்களில் பணியாட்களை நியமிப்பது குறித்த சட்டம் ஒன்றை இயற்றியது. இதன்மூலம் மூன்று வருட ஒப்பந்தத்தில் தினம் ஒன்பது மணி நேர வேலைக்கான குறைந்த பட்ச ஊதியம் உறுதிசெய்யப்பட்டது. பெரிய தோட்டங்களில் சுகாதார அலுவலர் இருப்பது கட்டாயமாக்கப் பட்டது, அதேபோல கூலிகளின் நிலைமையைக் கண்காணிக்கவும், அவர்கள் மோசமாக நடத்தப்பட்டிருந்தால் ஒப்பந்தத்தை செல்லாததாக்கவும் அதிகாரம்கொண்ட கண்காணிப்பாளர்களை நியமிப்பதும் கட்டாயமானது. தோட்டக்காரர்களின் கட்டாயத்தின் பெயரில் வேலைக்கு வராமல் ஒளிந்திருப்பது ஒப்பந்த மீறலாக கருதப்பட்டது. தோட்டக்காரர்கள் இதை வலியுறுத்த கூலிகளை கைது செய்யும் அதிகாரமும் வழங்கப்பட்டது. கூடவே தோட்டக் காரர்கள் நீண்டகால ஒப்பந்தங்களைச் செய்துகொள்ளவும் வழியிருந்தது, ஐந்து வருடங்கள் வரை. இதுவே வழக்கமாகியது.

வேலை செய்ய மறுப்பது குற்றமாகக் கருதப்பட்டது. பல கூலிகளும் சிறைக்கு அனுப்பப்பட்டனர். வங்காள தேயிலை வளர்ப்போர் சங்கம் 1868 அறிக்கையில் ‘சிறிய கால சிறைத் தண்டனை நல்ல விளைவுகளை உருவாக்கியது என எங்களுக்கு தெரிவிக்கப் பட்டுள்ளது. கூலி மீண்டும் தோட்டத்துக்குத் திரும்பி சீரான பணியாளராக மாறிவிடுகிறார்.’ என்று கூறியிருந்தது. சிறைத் தண்டனையுடன் கூடிய ஒப்பந்தங்கள், தொடர்ந்து குறைந்த ஊதியங்கள் நிலவவும், மோசமான வாழ்க்கைச் சூழலுக்கும், கூலிகள் கொடுமையாக நடத்தப்படுத்துவதற்கும் வழி வகுத்தது. திருப்தியில்லாத ஒரு கூலி வேறொரு தோட்டத்திற்கு வேலை செய்வது இயலாததாகியது.

கூலிகளால் மோசமான எஸ்டேட்கள் குறித்த தகவல்களை முன்னரே தெரிந்துகொள்ள முடியுமென்றால் அவர்கள் ஒப்பந்தங்களில் கையெழுத்திடாமல் இருக்க முடியும். எனவே 1882 சட்டத்தில் கூலிகள் தேயிலைத்தோட்டங்களுக்குச் சென்று தகவல்களை அறிந்த பின்னர் ஒப்பந்தத்தில் கையெழுத்திட வகை இருந்தது. கோல்பரா பகுதியை தேயிலை விளையும் பகுதியாக சேர்த்துக்கொண்டதன் மூலம் இந்தப் புனிதமான நல்லெண்ணங்களெல்லாம் நாசமாகின. கோல்பரா அசாமின் எல்லையிலிருந்தது. அதன் முக்கிய நகரான துப்ரியில் தேயிலைத் தோட்டங்களே இல்லை. தேயிலைத் தோட்டங்களிலிருந்து துப்ரி வெகுதொலைவிலிருந்தது. வேலைக்கு வருபவர்கள் அங்கு செல்வதன்மூலம் தேயிலைத் தோட்டங்களின் உண்மை நிலையை அறிந்துகொள்வது தங்கள் ஊரிலிருந்துகொண்டே அறிந்துகொள்வதைப்போலத்தான். அசாமுக்கு வெளியே தொலைவான இடங்களிலிருந்து பணியாட்களைக் கொண்டு வந்தவர்கள் எல்லாவிதக் கட்டுப்பாடுகளையும் தவிர்த்தனர். அவர்கள் பெயருக்கு துப்ரிக்கு ஆட்களை அனுப்பிவிட்டு அவர்களை அங்கிருந்து அதிகாரபூர்வமாக வேலைக்கமர்த்திக்கொண்டனர். இந்த விதிமீறல்கள் முப்பது வருடங்களாக சரிசெய்யப்படாமலிருந்தன.

1881ல், புதிய சட்டம் வருவதற்குச் சற்று முன்னால், தோட்டக் காரர்கள் சங்கம் ஒன்றை ஆரம்பித்தனர். இந்திய தேயிலைச் சங்கம். கல்கத்தாவில் துவங்கப்பட்ட இச்சங்கம் பல தேயிலைப் பகுதிகளுக்கும் விரிவடைந்தது, அசாம் உட்பட. இச்சங்கம் அரசுக்கு நெருக்கடி தருவதில் வெற்றிகண்டது. பின்னாட்களில் லண்டனில் இருந்த இந்திய தேயிலை சங்கத்துடன் சேர்ந்தபோது அது மேலும் வலுவடைந்தது. இவர்கள் அரசின் பல சீரமைப்பு முயற்சிகளையும் வெற்றிகரமாகத் தோற்கடித்தனர்.

சில தோட்டங்களிலிருந்து வேலைக்கு ஆள்பிடிக்க தங்களின் சொந்த ஆட்களை அனுப்பினர். அதற்கு அவர்களுக்கு அதிக பணம் அளிக்கப் பட்டது. பொதுவாக வெளியாட்களை வைத்து ஆள்தேடுவதைவிட இது சற்று சிறப்பானதாயிருந்தது. குறைந்தபட்சம் உடல்நலத்துடன் இருப்பவர்களை மட்டுமே வேலைக்கு அமர்த்துவது இதனால் சாத்தியமானது. இந்த 'சர்தார்கள்' அல்லது தலைமைக் கூலிகள் தங்கள் சொந்த ஊர்ப்பகுதிகளுக்கு ஆட்களைத் தேடிச் சென்றனர். பின்னர் ஜியார்ஜ் பேக்கர் சொல்வதைப்போல அவர்கள் கீழுள்ளவாறு பணியாட்களை வேலைக்கு அழைத்தனர்:

> 'தேயிலை வளர்ப்பதே உற்சாகமூட்டும் அனுபவம் என்பதைச் சுட்டிக்காட்டவேண்டும். நல்ல உழைப்பாளிகளுக்கு காத்திருக்கும் பெரும் செல்வம் குறித்தும், தங்கள் நிலைமை

எத்தனைதூரம் முன்னேறும் என்பதைக்குறித்தும் அவர்கள் சொல்லவேண்டும். ஆனால் மோசமான காலநிலை குறித்தோ, அந்நியமான இடத்தில் வாழ்வதன் கொடுமைகள் குறித்தோ அல்லது பிற குறைகளைக் குறித்தோ சொல்ல மறந்துவிட வேண்டும்.'

1882 சட்டத்திற்குப்பின்னர் இந்த சர்தார்கள் அனுமதி பெறாத கூலிமுகவர்களோடு இணைந்து செயல்பட்டனர். இவர்கள் கூலிகளை துப்ரிக்கு அனுப்பி வந்தனர்.

கூலிகளைக் கொண்டுவரும் முகவர்கள் பலரும் வடக்கு வங்காளத்திலிருந்த பிகார் மாவட்டத்திலிருந்தே வந்தனர். ஆனால் வேலையாட்கள் பலரும் சோட்டா நாக்பூர் மாவட்டத்திலிருந்தே வந்தனர். இது தென்மேற்கு வங்கத்திலிருந்தது. சோட்டா நாக்பூர் ஆதிவாசிகளின் பகுதியாகும். இவர்களே தோட்டங்களில் மிகப் பிரபலமான கூலிகள். - 'முதல்தர காட்டுவாசிகள்'. டேவிட் க்ரோல் எனும் தோட்டக்காரர் சொன்னதைப்போல 'தோட்டக்காரர்கள் ஒரு கூலியின் மதிப்பை அளக்க ஒரு தோராயமான எளிய வகையாக, அவன் தோல் எத்தனை கறுப்பாக இருக்கிறது என்பதை பயன்படுத்தினர்.'

19ஆம் நூற்றாண்டின் கடைசி இருபது வருடங்களில் 350,000 கூலிகள் சோட்டா நாக்பூரிலிருந்த அசாம் சென்றனர். மேலும் 350,000 கூலிகள் பிற பகுதிகளிலிருந்து அசாம் சென்றனர். மேலும் பலரும் தூஅர்ஸ் மற்றும் பிற தேயிலை மாவட்டங்களுக்கும் சென்றனர். வருடத்திற்கு 10,000 கூலிகள் பர்மாவுக்கு, ஸ்ட்ரைட்ஸ் செட்டில்மென்ட் (தென்கிழக்கு ஆசியாவில் ஆங்கிலேயர் ஆண்ட பகுதி), மற்றும் மொரீஷியசுக்கு ஏற்றுமதிசெய்யப்பட்டனர். கூலி போக்குவரத்தில் வடகிழக்கு வங்கத்திலிருந்த ராணிகஞ் ஒரு முக்கிய இடையிட மாகியது. அங்கு நிலைமை மிக மோசமாயிருந்தது. 1888ல் வெளிவந்த மருத்துவ அறிக்கையில் மக்கள் நெருக்கம் அதிகமாயிருப்பதுவும், குடிநீர் உணவின் தரம் மோசமாயிருப்பதையும் குறிப்பிட்டு, 'பிணங்கள் தற்போது ஆற்றில் வீசப்படுகின்றன அல்லது பாதி புதைக்கப்பட்ட நிலையிலுள்ளன' என்று குறிப்பிடப்பட்டுள்ளது.

கூலிகளுக்கான ஆர்டர்களை ஒப்பந்ததாரர்களிடம் தோட்டங்கள் நேரடியாகவோ அல்லது கல்கத்தாவிலிருந்த கூலிபிடிக்கும் அலுவலகங்கள் வழியாகவோ தரப்பட்டன. இவற்றில் பலவும் தோட்டங்களை நிர்வகித்த ஆங்கிலேயர்களால் துவங்கப் பட்டவையே. இவர்கள் அர்காட்டிகள் வழியாக கிராமங்களில் கூலிகளைத் தேடினர். சில ஒப்பந்ததாரர்கள் ஆயிரம்

அர்காட்டிகள்வரைக்கும் வேலைக்கு வைத்திருந்தனர். பிகாரின் ராஞ்சி மாவட்டத்தில் மட்டும் 5,000 அர்காட்டிகள் இருந்ததாகக் கணக்கிடப்படுகிறது. அவர்களுக்கு தலைக்கு 20 ரூபாய் வரை இடைத் தரகர்களால் (சடர் அர்காட்டி) வழங்கப்பட்டது. இவர்கள் 50 ரூபாய்க்கு கூலிகளை ஒப்பந்ததாரர்களுக்கு விற்றிருக்கலாம். இறுதியில் கூலிகள் தோட்டக்காரர்களுக்கு அதிலும் இருமடங்கு பணத்திற்கு விற்கப்பட்டனர்.

•

1888ல் இந்திய காவல் சேவையைச் சார்ந்த மேற்பார்வையாளர் எஃப். ஹாரிங்டன் டக்கர் பிகாருக்கு ஒப்பந்ததாரர்கள் மற்றும் அவர்களது பணியாளர்கள்மீதான புகார்களை விசாரிக்கும்பொருட்டு அசாமுக்கு அனுப்பப்பட்டார். அவரது அறிக்கையின்படி அர்காட்டிகள்,

> ‘பொதுவாகவே நாட்டிலேயே கேடுகெட்டவர்கள். சிறிதளவும் தர்மமற்றவர்கள். அவர்களுள் முன்னாள் குற்றவாளிகள் இருந்தனர். திருடர்கள், கொள்ளைக்காரர்கள், மற்றும் தீய பத்மஷாக்கள் (மோசமான குணங்களையுடையவர்கள்), இவ்வகைகளிலும் மோசமானவர்கள், தங்கள் குறிக்கோளை அடைய எந்த கேடுகெட்ட செயலையும் செய்யத்தவறாதவர்கள், அதாவது பரிதாபத்துக்குரிய கூலிகளைப் பெறுவது.’

அதன் பின்னர் அவர் அர்காட்டிகளின் மோசமான நடவடிக்கைகளை பட்டியலிடுகிறார்.

> ‘அ. நல்ல சம்பளம் கிடைக்கும் என்று ஆசைகாட்டுவது; ஆனால் அசாம் குறித்தோ கச்சார் குறித்தோ சொல்லாமல் விடுவது.
>
> ஆ. பணக்கார கணவன், நகைகள் கிடைக்கும் என பெண்களிடம் ஆசை காட்டுவது.
>
> இ. குமரிகளையும், பெண்களையும் திருமணம் செய்து கொள்கிறேன் என வாக்களித்து அழைத்துவந்து துப்ரி செல்லும் நீராவிப்படகில் ஏற்றியபின் கைவிடுவது.
>
> உ. பல மாறுவேடங்களை அணிந்துகொண்டு ஆண்களையும் பெண்களையும் தங்களது போலி நிறுவனங்களில் சேரச் செய்வது, அல்லது ஏதேனும் நிதி சார்ந்த காரணங்களுக்காக வேலைக்கு ஆளெடுக்கும் அலுவலகங்கலுக்கு அழைத்துச்செல்வது அங்கே அவர்களை அசாமுக்கு ஆட்களை அழைத்துச் செல்லும் ஒப்பந்ததாரர்களிடம் கையளிப்பது.’

டக்கர் சில மிக மோசமான அர்காட்டிகளின் மீது வெற்றிகரமாக தொடர் நடவடிக்கைகளை எடுத்தார். ஆனால் கொடுமைகள் பல இடங்களில் பரவி நடந்துகொண்டிருந்ததால் அவரது நடவடிக்கைகள் பெரிய அளவில் விளைவுகளை ஏற்படுத்தவில்லை. டக்கரின் அறிக்கையின் அடிப்படையில் வெளியிடப்பட்ட அரசு அறிக்கை இவ்வாறு கூறியது:

'நடைமுறையில் இருக்கும் சட்டத்தின் பெருங்குறை என்ன வென்றால் அது வெளியாட்களுக்கு பாதகமான இடங்களிலும் நேரங்களிலும் கூலி ஒப்பந்தங்களில் கையெழுத்திடுவதை அனுமதிக்கிறது. இதனால் நடைமுறையில் அவர்களால் சம்மதம் தருவதை தவிர்க்கமுடிவதேயில்லை.'

வங்காள அரசு சில மாற்றங்களைக் கொண்டுவருவதை ஆதரித்தது. ஆனால் அது இந்திய அரசால் தடுக்கப்பட்டது. இந்திய அரசு தோட்டக்காரர்களின் பக்கம் சாய்ந்திருந்தது. ஏனென்றால் அது தேயிலைத் தோட்டங்கள் விரிவடையவேண்டும் என விரும்பியது.

இந்தியாவில் ஆங்கிலேயரின் அரசமைப்பு குழப்பமானதாகவும் அடிக்கடி மாறுவதாகவும் இருந்தது. 19ஆம் நூற்றாண்டு முழுவதும் இந்திய அரசென்று ஒன்று வைஸ்ராயின் கீழ் இயங்கியது (1858க்கு முன்னால் கவர்னர் ஜெனரலின் கீழ்). இந்தியத் தலைநகராக கல்கத்தா இருந்தது. 19ஆம் நூற்றாண்டின் இறுதியில் இந்திய அரசுக்கு, வைஸ்ராய்க்குக் கீழ் பன்னிரண்டு மாகாண அரசுகள் இருந்தன. இவற்றில் ஒன்று அசாம். 1974முதல் கல்கத்தாவிலிருந்து வரிவசூலிக்கப்பட்டது. இன்னொன்று வங்காளம் (சட்டப்படி கீழ் வங்காளம் ஆனால் அப்பெயர் குறைவாகவே பயன்படுத்தப் பட்டது). அதற்கு தனியான லெப்டினன்ட் கவர்னர் இருந்தார். வங்காளம் நான்கு பகுதிகளாகப் பிரிக்கப்பட்டிருந்தது. பிகார், ஒரிசா, சோட்டா நாக்பூர் மற்றும் மிகக் குழப்பமாக மீண்டும் வங்காளம், சில நேரங்களில் குழப்பத்தை தவிர்க்க இது அசல் வங்காளம் எனும் பொருள்படும்படி 'பெங்கால் பிராப்பர்' என அழைக்கப்பட்டது.

அசாமுக்கென்று தனி அரசு நேரடியாக இந்திய அரசின் கீழ் இயங்கினாலும் அங்கு சென்ற தொழிலாளிகள் வங்காளத்திலிருந்தே சென்றனர். எனவே துவக்கத்தில் அவர்கள் வங்காள சட்டங்களின் கீழேயே இருந்தனர். இதனால் அசாமின் அரசுக்கும், இந்திய அரசுக்கும் வங்காள அரசுக்கும் பிரச்னைகள் இருந்துவந்தன. ஏனென்றால் வங்காள அரசுக்கு கணிசமான தனியுரிமைகள் இருந்தன. பொதுவாக அசாமின் தலைமை கமிஷனரும் இந்திய

அரசும் தேயிலைத் தோட்டங்களுக்கு சாதகமாக இருந்தன. வங்காள அரசோ இடதுசாரித்தன்மையுடன் நடந்துகொண்டது.

ஒப்பந்தங்கள் தொழிலாளிகளின் சொந்த ஊரிலிருந்து வெகுதொலைவில், அவர்கள் ஊருக்கு திரும்பமுடியாத தொலைவில் உருவாக்கப்படுவதைத் தடுக்க இந்திய அரசு மறுத்துவிட்டது. வங்காள அரசு கூறியது, 'அசாமிற்கு வந்து சேர்ந்ததும் கூலியாட்களுக்கு ஐந்துவருட ஒப்பந்தத்தில் கையெழுத்திடுவதைத் தவிர வேறு வழியில்லை என்பது வேலைக்கு எடுப்பவர்களுக்கு நன்கு தெரிந்திருந்தது. எனவே அவர்களை எல்லாவிதமான வாக்குறுதிகளைக்கொண்டும், சில நேரங்களில் வலுக்கட்டாயமாகவும் கிளம்பச் செய்தனர்.'

சூப்பரின்டெண்டன்ட் டக்கர் பிகாருக்கு அனுப்பப்பட்டதற்கு வேறொரு காரணமுமிருந்தது. பல 'கூலிக் கொள்ளை'களும் நடந்திருந்தன. கூலிகளைக் கொண்டுசெல்லும் வழியில் ஆயுதம் தாங்கிய குழுவினர் அவர்களை பிடித்துச் சென்று சட்டத்திற்குப் புறம்பாக விற்றனர். இதனால் தேயிலைத் தோட்டங்களுக்கு கூலிகள் கிடைக்காமல் போனது மட்டுமல்ல, ஆங்கிலேய இடைத்தரகு கம்பெனிகளுக்கு காசு நஷ்டமானது. கூலிகளை அசாமுக்குக் கிளம்பச்செய்ய செய்த செலவுகள் வீணாகி, விற்பனைக்குக் கிடைக்கும் கமிஷனும் இல்லாதுபோனது. இந்தச் சூழலை எந்த அரசும் பொறுத்துக்கொள்ள விரும்பவில்லை.

பல கூலிக் கொள்ளையர்களும் கைது செய்யப்பட்டு வழக்குக்கு உட்படுத்தப்பட்டனர். கிஸ்டோ நாத் மிட்டர் மற்றும் அவரது அர்காட்டிகள் மீதான வழக்கு ஒரு சரியான உதாரணம். தேயிலைத் தோட்ட சர்தார்கள் இருவர் தங்கள் கூலிகளுடன் - ஆண்கள் பெண்கள் குழந்தைகளுமாக ஐம்பத்திரண்டுபேர் - கயா பகுதியில் சென்று கொண்டிருந்தனர். அர்காட்டிகளின் அதிரடிக் கூட்டமொன்று அவர்களை வழிமறித்தது. அவர்களை ஒரு தற்காலிகச் சிறையில் இரண்டுநாட்கள் அடைத்து வைத்தது. பின்னர் அவர்கள் கல்கத்தாவுக்கு அனுப்பப்பட்டனர். அங்கே மக்கெர்ட்டிஷ் என்பவரின் மகனின் பெயருக்கு அவர்கள் மாற்றப்பட்டனர். அவர் ஓர் அனுமதிபெற்ற ஒப்பந்ததாரர். அவர் அவர்களை பெக், டன்லப் அன்ட் கம்பெனி எனப்படும் ஆங்கிலேய கம்பெனிக்கு விற்றார். அவர்கள் அந்தப் பரிதாபமானவர்களைத் துப்ரிக்கு அனுப்பினர். அங்கே அவர்கள் ஒப்பந்தங்களில் கையெழுத்திட வற்புறுத்தப்பட்டனர். பின்னர் மேல் அசாமின் தோட்டங்களுக்கு அனுப்பப்பட்டனர். அதிர்ஷ்டவசமாக (அல்லது துரதிஷ்டவசமாக) மீட்கப்பட்டனர்.

இரு சர்தார்களும் பிகாரில் ஓர் இரயிலிலிருந்து தப்பியோடினர். அவர்கள் தோட்ட முதலாளிகளிடம் கூலிகள் திருடப்பட்டதைக் கூறினர். தோட்டக்காரர்கள் அதிகாரிகளிடம் கூறினர். பின்னர் கூலிகள் மீட்கப்பட்டனர்.

மிக மோசமான கூலிக் கொள்ளையன் ஜான் ஹென்ரி லாட்டன் என்பவர், ஒரு பணிநீக்கம் செய்யப்பட்ட ஆங்கிலேய படைவீரன். டக்கர் அவனுக்கும் அவனது அர்காட்டிகளுக்கும் பலமுறை தண்டனை வாங்கித்தந்தார். அவர்கள் சிறையிலடைக்கப்பட்டனர். இன்னொரு நிகழ்வில் ஒரு சர்தார் அவரது ஆண், பெண், குழந்தைக் கூலிகளை அழைத்துச் சென்றுகொண்டிருந்தார். தூவார்சிலிருந்த தேயிலைத் தோட்டம் நோக்கி அவர்கள் பயணித்தபோது லாட்டனும் அவனது ஆட்களும் வந்தனர். லாட்டன் தன்னை ஒரு காவல்துறை அதிகாரியாக காண்பித்துக்கொண்டான். அவர்கள் அனைவரையும் அவர்களின் ஆவணங்களை சரிபார்க்கும் முகாந்திரமாக அருகிலிருந்த ஒரு டிப்போவிற்கு அழைத்துச் சென்றான்.. அவர்களிடமிருந்த உணவு, மற்றும் பணம் பிடுங்கப்பட்டது. அவர்கள் பதினொரு நாட்கள் சிறைவைக்கப்பட்டனர். இவற்றுக்கிடையே சில கூலிகள் லாட்சனின் ஒப்பந்தத்தில் கையெழுத்திட அவனது பேனாவைத் தொடும்படிக்கு வற்புறுத்தப்பட்டனர். பிறகு அவர்கள் மாட்டு வண்டிகளில் ஏற்றப்பட்டு தேயிலை மாவட்டங்களுக்கு அனுப்பப் பட்டனர். இதற்கிடையே சூட்டிப்பான சர்தார் ஒரு போர்வையுடன் தப்பியோடினான். அப்போர்வையை விற்று கல்கத்தாவிற்குச் சென்றான். அங்கே தன் எஸ்டேட் செல்வதற்கான பணத்தை கடனாக வாங்கிக்கொண்டு தோட்டத்தையடைந்து நடந்ததை விவரித்தான். கூலிகள் பின்னர் கச்சர் தேயிலைத் தோட்டமொன்றில் கண்டுபிடிக்கப் பட்டனர். கஸ்போர் எஸ்டேட். லாட்டன் அவர்களை அங்கு விற்றிருந்தான்.

இக்கைதுகளிலெல்லாம் அதிர்ஷ்டத்தின் அம்சம் இருப்பதைக் காணலாம். ஏனென்றால் சர்தார்கள் தப்பிக்காமல் இருந்திருந்தாலோ ஊக்கத்துடன் தோட்டம் திரும்பி புகார் செய்யாமல் விட்டாலோ இவை சாத்தியமாயிருக்காது. இவற்றைப்போல பல புகார்களும் விசாரணை முடியாமல் இருந்திருக்க வாய்ப்புண்டு. அதேநேரம் சட்டபூர்வமாக கூலிகள் துபாரிக்கு கொண்டுசெல்லப்பட்டிருந்தனர். டக்கரை கூலிகளை பிடிக்கும் இடங்களிலேயே வைத்திருக்க பல வேண்டுதல்கள் இருந்தபோதும் செலவைக் காரணம் காட்டி அரசு அவரை திரும்பச் சொன்னது.

பிகாரை விட்டுச் செல்லும் முன் டக்கர் தான் உதவ நினைத்த கூலிகளுக்காக ஒரு கடைசி நன்மையைச் செய்தார். ஜான் பீம்ஸை

அவர் சந்தித்தார். ஜான் பீம்ஸ் இருபது வருடங்களுக்கு முன்பு இன்டிகோ தோட்டக்காரர்கள் மீது மிகக் கடுமையான விமர்சனங்களை முன்வைத்திருந்தார். இப்போது பகல்பூரின் கமிஷனராக இருந்தார். அவரிடம் சொல்லி கூலிகளைக் கொண்டு செல்ல சோட்டா நாக்பூரிலிருந்து துவார்ஸ் வரைக்கும் கண்காணிப்பு கொண்ட ஒரே ஒரு வழிப்பாதையை மட்டுமே அனுமதிக்கவேண்டும் என்று டக்கர் கேட்டுக்கொண்டார். அதில் நல்ல நீர் சீரான இடைவெளிகளில் வைக்கப்பட்டது, காவல்துறையினர் கூலிகள் கொள்ளை போவதை தடுத்தனர். இது துவங்கி முதல் மூன்று மாதங்களுக்கு டக்கர் அவ்வழிப்பாதையை மேற்பார்வையிட்டு 10,000க்கும் மேலான வேலையாட்களும் அவர்களது குடும்பங்களும் துவார்சை அடைவதை உறுதிசெய்தார். ஒருவரும் திருடுபோக வில்லை. ஒருவருக்கும் காலரா தொற்றவில்லை. இருப்பினும் கூலிகளை யார் வேலைக்கமர்த்துவது எனும் பெரும்போட்டியும் சண்டையும் நிலவியது. எஸ்டேட் சர்தார்களிடமிருந்து திருடிச் செல்வது சாத்தியமில்லை என்பதால் ஒப்பந்ததாரர்களே ஒருவருக்கொருவர் சண்டை போட்டுக்கொண்டனர்.

கூலிகள்மீது நடந்த இந்தக் கொடுமைகளுக்கெல்லாம் தோட்டக் காரர்களிடமிருந்து வந்த பதில் சாமுவேல் பெயில்டன் எனும் அசாம் தோட்டக்காரர் 1882ல் எழுதியதற்கு ஒப்பாயிருந்திருக்கும் என்பதை நாம் யூகிக்கலாம்.

'கூலிகளைப் பெறும் தற்போதையை நிலவரமும், தேயிலைப் பகுதிகளுக்கு அவர்கள் பயணிப்பதில் இருக்கும் சிவப்புநாடாவும் மிக மிக அபரிமிதமானவை. அவற்றில் எந்த நன்மைத்தனமு மில்லை. தங்கள் பணியாளர்களுக்கு நன்மையையே விரும்பும் தோட்டக்காரர்கள், இவ்வரசின் விருப்பம் மிகுந்த பிள்ளைகளாக, கூலிகளைப் பிடிக்கும் மாவட்டங்களில் இத்தனை குழப்பங்கள் இருப்பது தேவையற்றது என உணராமல் இருந்தால் வியப்பே.'

• • •

நிலவழியே சென்றாலும் நீராவிப் படகில் சென்றாலும் கூலிகள் தப்பியோடாமலிருக்க பலத்த பாதுகாவல் இருந்துவந்தது. 1882 சட்டத்திற்கு முன்பு அவர்கள் சொந்த ஊரில் வைத்தே ஒப்பந்தங்கள் கையெழுத்திடப்பட்டதால் இக்காவல் சட்டபூர்வமானது எனலாம். ஆனால் 1882 சட்டத்திற்குப்பின் அசாமில் மட்டுமே கூலிகள் ஒப்பந்தம் செய்யப்படவேண்டும் என்பதால் பெயரளவில் துப்ரியை அடையும்வரை கூலிகள் தங்கள் மனதை மாற்றிக்கொள்ள வழியிருந்தது. ஆனாலும் அவர்கள் தப்பியோடுவதைத் தவிர்க்க

எல்லாவிதமான, சட்டத்தை மீறிய முயற்சிகளும் எடுக்கப்பட்டன. ஆனால் கூலிகள் பொதுவாக பரம ஏழைகளாயிருந்ததால் ஓடிப்போவது அசாத்தியமாக இருந்தது.

ஒப்பந்தங்களில் கையெழுத்திட்டபின்னர் தோட்டங்களில் வேலை பார்க்கும்போதும் கூலிகளை காவல் காக்க வேண்டியிருந்தது. தோட்டக்காரர்களைப் பொருத்தவரை கூலிகள் அவர்கள் வாங்கிய பொருள். எனவே அவர்கள் வேறு தோட்டங்களுக்குச் சென்று விடாமலோ ஓடிப்போய்விடாமலோ பாதுகாப்பது அவசியமாயிருந்தது. 1867ல் 'அடங்காத' கூலிகளை அடைத்து வைத்ததற்காக ஒரு தோட்டக்காரர்கள் மீது வழக்கு நடந்தது. வீடுகளைச் சுற்றி உயரமான வேலிகள் போடப்பட்டன. இரவில் கூலிகள் வெளியே செல்ல அனுமதியில்லை. சுவர்களைச் சுற்றி காவலர்கள் இருந்தனர். இருந்தாலும் பல கூலிகள் தப்பிச் சென்றனர்.

உள்ளூர் அசாமியர்கள் வெளியூர் வேலையாட்களை வெறுத்தனர். இவ்வெறுப்பை தோட்டக்காரர்கள் பயன்படுத்திக்கொண்டனர். தப்பி ஓடிய கூலிகளைப் பிடிக்க அசாமியர்களை பணியமர்த்தினர். ஒரு கூலியை திரும்பக் கொண்டுவந்தால் ஐந்து ரூபாய் சன்மானம் கிடைக்கும் - ஒரு மாதச் சம்பளம் - அது பின்னர் கூலியின் சம்பளத்திலிருந்து பிடித்துக்கொள்ளப்படும். சில எஸ்டேட்களில் மோப்ப நாய்களை பயன்படுத்தினர். இந்தத் தடைகளையெல்லாம் தாண்டி கிட்டத்தட்ட 5% கூலிகள் வருடாவருடம் தப்பியோடினர். இவர்கள் பிடிக்கப்படவேயில்லை. இவர்களில் பலரும் நோயாலோ பசியாலோ இறந்திருக்கவே வாய்ப்புகள் அதிகம். அல்லது எதிரி இனங்களால் கொல்லப்பட்டிருக்கலாம். பிடித்துவரப்பட்ட கூலிகள் தோட்டத்தை அடைந்ததும் கட்டிவைத்து அடிக்கப்பட்டனர். பலரும் அடிதாங்க முடியாமல் இறந்துபோயினர். இதற்காக சில தோட்டக்காரர்கள்மீது வழக்கு பதியப்பட்டது. ஆயினும் துவக்க காலங்களில் தோட்டக்காரர்கள் பொதுவாக சட்டத்தின் பிடியிலிருந்து தள்ளியேயிருந்தனர்.

1873வரைக்கும்கூட தோட்டக்காரர்கள் அதிகாரிகளுக்கு உடல் ரீதியான தண்டனைகள் கூலிகளின் ஓட்டத்தைத் தடுப்பதில் எத்தனை நன்மை பயக்கின்றன என்பது குறித்து கடிதம் எழுதினர். பிரம்படித் தண்டனைகளை அரசே செய்யவேண்டும் என்றும் தோட்டக்காரர்கள் கௌரவ மாஜிஸ்டிரேட்டுகளாக அறிவிக்கப்பட்டு கசையடிகளை அரசுக்கு கட்டளையிடும் அதிகாரமும் தரப்படவேண்டும் எனவும் வேண்டுகோள்கள் வைக்கப்பட்டன. கச்சரிலிருந்த டில்கோஷ் தேயிலைத் தோட்டத்தின் மேலாளர் துணை ஆணையருக்கு

இவ்வாறு கடிதம் எழுதியுள்ளார்: 'கூலிகள் பொதுவாக சிறைத் தண்டனைக்குச் சற்றும் பயப்படுவதில்லை. பிரம்படி அறிமுகப் படுத்தப்பட்டால் அது ஓடிப்போவதையும் பிற தவறுகளையும் பெரும்பாலும் குறைக்கும்.' நபூக் தேயிலைத் தோட்ட மேலாளரும் இவரளவே ஆர்வத்துடன் எழுதியிருந்தார். 'அடிப்படையிலேயே திருடர்களும் போக்கிரிகளுமான இவர்களுக்கு பிரம்பு ஒரு பெரும் பயங்கரம். குறிப்பாக அதிக காயமில்லாமல், சத்தமெழாத, உறுதியான, முறைப்படுத்தப்பட்ட வழியில் நடத்தப்படும் அரசாங்க பிரம்படிகள்.'

துவக்க காலங்களில் பிரம்படி மிகப் பரவலாயிருந்தது, ஆண்களுக்கும் பெண்களுக்கும். தப்பியோடியவர்களுக்கு மட்டுமல்லாமல் போதுமான உழைப்பைத் தராதவர்களுக்கும் பிரம்படி கிடைத்தது. 1873 வங்காள அரசின் இளநிலை செயலர் ஜெ.டபிள்யு. எட்கர் இதை விவரிக்கையில் 'ஏற்கெனவே எந்த வேலையும் செய்ய உடல்நலம் இல்லாத கூலிகளை மேலாளர் நினைக்கும் அளவுக்கு வேலை நடக்கவில்லையென்றால் கட்டிவைத்து அடிக்கும் வழக்கம்' என்றார். மேலும் '1863ல் நான் முதன்முறை சென்றபோது இப்பழக்கம் கச்சர் முழுவதும் வழக்கத்தில் இருந்தது என்பதை நம்ப முகாந்திரமுள்ளது. அதுபோலவே அசாமிலும் அது பரவலாக இருந்தது என்பதும் எனக்கு உறுதியாகத் தெரியும்.'

தோட்டக்காரர்களுக்கு கைது செய்யும் அதிகாரமிருந்தாலும் நீதிமன்றத்தால் வழங்கப்படாத பிரம்படிகளை அமலாக்குவது சட்டத்திற்குப் புறம்பானதாகும். ஆனாலும் வெகு சில வழக்குகளே பதியப்பட்டன. ஏனென்றால் தேயிலைத் தோட்டங்கள் மூடிய உலகங்கள். கிட்டத்தட்ட தனி ராஜாங்கங்கள். நீதித் துறையில் வேலைபார்த்துவந்த இந்தியர்கள் சிறிய குற்றமேயானாலும் ஐரோப்பியர்கள்மீதான வழக்குகளை விசாரிக்க முடியாது எனும் சட்டத்தை திரும்பப்பெற 1883ல் அரசு முயன்றது. அத்திருத்தத்தை அறிமுகம் செய்த அதிகாரியின் பெயரிலான 'இல்பெர்ட் சட்டவரைவு' ஆங்கிலேயர் மத்தியில் பெரும் கொந்தளிப்பை ஏற்படுத்தியது. 'இத்தாலியனுக்கு கத்தி பெங்காலிக்கு பொய் வழக்கு' மெக்காலேயை எதிரொலித்து கல்கத்தா நகர சபை பேச்சில் சொன்னார். 'மறந்துவிடாதீர்கள். தந்திரமான உள்ளூர் ஆட்கள் பலர் உண்டு. பாம்பைப்போல, நாம் நடக்க முடியாத இடங்களிலெல்லாம் ஊர்ந்து செல்பவர்கள். ஏனென்றால் நம்மால் நிமிர்ந்தல்லாமல் நடக்க முடியாது.' தொடர்ந்து அந்த சட்ட வரைவை மறுக்கும்படி அவர் வற்புறுத்தினார். இல்லையென்றால் 'இந்த எண்ணெய் வழியும்

பாபுக்கள் நம்மீது தீர்ப்பெழுத உட்கார்ந்துவிடுவார்கள்.' அங்கு கூடியிருந்த 3,000 ஐரோப்பியர்கள் இதை கைதட்டி ஆமோதித்தனர்.

இந்திய தேயிலைக் கழகம் இல்பர்ட் சட்டவரைவை முன்னணியில் நின்று எதிர்த்தது. அசாமிலும், பிற தேயிலை மாவட்டங்களிலும் கூட்டங்கள் ஒழுங்குசெய்யப்பட்டன. கல்கத்தாவுக்கு தந்திகள் அனுப்பப்பட்டன. அரசு பின்வாங்கியது. ஜுரியில் பாதிக்கும் மேற்பட்டவர்கள் ஐரோப்பியராக இருந்தால் மட்டுமே உள்ளூர் நீதிபதி ஐரோப்பியர்கள் மீதான வழக்கை விசாரிக்க முடியும் என்று சட்டம் மாற்றியமைக்கப்பட்டது. ஐரோப்பிய ஜுரிகள் சக ஐரோப்பியர்களுக்கு மிக அரிதாகவே குற்றவாளி என்று தீர்ப்பு வழங்கினர். குறிப்பாக குற்றம் கொலை என்றால், கர்சன் பிரபு 1900ல் கூறியதைப்போல 'இந்நாட்டில் ஐரோப்பியர்களும் உள்ளூர்க் காரர்களும் சம்பந்தப்பட்ட வழக்குகளில் எந்த நீதியும் இல்லை.'

•

தேயிலைத் தோட்டக்காரர்கள் தங்களுக்குக் கிடைத்த கெட்ட பெயரைக் குறித்து வருத்தம் கொண்டவர்களாக தங்களது வேலையாட்களை நன்றாக நடத்துவதே தங்களுக்கு இலாபகரமானது என்று கூறி வந்தனர். ஏனென்றால் அவர்களுக்கு நல்ல உடல்நிலையிலுள்ள, ஒத்துழைக்கும் பணியாட்கள் தேவைப்பட்டனர். ஒருவர் கூறியதைப்போல 'வேலைகொடுத்தவர் வேலையாளிடம் அவனுக்கு எவ்வளவு முடியுமோ அவ்வளவு உழைப்பைப் பெறுவதையே விரும்புவார். மாறாக தங்க முட்டையிடும் வாத்தைக் கொல்வதையல்ல'. அரசின் தலையீடு அனைத்தையும் அவர்கள் வெறுத்தனர். உண்மையில் பலரும் காடுகளை தோட்டங்களாக விரிவாக்கும் முனைப்பில் தங்கள் பணியாட்களின் நலனை வசதியாக தள்ளியே வைத்திருந்தனர். தோட்டக்காரர்களுக்கு நிதியளித்த பங்குதாரர்கள் அழுத்தம்தந்தனர், அதேபோல அரசு வாடகைக்குத் தந்த நிலம் சரியான காலத்தில் தோட்டமாக்கப்படாமல் விடப்பட்டால் திரும்பப்பெறப்படும். எனவே அவர்கள் கண்கள் கட்டப்பட்டிருந்தன. மனிதத்தன்மையற்ற செயல்கள் பெரும் அளவுகளில் நடந்தேறின. புர்பெட்டாவின் உதவி ஆணையர் சொன்னதைப்போல;

> 'கூலி ஒப்பந்ததாரர்களால் அனுப்பப்படும் குருடர்களை, ஊனமுற்றவர்களை, வேறுவகைகளில் உடற்தகுதியற்றவர்களை வேலைக்கு அமர்த்துவது தோட்டக்காரர்களின் நலனுக்கு எதிரானது. இருப்பினும் இவ்வாறானவர்கள் தொடர்ந்து வேலைக்காக அனுப்பப்பட்டனர். அசாமுக்கு வரும் வழியில்

தொற்று வியாதிகள் பரவுவதைத் தடுக்காமல் விடுவதும் அவர்களது நலனுக்குக் கேடே. இருப்பினும் அவர்கள் எதுவும் செய்யவில்லை. சாகக்கிடக்கிறவர்கள் அப்படியே அவர்களது துன்பங்களோடுகூட, எந்தவித மருத்துவமுமின்றி, உயிருள்ளவர்களுடன் விடப்பட்டனர். மிகமிக மோசமான மானுட இழிவுகள் நிகழ்ந்தன. தங்கள் கூலிகள் வந்தவுடன் தங்க இடம்தராமல் விடுவது, போதுமான உணவு தராதது, மருத்துவ வசதிகள் செய்யாதது அனைத்தும் தோட்டக்காரர்களின் நலனுக்கு எதிரானதே. இருப்பினும் இவை அனைத்தும் நடந்தன.'

உண்மை என்னவென்றால் அசாமில் தேயிலை தயாரிப்பு இத்தனை விரைவாக வளர வழிசெய்திருக்கக்கூடாது. அரசு பணியாட்களின் குடிபெயர்வை அவர்கள் மனிதத்தன்மையுடன் நடத்தப்படுவார்கள் எனும் நம்பிக்கை வரும்வரைக்கும், அவர்களைக் கண்காணிக்க சரியான அமைப்புகள் உருவாகும்வரைக்கும் கட்டுக்குள் வைத்திருக்கவேண்டும். பல ஆங்கிலேய நிர்வாகிகளும் அத்தகைய கட்டுப்பாடுகளுக்கான தேவையை புரிந்துகொண்டிருந்தனர். ஆனால் மத்திய அரசு அவர்களைக் கண்டுகொள்ளவில்லை. அவர்களுக்கு மனிதத்தைவிட இலாபமே பெரியதாகத் தெரிந்தது.

ஒப்பந்தக் கூலிகள் தூவார்ஸ் மற்றும் பிற வட இந்தியப் பகுதிகளுக்கும் வேலைக்குச் சென்றனர். ஆனால் அங்கெல்லாம் அசாமில் இருந்த அளவுக்கு கொடுமைகள் நடந்ததில்லை. ஏனென்றால் அவை அசாமைப்போல ஒன்றுக்கொன்று தொலைவில் இல்லை. அப்பகுதிகளில் தோட்டக்காரர்களுக்கு கூலிகளை சிறை பிடிக்கும் அதிகாரம் இல்லை. இருப்பினும் இவ்விடங்களிலும் கொடுமைகள் நடந்தன. தப்பியோட நினைத்த பல கூலிகளும் அடைத்துவைக்கப்பட்டனர். சாட்டையடியும், அடி உதையும் சாதாரணம். அதேபோல அங்கு செல்லும் வழியில் கொடுமைகளால் இறந்துபோவது சகஜமாயிருந்தது.

தென்னிந்தியாவிலும் ஒப்பந்தக் கூலிகள் அசாமைவிட நல்லமுறையில் நடத்தப்பட்டனர். இதற்கு முக்கிய காரணம் பிற நாடுகளிலிருந்து கூலிகளுக்கு போட்டியிருந்தது. பெருமளவில் வேலையாட்கள் தென்னிந்தியாவிலிருந்து நடால், மொரீஷியஸ், ரியூனியன், மார்டினிக் மற்றும் ஃபிஜிக்கு சென்றனர். கூடவே கூட்டம் கூட்டமாக மக்கள் சிலோனில் அமைந்திருந்த தோட்டங்களுக்குக் குடியேறினர். 1888ல் உதாரணமாய் 78,302 கூலிகள் மெட்ராஸ் பிரசிடென்சியிலிருந்து சிலோன் சென்றனர். மேலும் 60,000 பேர் வேறு இடங்களுக்கு குடிபெயர்ந்தனர்.

போதுமான வேலையாட்களைப் பெற தென்னிந்திய தோட்டக் காரர்கள் வேறு வழிமுறையைப் பின்பற்றினர் - கொத்தடிமை முறை. கண்காணிகளுக்கு வட்டியில்லா கடன்களைத் தந்தனர். அவர்கள் அதை கூலிகளிடம் தந்து வேலைக்கமர்த்தினர். கண்காணிகள் என்பவர்கள் வட இந்திய சர்தார்களும் ஒப்பந்ததாரர்களும் கலந்த கலவை. கண்காணிகள் கூலிகளை பணிக்கமர்த்தியது மட்டுமல்ல அவர்கள் வேலையைக் கண்காணிக்கவும் செய்தனர். இதற்கு கூலிகளின் சம்பளத்தில் ஒரு பகுதியை வாங்கிக்கொண்டனர். சில சமயங்களில் கூலி ஏற்கெனவே கடனில் இருப்பார். அவரது கடன் மாற்றிவிடப்பட்டது இல்லையென்றால் புதிய கடன் தரப்பட்டது. எதுவாயிருந்தாலும் கூலிகள் பெறும் சிறிய ஊதியத்தில் அவர்களால் கடனை திருப்பிச் செலுத்த முடியவில்லை. எனவே அவர்கள் கொத்தடிமைகளாக தோட்டங்களில் வேலைபார்த்தனர். பலரும் வாழ்நாள் முழுக்க கொத்தடிமைகளாயிருந்தனர். கடன் வாங்கிய கூலி தப்பிச் சென்றால் காவல்துறை அவர்களை கைது செய்தது.

●

பொதுவாகவே அந்நூற்றாண்டு வளர வளர தேயிலைத் தோட்ட கூலிகளின் நிலைமை சற்று முன்னேறியது. அரசாட்சியமைப்பு தேயிலை மாவட்டங்களில் மெல்ல மெல்ல வலுவானது பணியாட்களின் நிலையை கண்காணிப்பு செய்ய போதுமான வசதிகள் வந்தன. தோட்டங்களின் நிலைமைகளும் முன்னேறியது. முன்பைப்போல நிலத்தைத் திருத்தும் அழுத்தமும் இல்லை. எனவே அவர்கள் சற்று மனிதத்தன்மையுடன் நடந்துகொண்டனர். நிர்ணயித்த வேலையை செய்யாமல் போனால் பிரம்படி கொடுப்பது பரவலாக இல்லையென்றாலும் ஆங்காங்கே நீடித்தது. உறை விடங்கள் வழங்குவதில் முன்னேற்றமிருந்தது. ஆனாலும் தப்பியோடுவதைத் தவிர்க்க அங்கே கடும் காவல் இருந்தது. நல்ல நீரும் மருத்துவ வசதிகளும் வந்தபோது பல தோட்டங்களில் உயிரிழப்புக்கள் குறைந்தன. பணியாட்கள் சிறிய அளவு நிலத்தில் பழங்களும் காய்களும் பயிரிட அனுமதிக்கப்பட்டனர். தானியங்களை அரசு நிர்ணயித்த விலையில் எஸ்டேட்டிலிருந்து வாங்கிக்கொள்ள முடிந்தது.

அதிகாலையில் பனிப்பொழிவில் நனைந்த தேயிலைப் புதர்களுக்கு நடுவே வேலை செய்கையில் குளிர் இருக்கலாம். தோட்டக்காரர்கள் ஆங்கிலேய படைகளின் பழைய சிவப்பு மேலாடைகளை (கிரேட்கோட்) மொத்தமாக வாங்கி வேலைக்காரர்களுக்கு விற்றனர்.

அழகிய பச்சைப்பரப்பில் சிவப்பு கோட்டுகள் பிரபலமான காட்சியாகியது.

இந்த முன்னேற்றங்களுக்குப் பின்னும் தோட்ட வேலையாட்களின் வாழ்க்கை கடினமானதாகவே இருந்தது. 19ஆம் நூற்றாண்டு முழுவதும் குறைவான கூலியே தரப்பட்டது. 1865லிருந்து 1900க்கு இடைப்பட்ட காலத்தில் ஆண்களுக்கு மாதம் ஐந்து ரூபாயும் பெண்களுக்கு நான்கு ரூபாயும் வழங்கப்பட்டது. அதுவே 1882ல் சட்டபூர்வ குறைந்த ஊதியமாகவும் அறிவிக்கப்பட்டது. அசாமின் தலைமை ஆணையர் சர். ஹென்றி காட்டன் 1900ல் தோட்டங்கள் குறைந்தபட்ச ஊதியத்தைக்கூட வழங்காமலிருப்பதை கண்டு பிடித்தார். இந்த முப்பத்தைந்து ஆண்டுகாலத்தில் தானியங்களின் விலை இரண்டுமடங்காகியிருந்தது. 1900ல் வழங்கப்பட்ட குறைந்தபட்ச ஊதியம் வெளியே விவசாயக் கூலிகளுக்கு கிடைத்ததில் பாதியேயாகும். காட்டன் மேலும் சில விஷயங்களைக் கண்டுபிடித்தார்.

> ‘சில நேரங்களில் ஓர் ஆண்டுக்கு சில அணாக்களே கூலிகளின் கைகளில் சம்பளமாக சென்று சேர்ந்தது. தோட்ட மேலாளர்கள் தங்கள் குதிரைகளைப்போல, கால்நடைகளைப்போல கூலிகள் நல்ல நிலையில் இருக்கும்வரை எல்லாவிதப் பிடித்தங்களையும் செய்யலாம் என நியாயப்படுத்திக்கொண்டு இஷ்டம்போல செயல்பட்டனர்.’

சர் ஹென்றி காட்டன் 1896 முதல் 1902வரை அசாமின் தலைமை ஆணையராக இருந்தார். துவக்கத்தில் அவர் தோட்டக்காரர்களின் ஆதரவாளராக இருந்தார். தோட்டங்களில் கூலிகளின் நிலையை சோதித்தறிந்தபின்னரே அவர் தன் நிலைப்பாட்டை மாற்றிக் கொண்டார். மிக மதிக்கப்பட்ட தோட்டங்களில்கூட கசையடிகள் வழக்கமாயிருந்ததை கண்டறிந்தார். பிற கொடுமைகளையும் கண்டுபிடித்தார்.

> ‘கொடுமைகளில் சிறு சதவிகிதமே எனக்குத் தெரியவருகின்றன என்பதை நான் சொல்லவேண்டியதில்லை. ஆயினும் சில நிகழ்வுகள் என் பார்வைக்கு வந்தவண்ணமிருந்தன. அவற்றில் உயிரிழக்கும் ஒப்பந்தக் கூலிகளின் எண்ணிக்கையைக் குறைத்துக் காட்ட வேண்டி உடல்நலமிழந்த கூலிகளின் ஒப்பந்தங்கள் நீக்கப்பட்ட நிகழ்வுகளும், மரணமடைந்தவர்களை ஓடிப் போனவர்கள் என கணக்கு காண்பிப்பதும் அடங்கும். உடல் வலுவிழந்த கூலிகளை வேலையைவிட்டு நீக்குவதும் தொடர்ந்து நடந்துவந்தது எனக்குத் தெரியும். அரசு மருத்துவமனை முழுக்க

உடல்நலமற்ற, இறக்கும்தருவாயிலிருக்கும் கூலிகளை நான் என் கண்ணால் கண்டிருக்கிறேன். இம்மாகாணத்திலேயே மிகச்சிறந்த, மிகப் பழமையான தோட்டக்காரர்களில் ஒருவர் அவர்களை வேலையைவிட்டு நீக்கியிருந்தார். வணிக வீதிகளின் ஓரத்தில் இறந்து போனவர்களும் இறக்கப்போகிறவர்களும் கைவிடப்பட்டு கிடப்பதை நான் பார்த்திருக்கிறேன்.'

கூலிகள் சர் ஹென்றி காட்டனை தங்கள் மீட்பராகக் கண்டனர். கச்சாருக்கு அவர் சென்றபோது 1901ல், சாலை நெடுகில் பதினைந்து மைல் தூரத்திற்கு கூலிகள் லாந்தர் விளக்குகளுடன் நின்றுகொண்டு 'காட்டன் சாகிப் கி ஜே!' எனக் கோஷமிட்டனர். அவர் அவ்வருடம் கிழக்கு வங்கத்திற்குச் சென்றபோது சாலைகளில் பதாகைகளில் 'திரு. காட்டன் எளிய கூலிகளின் பாதுகாவலன்' என எழுதியிருந்தது.

வைஸ்ராயான கர்சன் பிரபு துவக்கத்தில் சர் ஹென்றி காட்டனின் முயற்சிகளை ஆதரித்தார். ஆனால் காட்டன் தோட்டக்காரர்களாலும் ஊடகங்களாலும் வில்லனாக சித்தரிக்கப்பட்டபோது - குறிப்பாக இங்கிலாந்தில் 'த டைம்ஸ்' - கர்சன் பின்வாங்கினார். காட்டன் இந்தியாவில் பிறந்தவர். அவரது தந்தையும் தாத்தாவும் இந்தியாவில் அரசுப்பணிகளில் இருந்தனர். காட்டன் பதவி விலகினார். இங்கிலாந்து திரும்பினார். அங்கே ஓர் இடதுசாரி பாராளுமன்ற உறுப்பினராகி அங்கிருந்து கூலிகளுக்காக போராடினார்.

பொதுவாக அரசாங்க அறிக்கைகள் தேயிலைத் தோட்டங்களில் நடந்த கொடுமைகளைக் குறைத்தே மதிப்பிட்டன. அவை துவக்க காலங்களைவிட முன்னேற்றங்கள் நிகழ்ந்திருப்பதையே கூறுபவையாக இருந்தன. நீர்வசதிகள், தங்குமிடங்களின் நிலைகள் முன்னேறியிருந்தன என்பது உண்மையே. தோட்டக்காரர்கள் இறப்புக் கணக்குகளை வைத்திருந்தனர். அது அதிகமான இடங்களில் விசாரணை நடத்தப்பட்டது. இவை பொதுவாக தவறாகக் கணக்கிடப்பட்டிருந்தன. மேலும் மோசமான பின்விளைவுகளை எண்ணி அஞ்சியிருக்கும் கூலிகளிடமிருந்து உண்மையைப் பெறுவது கடினம். என்ன சொல்லவேண்டும் என அவர்களுக்கு பயிற்சியளிக்கப்பட்டிருந்தது.

1894ல் வேலைக்கு ஆட்களை அனுப்புவதை ஊக்குவிக்கும்பொருட்டு ஆதிவாசி தலைவர்கள் சிலர் 27 அசாமிய தேயிலைத் தோட்டங்களுக்கு அழைத்துச் செல்லப்பட்டனர். அவர்களுடன் சென்ற அரசு அதிகாரி வேலை நிலைமைகளைக்குறித்து சாதகமாகக் கூறினார். அக்குழுவின் அறிக்கை அக்கூற்றுக்களை தகர்த்தெறிந்தது. அவ்வறிக்கை மறைக்கப்பட்டது. அவர்கள் 23 தோட்டங்களில்

நிலைமைகள் ஏற்றுக்கொள்ளும்படி இல்லை என்று பதிந்தனர். பிரம்படி பரவலாயிருந்தது, ஆண்களுக்கும் பெண்களுக்கும். சம்பளத்துடனான மருத்துவ விடுப்புகளில்லை. பெண்கள் பிள்ளைப்பேறுக்கும் ஆறுநாட்கள் கழித்து வேலைக்குத் திரும்பவேண்டும். அத்தலைவர்கள் கூலி குறைவாயிருப்பதைக் கண்டனர். குறிப்பாக தானியங்களின் உயர்ந்த விலையோடு ஒப்பிடுகையில். பிற துறைகளில் கிடைக்கும் கூலியைவிட தோட்டங்களில் குறைவாகவே இருந்தது. பதினைந்து அல்லது இருபது வருடங்கள் கூலிகளாக இருந்தபின்னரும் தங்கள் ஊருக்குத் திரும்பக்கூட பணமில்லாத ஏழைகளாக இருந்த பல கூலிகளின் சாட்சியங்களை அவர்கள் கேட்டனர். வேலையாட்கள் தோட்டங்களை பட்டக், சிறைச்சாலை என்று வர்ணித்தனர். தப்பிச்செல்லவே முடியாத சிறைச்சாலை.

•

கூலிகள் தங்கள் வாழ்க்கையை மேம்படுத்திக்கொள்ள ஒரு வாய்ப்பு இருந்தது. ஐந்து வருட ஒப்பந்தம் முடிந்ததும் அவர்கள் வருடாந்திர ஒப்பந்தத்தில் வேலை செய்ய முடியும். இருந்தாலும் பல கூலிகளும் மிரட்டப்பட்டனர் அல்லது லஞ்சம் மூலம் மீண்டும் ஐந்து வருட ஒப்பந்தத்தில் கையெழுத்திடவைக்கப்பட்டனர். அவர்கள் தோட்டத்தில் கடன் வாங்கியிருந்தால் இது இன்னும் எளிதானது. பலரும் கடன்பட்டிருந்தனர், குறிப்பாக நோயுற்றவர்கள்.

ஆண்களுக்கு கையூட்டாக திருமணம் செய்துகொள்ள ஒரு பெண் வழங்கப்படலானது. அரசு அதிகாரிகள் தோட்டக்காரர்களுக்கு இறக்குமதியான பெண்களை திருமணம் செய்துகொடுக்கும் அதிகாரத்தை வழங்கியிருந்தனர். தாராள மனம் கொண்ட தோட்டக் காரர்களில் ஒருவரான டேவிட் குரோல் ஜோக்கை தேயிலை கம்பெனிக்கு 1890ல் வேலைபார்த்துக்கொண்டிருந்தார். அவர் தேயிலை (1897) என தலைப்பிடப்பட்ட தனது புத்தகத்தில் இப்பழக்கத்தை கண்டித்துள்ளார். அதில் அவர் மேலும் சமத்துவமற்ற முறைகளை சுட்டிக்காட்டுகிறார். அவற்றின்படி திருமணம் ஒருங்கிணைக்கப்படும்போது கணவனுக்கும் மனைவிக்கும் வெவ்வேறு காலங்களில் ஒப்பந்தங்கள் முடியும்படி செய்யப் பட்டது. இதனால் யாரின் ஒப்பந்தம் முதலில் முடிந்ததோ அவரை வேறொரு புதிய ஒப்பந்தத்தில் கையெழுத்து இடவில்லையென்றால் வேலையிலிருந்து நீக்கி தன் வாழ்க்கைத்துணையிடமிருந்து பிரித்துவிடுவதாக மிரட்டப்பட்டனர். புதிய ஒப்பந்தம் மீண்டும் அடுத்தவரின் ஒப்பந்தத்தைத் தாண்டி முடிவதாக அமைக்கப்படும்.

இப்படியே அந்தக் குடும்பமே தோட்டத்துடன் தொடர்ச்சியாக கட்டப்பட்டுவிடும்.

குழந்தைகளும் தங்கள் பெற்றோருடன் தோட்ட வேலைகளில் ஈடுபடுவேண்டும் எனும் எதிர்பார்ப்பிருந்தது. உண்மையில் அப்படிச் செய்தால்தான் அக்குடும்பம் வாழத்தேவையான வருமானத்தைப் பெறமுடியும். பொதுவாக குழந்தைகள் ஐந்து அல்லது ஆறு வயதுமுதல் வேலை செய்ய ஆரம்பித்தனர். நல்ல தோட்டத்தில் அவர்கள் இருக்க நேர்ந்தால் அவர்களுக்கு மாதம் ஒன்றரை ரூபாய்கள் வழங்கப்படும்.

தோட்டத்துக்கு கடன்படவில்லையென்றால் ஒப்பந்தம் முடியும் கூலி, நல்ல பேரம் பேசும் நிலையில் இருந்தார். அவர்கள் மீண்டும் வேலையில் சேர ஒரு சிறப்பு ஊக்கத்தொகையும் சற்று உயர்ந்த கூலியையும் பெற முடியும். ஒரு வருடத்திற்கான உள்ளூர் ஒப்பந்தத்திலும் அவர்கள் கையெழுத்திடலாம். இதனால் தோட்டக் காரர்கள் கைது செய்வதிலிருந்தும் அவர்கள் தப்பினார்கள். கூலிகள் குடியிருப்பிற்கு வெளியே தங்கவும் அவர்களால் முடியும். அதைவிட முக்கியமாக அவர்கள் வேறு நல்ல தோட்டத்திற்கு வேலைக்குச் செல்ல முடியும். அந்நூற்றாண்டு முடிவில் ஒப்பந்தம் முடிவுற்ற கூலிகள் இந்த சாதகமான வாய்ப்புக்களை பயன்படுத்திக் கொண்டனர்.

பல வேலைக்காரர்களும் இந்த வாய்ப்புக்களை பயன்படுத்திக் கொள்ளவில்லை. ஏனென்றால் ஒப்பந்தங்கள் முடியும் முன்பே அவர்கள் இறந்துபோனார்கள். அந்நூற்றாண்டு வளர வளர இறப்பு விகிதம் குறைந்தாலும் அது இன்னும் அதிகமானதாகவே இருந்தது. குறிப்பாக 1882 சட்டத்தின் கீழ் பணிக்கமர்த்தப்பட்டவர்கள் மத்தியில் இறப்பு விகிதம் அதிர்ச்சியூட்டும் வகையில் அதிகமாயிருந்தது. அவர்களுக்கு விதிக்கப்பட்டிருந்த சட்டபூர்வமான குறைந்த பட்ச ஊதியம் அவர்கள் ஊட்டச்சத்து குறைந்தவர்களாக வாழ்வதைத் தடுக்க முடியாததாயிருந்தது. எனவே அச்சட்டத்தின் கீழ் வேலைக்குச் சேர்ந்தவர்களின் இறப்பு விகிதம் பிற தோட்டக் கூலிகளின் இறப்பு விகிதத்தைவிட அதிகமாயிருந்தது. இவர்களின் இறப்பு விகிதமோ தோட்டத்திற்கு வெளியே வேலை செய்தவர்களின் இறப்பு விகிதத்தைவிட அதிகமாயிருந்தது. சராசரியாக 1882 சட்டத்தின் கீழ் வேலைக்கமர்த்தப்பட்டவர்கள் தங்களது ஐந்து வருட ஒப்பந்தம் முடியும்வரை உயிருடன் இருப்பதற்கு நான்கில் ஓர் வாய்ப்பே இருந்தது. பல தோட்டங்களிலும் இறப்பு விகிதம் சராசரிக்கும் அதிகமாகவே இருந்தது. தோட்டக்காரர்களும்

அரசாங்கமும் கூலிகளே நோய்களை தாமாகவே தொற்றிக் கொண்டனர் என நியாயப்படுத்தினர். சர் ஹென்றி காட்டன் குறைந்த கூலியும் அதிக வேலைப்பளுவுமே காரணம் என நிரூபித்தார். மருத்துவர்கள், இறப்புக்கு மருத்துவ விடுப்பின்மையும் நோயில் அவதியுறும்போதும் அவர்கள் கடும் உழைப்புக்கு ஆளாக்கப் பட்டதுமே காரணம் என்றனர்.

19ஆம் நூற்றாண்டின் இறுதியில் நல்ல தோட்டங்களில் நிலைமை மிக முன்னேறியிருந்தது. டேவிட் குரோல் பதிவு செய்ததைப்போல உறைவிடங்கள் முன்னேற்றம் கண்டன. 'கணக்கற்ற குடும்பங்கள் சிலவேளை எட்டு குடும்பங்கள் வரைக்கும் ஒன்றாக வசிக்கும் வீடுகளுக்குப் பதில் ஒன்று முதல் நான்கு குடும்பங்கள் மட்டுமே வசிக்கும் வீடுகள் கட்டப்பட்டன.' அவரும் கூலிகள் குறித்து மிக மனிதாபிமானத்துடன் எழுதியுள்ளார். 'புதிதாய் வந்த கூலிகளின் கூட்டம் ஒன்று, தங்களது உறவினர்களையும் நண்பர்களையும் இருந்தால் கண்டுகொள்ள ஒன்றிரண்டு நாட்கள் வழங்கப்பட்டன. ஓரளவுக்கு கருணையும் நல்லெண்ணமும் கொண்ட இந்தடை முறைகள் ஒருபோதும் கைவிடப்படாமலிருக்கவேண்டும். குறிப்பாக உணர்வுள்ள உயிர்களுக்குக்கு அதுவும் நமது சக உயிரினத்திற்கு அவர்கள் வேற்றினத்தினரானாலும்.'

இருப்பினும் பல தோட்டங்களில் பழைய முறைகள் தொடர்ந்தன. 20ஆம் நூற்றாண்டு, தோட்டக்காரர்களுக்கும் கூலிகளுக்கும் மத்தியில் பல புகழ்பெற்ற போராட்டங்களுடன் துவங்கியது. 1901ல் அசாம் தோட்டக்காரர் ஹொரேஸ் லையல், தனது கூலிகளில் சிலரை அடிக்கக் கட்டளையிட்டார். மருத்துவ விடுப்பை அவர் மறுத்ததை அவர்கள் அதிகாரிகளிடம் முறையிடப்போவதாகச் சொன்னதற்காக. இரு கூலிகள் மோசமாக காயமடைந்தனர். ஐரோப்பியர்கள் அதிகமிருந்த ஜூரி அவரை விடுதலை செய்து தீர்ப்பளித்தது. ஆனால் உயர்நீதிமன்றம் அபராதமும் ஒருமாத சிறைத்தண்டனையும் விதித்து தீர்ப்பளித்தது. இந்திய தேயிலை சங்கம் எதிர்ப்பு தெரிவித்தது. கர்சன் பிரபு, வைஸ்ராய், தண்டனையை உறுதி செய்தார்.

1903ல் வேறொரு அசாம் தோட்டக்காரர் பீட்டர் பெய்ன் என்பவர் ஓடிப்போன கூலி ஒருவனைப் பிடித்து அவனை அடித்துக் கொன்றார். அம்மனிதனது மனைவியும் மருமகளும் அவனுடன் சென்றதற்காக அடிக்கப்பட்டனர். உள்ளூர் ஐரோப்பியர்களின் ஜூரி அவரை 'எளிய காயமேற்படுத்தியதாக' தீர்ப்பளித்தது. அவர் ஆறு மாத சிறைத் தண்டனையே பெற்றார். தோட்டக்காரர்கள் தங்களில் ஒருவரை தீவிரமாக ஆதரித்த இன்னொரு தருணமிது.

ஒப்பந்தக் கூலிமுறை பின்னர் முடிவுக்கு வந்தது. அரசியல் ரீதியாக அது ஏற்புடையதல்லாமலானது. பாராளுமன்ற உறுப்பினர்கள், மதபரப்பாளர்கள், மற்றும் இடதுசாரிகளின் கருத்துக்கள் இங்கிலாந்திலும் இந்தியாவிலும் ஓங்கி ஒலித்து இரு நாடுகளின் அரசின்மீதும் அழுத்தம் கொடுத்தன. அதிகாரிகளுக்கு இது பெருத்த அவமானமாக மாறியது. 1901ல் ஆளெடுக்கும் இடங்களில் மீண்டும் கண்காணிப்பும் பதிவுமுறைகளும் அமலாக்கப்பட்டன. 1908ல் அசாம் தோட்டக்காரர்கள் கைது செய்யும் அதிகாரத்தை இழந்தனர். 1915ல் கூலிகளை ஒப்பந்தம் செய்ய அனுமதி பெற்றவர்களின் அனுமதிகள் ரத்துசெய்யப்பட்டன. அதன் பின்னர் கூலிகளை பணியமர்த்துவது தோட்ட சர்தார்களால் மட்டுமே முடிந்தது. அரசின் கூர்ந்த கண்காணிப்பால் ஆட்களை பணியமர்த்துவது கடினமானது. எனவே கூலிகள் உயர்த்தப்பட்டன. நல்ல கூலிக்கு நல்ல பணியாட்களை அமர்த்துவது தங்களுக்கு சாதகமானது என்பதை தோட்டக்காரர்கள் உணர ஆரம்பித்தனர். 1882 சட்டத்தின் கீழ் ஒப்பந்தமாகிய கூலிகளின் எண்ணிக்கை தொடர்ந்து குறைந்து 1901க்குப் பின் வேகமாக சரிந்தது. 1926ல் அம்முறை ஒட்டுமொத்தமாக ஒழிக்கப்பட்டது.

●

1900க்குள் அசாம் காடுகளுக்குள் 200,000 ஏக்கர்களில் தேயிலை பயிரிடப்பட்டிருந்தது. இதற்கு சில ஆங்கிலேய தோட்டக்காரர்களின் உயிரும் பல நூறாயிரம் இந்தியக் கூலிகளின் உயிர்களும் பலியாகியிருந்தன.

இந்தக் கூலிகள் தங்கள் ஊரில் இருந்தாலும் பஞ்சத்தில் இறந்திருக்கக்கூடும் எனும் வாதமும் முன்வைக்கப்படுகிறது. இது உண்மையாக இருக்கலாம். ஆனால் அது ஆங்கிலேய கூலி ஒப்பந்ததாரர்களின், தோட்டக்காரர்களின் அதீத செயல்களை நியாயப்படுத்திவிடுமா? இந்த சோகம் அரசின் சட்டத்தினால் ஊக்குவிக்கப்பட்டது. அது இந்தியக் கூலிகளை வெறுத்த ஆங்கிலேய தோட்டக்காரர்களால் உருவாக்கப்பட்டது. இன்டிகோ தோட்டக்காரர்களிடமிருந்து இந்த வெறுப்பு அவர்களுக்கு வந்தது. அவர்களோ அதை கரிபியனில் அடிமைகளை பணியமர்த்திய தோட்டங்களிலிருந்து கொண்டுவந்தனர். இந்திய தேயிலை சங்கமே கிட்டத்தட்ட எல்லா நலத்திட்டங்களையும் எதிர்த்தது. எல்லா தோட்டக்காரர்களும் மோசமானவர்கள் என கண்டிப்பாக சொல்ல முடியாது, சிலர் மிக நல்லவர்கள். ஆனால் அங்கே நடந்தேறிய கொடூரங்களும் மரணங்களும் எல்லோருக்கும் கெட்டபெயர் வாங்கித்தர போதுமானவை. தேயிலைத் தோட்டக்காரர்களுக்கு

சில பிரதிபலன்கள் இருந்தன. தோட்டக்காரரான ஜியார்ஜ் பேக்கர் 1883ல் எழுதியதைப்போல:

'இதுவே ஐரோப்பியர்களுக்கு ஓரளவுக்கு மரியாதை தரப்படும் கடைசி மாவட்டமாகும். இந்தியாவின் பிற இடங்களில் கறுப்பு மனிதன் வெள்ளைமனிதனைப் போன்றவனே. இந்த உண்மை புதிதாக வந்தவர்களுக்கு உடனடியாக புரியச்செய்யப்படுகிறது. இங்கேதான், அசாமில், கிழக்கிந்திய கம்பெனியின் நாட்களில் ஐரோப்பியர்களால் கட்டாயமாக்கப்பட்ட எல்லா பழைய பணிவுபசாரங்களும் கிட்டத்தட்ட அமலிலிருந்தன. மேலும் அவை பெருகி வளர்ந்து ஒட்டுமொத்த சமூகத்தையும் பொதுவாக நல்ல மனநிலையில் வைத்திருந்தன. இங்கே எந்த தடிமனான பாபுவும் தனது குடையை விரித்துப் பிடித்துக்கொண்டு உங்களை இடித்துத் தள்ளிக்கொண்டு நடந்துவிட முடியாது. மாறாக பணிவான தோற்றத்துடன், உங்கள் குட்டிக் குதிரை வருவதைக் கண்டதுமே, குடையை சுருட்டிக்கொண்டு, வழிவிட்டு விலகி பெருமையுடன் சலாம் வைத்து வணங்கிச் செல்வார்கள். குதிரையேறிவரும் உள்ளூர்க்காரர் வெள்ளைக்காரர் கடந்து போகும்வரை கீழிறங்கிக் கொள்வார். வண்டிகளில் செல்பவர்கள் ஓர் ஓரமாய் சென்று நிறுத்திக்கொள்வார்கள். ஆனால் சாகிப்பின் வண்டி அகலமானதாகவும் சாலை குறுகலானதாகவுமிருந்தால் இது பிரச்னையில் முடிகிறது. வண்டிகள் நிறுத்தப்படுவதால் இப்பிரச்னை பெரிதாகிவிடுகிறது. சாலைகள் அடைபட்டால், இவ்வாறு அடிக்கடி நிகழ்வது வழக்கம். குறிப்பாக உயர்த்தப் பட்டு இருமருங்கிலும் ஆழமான சரிவின் கீழ் வயல்காடுகள் இருக்கும் சாலைகளில், அதன் விளைவுகள் பேராபத்தில் முடிகின்றன. வண்டிகள் மோசமான சதுப்புப் பகுதிகளில் மாட்டிக் கொள்ளும். அவற்றிலிருக்கும் சரக்குகள் இறக்கிவைக்கப்பட்டு உச்சிக்கு இழுத்துச் செல்லப்படும். காளைகள் முடுக்கப்பட்டு, வால்கள் திருகப்பட்டு மேல் நோக்கி அழைத்துச்செல்லப்படும். மீண்டும் சரக்கு வண்டிகளில் ஏற்றப்படும். உள்ளூர்க்காரர்களுக்கு என்ன நேர்ந்தாலும் சாகிப்பின் மரியாதை காப்பாற்றப்பட வேண்டுமே.'

19ஆம் நூற்றாண்டின் இறுதியில் இந்தியா கிட்டத்தட்ட 200மில்லியன் பவுண்ட் தேயிலை தயாரித்தது. அதில் 85% இங்கிலாந்துக்கு ஏற்றுமதியானது. நாடெங்கிலும் ஐந்து லட்சம் ஏக்கர் (780 சதுர மைல்) நிலத்தில் தேயிலை பயிரானது. இவற்றில் இரண்டு லட்சம் அசாமிலும், ஒருலட்சத்து முப்பதாயிரம் கச்சர் மற்றும் சைலத்திலும்

ஒரு லட்சத்து முப்பதாயிரம் வங்கத்திலும் இருந்தன. பஞ்சாபிலும் வடமேற்கு பிராந்தியங்களிலும், தென்னிந்தியாவில் மெட்ராஸ், திருவாங்கூர் மற்றும் கொச்சியிலும் சிறு தோட்டங்கள் இருந்தன. இத்தேயிலைத்தோட்டங்கள் அனைத்தும் வெறும் நாற்பது வருடங்களில் பயிரிடப்பட்டிருந்தன. ஆனால் அதற்குப் பெரும் விலை தரவேண்டியிருந்தது.

5

விக்டோரியன் என்டர்பிரைஸ் - சிலோன்

> சர் ஜெலபி ஜிங்கிள் மற்றும் அட்மிரல் ஸ்னீஸ் ஆளுக்கொரு மகனுண்டு சிலோனிலே ஐயாயிரம் கடனாகத் தாயேன் பிளீஸ் தந்தால் நான் ஆகிடுவேன் கோடீஸ்வரனே!
>
> – ஹாமில்டன் மற்றும் ஃபாஸ்
> 'சீன்ஸ் இன் சிலோன்' 1881

பத்தொன்பதாம் நூற்றாண்டின் பிற்பகுதியில் இந்திய தேயிலைக்கு மிகப்பெரும் போட்டி சீனாவிலிருந்தல்ல, சிலோனிலிருந்து வந்தது. சிலோனின் தேயிலை வளர்ச்சியைப் புரிந்துகொள்ள அதன் காஃபி வளர்ப்பையே முதலில் புரிந்துகொள்ளவேண்டும். ஏனென்றால் காஃபியின் பாழ் மீதே சிலோனின் தேயிலை வளர்ப்பு கட்டியமைக்கப் பட்டது.

1972ல் ஸ்ரீ லங்கா என பெயர் மாற்றம் பெற்ற சிலோன் இந்தியாவுக்கும் தென்கிழக்கே இருபது மைல் தொலைவில் உள்ள ஒரு பெரிய வெப்பமண்டலத் தீவாகும். ஒரு கண்ணீர்த்துளிபோல வடிவுடையதாகப் புகழ்பெற்ற அது 270 மைல்கள் வடமுனையில் இருந்து தெற்கேயும், 140 மைல்கள் கிழக்கிலிருந்து மேற்குமாய் அளவுடையது. அதன் பெரும்பகுதி தாழ்வானதாயிருந்தாலும் மைய மலைகள் 8,000 அடிக்கும் மேல் உயர்ந்தவை. அதன் குடிமக்கள் பலரும் இந்தியாவிலிருந்து வந்தவர்களின் வழித்தோன்றல்களே. சிங்களர்கள் வட இந்தியாவிலிருந்தும், தமிழர்கள்

தென்னிந்தியாவிலிருந்தும் - தோராயமாக கி.மு முதலாம் நூற்றாண்டிலிருந்தே இடப்பெயர்வு துவங்கியிருக்கலாம்.

முக்கிய பருவமழை தென்மேற்கிலிந்து வரும். இது தென்மேற்கு கடலோர சமவெளிகளுக்கும் மைய மலைகளுக்கும் நீரூட்டுகிறது. அதன் பின் வலுவிழந்துவிடுகிறது. தீவின் பிற பகுதிகளுக்கு மீத மழை ஏதும் இருப்பதில்லை. வடக்கும் கிழக்கும் வறண்ட பகுதிகளாக அறியப்படுகின்றன. (வடகிழக்கு பருவமழையின்போது இங்கே சற்று மழைப் பொழிவு உண்டு என்றாலும் அது அத்தனை தாராளமானதல்ல) ஈரப் பகுதிகளில்தான் தோட்டப்பயிர்கள் தழைக்கின்றன. தீவின் இப்பகுதிகள் மிக வளமானவை. வருடத்திற்கு 100 இன்ச் வரை மழை பெய்கின்றது, சில இடங்களில் 200 இன்ச் மழைப் பொழிவும் உண்டு.

சிலோன் மசாலாவிற்குப் பெயர்போனது. குறிப்பாக பட்டை லவங்கத்திற்கு. கிபி முதலாம் நூற்றாண்டில் அரேபிய சீன வியாபாரிகள் இந்தத் தீவுக்குச் சென்று மசாலா, மாணிக்கம், முத்துக்கள் மற்றும் யானைகளை வாங்கிச் சென்றனர். போர்ச்சுகீசியர்கள் கிழக்கிற்கும் மேற்கிற்குமான பாதையைத் திறந்தபோது தவிர்க்கமுடியாமல் சிலோன் அவர்களது கவனத்துக்கு வந்தது. அவர்களது முதல் வருகை 1505ல் நிகழ்ந்தது. அடுத்த காலங்களிலேயே அவர்கள் மேற்கு கடற்கரையோரம் பாதுகாக்கப்பட்ட வியாபார மையங்களை உருவாக்கினர். 1619ல் தமிழர்கள் வலுவாக இருந்த வடக்குப் பகுதியான ஜாஃப்னாவை கையகப்படுத்தினர். தெற்கே சிங்களர்களை கட்டுக்குள் கொண்டுவருவதில் அவர்கள் முழுமையாக வெற்றிபெறவில்லை, கண்டியின் அரசர் அவர்களுக்குச் சவாலாக இருந்தார்.

டச்சுக்காரர்கள் கிழக்கிந்தியக் கம்பெனிக்கு இணையான ஒன்றை வைத்திருந்தனர் - தி யுனைட்டட் ஈஸ்ட் இன்டியா கம்பெனி 1602ல் நிறுவப்பட்டது. ஆங்கிலேயரைப்போலவே இக்கம்பெனிக்கும் இராணுவங்களை உருவாக்கவும், கோட்டைகள் கட்டவும், ஆளுநர்களையும் நீதிபதிகளையும் நியமிக்கவும், உடன் படிக்கைகளை உருவாக்கவும் அதிகாரமிருந்தது. டச்சுக்கம்பெனிக்கு முதலில் பட்டை லவங்கத்தின்மீதே கண்ணிருந்தது. கண்டியின் அரசர் 1636ல் விடுத்த அழைப்பின் பேரில் இந்த வியாபாரத்தில் அவர்களால் பங்குபெற முடிந்தது. இதற்குப் பதிலாக போர்த்துக்கீசியர்களுடன் போரிட உதவிசெய்ய ஒப்புக்கொண்டனர். இந்த உடன்படிக்கையில் சிலோனின் பல பகுதிகள் மீதும் கண்டி அரசரின் அதிகாரத்தை டச்சுக்காரர்கள் அங்கீகரித்தாலும் வெளிநாட்டு வியாபாரத்திற்கான முற்றுரிமையையும் அவர்கள் தக்கவைத்துக்

கொண்டனர், அவ்வகையில் ஒட்டுமொத்த பொருளாதாரக் கட்டுப்பாடும் அவர்கள் கையிலேயே இருந்தது.

1644ல், டச்சுக்காரர்கள் கண்டி அரசருக்குத் துரோகமிழைத்தனர். போர்த்துக்கீசியருடன் சமாதானம் செய்துவிட்டு கண்டி அரசருக்கு எதிராக கூட்டுச் சதி செய்தனர். இருப்பினும் சிங்களர்கள் பலமுடன் இருந்ததால் 1649ல் மீண்டும்டச்சுக்காரர்கள் போர்த்துக்கீசியர்களுக்கு எதிராக கண்டி அரசுடன் உடன்படிக்கை செய்துகொள்ள வேண்டியிருந்தது. 1656ல் டச்சுக்காரர்கள் போர்த்துக்கீசியரை தோற்கடித்து சிலோனின் பொருளாதார ஆட்சியாளர்களாக உருமாறினர்.

டச்சுக்காரர்கள் சிலோனை 140 ஆண்டுகளுக்கு கட்டுப்பாட்டில் வைத்திருந்தனர். சிலோன் உலகத்திலேயே தலைசிறந்த இலவங்கப் பட்டையை தயாரிப்பதாயிருந்ததால் டச்சுக்காரர்களுக்கு கிடைத்த தனியுரிமை மிக இலாபகரமானதாயிருந்தது. இந்தத் தனியுரிமைக்கு பங்கம் விளைவிக்கும் எதுவானாலும் - பட்டையை அல்லது அதன் எண்ணெயைக் கடத்தினாலோ அல்லது வெறுமனே ஒரு மரத்தைச் சேதம் செய்தாலுமே மரணதண்டனை விதிக்கப்பட்டது. இலவங்கப் பட்டை மற்றும் சில மதிப்புடைய பொருள்களை ஏற்றுமதி செய்வது மட்டுமே டச்சுக் கம்பெனியின் முக்கிய குறிக்கோளாயிருந்தது. தேவையிருந்தால் இராணுவ பலத்தைப் பயன்படுத்தி இவ்வுரிமைகளை அவர்கள் வலியுறுத்தினர், மற்றபடி தங்கள் பகுதிகளிலேயே இருந்தனர்.

18ஆம் நூற்றாண்டில் ஆங்கிலேயர் இந்தியாவில் அதிகாரத்தை வலுப்படுத்தினர். சிலோன் இந்தியாவுக்கு மிக அருகே இருந்ததால் ஆங்கிலேயர் அதைக் கவர்ந்து கொள்வதற்கு அதிகம் காலம் பிடிக்க வில்லை. 1782ல் முக்கியமான கிழக்குத் துறைமுகமான திரிகோணமலை துறைமுகத்தைக் கைப்பற்றினர். விரைவிலேயே பிரெஞ்சுக் காரர்களிடம் அதைத் தோற்றாலும் 1784ல் உருவான பாரிஸ் உடன் படிக்கையின்படி துறைமுகம் டச்சுக்காரர்களுக்கு திரும்பத் தரப்பட்டது.

ஐரோப்பியாவில் நிகழ்ந்தவை ஆங்கிலேயர்கள் எதிர்பார்த்திருந்த வாய்ப்புகளை உருவாக்கியது. ஆங்கிலேயரிடம் போரிட்டுக் கொண்டிருந்த பிரெஞ்சுக்காரர்கள் டச்சுக் கீழ்நிலப்பகுதிகளை ஊடுருவ நேர்ந்தது. இந்தியாவிலிருந்த ஆங்கிலேயர் சிலோனிலிருந்த டச்சுக்காரர்களுக்கு பாதுகாப்பு வழங்க முன்வந்தனர். பதிலுக்குக் காத்திராமல் திரிகோணமலையை ஆங்கிலேயர் கைப்பற்றினர். பின்னர் சில உதிரி டச்சுப் படைவீரர்களை தங்கள் பக்கம்

சேர்த்துக்கொண்டனர். அவர்களும் கண்டி அரசரோடு ஒப்பந்தத்தை ஏற்படுத்தி டச்சுக்காரர்களுக்குப் பதில் தாங்கள் அரசுக்குப் பாதுகாப்பாயிருப்போம் என்றனர். அதற்குப் பதிலாக வியாபார உரிமைகளைப் பெற்றனர். 1796ல் டச்சுக்காரர்கள் முக்கிய நகரான கொழும்பைக் கையளித்தனர். சிலோனில் ஆங்கிலேயர் டச்சுக்காரர்களின் இடத்தைப்பிடித்தனர். இவையெல்லாம் மெட்ராசிலிருந்த கிழக்கிந்திய கம்பெனியின் பெயரால் நடைபெற்றன. ஆங்கிலேய அரசு அல்லாமல் கம்பெனியே இலங்கையின் புதிய ஆட்சியாளராக மாறியது.

கிழக்கிந்திய கம்பெனி சிலோனிலிருந்து வியாபாரம் செய்தது. ஆனால் ஐரோப்பியாவில் நிகழ்ந்தவை குறித்து கவனத்துடன் செயல்பட்டது. மீண்டும் டச்சுக்காரர்களுக்கே இலங்கை சென்று விடும் என்ற நம்பிக்கையில் பிடிப்பை வலுவாக்காமல் விட்டது. 1802ல் ஆங்கிலேய அரசு கம்பெனியின் பிடியிலிருந்து இலங்கையை எடுத்துக்கொண்டது. அதிலிருந்து ஆங்கிலேய முடியரசின் காலனியாக சிலோன் மாறியது. பின்னர் பல்வேறு காரணங்களைச் சொல்லி கண்டி அரசின்மீது போர்தொடுத்து இறுதியாக 1815ல் ஒட்டுமொத்த தீவையும் தன் அதிகாரத்தின் கீழ் கொண்டுவந்தது. இராணுவத்தை விரைவாக வலுப்படுத்தி, சாலை வசதிகளையும் உருவாக்கி தாங்கள் அங்கே நீண்ட நாட்கள் இருக்கப் போவதை ஆங்கிலேயர் உறுதிசெய்தனர்.

டச்சுக்காரர்கள் காலத்தில் இலங்கையின் பொருளாதாரம் நிலையான தாகவே இருந்தது. டச்சுக்காரர்கள் செய்தது இயற்கை வளங்களை இலங்கையிலிருந்து ஏற்றுமதி செய்தது மட்டுமே. காட்டு மரங்களை மட்டும் நம்பாமல் அவர்கள் சில இலவங்க மரங்களையும் காபி மரங்களையும் தோட்டமிட்டு உருவாக்கினர். ஆனால் இவை மிகச் சிறிய அளவிலேயே இருந்தன. எதிர்மறையாக ஆங்கிலேயர் விரைவிலேயே இலங்கையை ஒரு நிலையான பொருளாதாரத்தில் இருந்து தோட்டப் பொருளாதாரமாக மாற்றினர். குறிப்பிடத்தகுந்த வேகத்தில் அவர்கள் காபித் தோட்டங்களை உருவாக்கினர்.

●

காபி ஒரு வெப்பப் பிரதேச என்றும் பசுமையாயுள்ள புதர்ச்செடி. முதன்மையாகப் பயிரிடப்பட்ட காபியா அராபிக்கா, எத்தியோப்பாவில் உருவாகியது. காபியா ரொபஸ்ட்டா எனப்படும் வேறொரு வகையும் ஆப்பிரிக்காவில் உருவானதே. அது சிறிதளவே பயிரிடப்பட்டது. 18ம் நூற்றாண்டின் துவக்கத்தில் காலனிய நாடுகள் - போர்ச்சுக்கல், ஸ்பெயின், ஹாலந்து, பிரான்ஸ் மற்றும்

இங்கிலாந்து, தங்கள் பிடியிலிருந்த வெப்ப நாடுகளில் காபியா அராபிக்காவை பயிரிட ஆரம்பித்தன. பிரேசில் உலகின் முதன்மையான காபி தயாரிக்கும் நாடாகியது. இன்றும் அவ்வாறே. காபிச்செடி 85டிகிரி ஃபாரன்ஹீட்டில் அல்லது 29டிகிரி செல்சியசில் செழிப்பாய் வளர்ந்தது. ஆண்டுக்கு மிதமாக 40 முதல் 60 இன்ச் மழை இருந்தாலே போதுமானது. (தேயிலைக்கு இம்மழை குறைந்தபட்ச தேவையானதாகும்). உயரமும் 4000 அடிகள் இருந்தாலே போதுமாயிருந்தது. நடப்பட்டும் மூன்று அல்லது நான்கு ஆண்டுகளுக்குப் பின்னர் அவற்றிலிருந்து கொத்துக்களாக அழகிய இனிய மணமுடைய வெள்ளைப் பூக்கள் உருவாகின. அவை முதிர்ந்து சிவப்புப் பழங்களாகின. அவற்றினுள் இரு விதைகள் இருந்தன. இவையே 'காபிக் கொட்டைகள்.'

ஒருவகையில் எளிய செயல்முறைமூலம் அரைக்கப்பட்டு வெளித்தோல் நீக்கப்பட்டு அதனடியிலுள்ள கெட்டியான சாறு நீக்கப்படுகிறது. பின்னர் கொட்டைகள் சூரிய வெப்பத்தில் அல்லது செயற்கை சூட்டில் காயவைக்கப்படுகின்றன. பொதுவாக இது தோட்டத்திலேயே செய்யப்படும். பின்னர் விதைகளைச் சுற்றியுள்ள உமிபோன்ற தோல் மொத்த வியாபாரிகளின் சரக்ககங்களில் வைத்து நீக்கப்படுகின்றன. இப்போது காபிக்கொட்டைகள் வறுக்கவும் அரைக்கவும் தயாராகிவிட்டன. அதை காபி குடிக்கப்படுவதற்கு சற்று முன்பு செய்யப்படுவதே சிறப்பானது.

சிலோனில் டச்சுக்காரர்கள் காபியை கடற்கரைப் பிரதேச சமவெளிகளில் வளர்த்தனர். அது முற்றிலும் சாதகமற்றதாயிருந்தது. முதல் ஆங்கிலேய தோட்டக்காரர்களும் இதே தவற்றைச் செய்தனர். தெற்கு கடற்கரையில். இதற்கு மாறாக கண்டியைச் சுற்றியிருந்த குன்றுகளே காபிக்கான சரியான நிலைமைகளை உடையனவாக இருந்தன. 1823-25ல் முதல் வெற்றிகரமான தோட்டங்கள் அங்கே துவங்கப்பட்டன. ஆளுநரும் படைத்தளபதியுமே இவற்றை உருவாக்கினர். தலைமை நீதிபதி, ஆடிட்டர் ஜெனரல் உட்பட உயர்பதவிகளிலிருந்த பல அரசு அதிகாரிகளும் காபிக்காக நிலங்களை வாங்கினர். (1845ல்தான் இவ்வாறு அதிகாரிகள் நிலம் வாங்குவதில் உள்ள சிக்கல்கள் உணரப்பட்டு தடைசெய்யப்பட்டது.) காபி முதலில் இலாபகரமான தொழிலாக இல்லை. இங்கிலாந்தில் மேற்கிந்திய காபிகளுக்கு மதிப்பிருந்தது, ஏற்றுமதிக்கும் சிறப்பு சலுகையிருந்தது. 1835ல் இந்தத் தடை நீக்கப்பட்டு இலங்கை காபிக்கும் அதே சலுகைகள் வழங்கப்பட்டன. இதன்மூலம் சிலோன் காபி தொழில் விருத்தியடைந்தது.

1835வாக்கில் கண்டியைச் சுற்றி 4000 ஏக்கர் கடும் காடுகள் சீராக்கப்பட்டு காபி பயிரிடப்பட்டது. இலாபங்கள் குறித்த வதந்திகள் இங்கிலாந்தை எட்டின. நில மதிப்பு செயற்கையாக உயர்ந்தது. விளைநிலமாக்கப்படாத எல்லா நிலங்களும் அரசின் நிலங்களாகக் கருதப்பட்டன. தோட்டக்காரர்களுக்கு விற்கப்பட்டன. உள்ளூர் வாசிகள் வைத்திருந்த நில உரிமைக்கான எந்த ஆவணங்களும் கருத்தில்கொள்ளப்படவில்லை. பல இடங்களும் வலுக் கட்டாயமாக பிடுங்கப்பட்டன. கூடவே, சட்டவிரோதமானதாக இருந்தாலும், ஆங்கிலேயர் வாங்கிய நிலங்களுக்கு நடுவே இருந்த பல குடியிருப்புக்களும் பலவந்தமாக வெளியேற்றப்பட்டன. பல உயர் அதிகாரிகளும் இதில் ஈடுபட்டிருந்ததால் எந்தவிதக் கண்காணிப்பும் இல்லாமலாகியது.

கிட்டத்தட்ட புதிய தோட்டக்காரர்கள் அவைவரும் சிறு முதலீட்டாளர்களாக இருந்தனர். வழக்கமாக கிழக்கிந்திய கம்பெனியின் முன்னாள் இன்னாள் பணியாளர்களாக இருந்தவர்கள், அல்லது முன்னாள் அரசு அலுவலர்கள், அல்லது பொய்யாக 'அவர்களெல்லோரும் கொன்டெகல்லாவிலிருந்து பசெல்லவா வரைக்கும் கேப்டனாக இருந்தவர்கள் அங்கேயும் அவர்கள் வெற்றிகரமாக இருந்தார்கள்' எனச் சொல்லிக்கொண்டவர்கள். அக்கால தோட்டக்காரர் ஒருவர் வெளிப்படையாக, 'காலம் செல்லச் செல்ல உலகெங்குமிருந்தும் கழிசடைகள் அனைவரும் இங்கே வந்து சேர்ந்தனர்... அவ்வாறு எப்போதும் கீழத்தரமான காபி தோட்டக்காரர்களின் கூட்டமொன்று உருவாகி வந்தது' என்று சொல்லியிருக்கிறார். முதலில் நான்கு ஏக்கருக்கு £1க்கு விற்கப்பட்ட நிலங்கள் பின்னர் ஏக்கருக்கு £1 என்றாகியபோதும் 1834ல் 337 ஏக்கரிலிருந்து 1841ல் 78,685 ஏக்கர்களாக விற்பனை அதிகரித்திருந்தது. 1845க்குள் 37,000 ஏக்கர்கள் காபி தோட்டங்களாகியிருந்தன.

1847ல் இங்கிலாந்தில் ஏற்பட்ட பொருளாதார வீழ்ச்சியும், ஜாவா மற்றும் பிரேசில் நாட்டு காபிகளுக்கு தரப்பட்ட சலுகைகள் காரணமாகவும் காபி விலை சரிந்தது. இலங்கை தோட்டக்காரர்களின் இலாபக்கணக்குகள் தவறின. நிலங்களை விற்பனைக்கென வாங்கியவர்கள் விரைவாக விற்க ஆரம்பித்தனர். வங்கிகள் கடன்களை திருப்பியடைக்க வற்புறுத்தின. பெரும் தோட்டங்கள் குறைவான விலைக்கு விற்கப்பட்டன. காபிக்கென வாங்கப்பட்ட பெருவாரியான நிலங்கள் கைவிடப்பட்டன.

இவ்வீழ்ச்சி மூன்று வருடங்கள் நிலைத்தது. காத்திருந்தவர்கள் 1850ல் புதிய தோட்டங்களை உருவாக்க ஆரம்பித்தனர். 1869ல் 176,000 ஏக்கர்

காபி பயிரிடப்பட்டிருந்தது. அந்த வருடத்தில்தான் பேரிடர் நிகழ்ந்தது.

1869ன் துவக்கத்தில் கலூலா தோட்டத்தின் கண்காணிப்பாளர் காபி இலைகளின் கீழ்ப்பகுதியில் மஞ்சள் பொடிபோல கறை படிந்திருப்பதை கவனித்தார். விரைவில் அவை ஆபத்தான பூஞ்சைகள் என கண்டுபிடிக்கப்பட்டன. பாதிக்கப்பட்ட எல்லா இலைகளையும் பறித்து எரித்துவிடுமாறு அவருக்கு அறிவுரை வழங்கப்பட்டது. வேலையாட்களால் அதன் வேகத்துக்கு ஈடு கொடுக்கமுடியவில்லை என்பதை அவர் விரைவிலேயே புரிந்து கொண்டார். விரைவிலேயே அது தோட்டம் முழுவதையும் ஆட்கொண்டது. ஐந்து வருடங்களுக்குள் காபி ரஸ்ட் பூஞ்சை இலங்கையின் எல்லா தோட்டங்களையும் தொற்றிக்கொண்டது.

அந்தப் பூஞ்சை காபிச் செடிகளைக் கொல்லவில்லை. பாதிக்கப்பட்ட இலைகள் பொதுவாக உதிர்ந்துவிட்டன. சில செடிகள் இலைகளற்றுப் போயின. இருப்பினும் காபிச் செடிகள் உயிருடனிருந்தன. ஆனால் அந்நோய் காபிப் பழங்கள் உருவாவதைக் குறைத்தன. அந் நோய் இலங்கைக்கு வந்து பத்து வருடங்களில் (இது ஆப்பிரிக்காவிலிருந்த வந்த பருவக் காற்றில் வந்திருக்கலாம்) தோட்டங்களின் சராசரி விளைச்சல் 500 பவுண்டுகளிலிருந்து 200 பவுண்டுகளாகக் குறைந்தது.

தோட்டக்காரர்கள் முதலில் அந்நோய் மறைந்துபோய்விடும் என்றே நம்பினர். கிளைகளை வெட்டிச் சீர்செய்வது, அதிக உரமிடுவது என பல முயற்சிகளும் செய்யப்பட்டன. அவற்றிற்கு எந்தப் பலனுமில்லை. அதே நேரத்தில் உலகளவில் காபி விலைகள் உயரவே நோய் பரவாத இடங்களில் புதிய தோட்டங்கள் உருவாக்கப்பட்டன. 1880க்குள் 275,000 ஏக்கர்கள் காபித் தோட்டங்களாகியிருந்தன.

இவற்றில் பலவற்றிலும் பயிருடுதல் நிறுத்தப்பட்டிருந்தது. பூஞ்சை, அறுவடையை சிறுகச் செய்து நஷ்டமாக்கியது. 1870ல் இலங்கையின் காபி ஏற்றுமதி 110மில்லியன் பவுண்டுகளாக இருந்தது. 1880க்குள் அது பாதியாகியது, 1890க்குள் அதில் பத்தில் ஒருபங்காகியது.

•

இலங்கை காபியின் வீழ்ச்சி கிட்டத்தட்ட அதே நேரத்தில் இலங்கை தேயிலையின் வளர்ச்சியாக பிரதிபலித்தது. வில்லியம் உக்கெர்ஸ் எனும் தேயிலை மற்றும் காபியின் வரலாற்றாய்வாளர் சொன்னதைப் போல 'இறந்த காபிச் செடிகள் கிளைகளுடன் வெட்டப்பட்டு இங்கிலாந்தில் தேயிலை மேசைகளுக்குக் கால்களாக வைக்க

அனுப்பப்பட்டன'. இது வரலாறு மட்டுமல்ல ஒரு தெளிவான உருவகமுமாகும்.

தேயிலை இலங்கையில் மெல்லவே வேரூன்றியது. கல்கத்தா தாவரவியல் தோட்டம் அசாம் விதைகள் சிலவற்றை தங்கள் தோழமைக் கழகமான கண்டிக்கருகில் பெரடேனியாவிலிருந்த ராயல் தாவரவியல் தோட்டத்திற்கு 1839ல் அனுப்பி வைத்தது. அடுத்த வருடம் சில செடிகளையும் அனுப்பிவைத்தது.

தாவரவியல் பூங்காக்கள் ஆங்கிலேய முடியாட்சியின் சிறப்பம்சமாகும். கிட்டத்தட்ட எல்லா காலனிகளிலும் அவை உருவாக்கப்பட்டிருந்தன. கீவ் மற்றும் எடின்பரோவிலிருந்த பெரிய தோட்ட அமைப்புக்கள் இவற்றை ஊக்கப்படுத்தி இவற்றிலிருந்து மாதிரிகளை ஆய்வுக்காக வரவழைத்தன. பெரடேனியா 1821ல் உருவாக்கப்பட்டது. அதுபோன்ற பூங்காக்கள் ஆங்கிலேய நடை பாதைகளை அமைக்க ஏற்ற இடங்களாக இருந்தன. ஆறு வளைந்து செல்லும் பின்னணியில் அமைக்கப்பட்ட அப்பூங்கா உலகிலேயே சிறந்த வெப்பப்பகுதி பூங்காவாகக் கருதப்பட்டது. மலாக்காவில் இருந்து வந்த பெரிய மூங்கில்கள் ஆற்றின் கரையில் வரிசையாய் நின்றன. அலங்காரப் பனைவகை மரங்கள் அணிவகுத்த நிழற்சாலை ஒன்றிருந்தது. பூக்கும் மரங்கள் எங்கும் நிறைந்திருந்தன. பிற பூங்காக்கள் குறிப்பாக கல்கத்தாவில் இருந்ததைப் போன்றவை (துவக்கத்தில் இது நகரத்திலிருந்து சென்றடையக் கடினமானதாக இருந்தது) ஆய்வுக்காகவே உருவாக்கப்பட்டவையாக இருந்தன. இந்தத் தோட்டங்களின் முக்கிய குறிக்கோள் புதுவகைச் செடிகளை கண்டுபிடித்து வியாபாரத்திற்காக விளைவிப்பதேயாகும்.

பெரடேனியா தாவரவியல் பூங்காவிலும் தலைமை நீதிபதியின் தோட்டத்திலும் கல்கத்தாவிலிருந்து வந்த தேயிலைச் செடிகள் நடப்பட்டன. அதே நேரத்தில் மாரிஸ் வோர்ம்ஸ் எனும் காப்பித் தோட்டக்காரர் சீனாவுக்குச் சென்று 1841ல் சில தேயிலைச்செடி விதைகளை எடுத்து வந்தார். ராத்ஷில்ட் எஸ்டேட்டிற்கு வெளியே இவை நடப்பட்டன. அவர் பேரன் டி ராத்ஷில்டுக்கு உறவினர் என்பதால் இப்பெயர் இடப்பட்டிருந்தது. ஒரு சீனத் தொழிலாளியும் உடன் வந்தார் என்றும் மிகுந்த செலவில் ஒரு சிறிய தேயிலைச் செடி மாதிரித் தொகுப்பும் கொண்டுவரப்பட்டது என்றும் சொல்லப் படுகிறது. இவற்றில் சில, பல தோட்டங்களிலும் நடப்பட்டிருக்கலாம். ஆனால் 1860கள் வரைக்கும் குறிப்பிடத்தகுந்தவகையில் எதுவும் நடைபெறவில்லை.

காப்பி மாபெரும் வியாபார வெற்றியை அளித்துக்கொண்டபோதும் சிலோன் தோட்டக்காரர்கள் பிற தோட்டத் தாவரங்களை பயிரிடுவதன் சாத்தியங்களை முயன்றுகொண்டிருந்தனர். கொயினாச்செடி இவற்றில் ஒன்று. இதிலிருந்து தயாரிக்கப்பட்ட கொயினா மலேரியாவை தடுக்கப் பயன்பட்டது. கொயினாச் செடி 1861ல் முதன்முதலாக நடப்பட்டது. 1883க்குள் 64,000 ஏக்கர்கள் கொயினா மரங்கள் நடப்பட்டிருந்தன. 1880ன் மத்தியில் கொயினாவின் விலை உலகச் சந்தையில் சரிந்தது. 1890களில் சிலோனின் பல தோட்டங்களும் கைவிடப்பட்டன. ஜாதிக்காய், கிராம்பு, ஏலக்காய், பருத்தி மற்றும் கோக்கோ போன்றவையும் இதுபோல ஆங்காங்கே பயிரிடப்பட்ட தாவரங்களாகும். தேயிலையிலும் சிலர் ஆர்வம் காட்டினர்.

தோட்டக்காரர்களின் கூட்டமைப்பு ஆர்தர் மாரிஸ் எனும் பிரதிநிதியை இந்திய தேயிலைத் தோட்டங்களை சுற்றிப்பார்க்க 1867ல் அனுப்பிவைத்தது. அவர் மிக செறிவான அறிக்கை ஒன்றை வெளியிட்டார். அதில் தேயிலை இலங்கையில் சிறப்பாக வளர்க்க முடியும் என்பதை பதிவு செய்தார். அவரது அறிக்கை தோட்டக் காரர்கள் மத்தியில் தாக்கத்தை ஏற்படுத்தவில்லை. அவர்களுக்கு காப்பி மிக இலாபகரமானதாயிருந்தது. தேயிலையை பயிரிட்டால் இலாபம் கிடைக்கக் குறைந்தது ஆறு வருடங்களாவது ஆனது. தோட்டக்காரர்களின் பொதுக்குழு அறிக்கையை நிராகரித்தது:

> 'அதிக முக்கியத்துவமில்லாத பணிகளில் ஒன்றாக இக்குழு இவ்வருடத்திற்குள் இந்திய தேயிலைப்பகுதிகள் குறித்து திரு ஆர்தர் மாரிஸ் வழங்கியிருக்கும் அறிக்கையைக் கவனிக்க வேண்டும்.'

ஆனால் ராயல் தாவரவியல் பூங்காவின் இயக்குனர் அதிகம் ஈர்க்கப்பட்டார். கூடவே சில தோட்டக்காரர்களும் ஆர்வம் காண்பித்தனர். அதே வருடத்திலேயே கல்கத்தாவிலிருந்து தேயிலை விதைகள் வேகவேகமாக வரவழைக்கப்பட்டு 1867 நடப்பட்டன.

இதை முதலில் செய்தவர் ஜேம்ஸ் டெய்லர், லூலகொன்டெரா எஸ்டேட்டின் மேற்பார்வையாளர் ஆவார். 19 ஏக்கர்களில் வியாபார நோக்கில் நடப்பட்டது. டெய்லர் ஸ்காட்லாந்தின் சிறு நகரமான லாரென்ஸ்கிர்க்கில் பிறந்தவர். அங்கிருந்து பல இளைஞர்களும் இலங்கைக்குச் சென்றிருந்தனர். ஒரு முகவர் வழியாக கண்டியிலிருந்த காப்பி எஸ்டேட் ஒன்றிற்கு துணை மேற்பார்வை யாளராக அவர் நியமிக்கப்பட்டிருந்தார். வருடச் சம்பளம் £100. இதிலிருந்தே அவர் தன் பயணத்திற்கும் செலவுசெய்துகொள்ள

வேண்டும். டெய்லர் 1852ல் இலங்கை வந்து சேரும்போது அவருக்கு வயது பதினாறு. அவர் அங்கிருந்து லீலெகொணெரா எஸ்டேட்டுக்கு சில வாரங்களிலேயே மாற்றப்பட்டார். 1892ல் அங்கேயே மரித்தார் (மரிப்பதற்கும் சில நாட்களுக்கு முன்புதான் உடல்நிலை சரியாக விடுப்பு எடுக்கவில்லை என வேலை நீக்கமும் செய்யப்பட்டிருந்தார்). அவரது அதிர்ஷ்டம் அத்தோட்டத்தின் முதலாளிகள் வெவ்வேறு தாவரங்களைப் பயிரிட ஊக்கமளித்தனர். முதலில் கொயினாவும் பிறகு தேயிலையும் நடப்பட்டது.

ஜேம்ஸ் டெய்லர்

ஜேம்ஸ் டெய்லருக்கு இயந்திரவியல் திறமையிருந்தது. விரைவிலேயே அவர் தேயிலை தயாரிக்கும்முறையில் தேர்ச்சி பெற்றவரானார். காப்பித்தோட்ட வேலைக்காரர்களில் சிலர் இந்தியாவில் தேயிலைத் தோட்டங்களில் வேலைபார்த்திருந்தனர். அவர்களிடமிருந்து அவர் இதைக் கற்றுக்கொண்டார். தனது பங்களாவின் வராந்தாவில் தேயிலையைக் காயவைக்கும் மேசைகளையிட்டு, நிலக்கரி நெருப்பைக்கொண்டு உள்ளூர் சந்தையில் விற்கும் தரமுள்ள தேயிலையை அவர் தயாரித்தார். விரைவிலேயே முறையான தொழிற்சாலை ஒன்றை உருவாக்கினார். அதற்காக நீரில் சுழலும் சக்கரத்தைக்கொண்டு ஓர் எந்திரத்தை உருவாக்கினார். 1875ல் லோலெகொண்டெராவில் 100 ஏக்கர்களில் தேயிலை பயிரிடப்பட்டிருந்தது.

பிற தோட்டங்கள் விரைவிலேயே அவரை பின்பற்றின. 1875ல் இரு டஜனுக்கருகில் தோட்டங்கள் தேயிலை பயிரிட ஆரம்பித்திருந்தன. கிட்டத்தட்ட 1000 ஏக்கர்களில் தேயிலை பயிரிடப்பட்டது. 1875க்குப் பின் தேயிலைப் பயிரிடப்படும் வேகம் அதிகரிக்க ஆரம்பித்தது. காப்பி பூஞ்சை பிரச்னையால் எல்லோருமே தேயிலைக்கு மாற விரும்பினாலும் அது எளிதாக இருக்கவில்லை. 1880ல் பத்தாயிரம் ஏக்கர்கள் தேயிலைப் பயிரிடப்பட்டிருந்தன. சிலர் காப்பி பூஞ்சைக்கு ஏதேனும் குணம் கிடைக்கும் என்னும் நம்பிக்கையில் காப்பிச் செடிகளுக்கிடையிலேயே தேயிலையைப் பயிரிட்டனர். சில தோட்டங்களில் காப்பி, தேயிலை மற்றும் கொய்னாவும் சேர்த்தே பயிரிடப்பட்டன.

சிங்களர்களுக்குச் சொந்தமான பல சிறிய காப்பித் தோட்டங்களும் இருந்தன. இவற்றில் சில தேயிலைக்கு மாறின. வசதி படைத்த இந்திய பார்சிக் குழு ஒன்றும் தேயிலை பயிரிட்டது. ஆனால்

பெரும்பான்மை தேயிலைத் தோட்டங்கள் ஆங்கிலேயருக்கே சொந்தமானதாயிருந்தன.

தேயிலைப் பயிரிடுவது வேகம் பிடிக்காமல் போக, காப்பி வீழ்ச்சிக்குப்பின் வந்த பணப்பிரச்னையே முக்கிய காரணமாக இருந்தது. கூடவே வேலை தெரிந்தவர்களும் போதிய விதைகளும் இல்லாமலும் இருந்தது.

கிள்ளப்படாத தேயிலைச்செடிகள் வந்து விதைகளை உருவாக்க மீண்டும் தேயிலை விதைகள் கிடைக்க ஆரம்பித்தன. விதைகளுக்கு இழுபறியாயிருந்ததால் தரம் குறைந்த விதைகளும் பரவலாக விற்கப்பட்டு தரம் குறைந்த தோட்டங்கள் உருவாகவும் நேர்ந்தது. 1847ல் சிலோன் வங்கி திவாலானபோது ஓரியன்ட்டல் பேங்க் கார்ப்பரேஷன் அந்நாட்டின் முக்கிய வங்கியாகியது. 1884ல் அதுவும் வீழ்ந்தது. இதனால் பல காப்பித் தோட்டங்களும் கைவிடப்பட்டன. தோட்ட மேலாளர்களில் கிட்டத்தட்ட கால்பங்குபேர் இலங்கையை விட்டு வாய்ப்புகளைத் தேடி வெளியேறினர்.

இவற்றைத் தாண்டியும் தேயிலை பழைய தோட்டங்களிலும் புது நிலங்களிலும் பயிரிடப்பட்டு வந்தது. தாழ்நிலத் தேயிலை தென் மேற்கு கடற்கரையில் வெகு சில தோட்டங்களில் பயிரிடப்பட்டது. இடைநிலைத் தேயிலை, முக்கியமாக பழைய காப்பி தோட்டங்களில் பயிரிடப்பட்டு, இவை கண்டியைச்சுற்றி கடல்மட்டத்திலிருந்து 2000 முதல் 4000 அடி உயரத்திலுள்ள இடங்களில் பயிரிடப்பட்டவை. உயர்நிலைத் தேயிலை மத்திய மலைகளில் 4000 அடிக்கு மேலிருந்த இடங்களில் பயிரிடப்பட்டது. இந்தியாவிலிருந்ததைப்போலவே அசாம் தேயிலை தாழ்நிலங்களிலும், சீனத் தேயிலை உயரமான இடங்களிலும் சிறப்பாக வளர்ந்தன. ஆனால் பயிர்க்கலப்பு பரவலாக இருந்தது. 1885ல் இலங்கையில் 100,000 ஏக்கர் தேயிலை பயிரிடப் பட்டிருந்தது. 1900ல் 384,000 ஏக்கர்கள்.

•

இருபது வருடங்களில் இவ்வளவு ஏக்கர் தேயிலை பயிரிடுவதென்பது வியத்தகும் சாதனையாகும், இதற்கு பெரும் பணமும் மனித உழைப்பும் தேவைப்பட்டன.

இந்தியாவைப்போலல்லாமல் இலங்கையில் தேயிலைத் தோட்டங்களின் துவக்கம் வேறாக இருந்தது. இந்தியாவில் அசாம் தேயிலைக் கம்பெனி தனியுரிமையை பத்தொன்பதாம் நூற்றாண்டைத் தாண்டியும் தக்க வைத்திருந்தது. அது பல முதலீட்டாளர்களையும் கொண்ட ஒரு லிமிட்டெட் கம்பெனி ஆகும்.

அதன் மொத்த கூட்டு முதலீடு £300,000 ஆகும். பிற பெரிய நிறுவனங்களும் தேயிலை பயிரிடுவதில் பின்னர் ஈடுபட்டனர். ஆனால் இலங்கையில் இதற்கு நேர் மாறாக தேயிலைப் பயிரிடுவது சிறிய தோட்டங்களிலேயே ஆரம்பித்தது.

சில தோட்டங்கள் பல பங்காளிகளுக்கும் உரிமையானதாயிருந்தது. இலங்கையிலும் இங்கிலாந்திலும் இருந்த இவர்கள் தங்கள் உதவியாளர்கள் அல்லது நிர்வாகிகளைக்கொண்டு தோட்டங்களை கவனித்துக்கொண்டனர். வெகு சில பெரிய நிறுவனங்களே இங்கிருந்தன. சில தோட்டங்களை வங்கிகள் எடுத்துக்கொண்ட போது பெரு நிறுவனங்கள் வாங்கிக்கொண்டன. அவ்வளவுதான் அவர்களுடைய ஈடுபாடாக இருந்தன. ஆனால் இது பத்தொன்பதாம் நூற்றாண்டின் இறுதியில் அதிரடியாக மாறியது.

அதிகம் கவனிக்கத்தக்க புதுவரவு, சர் தாமஸ் லிப்டனாகத்தான் இருந்தார். ஒரு சுறுசுறுப்பான வியாபாரியான அவர் கிளாஸ்கோவில் 1871 ஒரு சிறிய பலசரக்குக் கடையை ஆரம்பித்தார். மலிவாக விற்று, பெரும் விளம்பரங்கள் மூலம் மக்களைக் கவர்ந்து விரைவிலேயே 400 கடைகளுக்குச் சொந்தக்காரரானார். 1889ல் லண்டனில் ஏலத்தில் தேயிலை வாங்க ஆரம்பித்தார். அவரது கடைகள் மூலமும் பிற முகவர்களைக்கொண்டும் அந்த வருடம் 6 மில்லியன் பவுண்டு எடையுள்ள தேயிலையை விற்றார். அந்த வருடம் ஆஸ்திரேலியாவுக்குச் செல்லும் வழியில் இலங்கையில் தங்கினார் லிப்டன்.

பொருளாதார பிரச்னையால் பல தேயிலை எஸ்டேட்களும் விலைக்கு வந்திருந்தன. ‘இடைத்தரகரை வெட்டிவிடு’ என்பதைத் தாரக மந்திரமாகக் கொண்டிருந்த லிப்டன் இதை நல்ல வாய்ப்பாகக் கொண்டு பல தோட்டங்களையும் வாங்கிக்கொண்டார். பின்னர் இலங்கை தேயிலை என்றாலே லிப்டன் என்று அவர் பெயரெடுத்தாலும் அவருக்குச் சொந்தமான 3000 ஏக்கர்கள் மொத்த விளைநிலத்தில் 15 சதவிகிதமேயாகும். இத்தோட்டங்கள் லிப்டனின் தேயிலைத் தேவையில் ஒரு சிறு பகுதியேயாகும். அவர் அதிக அளவில் இந்தியத் தேயிலையையே வாங்கினார். இருப்பினும் லிப்டன் சிலோன் தேயிலைக்கு அளித்த சிறப்பு விளம்பரத்தின் மூலம் பெரும் சந்தை உருவானது.

1890ல் பல தேயிலைக் கம்பெனிகளும் ஒன்றாகி புதிய கம்பெனிகள் உருவாக்கப்பட்டன. சில சிலோனிலும் சில இங்கிலாந்திலும் உருவெடுத்தன. முதலீடு நண்பர்கள், தெரிந்தவர்களிடமிருந்தோ அல்லது பொது மக்களிடம் முதலீடாகவோ பெறப்பட்டது.

பொதுவாக முதலீட்டில் சூதாட விரும்புபவர்களே வங்கிகளைவிட அதிகம் முதலீடு செய்தனர். இலங்கை தோட்டங்களின் மோசமான வரலாற்றை அவர்கள் மட்டுமே மறக்க முடியும்.

இந்தியாவைப்போலவே பல புதிய முகவமை நிறுவனங்களும் உருவாக்கப்பட்டன. கொழும்புவிலிருந்த இவை தேயிலையை சேமித்து வைக்கவும், ஏற்றுமதிக்கும் விற்கவும் உதவிசெய்தனர். முதலாளிகள் இல்லாத தோட்டங்களை மேற்பார்வையிடும் பணியையும் செய்தனர். 'மேற்பார்வையிடும் முதலாளி'யின் வருகை தோட்டங்களில் பயத்துடன் எதிர்பார்க்கப்பட்டது. அவர்கள் தேயிலைத் தொழிலில் முக்கிய சக்தியாக உருவெடுத்தனர். லண்டனில் விற்பனைக்கென முகவர்கள் உருவாகினர். இவர்களில் பலர் தாங்கள் வேலை செய்த கம்பெனிகளிலேயே முதலீடும் செய்தனர்.

பத்தொன்பதாம் நூற்றாண்டின் பின்பகுதியில் வந்த தோட்டக்காரர்கள் சற்று வித்தியாசமானவர்கள். துவக்ககால தோட்டக்காரர்கள் காப்பி வழியாக வந்தவர்கள். பலரும் தொழிலாளி வர்க்கத்தைச் சார்ந்தவர்கள். அவர்கள் தோட்டக்காரர்களாக பயிற்சி பெற்றிருக்கலாம் அல்லது இராணுவப் பதவிகளில் இருந்திருப் பார்கள். அவர்களது நடத்தை மோசமாக இருந்தது. குறிப்பாக பிரம்மச்சாரிகள். உதாரணமாக லூலெகொன்டெராவிலிருந்த ஜேம்ஸ் டெய்லருக்கு பியர் குப்பியிலிருக்கும் முதல் மடக்கு பிடிக்காது. அவர் அதை தரையில் கொட்டிவிடுவார். அவர் குடித்து முடிக்கையில் வீட்டின் தரை முழுக்க பியர் கொட்டிக்கிடக்கும். அவரது வாழ்க்கையின் முடிவில் அவர் பிற தோட்டக்காரர்களுக்கு மத்தியில் தனிமைப்படுத்தப்பட்டவராக உணர்ந்தார். பழைய தோட்டக் காரர்களில் ஒருவர் இவ்வாறு குறிப்பிடுகிறார்.

> 'இந்த சமூக நடத்தை விதிகள் எங்கிருந்துவந்தன என்பது தெளிவில்லை. பெண்கள் வந்துவிட்டதாலா அல்லது இலை நோய்க்குப் பின்னரா? எனக்குத் தெரிந்ததெல்லாம் நமது எளிய வாழ்க்கைமுறை திடீரென பல இடங்களில் மாறிவிட்டது; விருந்துகளுக்கு சிறப்பான உடைகளை அணிவது போன்றவற்றை அறுபதுகளுக்கு முன்பு நான் இந்தக் காட்டுக்குள் கேள்விப்பட்டதேயில்லை'.

தோட்டக்காரர்கள் உண்மையிலேயே விருந்துகளுக்கு மிகச் சிறப்பாக ஆடை அணிந்தனர். பேராசிரியர் ஏர்னஸ்ட் ஹாக்கிள் 1880களின் துவக்கத்தில் என்ன நடந்தது என்பதை விவரித்துள்ளார்:

> 'சூரிய அஸ்தமனத்திற்குப் பின் நான் வந்து சேர்ந்தேன். எங்கோ தொலைவிலிருந்த ஒரு தோட்டம் அது. விருந்தோம்பும் வீட்டுத்

தலைவர் என்னிடம் மாலை விருந்துக்கு கறுப்பு வால்கோட்டும் வெள்ளை டையும் அணிந்து வரவேண்டும் என்பதை தெளிவாக அறியச் செய்தார். மலைகளைச் சுற்றிப்பார்க்க வந்த நான் சிறிய பயணப்பை ஒன்றையே எடுத்து வந்திருக்கிறேன். அதில் விருந்துக்கான ஆடைகள் இல்லை என்று நான் உண்மையான வருத்தங்களை தெரிவித்த பின்னரும் அவரும் அவர் மனைவியும் என்னை மரியாதை செய்ய முழுமையாக விருந்துக்கான ஆடைகளையும் அலங்காரங்களையும் அணிந்துவந்தனர். நாங்கள் மூவர் மட்டுமே மேசையிலிருந்தோம்.'

'நல்ல குடும்பங்களிலிருந்து இளைஞர்கள் இலங்கைக்கு தேயிலைப் பணிக்காக வருவது ஒரு வழக்கமாகியிருந்தது. சிலர் பங்குதாரர்களின் சொந்தக்காரர்களாயிருந்தனர். பிறர் தனக்குத் தெரிந்தவருக்குத் தெரிந்தவர்கள் வழியாக வந்தவர்கள். இவர்களை ஹாமில்ட்டன் மற்றும் ஃபாஸன் எழுதிய 'த ஷக் எஸ்டேட்' புத்தகம் சிறப்பாக பகடி செய்துள்ளது. அதில் சர் ஜான் ஃபாலிங்ஸ்பி அவரது இரன்டாம் மகனுக்கு இவ்வாறு அறிவுரை செய்கிறார்.

'சர் ஜெலபி ஜிங்கிள் மற்றும் அட்மிரல் ஸ்னீஸ்
ஆளுக்கொரு மகனுண்டு சிலோனிலே
ஐயாயிரம் கடனாகத் தாயேன் பிளீஸ்
தந்தால் நான் ஆகிடுவேன் கோடீஸ்வரனே'

நூற்றாண்டின் முடிவில் வந்த நல்ல சாலைகளின் உதவியைக் கொண்டு இவ்விளைஞர்கள் சமூகத் தொடர்புகளை விரிவுபடுத்திக்கொண்டனர். குரோக்கெட் விளையாட்டுக்கு புல்தளங்களையும், டென்னிஸ் தளங்களையும் தோட்டங்களில் உருவாக்கினர். மதுஅருந்தவும் நடனத்திற்காகவும் சமூகக் கூடங்களை உருவாக்கினர். கிரிக்கெட், கோல்ஃப் மற்றும் போலோ விளையாடினர். வெள்ளைப் பெண்கள் குறைவாகவே இருந்தனர். ஆனால் முன்பைவிட அதிகமாயிருந்தனர். அவர்கள் தேயிலைப் பகுதியில் பரந்து செல்லச் செல்ல சமூக வாழ்க்கையின் தரத்தை உயர்த்திக்கொண்டே சென்றனர்.

•

தோட்ட வாழ்க்கையில் யானைகளும் ஓர் அங்கமாயிருந்தன. முதலில் அவை தந்தத்திற்காக சுடப்பட்டன. பின்னர் அவை அடக்கப்பட்டு வேலை செய்ய பழக்கப்படுத்தப்பட்டன.

காட்டை சரி செய்ய வேட்டை தேவையானதாக இருந்தது. காட்டுப் பன்றிகள் அபாயமானவை. அவை புதிய செடிகளை வேரோடு

பிடுங்கிவிடுபவை. 400 பவுண்டுகள் வரைக்கும் எடையுள்ள அவற்றை புதர்கொண்டு மறைக்கப்பட்ட குழிகளுக்குள்ளிருந்து சுட்டனர். சிறிய விலங்குகளான முள்ளம்பன்றிகளும் எலிகளும்கூட நாசம் விளைவிக்கக்கூடும். சிறுத்தைகள் வீட்டுப் பறவைகளை அல்லது நாய்களை அடித்துக் கொன்றன. பல தோட்டக்காரர்களும் பன்றிகளையும் சம்பூர் மான்களையும் வேட்டையாட வேட்டை நாய்களை வைத்திருந்தனர். இம்மான்கள் 'எல்க்' என அழைக்கப் பட்டன. 600 பவுண்டுகள் எடையுள்ளவை. வேட்டையாடுபவர் கவனமாகச் செயல்படவேண்டும். ஏனென்றால், நாய்கள் அவற்றைப் பிடித்தாலும் வேட்டைக்காரர் நீண்ட கத்தியைக் கொண்டு அவற்றை வெட்டிக் கொல்லவேண்டியிருந்தது. பல தோட்டக்காரர்களும் இவ்வேட்டைகளின்போது கொல்லப்பட்டனர்.

ஆனால் பழைய தோட்டக்காரர்கள் அனைவருக்கும் பிடித்த விலங்கு யானைதான். தீவு முழுவதும் எண்ணற்ற யானைகள் இருப்பதைக் கண்ட ஆங்கிலேயர்கள் அவற்றை அழிக்க ஆர்வத்துடன் செயல் பட்டனர். ஆப்பிரிக்க யானைகளைப்போலன்றி இவற்றில் பெண் யானைகளுக்கு தந்தம் இருப்பதில்லை என்றபோதும் அவர்கள் ஆண் யானைகளையும் பெண் யானைகளையும் சுட்டுக் கொன்றனர். இலங்கை ஆண் யானைகளில் 60% யானைகளே தந்தங்களை உடையவையாக இருந்தன. இவற்றில் பெரும்பான்மை மிகச்சிறியவை ஆயினும் ஆங்கிலேய இராணுவம், ஆட்சியாளர்கள், தோட்டக்காரர்களுக்கு அது பொருட்டாக இல்லை. யானை வேட்டைக்குப் புகழ்பெற்ற தோட்டக்காரர் மேஜர் தாமஸ் ராஜர், அவர்:

> 'ஆறு வருடங்களுக்கு முன்பு அவர் ஆயிரத்து முன்னூறை எட்டியபோது அதன்பின் (யானைகளை வேட்டையாடும்) எண்ணத்தை கைவிட்டார். அவரது வீடு முழுவதும் தந்தங்கள் நிறைந்திருந்தன. ஏனென்றால் அவர் கொன்றவற்றில் அறுபது யானைகளுக்குத் தந்தமிருந்தது. அவரது வீட்டு வராந்தாவின் ஒவ்வொரு கதவிலும் பெரிய தந்தங்கள் வைக்கப்பட்டிருந்தன. அதேபோல விருந்தறையின் மூலைகளும் தந்தங்களால் அலங்கரிக்கப்பட்டிருந்தன.'

ஒருவேளை அதிருஷ்டவசமாகவோ என்னவோ ராஜரின் பணி திடீரென முடிவுக்கு வந்தது. நாற்பத்தியொராம் வயதில் அவர் மின்னல் தாக்கி இறந்தார்.

காப்பி பயிரிட்டவர்கள் காட்டை அழித்தனர். பெரும்பான்மை மரங்களை எரித்தனர். மூடுகளை அழுகவிட்டனர். தேயிலைப்

பயிரிட்டவர்கள் மூடுகளை வேருடன் பிடுங்கவேண்டியிருந்தது. ஏனென்றால், அவை அருகிலிருந்த செடிகளின் வளர்ச்சியை தடுத்தன. அதேபோல வேர்ப் பூஞ்சைகளையும் பரப்பின. வேர்களைப் பிடுங்க யானைகள் தேவைப்பட்டன. அதேபோல தேயிலை தயாரிப்புக்கான எந்திரங்களை கடினமான பகுதிகளுக்கு எடுத்துச் செல்லவும், சாலைகள், வீடுகள், பாலங்கள் கட்டத் தேவையான பொருள்களைச் சுமந்து செல்லவும் பயன்படுத்தப் பட்டன. வீட்டு யானைகளின் எண்ணிக்கையை பெருக்க காட்டு யானைகள் தொடர்ந்து பிடிக்கப்பட்டன.

தோட்டக்காரர்கள் யானை வேட்டையில் சேர்ந்துகொள்ள விரும்பினர். ஆனால் இந்த வேலையைச் செய்தது இலங்கை மக்களே. ஆயிரம்பேர் வரைக்கும் தேவைப்படலாம். யானைகளைப் பிடிக்க தடிகளையும் மரங்களையும் கொண்டு ஒரு கோட்டை எழுப்பப்பட்டது. யானைகள் உள்ளே நுழையும்படி திறந்து மூடும் கதவுகளுமிருந்தன. இவற்றுக்கு பெரிய தடிகளைக்கொண்டு முட்டுக்கொடுத்து மூட முடியும். இலங்கையைச் சேர்ந்த முரசொலிப்பவர்கள் யானைக்கூட்டத்தை முரசொலித்து விரட்டி மரக்கோட்டையை நோக்கித் துரத்துவர். இதற்கு சிறப்புத் திறமை தேவைப்பட்டது, கூடவே ஒரு வாரம் வரைக்கும் இதற்குத் தேவைப்படலாம். யானைகள் கோட்டைக்குள் நுழைந்ததும் அதன் கதவுகள் அடைக்கப்பட்டு முட்டுக்கொடுக்கப்பட்டன.

அடக்கப்பட்ட யானைகளைக்கொண்டு பிடிக்கப்பட்ட யானைகள் அடக்கப்பட்டன. ஒவ்வொரு காட்டு யானையும் இரு வீட்டு யானைகளுக்கு நடுவில் நெருக்கி விடப்பட்டது. அதன்பின் கயிறால் அவை கட்டப்படும். கயிறிட்டபின் அவற்றை சங்கிலியில் கட்ட முடியும். ஒரு மாதத்திற்குப் பின்னரே புதிய யானையின் மேல் ஏறிக்கொள்ள முடிந்தது. அது வேலைக்குத் தயாராக நான்கு மாதங்கள் வரை ஆகலாம்.

●

ஒப்பீட்டளவில் இலங்கை மிகச் சிறியது. இராணுவம் விரைவாக முக்கிய சாலைகளை உருவாக்கியிருந்ததால் இந்தியாவைப்போல போக்குவரத்து பிரச்னைகள் இல்லை. இருப்பினும் மிதமான வேகத்திலேயே வியாபாரம் நடந்தது. ஏனென்றால் கிட்டத்தட்ட எல்லா போக்குவரத்தும் மாட்டு வண்டிகளைக் கொண்டே நடைபெற்றன. முதலில் காப்பி கண்டிக்கு எடுத்துச் செல்லப்பட்டது. நாட்டுப்புறங்களிலிருந்த பழங்கால சாலைகளின் வழியே இது நடந்தது. மழைக்காலங்களில் இவை முற்றிலும்

கைவிடப்பட்டவையாக இருந்தன. இச்சாலைகள் திருத்தப்படும் வரைக்கும் மாட்டு வண்டிகளைக்கொண்டு மாடுகளிலேயே சுமையை எடுத்துச் செல்ல முடிந்தது. பயணம் நிறைவுர ஓரிரு வாரங்களாகின. 1832 கண்டி - கொழும்பு சாலை உருவானபோது மாட்டு வண்டிகள் 90 மைல் தொலைவை நான்கு நாட்களில் முடித்தன, தட்பவெப்பம் ஒத்துழைத்தால். துவக்கத்தில் பொருள்களை கடற்கரைக்கு எடுத்துச் செல்ல ஆகும் செலவு அவற்றை கொழும்பிலிருந்து 11,000 மைல்கள் தொலைவிலிருந்த இங்கிலாந்துக்கு அனுப்பிவைக்கும் செலவை விட அதிகமாயிருந்தது.

கண்டிக்கும் கொழும்புவுக்குமிடையே ஓர் இரயில் தடம் 1867ஆம் ஆண்டு உருவாக்கப்பட்டது. பின்னர் இது தேயிலைப்பகுதிகளுக்கும் நீட்டப்பட்டது. தேயிலைத் தோட்டங்கள் உருவாகிய சமயத்தில் இந்த இரயில் தடம் தேயிலையை எடுத்துச் செல்ல முக்கிய போக்குவரத்துத் தடமாக மாறியிருந்தது. ஆனால் இத்தேயிலையை தயாரித்த பணியாட்களின் நிலைமை அத்தனை அதிர்ஷ்ட வசமானதாக இல்லை.

ஆரம்பத்திலேயே உள்ளூர் பணியாளர்களை மட்டுமே கொண்டு தோட்டப்பணிகளைச் செய்ய முடியாது என்பது தெளிவானது. காடுகளைத் திருத்த உதவி செய்தனர் என்றாலும் சிங்களர்களுக்கு தோட்டத்தில் வேலைசெய்ய துளியும் விருப்பமில்லை. அவர்களிடம் சொந்த நிலங்கள் இருந்தன. மேலும் அக்காலத்தவர் ஒருவர் எழுதியதைப்போல 'கூலிக்கு வேலை' செய்வதென்பது அவர்களது தேசிய உணர்வுகளுக்கு முற்றிலும் எதிரானது, அதை கிட்டத்தட்ட கொத்தடிமைத்தனமாகவே பார்த்தனர். கூடவே கட்டளைகளைப் பின்பற்றுவதும், சொல்வதைச் செய்வதும் அவர்களுக்கு எரிச்சல் ஊட்டுவதாயிருந்தது.' வெகுசில சிங்களர்களே தோட்டங்களில் வேலை செய்தனர்.

காப்பி அறுவடைக்காலத்தில் அதிக பணியாளர்கள் தேவைப் பட்டனர். அது, ஒரு வருடத்தில் நான்கு அல்லது ஐந்து மாதங்களே. இந்தியாவில் நெல் அறுவடை முடியும் காலத்தில் இலங்கையில் காப்பி அறுவடை துவங்கியது. இதனால் இந்திய தொழிலாளர்கள் காப்பி அறுவடைக்கு இலங்கைக்கு வரும் வழக்கம் உருவானது.

ஆரம்பத்தில் தோட்டக்காரர்கள் தங்கள் பணியாளர்களை அனுப்பி கூலிகளை வரவழைத்தனர். பின்னர் வழிகளைத் தெரிந்துகொண்ட தொழிலாளிகளே தங்களை குழுக்களாக ஒருங்கிணைத்து வர ஆரம்பித்தனர். தங்களில் ஒருவரை அவர்கள் தலைவராக,

கங்காணியாக தேர்ந்தெடுத்துக்கொண்டனர். அவர் வேலைக்கான ஒப்பந்தங்களை உருவாக்கவும் மேற்பார்வையிடவும் பணிக்கப் பட்டார். இதற்காக அவருக்கு எல்லோரின் கூலியிலிருந்தும் சிறிய தொகை தரப்பட்டது. பின்னர் வேறு வகையான கண்காணிகள் உருவாகினர், இவர்கள் தோட்டக்காரர்களின் சார்பாகச் செயல்பட்டனர்.

தோட்டங்களுக்குச் செல்லும் பாதை மிகவும் ஆபத்தானதாக இருந்தது. தமிழ் உழைப்பாளிகள் இருபது மைல் அகலமுள்ள பாக் நீரிணையை (ஜலசந்தி) சிறிய படகுகளைக்கொண்டு கடந்து வடமேற்கு இலங்கையை அடைந்தனர். அங்கிருந்து நடந்து சென்றனர். வடக்குச் சாலை எனப்பட்ட அந்த சாலை ஒரு நடை பாதையைப் போன்றே அமைந்திருந்தது. இலங்கையின் கடுமையான காடுகளின் வழியே அது சென்றது. மலேரியா அங்கே உச்சத்தில் இருந்தது. நல்ல குடிநீர் கிடைப்பதில்லை. அந்த சாலை பின்னர் கரடுமுரடான மலைப்பகுதிகள் வழியே சென்று தோட்டங்களை அடைந்தது.

பல கங்காணிகளும் கூலிகளின் உணவுச் செலவுக்கென எஸ்டேட் வழங்கிய பணத்தைவிட அதிகம் செலவு செய்ய விரும்பவில்லை. ஏழு அல்லது எட்டு நாட்களுக்கு இடைவிடாமல் அவர்களை விரட்டிச் சென்றனர் கண்காணிகள். பண நஷ்டம் ஏற்படாதவாறு வழியில் தவறியவர்களுக்குப் பதிலாக சில கூலிகளை அதிகமாக கூட்டிச் செல்வது வழக்கமாயிருந்தது. அந்தப் பயணம் 150 மைல்களுக்கும் மேல் இருந்தது. இடையில் இளைப்பாற இடங்களோ, மருத்துவ வசதிகளோ இல்லை. 'அச்சாலை' நோயாளிகளாலும், இறக்கும் தருவாயிலிருப்பவர்களாலும் சடலங்களாலும் நிறைந்திருந்தது. 'கிறித்துவர்களை அடக்க சில முயற்சிகள் மேற்கொள்ளப்பட்டன. ஆனால் அப்பகுதியில் நிலம் தோண்டுவதற்குக் கடுமையானதாக இருந்தது. 'இதன் விளைவு என்னவென்றால் நரிகள் பிணங்களைத் தின்றன. சில நேரங்களில் கல்லறைகளிலிருந்து பிணங்களை இழுத்துச் சென்றும் தின்றன, எனவே ஆங்காங்கே வெளிறிய மண்டையோடுகளையும் எலும்பு களையும் காண முடிந்தது.'

தமிழர்களில் அதிகமானவர்கள் பயணக் களைப்பினாலும் குளிர் தாக்கியும் தோட்டங்களில் சென்று மடிந்தனர். வேலைசெய்ய முடியாத அளவிற்கு நோயுற்றிருந்தவர்கள் இரக்கமற்ற தோட்டக் காரர்களால் தெருவில் சாவை நோக்கி விடப்பட்டனர். இவற்றிற்குத் தப்பியவர்கள் சுகாதாரமற்ற முறையில், வசதிகளேயில்லாத

வீடுகளில் நெருக்கத்தில் தங்கவைக்கப்பட்டிருந்தனர். இவர்கள் பலரும் காலராவிற்கும் பிற நோய்களுக்கும் பலியாகினர்.

சில ஆங்கிலேய சமூகங்கள் மத்தியில் தமிழகக் கூலிகள் நடத்தப்படும் விதம் குறித்து கடும் அதிருப்தி நிலவியது. அரசும் தோட்டக்காரர்களும் ஒருவரை ஒருவர் குற்றம் சாட்டினர். வசதிகளை ஏற்படுத்துவதற்கான செலவை யார் செய்வது என்று விவாதித்துக் கொண்டிருந்தனர். 1841ல் துல்லியமாக எத்தனை பேர் இறந்து போயினர் என்பதைக் குறித்து 1849ல் உள்ளூர் பத்திரிகைகளில் காரசாரமாக விவாதிக்கப்பட்டது. இன்னும் அது விவாதப் பொருளாகவே உள்ளது. பதியப்படாத துறைமுகங்களின் வழியே எத்தனைபேர் வந்து சென்றிருப்பார்கள் என்கிற கணக்கு இல்லை. இது குறைவான எண்ணிக்கையே இருந்திருக்கக் கூடும். புள்ளி விபரப்படி 272,000 பேர் வந்தனர். ஆனால் 133,000 பேர் மட்டுமே வெளியேறினர். அதிக பட்சமாக 50,000 பேர் இலங்கையிலேயே தங்கியிருந்திருக்கலாம் என்று கணிக்கப்படுகிறது. குறைந்தபட்சம் 70,000பேர் இறந்திருக்கலாம் என்பது பொதுவாக ஒப்புக் கொள்ளப்படும் எண்ணிக்கை.

●

பத்தொன்பதாம் நூற்றாண்டின் பின்பகுதியில் தென்னிந்தியாவில் பல பஞ்சங்கள் உருவாகின. இது பல தென்னிந்தியர்களையும் இலங்கையின் தோட்டத்துக்கு ஆபத்தான பயணத்தை மேற்கொள்ளச் செய்தது. 1854ஆம் ஆண்டின் பஞ்சத்தில் இறந்தவர்கள் எண்ணிக்கை குறைவு என்றாலும் ஊட்டச் சத்தின்றி உடல் குன்றியவர்கள் பலர். இந்திய கிராம வாழ்க்கையின் அடிப்படைகளில் ஒன்றான கால் நடைகள் பலவும் மடிந்தன. சில மாவட்டங்களில் மூன்றில் ஒருபங்கு கால்நடைகள் இறந்துபோயின. பல இடங்களில் ஐந்தில் நான்குபங்கு விலங்குகள் அழிந்தன. 1865-66ல் வந்த மெட்ராஸ் பஞ்சம் இதைவிடக் கொடுமையானதாக இருந்தது. குறைந்தது 450,000 இந்தியர்கள் இறந்துபோயினர். இப்பஞ்சங்கள் மக்களை குடிபெயரச் செய்தன. காப்பித் தோட்டக்காரர்கள் பலனடைந்தனர்.

தேயிலைத் தோட்டக்காரர்களுக்கு பலன் தந்தது இவற்றை விட மேலான பேரழிவுகளாகும். அரசு அறிக்கைகளில் நயமாக 'தட்டுப்பாடுகள்' எனக் குறிப்பிடப்பட்ட பஞ்சங்கள் தேயிலைப் பயிரிடப்பட்ட துவக்க காலங்களிலிருந்தே (தென்னிந்தியாவில்) உருவாகி வந்தன. இவை விவசாயம் பொய்த்ததால் உருவானவை. இவற்றால் சத்துக்குறை ஏற்பட்டதேயன்றி இறப்புக்கள் குறைவு. 1876-78ல் ஒரு பெரும் பஞ்சம் மெட்ராஸைத் தாக்கியது. இது

பேரிழப்பை உருவாக்கியது, மக்கள் மீளப் பல ஆண்டுகளாயின. இப்பகுதி ஆண்டின் மத்தியில் பெய்த தென்மேற்குப் பருவமழையையும் கடைசியில் பெய்த வட கிழக்குப் பருவமழையையும் நம்பியிருந்தது. 1876ல் இரண்டுமே பொய்த்தன. சில பகுதிகளில் வழக்கமான மழையில் பத்தில் ஒரு பங்கே பொழிந்தது. 1877 வழக்கத்திற்கும் அதிகமாக வெப்பமான ஆண்டாக இருந்தது. 'அது ஏற்கெனவே வறண்டிருந்த பூமியை சுட்டெரித்தது.' தென் மேற்குப் பருவமழை மீண்டும் பொய்த்தது. இரண்டாவது பருவமழை வழக்கம்போல பெய்தது. ஆனால் அதற்கு லட்சக் கணக்கானோர் உணவுக்காக அரசின் திட்டங்களில் கூலிகளாகச் சென்றிருந்தனர். அவர்கள் அதிருஷ்டக்காரர்கள், ஏனென்றால் 35 லட்சம் பேர் இப்பஞ்சத்தில் மடிந்தனர்.

இந்தக் கடினமான நிலைமைகள்தான் தென்னிந்தியர்களைக் கூலிகளாக இலங்கை தேயிலைத் தோட்டங்களுக்கு விரட்டின. 1877 பஞ்சத்தில் 167,000 தென்னிந்தியத் தமிழர்கள், ஆண்கள், பெண்கள், குழந்தைகள் - இலங்கைத் தோட்டங்களுக்குச் சென்றனர். 88,000 பேர் இந்தியாவிற்குத் திரும்பினாலும் தோட்டக்கூலிகளின் நிகர எண்ணிக்கையில் 87,000 கூடியது. 1889வரை கொழும்புவிற்குப் படகில் சென்றவர்கள் குறித்த நம்பத்தகுந்த கணக்குகள் எதுவுமில்லை. ஆனால் அந்நூற்றாண்டின் முடிவுவரைக்கும் அதிக எண்ணிக்கையில் கூலிகள் பாக் நீரிணைப்பைக் கடந்து, அபாய கரமான வடக்குச் சாலையைக் கடந்து தேயிலைத் தோட்டங்களை அடைந்தபடியிருந்தனர் என்பது தெளிவானது. பின்னர் பலரும் அதே பாதையில் திரும்பியும் சென்றனர். சில வருடங்களில் வந்தவர்களின் எண்ணிக்கையைவிட திரும்பியவர்களின் எண்ணிக்கை குறைவாக இருந்தது. ஆனால் ஒட்டுமொத்தமாக தோட்டக் கூலிகளின் எண்ணிக்கை வளர்ந்துகொண்டேயிருந்தது. 1900க்குள் அது 337,000 ஆக உயர்ந்தது. அதில் இந்தியத் தமிழர்களே அதிகமானபேர்.

1855க்குப் பின் வடக்குச் சாலையை மேம்படுத்த சில முயற்சிகள் எடுக்கப்பட்டன. காப்பிக்குப் பதில் தேயிலை பயிரிடப்பட்டபோது கூலிகளின் வாழ்க்கைத் தரம் சற்று மேம்பட்டது. 1880க்குள் சாலை நெடுகில் அரசு சுகாதார நிலையங்களையும், மருந்தகங்களையும் இளைப்பாறுமிடங்களையும் கிணறுகளையும் உருவாக்கியது. நடக்க இயலாதாவர்களை ரோந்துகளின்போது கண்டுபிடித்து மருத்துவ மனைகளில் அனுமதித்தனர். இவற்றால் இறப்புக்கள் குறைந்தன. ஆனாலும் அவ்வப்போது காலராவும், கொள்ளை நோயும், சின்னம்மையும் பரவி உயிர்களை மாய்த்தன. இவற்றைக் கட்டுப்படுத்த இலங்கைக்குள் நுழையும் முன்பே

கட்டுப்பாட்டறைகள் உருவாக்கப்பட்டிருக்கவேண்டும். இவை நூற்றாண்டின் இறுதிவரை உருவாக்கப்படவில்லை. அரசு அதிகாரிகள் நோயாளிகளை பிரித்தெடுக்க இப்பயணத்தை நம்பியிருந்தனர். இதனால் பாதை நெடுகிலிருந்த ஊர்களில் நோய்கள் தாக்கி அவை குடியிழந்தன.

1890ல் தென்னிந்திய துறைமுகங்களுக்கும் கொழும்புவுக்குமிடையே நீராவிப் படகு போக்குவரத்து துவங்கியது. வடக்குச் சாலையை ஒருவகையில் இது தேவையற்றதாக்கியது. இருப்பினும் பழக்கம் காரணமாகவோ அல்லது நீராவிப்படகிற்கான செலவு காரணமாகவோ சில கூலிகள் இச்சாலையை பயன்படுத்திவந்தனர். தோட்ட முதலாளிகளும் குறிப்பாக வடக்கு மலைப்பகுதிகளிலிருந்த தோட்டக்காரர்கள் அச்சாலையை புழக்கத்தில் வைத்திருக்கவே விரும்பினர். ஆனால் 1897ல் தென்னிந்தியாவில் கொள்ளை நோய் தீவிரமாகப் பரவியது. அது இலங்கையில் பரவாமலிருக்க ஆளுனர் கொழும்புக்கு வரும் போக்குவரத்தை தீவிரமாகக் கட்டுப் படுத்தினார். வடக்குச்சாலை மூடப்பட்டது. பின்னர் அது திறக்கப்படவேயில்லை.

•

தென்னிந்தியத் தமிழர்கள் இலங்கைத் தோட்டங்களில் வேலை செய்ய ஏற்படுத்தப்பட்ட விதிமுறைகள் இந்திய தோட்டங்களை விடவும், அல்லது இந்தியர்களை பணியமர்த்திய பிற நாடுகளை விடவும் முற்றிலும் மாறுபட்டவையாக இருந்தன. இலங்கைக்குச் சென்ற கூலிகள் ‘விடுதலை’ பெற்றவர்களாயிருந்தனர் - அதாவது அவர்கள் கொத்தடிமைமுறையில் பலகாலம் கூலிகளாகவே இருக்கவேண்டியதில்லை. வாரம் அல்லது மாதக்கணக்கிலேயே அவர்கள் வேலைக்கு எடுக்கப்பட்டனர். அவர்கள் ஒப்பந்த காலம் முழுக்க வேலை செய்தால் மட்டுமே அவர்களுக்கு கூலி கிடைத்ததே ஒழிய அவர்கள் எப்போது வேண்டுமென்றாலும் வேலையை விட்டுச் செல்ல முடிந்தது. தென்னிந்தியாவும் இலங்கையும் அருகருகேயிருந்ததால் குடியேற்ற விதிகள் குறித்து இந்திய அதிகாரிகள் கவனம் கொள்ளவில்லை. ஆனால் இந்தியாவின் பிற இடங்களிலிருந்து பணியாட்களை எடுப்பதை அவர்கள் அனுமதிக்கவில்லை.

தேயிலைத் தோட்டக்காரர்கள் காப்பி தோட்டக்காரர்களை பின்பற்றி கண்காணிகள் வழியே கூலிகளை வேலைக்கமர்த்தும் முறையைக் கையாண்டனர். இக்கண்காணி பொதுவாக கூலிகளின் கிராமத்தைச் சார்ந்தவர்களாகவே இருந்தனர். எஸ்டேட்டுக்கு வரும் செலவுக்காக

இவர்களுக்கு முன்பணம் வழங்கப்பட்டது. இப்பணம் கழியும் வரை அக்கண்காணியும் அவரது கூட்டமும் எஸ்டேட்டுக்கு கடன் பட்டவர்களாயிருந்தனர். பிற தோட்டக்கூலிகளைப்போலல்லாமல் விடுதலையுடனிருந்தாலும் தங்களை போக்குவரத்து மற்றும் வேலைக்கமர்த்துவதற்கான செலவுகளுக்காக அவர்கள் கடன் பட்டவர்களாயிருந்தனர். கடனுடன் பணியைத் துவங்கியதாலும், அக்கடன் திரும்பக் கட்ட கடினமானதாயிருந்ததாலும் அவர்கள் கன்காணிகளை நம்பியிருக்க வேண்டியிருந்தது. சில கூலிகள் கடனை தவிர்த்துவிட்டு அவ்வப்போது இந்தியா வந்துபோயிருந்தனர். ஆனால் இப்பழக்கம் மெல்ல மெல்லக் குறைந்துபோனது. தேயிலைத் தோட்டக்காரர்களுக்கு இது மகிழ்ச்சியான செய்தியாகும். ஏனெனில் தேயிலை பருவகாலத் தொழிலல்ல. நிரந்தரமாகப் பணியாட்கள் தேவைப்பட்டனர். கூலிகள் மீதான தங்கள் பிடிப்பை அதிகரிக்க தோட்டக்காரர்கள் தாராளமாகக் கடன்களை வழங்கினர். தங்கள் சொற்பக் கூலிகளுக்கும் மேலே கடன் தொழிலாளர்களுக்குத் தேவைப்பட்டது. கூலிகளைக் கடனில் மூழ்கடிப்பதற்காகவே வேண்டுமென்றே சம்பளத்தை தள்ளித்தருவதும், வழக்கமாக இரு மாதங்கள் நடந்தது.

கிடைத்த முன்பணத்தில் கணிசமான தொகையை கண்காணிகள் எடுத்துக்கொண்டனர். வேலைக்குச் செல்ல விரும்புபவர் கண்காணிகளின் இரக்கத்தை நம்பியிருப்பவர். ஏனென்றால் யாரை வேலைக்கு எடுப்பது என்பதை அவர்களே தீர்மானித்தனர். கண்காணிகளிடையே அடுக்குமுறையும் இருந்ததுண்டு. இதில் எஸ்டேட் ஒரு தலைமைக் கண்காணியுடன் தொடர்பிலிருந்தது. அவரின் கீழ் பல கண்காணிகள் செயல்பட்டனர். எஸ்டேட்டில் அவர்கள் தொடர்ந்து கூலிகளைக் கண்காணிக்கும் பணியையும் செய்தனர். இந்த மேற்பார்வை பணி கண்காணிகளுக்கு கூலிகளின் மேலிருந்த அதிகாரத்தை மேலும் வலுப்படுத்தியது. கண்காணிகள் இவ்வமைப்பை தவறாகப் பயன்படுத்த வாய்ப்பிருந்தது தெளிவானது. அவர்கள் பலவேளைகளில் அப்படியே நடந்துகொண்டனர். இது கூலிகளுக்கும் தோட்டக்காரர்களுக்குமே நஷ்டத்தை ஏற்படுத்தியது. 1904ல் தோட்டக்காரர்களே இவ்வமைப்பை கண்காணிக்க குழு ஒன்றை அமைத்தனர். இதன்மூலம் முன்பணம் நேரடியாகக் கூலிகளுக்கு கிடைக்க வழி செய்தனர். இருப்பினும் முறை படுத்தப்படாத கண்காணிமுறை பல காலங்கள் இலங்கைத் தோட்டங்களில் நடைமுறையிலிருந்தது.

தேயிலைத் தோட்ட கூலி குறைவாக இருந்தாலும் இந்தியாவில் கிடைப்பதைவிட அதிகமாயிருந்தது. 1870களில் அது ஒப்பீட்டளவில்

தாராளமானதாகவே இருந்தது. 1880களில் தேயிலையின் விலை குறைந்தபோது கூலிகளும் குறைக்கப்பட்டன. அதன்பின்னர் உயர்த்தப்படவேயில்லை. அந்நூற்றாண்டு வளர வளர விலைவாசி உயர்வுக்கு ஒப்பிட்டால் கூலி குறைந்துகொண்டே வந்தது.

எஸ்டேட்கள் கூலிகளுக்கு நிலையான விலையில் அரிசியை வழங்கின. இதன்மூலம் விலைவாசி உயர்ந்த காலகட்டங்களில் கூலியை உயர்த்துவதை அவர்கள் தவிர்த்தனர், அப்படி கூலியை உயர்த்துவது நிரந்தரமானதாகிவிடும் என அவர்கள் பயந்தனர். விலைஉயர்ந்த காலங்களில் கூலிகளுக்கு நிலையான விலையில் அரிசி வழங்குவதை தோட்டக்காரர்கள் பெருமையாகக் கருதினாலும் விலைவாசி குறைந்த வருடங்களில் அவர்கள் இதிலிருந்து இலாபம் ஈட்டினார். அது அவர்கள் இழந்ததைவிட அதிகமாகவேயிருந்தது. கூலிகளின் துணிகளைத் துவைக்கவும் முடிவெட்டவும் தோட்டக் காரகள் ஏற்பாடுகளைச் செய்தனர், அதற்கான பணத்தை கூலியிலிருந்து எடுத்துக்கொண்டனர். அரிசி அல்லாத பிற அத்தியாவசிய பொருள்களின் விலை பத்தொன்பதாம் நூற்றாண்டின் இறுதியில் 50% அதிகமானது. ஆனால் கூலி அதே அளவிலேயே வழங்கப்பட்டது. பல கூலிகளும் கடன்களை வாங்கியே காலம் தள்ள முடிந்தது. இது அவர்களை கண்காணிகளுடன் மேலும் பிணைத்தது.

எஸ்டேட்டில் தங்கும் வசதிகள் மிக அடிப்படையானவையாக இருந்தன. ஆரம்பகாலத்திலிருந்தே இலங்கையில் காப்பி விளைவித்த வில்லியம் சாபொனடியர் 1866ல் வெளியான சிலோனின் காப்பித் தோட்டக்காரர் எனும் வெளியீட்டில் இவ்வாறு எழுதினார்: ‘கூலிகளைத் தண்டிக்க சிறந்த வழி என்பது அவர்களது கூலியை நிறுத்துவதுதான். அவர்களது கணக்கிலிருந்து ஒன்றிரண்டு நாட்களை கழித்துவிடுவதே சரியான முறையாகும். உடல்ரீதியான தண்டனைகளைவிட கூலி குறைவதற்கே அவர்கள் அதிகம் வருத்தப் படுவார்கள். உடல்ரீதியாகத் துன்புறுத்துவது நியாயமற்றது.’ அக்காலத்தின் நடைமுறைகளின்படி அவர் ஒரு தாராள மனாம்படைத்தவர் எனலாம். அவர் தனது உழைப்பாளிகளுக்கென மருத்துவ வசதிகளையும் செய்திருந்தார். எனவே அவர் உறைவிடங்களை வழங்குவதில் பிறரைவிடத் தாராளமானவர் என நாம் யூகிக்கலாம். ‘பன்னிரண்டுக்குப் பன்னிரண்டு அடிகள் இருந்த அறைகள் தாராளமானவை. அதில் பத்துக் கூலிகள் தங்கிக் கொள்ளலாம். ஏனென்றால் அவர்கள் நெருக்கமாகத் தங்கவைக்கப் படுவதற்கு மறுப்பு தெரிவிக்கவில்லை.’ 1900ல் இது சற்று முன்னேற்றம் கண்டது. ஹென்றி கேவ் ‘கொல்டன் டிப்ஸில் இவ்வாறு எழுதியுள்ளார்:

> ‘கூலி லைன் (வரிசைவீடு) என்பது ஒரு நீண்ட கட்டடம். ஒரே ஒரு தளத்தை மட்டுமே கொண்டது. பல சிறு அறைகளாக அது பிரிக்கப்பட்டிருக்கும். ஒவ்வொரு அறையிலும் சுமார் நான்கு கூலிகள் தங்கவைக்கப்பட்டனர். இது போதுமான இடவசதி அல்ல என்பது வெளிப்படையானது. ஆனால் வசதிகள் குறித்த நமது பார்வைகளைப்போலல்ல அவர்களது பார்வை. ஒரு சிறந்த வீட்டில் வசிப்பதைவிட அச்சிறிய அறைகளில் மண்தரைகளில் நெருங்கிப் படுப்பதையே அவர்கள் விரும்பினர்.’

அவ்வரிசை வீடுகளில் சுகாதார வசதிகள் அனேகமாக இல்லை. இறப்புக்கள் அதிகமாவதைக்கண்டு கவலையுற்ற அரசு, சுகாதார ஆய்வாளர்களைப் பணியமர்த்தியது. ஆயினும் இம்மருத்துவர்கள் சிக்கலான நிலையிலிருந்தனர். ஏனென்றால் தூரத் தோட்டங்களில் அவர்கள் எஸ்டேட் மேலாளருடனே தங்கவேண்டியிருந்தது. எனவே மோசமான அறிக்கையை சமர்ப்பிப்பது கடினமானது. இருப்பினும் ஓரிருவர் உண்மையான அறிக்கைகளை சமர்ப்பித்தனர். இது ஆங்கிலப் பத்திரிகைகளில் சர்ச்சையை ஏற்படுத்தவே அரசு அப்பரிசோதனையைக் கைவிட்டது.

அசாமில் இருந்ததைப்போல உடல்ரீதியான தன்டனைகள் அத்தனைக் கொடுமையானதாக இல்லை. இருப்பினும் சபொனடியெர் போன்ற சிலர் எதிர்த்தாலும் அடிப்பது பரவலாக இருந்தது. 1852ல் லோலகொண்டெராவின் ஜேம்ஸ் டெய்லர் தன் முதலாளி ஜியார்ஜ் பிரைட் ஒரு கூலியை கிட்டத்தட்ட அரை மணி நேரத்திற்கு அடித்ததை பதிவு செய்துள்ளார். 1900ல் ஹென்றி கேவ் பல தோட்டங்களையும் பார்வையிட்டபின் ‘சோம்பேறித்தனம் அரை நாள் கூலியையும், பல நேரங்களில் கண்காணிகளின் தடிகளின் சுவையையும் (விலையாக) அளித்தது’ என்கிறார்.

தோட்டப்பனி மிகக்கடுமையானதாயிருந்தது. ஓய்வே இல்லாத வேலையாயிருந்ததால் மிகுந்த அயர்ச்சியைத் தரக்கூடியதாக இருந்தது. மதிய உணவுக்குக்கூட இடைவேளை இல்லை. அப்படி இடைவெளி விட்டால் கூலிகள் வேலைக்குத் திரும்பாமல் போகலாம் என்று தோட்டக்காரர்கள் எண்ணினர். பரவலான சுகாதாரக் குறைவாலும் இது நடந்திருக்கலாம். என்ன காரணமாயிருந்தாலும் இது கடினமான உடலுழைப்பு செய்தவர் களுக்கு பெரும் பாரமாக இருந்தது. கூலிகள் காலை ஆறு மணி முதல் மாலை நான்குமணிவரை வேலை செய்வது வழக்கம். உணவு இடைவெளியோ ஓய்வோ இன்றி. பல காலங்கள் தோட்டக் கூலிகளை பராமரித்த மருத்துவர் கூறுவதைப்போல.

‘பத்தில் ஒன்பது கூலிகள் ஒன்பது மணிநேரம் தொடர்ச்சியாக எந்த உணவும் உண்ணாமல் வேலை செய்தனர்... இவ்வாறு நீண்ட நேரம் உணவின்றி வேலை செய்வதால் இந்தியாவிலிருந்து வரும் பலரும் வலுவான வேலையாட்களாக மாறாமலுள்ளனர். ஏற்கெனவே வலுவிழந்த நிலையில் வந்து சேரும் கூலிக்கு பத்து பதினொரு மணிநேரம் உணவின்றி இருப்பது கேடு விளைவிப்ப தாகும் என்பதில் சந்தேகமில்லை.’

பசியிலிருந்த காத்துக்கொள்ள கூலிகள் தோட்டத்துக்கு வரும் முன்னரே நன்கு சாப்பிட்டுவிட்டு வந்தனர். அதிகாலையிலேயே வேலை துவங்கியதால் இது பொதுவாக முந்தைய இரவில் சமைக்கப்பட்ட குளிர்ந்துபோன அரிசி உணவு (பழைய கஞ்சி). குளிரான காலைகளில் இது சரியான துவக்கமாயிருக்கவில்லை. அடிக்கடி குளிராகவும் இருக்கும். குறிப்பாக உயர்ந்த பகுதிகளில் இருந்த எஸ்டேட்களில் காலையில் 10 டிகிரி செல்சியஸ் இருந்தது. புதர்கள் பனிநீரால் மூடப்பட்டுமிருந்தன. மழையும் காற்றும் இருந்திருக்கக்கூடும். வெப்பப்பகுதியிலிருந்து வந்த ஊட்டமற்ற தென்னிந்தியத் தமிழர்களுக்கு இது பொருத்தமான சூழலாக இல்லை. சரியான ஆடைகளிருந்தால் ஓரளவுக்கு சமாளித்திருக்க முடியும். ஆனால் அவர்களிடம் மூடிக்கொள்ள கம்பளி எனப்படும் கரடுமுரடான பருத்தி ஆடை மட்டுமேயிருந்தது. இந்தக் கம்பளிகள் விரைவிலேயே ஈரமாகிவிடக்கூடியவை. பல கூலிகளுக்கும் ஒன்றுக்கும் மேல் கம்பளி வாங்கும் திறனில்லை. பலரும் மூச்சுக்குழாய் அழற்சியினாலும் நிமோனியாவினாலும் இறந்தனர்.

குழந்தைகள் ஐந்து வயது நிரம்பியதும் தோட்டவேலை செய்ய ஆரம்பித்தனர். அவர்களுக்கு சில சென்ட்கள் கூலியாக வழங்கப் பட்டன - ஒருவேளை பெரியவர்களின் கூலியில் மூன்றில் ஒரு பங்காக இருக்கலாம். அந்தக் குளிரிலும் கிட்டத்தட்ட ஆடைகள் ஒன்றுமே அணிந்திராத இக்குழந்தைகளின் புகைப்படங்களைக் காண்பது இதயத்தை உடையச் செய்யும்.

இந்தியத் தோட்டங்களைப்போலவே சில கூலிகள் இராணுவத்தில் மீதமான கோட்டுகளை வாங்கிப் பயன்படுத்தினர். வில்லியம் ஸ்கீன் 1868ல் எழுதிய கவிதையில் இவ்வாறு பதிவு செய்கிறார்.

சிலருக்குக் கம்பிளி
சிலருக்கு அலங்காரக் குங்கும மேலாடை,
வேறு சிலருக்கு நீலநிற இராணுவச் சீருடை
பார்க்கச் சகிக்கவில்லை
காலணி அணியாத இக்கறுப்பர்களின் (இராணுவ) உடை

அரசு, இராணுவ உடை அதிகாரபூர்வமற்ற முறையில் பயன் படுத்துவதைக்கண்டு கோபமுற்றது, 1896ல் சீருடையின் முறையற்ற பயன்பாட்டைத் தடைசெய்தது. இருப்பினும் பல ஆண்டுகள் இப்பழக்கம் தொடர்ந்தது.

●

1900க்குள் 348,000 ஏக்கர்கள், 600 சதுர மைல்கள், இலங்கையில் தேயிலைப் பயிரிடப்பட்டிருந்தது. ஒப்பீட்டளவில் இலங்கை இந்தியாவைவிட மிகச் சிறியதாக இருந்தாலும் தேயிலைப் பயிரிடப்பட்ட இடம் ஒப்பிடும்வகையிலிருந்தது. இவற்றில் அதிகம் இருபதுவருடங்களுக்குள்ளேயே பயிரிடப்பட்டவையாகும். இது பெரிய சாதனையே. பெரிய கம்பெனிகளால் அல்லாமல் சிறிய முதலாளிகளும் பங்குதாரர்களுமாக இதைச் செய்தது மேலும் குறிப்பிடத்தகுந்ததாகும்.

இது தென்னிந்தியத் தமிழர்களின் கடுமையான உடலுழைப்பி னாலேயே சாத்தியமானது. கூடவே அவர்களது மரணங்களும் துயரங்களும் சேர்ந்துகொண்டன. பஞ்சம் நிறைந்த இந்தியாவில் இருந்ததைவிட அவர்கள் இலங்கையின் தோட்டங்களில் மேம்பட்டிருந்தனர் என்று சொல்வது சரியானதே. அதனால்தான் அவர்கள் சென்றனர். அதேபோல இலங்கையின் தோட்டக்காரர்கள் அசாம் தோட்டக்காரர்களைவிட எண்ணற்ற அளவு நல்ல முறையில் கூலிகளை நடத்தினர் என்பதும் உண்மை. இருப்பினும் பல பிரித்தானியத் தோட்டக்காரர்களும் தங்களது தேவைக்கான அளவைத் தாண்டி தொழிலாளிகளின் நலன்களில் சிறிதும் இரக்கம் காட்டவில்லை என்பது பெரும் சோகமாகும். அவர்களும் இலங்கையிலிருந்த பிற பிரித்தானியர்களில் பலரும் இவர்களை வெறும் கூலிகளாக மட்டுமே பார்த்தனர். தங்கள் மோசமான நிலையிலிருந்து தப்பிய அதிர்ஷ்டத்தைக் கொண்டவர்கள். ஆங்கிலேயரின் கருத்தை ஹென்றி கேவ் இவாறு சுருக்கிச் சொல்கிறார்.

'இலங்கையிலுள்ள தமிழ் கூலிகள் ஆங்கிலேய ஆண்டைகளுடன் ஒப்பிடுகையில் அறிவிலும் நாகரிகத்திலும் அதிர்ச்சியூட்டும் வகையில் காட்டுமிராண்டிகளாகத் தோன்றலாம், ஆனால் அவர்களது சொந்த இனத்துடனும் அவர்களின் வாய்ப்பு களுடனும் ஒப்பிட்டால் அவர்கள் எவ்வகையிலும் பரிதாபமானவர்களோ, வெறுக்கத்தக்க உயிர்களோ அல்ல.'

அதிக எண்ணிக்கையில் தொழிலாளர்கள் இலங்கைக்கு வெளியிலிருந்து வருவது சிங்களர்களுக்கு வெறுப்பானதாயிருந்தது. 1900ல் 300,000 இந்தியத் தமிழ் கூலிகள் தோட்டங்களில் வேலை பார்த்தனர். இலங்கையின் மொத்த மக்கட்தொகையே நாற்பது லட்சமாகத்தானிருந்தது. மேலும் துவக்கத்தில் காப்பித் தோட்ட வேலைக்கு வந்தவர்கள் நாடோடித் தொழிலாளிகளாக, அறுவடை முடிந்ததும் நாட்டுக்குத் திரும்பிச் சென்றார்கள். ஆனால் பல தேயிலைத் தோட்ட தொழிலாளிகள் நிரந்தரமாகத் தங்கிவிட்டனர். இருபதாம் நூற்றாண்டில் இது ஒரு பெரிய பிரச்னையாக உருவெடுத்தது. தமிழர்களுக்கும் இலங்கை மக்களுக்குக்கும் பல பேரதிர்வுகளை உருவாக்கியது.

6

புதிய ராஜாங்கங்கள்

'உயரக் குவி, மலிவாய் வில்.'

— சர் ஜான் கோஹன்,
டெஸ்கோ பல்பொருள் அங்காடிகளின் நிறுவனர்

ஆங்கிலேயருக்கு இருபதாம் நூற்றாண்டு தெளிவான இரு பகுதிகளாகப் பிரிந்திருந்தது. முதல் பாதியில் அவர்களது அரசாங்கம் பல்வேறு உலகையளந்த வியாபாரங்களின் மூலம் பெரும் செல்வங்களை சேர்த்துக்கொண்டது. நூற்றாண்டின் மத்தியில் பெரும் போரால் அவர்களது பொருளாதாரம் வற்றியது. அவர்களது பேரரசின் பெரும்பகுதியை அவர்கள் இழந்தனர். அதோடு அப்பேரரசுக்கு ஊட்டமூட்டிய தொழிற்சாலைகளையும் இழந்தனர். அமெரிக்கர்கள் அவர்களின் இடத்தை எடுத்துக்கொண்டனர். இரண்டாம் பகுதியில் ஆங்கிலேயர் முன்பைப்போல வியாபாரம் செய்பவர்களாயினர், ஆயினும் உலகளவில் இல்லை.

●

இருபதாம் நூற்றாண்டின் துவக்கத்தில் இந்தியத் தேயிலைத் தயாரிப்பு 200 மில்லியன் பவுண்டுகளுக்கும் சற்று குறைவாக இருந்தது. 1947ல் இந்தியா சுதந்திரமடைந்தபோது அது 560 மில்லியன் பவுண்டுகளாக உயர்ந்தது. அதே காலத்தில் இலங்கைத் தேயிலை தயாரிப்பும்

இரட்டிப்படைந்தது. இந்த வளர்ச்சிக்கு மேலும் அதிக அளவு நிலங்கள் வேளாண்மைக்கு உட்படுத்தப்பட்டதும் ஒரு காரணம். அதேபோல மேம்படுத்தப்பட்ட விவசாய முறைகளும் பயன்படுத்தப் பட்டன.

உரங்கள் ஆங்கிலேயர் காலத்திலேயே பயன்படுத்தப்பட்டன. சீனர்கள் மனிதக் கழிவு உரங்களை பல நூற்றாண்டுகள் பயன் படுத்தினர். மனிதக் கழிவு தேயிலைக்குச் சரியான உரமாக இருந்தாலும் அது சுகாதாரமற்றது, விரைவிலேயே தோட்டப் பணியாளர்கள் மத்தியில் நோயைப் பரப்ப வல்லது. கால்நடைக் கழிவுகளே சரியான மாற்றாயிருந்தன. 19ஆம் நூற்றாண்டில் பல தோட்டங்களிலும் கால்நடைக் கழிவுகள் பயன்படுத்தப்பட்டன. இன்றும் பயன்படுத்தப்படுகின்றன. வேதியுரங்களும் பயன்படுத்தப் படுகின்றன. 'டீ பிளாண்டர்ஸ் வாடே மெக்கும் அம்மோனியாவின் சல்ஃபேட்டையும் நைட்ரேட்டையும் பயன்படுத்தச்சொல்லி 1885ல் அறிவுறுத்தியது, அவை கால்நடைக்கழிவுகளுடனும், மரச் சாம்பலுடனும் எலும்புரத்துடனும் கலந்து பயன்படுத்தவேண்டும் என்றும் சொன்னது.

இந்திய தேயிலைக் குழுமம் அதன் முதல் அறிவியல் ஆலோசகரை 1900ல் பணிக்கமர்த்தியது. மேலும் 1912ல் புகழ் பெற்ற டோக்லாய் ஆய்வகத்தை அசாமில் நிறுவியது. 1925ல் இலங்கையின் தேயிலை ஆராய்ச்சிக் கழகம் உருவானது. தேயிலை வளர்ப்பை அறிவியல் பூர்வமானதாக மாற்ற இவ்விரு அமைப்புகளும் சிறப்பான பங்களித்தன. அதிக அளவில் உரங்களைப் பயன்படுத்துவது; குறிப்பாக நைட்ரஜன் நிறைந்த உரங்களைப் பயன்படுத்துவது வழக்கமாகியது. செடிகளை நெருக்கிப் பயிரிடுவது (நான்கு அடி இடைவெளி பரவலானது), நல்ல விதைகளைத் தரும் மரங்களைத் தேர்ந்தெடுத்தது, செடியைப் பராமரிக்கும் முறைகளில் முன்னேற்றம் மேலும் நோய் மற்றும் பூச்சிகள் கட்டுப்பாட்டில் முன்னேற்றம் ஆகியவை தயாரிப்பை மேம்படுத்தின. துவக்கத்தில் ஏக்கருக்கு 100 அல்லது 200 பவுண்ட் எடையுள்ள தேயிலை தயாரித்தத் தோட்டங்கள் 500 முதல் 600 பவுண்டுகள் பெற்றன. 1884ல் இலங்கையில் வியத்தகு எண்ணிக்கையான ஏக்கருக்கு 1000 பவுண்டுகள் எட்டப்பட்டது. இது தனிப்பட்ட சாதனையே அன்றி இருபதாம் நூற்றாண்டின் இடைப் பகுதிகள் வரைக்கும் பரவலாகவில்லை. 1940களில் இந்தியாவும் இலங்கையும் சுதந்திரமடைந்த காலங்களில் சராசரி தயாரிப்பு ஏக்கருக்கு 1,500 பவுண்டுகளாக இருந்தது.

ஆங்கிலேயரின் கடைசிக் காலங்களில் தொழிலாளிகளின் நிலைமை குறிப்பிடத்தகுந்த அளவுக்கு முன்னேறியிருந்தது. தாராள சிந்தனைகள் ஆங்கிலேய சமூகத்தில் ஊடுருவியிருந்தது. அது எஸ்டேட் மேலாளர்களையும் சென்றடைந்தது. கூடவே கூலிகளும் உறுதியுடையவர்களாக மாறினர். இது குறிப்பாக அசாமில் நிகழ்ந்தது. அங்கே நூற்றாண்டின் துவக்கம்வரைக்கும் தொழிலாளிகளின் நிலைமை மிக மோசமாக இருந்தது.

19ஆம் நூற்றாண்டின் முடிவில் அசாம் கூலிகள் சர் ஹென்றி காட்டனிடமிருந்தும், இந்திய நடுத்தர மக்களின் ஓங்கிய குரலிலிருந்தும் உத்வேகமடைந்தனர். அசாம் அப்போது ஒரு தனித்த நாடாகவும் இல்லை. போக்குவரத்து மாற்றங்கள் பிற எஸ்டேட்டுகளிலிருந்து செய்திகள் பரவ வழி செய்தன. புதிய தன்னம்பிக்கையுடன் கூலிகள் செயலில் இறங்கினர். மோசமான தோட்டங்களுக்கு எதிராக கலவரங்கள் நிகழ்ந்தன. மேலாளரின் குடியிருப்பு ஒன்று எரிக்கப்படும், அல்லது அவர் தாக்கப்படுவார். மிக மோசமான மேலாண்மை இருந்தால் மட்டுமே இப்படி நடக்க வாய்ப்பிருக்கிறது என்பதை ஓர் இந்திய தோட்டக்காரர் இவ்வாறு குறிப்பிடுகிறார்.

> ‘ஒரு தேயிலைத் தோட்டமென்பது ஒரு சிறு நகரத்தைப்போல. அதில் கூலிகளின் குடியிருப்பும் மேலாளருக்கும் அவரது உதவியாளர்களுக்குமான பங்களாக்களும் இருந்தன. யாரும், காவல்துறைகூட அந்த இராஜாங்கத்துக்குள் மேலாளரின் அனுமதியின்றி நுழைய முடியாது. ஒரு மேலாளர் கூலியாளைத் தாக்க முடியும், அவமானப்படுத்த முடியும், பணிப்பெண்களை ஒருவர்பின் ஒருவராகத் தன் ஆசைக்கு எடுத்துக்கொள்ள முடியும். யாரும் அவரது செயலையோ அதிகாரத்தையோ கேள்விகேட்க முடியாது. மேலாளரின் நடவடிக்கைகள் எல்லை மீறிப்போகும் போது மட்டுமே தொழிலாளிகள் திட்டமிட்டு அவரைத் தாக்கினர்.’

தோட்டங்களில் வாராந்திர சந்தைகள் கூடி அருகிருந்த கிராமங்களிலிருந்து பொருள்கள் விற்பனைக்கு எடுத்துவரப்பட்டன. யார் பொருள்களை எடுத்துவருவது, எப்பொருள்களை விற்பது அல்லது யார் உள்ளே வருவது என்பதை மேலாளர்கள் கட்டுப் படுத்தினர். 1920ல் மகாத்மா காந்தி இந்திய தேசிய காங்கிரசின் ஒத்துழையாமை இயக்கத்தைத் துவக்கினார். ஆங்கிலேய பருத்தி மற்றும் பிற தயாரிப்புக்களை விலக்குவதே இதன் முக்கிய நோக்கமாகும். இவை குறிப்பாக தேயிலைத் தோட்டங்களில்

விற்பனை செய்யப்பட்டன. தோட்டக்காரர்கள் இத்தடைக்கு இயல்பாக எதிர்ப்பு தெரிவித்தனர், காங்கிரஸ் தொண்டர்களை தோட்டங்களுக்குள் அனுமதிக்க மறுத்தனர். காங்கிரஸ் தோட்டங்களுக்கு வெளியே மாற்றுச் சந்தைகளை அமைத்து பதிலடி தந்தது. இவை விரைவிலேயே அரசால் மூடப்பட்டன. இருப்பினும் காங்கிரஸ் தொண்டர்களுடனேயான தொடர்பு கூலிகளுக்கு ஆதரவைத் தந்தது.

1914-18வரையிலான உலகப்போர் தேயிலையின் விலை அதிகரிக்கக் காரணமாயிருந்தது. இதனால் தேயிலைத் தோட்டங்கள் பெருத்த இலாபமடைந்து பெரிய இலாபப்பங்குகளை அறிவித்தன. போரால் தோட்டத்தொழிலாளிகள் பயன்படுத்திய அத்தியாவசியப் பொருள்களின் விலைகளும் அதிகரித்தன. கூலியோ உயரவேயில்லை. 1920கள் முழுக்க ஆங்காங்கே கூலி உயர்வைக் கேட்டு போராட்டங்கள் நடைபெற்றன.

மேளாளர்கள் - கூலிகளின் உறவில் மேலுமொரு நியாயமற்ற குற்றவழக்கு விசாரணை விஷம் கலந்தது. கொரியல் தேயிலைத் தோட்டத்தில் ஒரு தோட்டக்காரர் ஒரு கூலிப் பெண்ணைக் கவர முயற்சித்தார். அவள் மறுக்கவே அவளின் தந்தையைச் சுட்டுக் கொன்றார். கீழ்நீதிமன்றம் அவரை விடுவித்தது. ஆனால் உயர்நீதிமன்றம் மறுவிசாரனைக்கு ஆணையிட்டது. ஆங்கிலேயர்கள் நிறைந்த ஜூரி மீண்டும்அவரை விடுவித்தது. கொரியல் மற்றும் பல இடங்களில் வேலை நிறுத்தங்களுக்கு இது வழிவகுத்தது.

ஆனால் சைலெத்தில் நிகழ்ந்ததுதான் வியப்புக்குரிய வேலை நிறுத்தமாகும். வேலைநிறுத்தங்களால் கூலிகள் உயராமல் போன போது 8000 கூலிகளுக்கும் மேல், காந்தி மக்கள் கிராமங்களுக்குச் சென்று எளிய வாழ்க்கையை வாழ விடுத்த வேண்டுகோளால் ஈர்க்கப்பட்டு தோட்டங்களிலிருந்து வெளியேறினர். அவர்களின் உடைமைகளை விற்று சொந்த ஊர்களுக்கு இரயிலில் செல்ல முயன்றனர். அவர்களால் இரயிலுக்குப் பணம் செலுத்த முடிய வில்லை. அரசு உதவி செய்ய மறுத்தது. ஏனென்றால் மேலும் பெரிய வெளிநடப்புக்கள் நிகழலாம் என பயம் இருந்தது. அக்கூலிகளை காவல்துறை அவமதித்தது. மேலும் தொற்றுநோய்களாலும் அவர்கள் அவதியுற்றனர். இறுதியாக காங்கிரசும் பிறரும் பணம் திரட்டி உதவினர். அவர்களில் பலர் தங்கள் கிராமங்களை சென்றடைந்தனர்.

அசாமின் கொத்தடிமை முறை 1926ல் முடிவுக்கு வந்திருந்தாலும் கூலிகளை மோசமாக நடத்தும் முறைகள் சில தோட்டங்களில்

நடைமுறையில் இருந்தன. 1931ல் வெளியான இந்தியத் தொழிலாளிகள் குறித்த ராயல் கமிஷன் அறிக்கையில் பல நிகழ்வுகளும் பதிவாகியுள்ளன. இத்தனைக்கும் கூலிகள் தங்கள் மேலாளர் முன்னிலையில் ஆதாரங்களை அளிக்கவேண்டியிருந்தது. பலரும் சட்டத்தை மீறிய தண்டனைகளுக்கு அடிபணிந்தவர்களாக இருந்தனர். ஒருவர் இவ்வாறு வாக்குமூலமளித்துள்ளார். 'பலரும் ஓடிப்போயுள்ளார்கள். ஆனால் நான் ஓடவில்லை. ஏனென்றால் சாட்டையால் அடிக்கப்படுவேனோ எனும் அச்சம். முதுகுத் தோல் உரிந்து வந்துவிடும்.'

1920களில் அசாமின் தோட்டத்தொழிலாளிகள் சங்கங்களை ஆரம்பித்தனர். பிரிட்டிஷ் டிரேட் யூனியன் காங்கிரஸ் இதை விசாரிக்கவும் அறிவுரை வழங்கவும் ஒரு குழுவை அனுப்பியது. இந்திய தொழிற்சங்க காங்கிரசும் ஓர் ஒருங்கிணைப்பாளரை அனுப்பியது. ஆனால், அவர் கைதுசெய்யப்பட்டு சிறையிலடைக்கப் பட்டார். இருப்பினும் பல திடீர் வேலை நிறுத்தங்கள் ஒருங்கிணைக்கப்பட்டன. இவற்றால் கூலிகள் உயர்த்தப்பட்டன.

அடுத்த பத்து வருடங்கள் தேயிலையின் விலை உயர்ந்ததால் இப்பிரச்னைகள் ஓரளவுக்கு சமநிலையை அடைந்தன. 1930க்குள் கூலி 1920ல் இருந்ததைவிட இரண்டுமடங்காகியது. மோசமான நடத்தைகளை எதிர்த்து நடந்த பல வேலை நிறுத்தங்களால் தோட்டக்காரர்கள் தங்கள் நடத்தைகளையும் சரிசெய்துகொண்டனர். 1930முதல் அசாம் தொழிலாளிகள் போதுமான கூலி பெறவும் நல்லமுறையில் நடத்தப்படவும் தேவையான அளவுக்குத் தங்களை ஒருங்கிணைத்துக்கொண்டனர். இந்தியாவின் பிற இடங்களைவிட அசாமின் நிலை மோசமானதாக இல்லை. இந்தியாவின் பிற பகுதிகளில் இருந்த வறுமையோடு ஒப்பிட்டால் தேயிலைத் தோட்டக் கூலிகள் பிற தொழிலாளிகளைவிட நல்ல நிலைமையிலேயே இருந்தனர்.

●

விடுதலைக்குப் பிறகும் தேயிலைத் தோட்ட தொழிலாளிகளுக்கும் மேலாளர்களுக்குமான உறவு சுமூகமானதாக இல்லை. முக்கியமாக தேயிலை விலைச்சரிவுக்குப் பின்குறைவான ஊதியங்களுக்கெதிரான அதிருப்தி அதிகரித்தது. மேலாளர்களுக்கும் தொழிலாளிகளுக்கும் இடையே இருந்த மாபெரும் இடைவெளியும் இன்னொரு காரணம். இந்திய மேலாளர்கள் பழைய ஆங்கிலேய மேலாளர்களின் பங்களாக்களிலேயே குடியிருந்தனர். கூலிகளோ வசதிகளற்ற வரிசைவீடுகளிலேயே தங்கினர். இவற்றால் நிரந்தர இடைவெளி

உருவானது. இன்றுவரைக்கும் ஆங்காங்கே வேலை நிறுத்தங்கள் இந்தியாவிலும் இலங்கையிலும் தொடர்கின்றன.

நீண்ட கசப்பான வரலாற்றைக் கொண்ட அசாமில் இன்னும் நிலைமை சீராகிவிடவில்லை. உதாரணமாக 2000த்தில் இந்திய டாட்டா குழுமத்துக்குச் சொந்தமான நாகர்கட்டியா எஸ்டேட்டில் போராடிக்கொண்டிருந்த தொழிலாளர்கள்மீது தோட்டக்காவலர்கள் துப்பாக்கிச் சூடு நடத்தினர். ஒரு தொழிலாளி கொல்லப்பட்டார். இந்தியாவின் பிர்லா குழுமத்தின் தவ்காக் எஸ்டேட்டில் 2001ல் காவலரால் அடிக்கப்பட்ட தொழிலாளிக்கு நியாயம் கேட்டு மேலாளரை முற்றுகையிட்டனர். நிலைமை கைமீறவே மேலாளர் தன் கைத்துப்பாக்கியை எடுத்து ஒரு பெண் உட்பட நான்கு தொழிலாளிகளைச் சுட்டார். அதன் பின்னர் அவர் அடித்துக் கொல்லப்பட்டார்.

•

முடிந்தவரை எல்லைகளுக்குட்பட்டு, தேயிலையின் தற்போதைய விலையின் காரணமாகவும் பல தேயிலைத் தோட்டங்களும் தொழிலாளிகளை நல்லமுறையிலேயே நடத்துகின்றனர். டிசம்பர் 2001ல் நான் தென்னிந்தியாவில் நீலகிரி மலைகளிலிருந்த ஒரு பெரிய தேயிலைத் தோட்டத்திற்குச் சென்றிருந்தேன். சம்ராஜ் எஸ்டேட். சர் ராபர் ஸ்டேன்ஸ் தென்னிந்தியாவில் பருத்தி ஆலைகளும், காப்பித்தோட்டங்களும் பொறியியல் தொழிலும் செய்துவந்தார். 1923ல் அங்கே நிலம் வாங்கினார். அது ஒரு சிறப்பான தோட்டமாக உருவாகியது. 1960ல் ஸ்டேய்ன்ஸ் குடும்பம் தோட்டத்தில் தங்களுக்கிருந்த உரிமையை அமால்கமேஷன் குழுமத்திற்கு விற்றது. தென்னிந்தியத் தொழிலதிபரான திரு. எஸ். அனந்தராமகிருஷ்ணன் அக்குழுமத்துக்கு தலைமை வகித்தார். சம்ராஜில் 2000 ஏக்கர் தேயிலை விளைகிறது.

உலகின் பிற தேயிலைத் தோட்டங்களைப்போல சம்ராஜிலும் குறைந்த கூலியே தரப்படுகிறது. 1971ல் நிகழ்ந்த கூலி குறித்த பேச்சுவார்த்தைகளின்போது பல மேலாளர்களும் தொழிலாளிகளால் தாக்கப்பட்டனர். 2001ல் பெண்களுக்கு வழங்கப்பட்ட கூலி நாள் ஒன்றுக்கு £1விட சற்றே அதிகமானது, உச்ச பருவங்களில் அவர்கள் அதிகம் கூலிபெறும் வாய்ப்பிருந்தது என்றாலும் இது குறைவானதே. சாதாரணத் தேயிலையின் விலை வீழ்ச்சியடைந்ததால் கூலிகள் குறைவாகும் வாய்ப்புகளே அதிகம். 1989ல் பவுண்டுக்கு 50 பென்ஸ் இருந்த தேயிலை விலை 2001ல் 30 பென்ஸாகக் குறைந்தது. தோட்டத்தில் பசுந்தேயிலை, இயற்கைத் தேயிலை மற்றும் காபீன்

அற்ற தேயிலை வகைகள் தயாரிப்பது துவங்கியிருந்தது. இவை சிறிய ஆனால் உயர்ரக சந்தைகளுக்கானவை. உயரமான பகுதிகளில் - 6,500 அடிகளுக்கும் மேல் - கவனமாகப் பறிக்கப்பட்ட டார்ஜிலிங் வகைத் தேயிலையையும் அது விளைவித்தது.

நான் சென்றபோது தொழிலாளிகளுக்கான வசதியற்ற குடிசைக் குடியிருப்புக்களைக் கண்டேன். பின்னர் மதிய உணவுக்கு விமரிசையாகவும் அழகாகவும் மரச்சாமான்கள் அமைக்கப் பட்டிருந்த மேலாளரின் பங்களாவிற்கு மதிய உணவுண்ணச் சென்றேன். அது அப்பழுக்கற்ற பசும் புல்தரைகளுடனும் சுற்றிலும் மின்நீலப் பூக்களையுடைய ஜகரண்டா மரங்களுடனும் காட்சியளித்தது. இது நான் எதிர்பார்த்ததுதான். முப்பது வருடங் களுக்கு முன்பு நான் தேயிலைத் தோட்டத்தில் பணிசெய்தபோதிருந்த நிலைமையைவிட எந்த மாற்றமும் இல்லை.

இருப்பினும் நலத்திட்ட வசதிகள் ஆச்சர்யமூடின. அங்கிருந்த தோட்டக்காரர்கள் சேர்ந்து நான்கு ஆரம்பப் பள்ளிகளுக்கும், இரு மேல்நிலைப் பள்ளிகளுக்கும் ஆதரவளித்துவருகின்றனர். தொலைவில் உள்ள தோட்டத்து மாணவர்களுக்காக இரு தங்குமிடங்களும் உள்ளன. பள்ளிகள் சிறப்பான உபகரணங்களை உடையவையாக இருந்தன. நல்ல கணினி வசதிகளுமிருந்தன. மொத்தம் 1,300 மாணவர்கள் இருந்தனர். இதைவிடவும் எஸ்டேட் மருத்துவமனை சிறப்பானதாக இருந்தது. ஒரு தகுதிபெற்ற மருத்துவர் மற்றும் செவிலியர் பணியிலிருந்தனர். எக்ஸ்-ரே, அல்ட்ரா சவுண்ட் வசதிகளும், நன்கு அமைக்கப்பட்ட அறுவைச் சிகிச்சை அறையும் இருந்தன. தொழிலாளர்களுக்கு இலவச மருத்துவம் வழங்கப் பட்டது. வெளியாட்களுக்கு (கிட்டத்தட்ட வருடத்திற்கு 25,000பேர்) சிறிய கட்டணம் (1.5 பென்ஸ்) வசூலிக்கப்பட்டது. கம்பெனி ஓய்வூதியத் திட்டமும் இருந்தது. இந்த நல்ல முயற்சிகளால் வியாபாரம் முன்னேற்றமடைந்தது. இதன்மூலம் 'ஃபேர் டிரேட்' (நியாயமான முறையில் தயாரிக்கப்படும் பொருள்களுக்கான பட்டயம்) அங்கீகாரம் பெற்று தேயிலைக்கு அதிக விலையைப் பெற முடிந்தது, கூடவே தொழிலாளிகளின் வாழ்க்கையும் முன்னேறியது.

பிற இடங்களில் நிலைமை அதிகமும் பரிதாபத்துக்குரியதாகவே உள்ளது. பல தோட்டங்களும் பராமரிப்பின்றியுள்ளன. கூடவே தேயிலையின் விலை குறைந்துபோனதும் சேர்ந்து தோட்டங்கள் பொருளாதார வீழ்ச்சியை சந்தித்து வருகின்றன. பல நேரங்களில் இந்திய முதலாளிகளால் தோட்டங்களும் தொழிலாளர்களும் கைவிடப்பட்டு பரிதாகர நிலையிலுள்ளனர்.

●

இருபதாம் நூற்றாண்டின் துவக்கத்தில் ஆங்கிலேயப் பேரரசு உலகின் மிகப்பெரிய தேயிலைத் தயாரிப்பாளராக இருந்தது. ஆங்கிலேயக் கம்பெனிகள் சர்வதேசத் தேயிலை வியாபாரத்தைக் கட்டுப்படுத்தின. இந்த விக்டோரிய வியாபாரங்களிலிருந்து செல்வம் அவர்களின் சிறு தீவிற்குச் சென்று சேர்ந்தது.

இங்கிலாந்தில் தேயிலை அருந்தும் பழக்கம் ஒரு புதிய உச்சத்தை அடைந்திருந்தது. 1851ல் கிட்டத்தட்ட எல்லா தேயிலையும் சீனாவிலிருந்து வந்த நாட்களில் ஒருவருக்கு தலா 2 பவுன்ட் தேயிலை பயன்படுத்தப்பட்டது. 1901ல் ஆங்கிலேய தேயிலை இறக்குமதி ஊக்கமூட்ட இது 6 பவுண்டுகளாக உயர்ந்தது. கடந்த ஐம்பது ஆண்டுகளில் இங்கிலாந்தின் மக்கட்தொகையும் உயர்ந்ததால் மொத்த பயன்பாடு 259 மில்லியன் பவுண்ட்களானது. இந்தத் தேவைகள் இந்தியாவிலிருந்தும் இலங்கையிலிருந்தும் ஈடுகட்டப் பட்டன. மீதம் 100 மில்லியன் பவுண்ட் தேயிலை பிறரின் பயன்பாட்டுக்கு மீதமிருந்தது.

தேநீர் ஆங்கிலேய வாழ்க்கைமுறையின் ஒரு பகுதியாக ஆகியது, வீட்டினுள்ளும் வெளியேயும். மதுவுக்கெதிரான இயக்கம் பத்தொன்பதாம் நூற்றாண்டின் மத்தியில் உருவானபோது தேநீர் பயன்பாடு அதிகரித்தது. நாடு முழுவதும் நடந்த மதுவுக்கெதிரான பல கூட்டங்களிலும் தேநீர் மாற்று பானமாக பரிமாறப்பட்டது. இக்கூட்டங்களை குறித்த அறிக்கைகள் எதிலும் தேநீர் விருந்து இடம்பெறாமலில்லை. 21 ஜனவரி 1850ல் ஐலிங்டன் யுனைட்டட் டீடோட்டலர் சொசைட்டி 'தேநீர் திருவிழாவுடன்' தங்கள் அருமையான கொள்கையை பரப்பும் கூட்டத்தை நிகழ்த்தியது. ஒரு வாரம் கழித்து சோஹோவில் செயின்ட் ஆன்ஸ் யங் மென்ஸ் சொசைட்டி அதன் முதல் கூட்டத்தை தேநீர் திருவிழாவுடனும் பொதுக்கூட்டத்துடனும் துவங்கியது. இது நிச்சயம் ஒரு புத்துணர்ச்சியை அளிப்பதாக இருந்தது. ஏனென்றால் தேநீர் விருந்துக்குப் பின் பலரும் மர்சியெஸ் (பிரான்ஸின் தேசிய கீதம்) பாடலைப் பாட ஆரம்பித்தனர். (கல்கத்தாவில் 1819ல் துவங்கப்பட்ட ஒரு கேளிக்கையகம் - இவர்கள் மதுவுக்கு எதிரான இயக்கத்தில் உள்ளவர்களா என்பதில் தெளிவில்லை - கீழ்கண்ட கட்டுப்பாட்டை விதித்தது. 'மேசைமீதோ அல்லது சூடான அந்தத் திரவத்தை அருகே இருப்பவரின் மடிமீதோ கொட்டுபவருக்கு இரண்டு அணா அபராதம் விதிக்கப்படும்').

பதினெட்டாம் நூற்றாண்டில் தேநீர் குடிப்பதை பரவலாக்கிய மாபெரும் கேளிக்கைத் தோட்டங்கள் பத்தொன்பதாம் நூற்றாண்டில்

மூடப்பட்டன. கடைசியாக வாக்ஸால் தோட்டம் 1859ல் மூடப்பட்டது. இருப்பினும் தேநீர் பல காப்பி விடுதிகளிலும் கிடைத்தது. 1880களில் தேநீர்கூடங்களின் வருகையால் காப்பி தேநீருக்கு வழிவிட்டது.

ஏபிசி (ஏரியேட்டட் பிரெட் கம்பெனி) எனும் பேக்கரியில்தான் முதன்முதலில் தேநீர்க்கூடம் அமைக்கப்பட்டது என்றொரு நம்பிக்கையுள்ளது. பின்னுள்ள ஓர் அறையில் தேநீர் அருந்த சில நெருக்கமான வாடிக்கையாளர்களை மேலாளர்கள் அழைத்தனர். இந்த முயற்சி வெற்றி கண்டதாலும், தேநீருடன் பிற உணவுப் பண்டங்களை விற்கும் வாய்ப்பிருந்ததாலும் ஏபிசி அடுத்த பத்தாண்டுகளுக்குள் 50 தேநீர்க்கூடங்களை உருவாக்கியது. பிறர் விரைவிலேயே இதைப் பின்பற்ற ஆரம்பித்தனர். லோக்கார்ட்ஸ், எக்ஸ்பிரஸ் டெய்ரி, கர்தோமா மற்றும் 1894ல் எல்லாவற்றையும் விடப் புகழ்பெற்ற பெயராகிய லியான்ஸ் தேநீர்க்கூடத்தை ஆரம்பித்தது.

லியான்ஸ் துவக்கத்தில் புகையிலை வியாபாரத்துக்கே பெயர் போனது. பெரிய பொருட்காட்சிகளில் சிற்றுண்டி மற்றும் தேநீர் விற்பனைசெய்யும் பணியையும் அது செய்துவந்தது. கிளாஸ்கோவில் 1888ல் நடந்த பொருட்காட்சியில் ஒரு தற்காலிக 'பிஷப்பின் அரண்மனை தேயிலைக் கூடத்தை உருவாக்கி பெண் சிப்பந்திகளுக்கு மேரி ஸ்டுவர்ட்டின் (ஸ்காட்லாந்தின் இராணி) பாணியில் ஆடைகளை அணியச் செய்தது. 1894ல் மிடுக்குக்குப் பெயர்போன இடமான பிக்கடிலியில் முதல் லியான்ஸ் தேநீர்க் கடை துவக்கப்பட்டது. அடுத்த வருடம் மேலும் பதினான்கு கிளைகள் உருவாக்கப்பட்டன. 1900ல் மொத்தம் 250 லியான்ஸ் தேநீர்க் கடைகள் இருந்தன. ஐம்பது வருடங்களில் லியான்ஸ் அடைந்த பெரும் வெற்றிக்கு அவர்களின் அறிக்கையே சான்றளிக்கிறது:

'இதுவரை தாய்மார்களும் பிள்ளைகளும் ஒரு கோப்பை தேநீர் அருந்தவோ மதிய உணவு உண்ணவோ இடங்களே இருந்ததில்லை. விலைகளும் மிக கொள்ளையளவு. சுருங்கச் சொன்னால் லைனோஸ் லண்டன்வாசிகளுக்கும் பின்னர் பிற பகுதிகளுக்கும் நல்ல உணவை மலிவான விலையில் புத்திசாலித் தனத்துடனும் சுத்தமானமுறையிலும் அறிமுகம் செய்தது. உணவு பரிமாறும் தொழிலுக்கு ஓர் புதிய மதிப்பை அது உருவாக்கியது. புதிய வெள்ளையும் தங்க நிறமும் கொண்ட தேநீர்க்கடைகள், அங்கு பணிசெய்த சீருடையணிந்த பணிப்பெண்களுடன் சேர்ந்து, மதுக் கூடங்களினாலும் இருண்ட காப்பிக்கடைகளாலும் மங்கிப்போன லண்டனில் மின்னிஒளிர்ந்தன.'

லியான்ஸ் தரமாகச் செயல்பட்டது. அவற்றின் மலிவான நகல்போல பல கடைகளும் உருவாகின. அதேபோல அவற்றைவிட அதிகப் பிரம்மாண்டமானவையும் உருவாகின. இவற்றில் மிகவும் பிரம்மாண்டமான கடை இன்னும் புழக்கத்திலிருக்கும் கிளாஸ்கோவின் வில்லோ தேநீர்க்கூடமாகும். இது சார்லஸ் ரெனி மேக்கின்டாஷால் 1903ல் வடிவமைக்கப்பட்டது. இவற்றில் அவரின் புகழ்பெற்ற நீண்ட சாய்வுகளையுடைய சில்வர் இருக்கைகளும், பிங்க் நிற தொங்குவிளக்குகளும், முத்துக்கல் வேயப்பட்ட பட்டுக்களால் அலங்கரிக்கப்பட்ட சுவர்களுமிருந்தன. விலை உயர்ந்த தங்கும் விடுதிகளில் உச்சகட்ட அலங்காரமுள்ள தேநீர்க் கூடங்கள் வடிவமைக்கப்பட்டிருந்தன. முலாம்பூசப்பட்ட கூரைகளும், அலங்காரப் பனைமர வரிசைகளும், உயர்தர தேநீர் ஆடல்களுமாக இவை நிரம்பியிருந்தன. பெரியதோ சிறியதோ இத்தேயிலைக் கூடங்கள் பிற உணவுவகைகளையும் விற்றன. ஆனால் தேநீரே முக்கியப் பொருளாக இருந்தது.

•

தேநீர் விற்பனையிலிருந்து தேயிலை விற்பனைக்குச் செல்வது மிக இயல்பானத் தேர்வாக இருந்தது. பொருட்காட்சிகளில் உணவு விற்கும்போதே லியான்ஸ் பொதுமக்களுக்கு தேயிலை விற்க ஆரம்பித்திருந்தது. 1904ல் அவர்கள் தங்களது பெயர்கொண்ட தேயிலையை மொத்த வியாபாரமாக கடைகளுக்கு விற்க ஆரம்பித்தனர். 1907க்குள் அவர்கள் 15,000 கடைகள் கொண்ட வியாபாரச் சங்கிலியை உருவாக்கினர்.

1826ல் தேயிலை பாக்கெட்டுகளில் முதன்முதலில் ஜான் ஹார்னிமானால் விற்கப்பட்டது. எடைக்கு உத்திரவாதமுள்ள, சுகாதாரமான முறையில் அலுமினியத் தாளில் பொதியப்பட்ட கலப்படமற்ற தேயிலையை அவர் வழங்கினார். பாக்கெட்டில் இருந்த பெயரும் தேநீரின் தரத்துக்குச் சான்றாயிருந்தது. பலசரக்குக் கடைக்காரர்கள் முதலில் அப்பாக்கெட்டுகளை வாங்கி வைக்கத் தயங்கினர். தாங்களே விற்கும் தேயிலைக்கு அது பாதகமாகக் கூடும் என்று நம்பினர். இருப்பினும் தீவிர விளம்பரப்படுத்துதல் மூலமும் மருந்துக்கடைகள் மற்றும் மிட்டாய்க்கடைகளில் விற்றதன் மூலமும் ஹார்னிமான் ஒரு சந்தையை உருவாக்கினார். அதன்மூலம் பாக்கெட் தேயிலை சந்தையில் பிரபலமானது. 19ஆம் நூற்றாண்டினூடாக அந்தக் கம்பெனி இலாபமடைந்தது. இறுதியாக 1918ல் லியான்ஸ் அதை வாங்கியது. ஜான் ஹார்னிமான் தேயிலையை பாக்கெட்டில் அடைக்க முழுமையாகாத ஓர் இயந்திரத்தையும்

உருவாக்கியிருந்தார். ஆயினும் 20ஆம் நூற்றாண்டிலும் கைகளால் பொதியப்பட்ட தேயிலையே பிரபலமாயிருந்தது. ஆயிரக்கணக்கான பெண்கள். மலிவான கூலிக்கு பாக்கெட்டுகளை இயந்திரங்களை விடக் குறைந்த செலவில் தேயிலையால் நிரப்பினர்.

லியான்ஸ் இருபதாம் நூற்றாண்டின் பெரும்பகுதிக்கும் தேயிலை விற்பனையில் முதல் நான்கிடங்களில் இடம்பெற்றிருந்தது. வேறு பெயர்கள் புரூக் பாண்ட், கோ-ஆப், மற்றும் டை ஃபூ. லிப்டன் தொடர்ந்து தேயிலை விற்பனையிலிருந்தாலும் சர் தாமஸ் லிப்டனுக்கு வயதானபோது வேகத்தையிழந்தது. லிப்டனின் பெரிய தவறு தன்னுடைய சொந்த சில்லறை விற்பனைக்கடைகளை நம்பியிருந்தது. அவர் 600 கடைகளுக்கும் மேல் துவங்கினார். ஆனால் பிற கடைக்காரர்கள் இதைப் போட்டியாகக் கருதி வேறு தேயிலைக்களை வாங்கி விற்க ஆரம்பித்தனர். விற்பனை குறைந்து, மோசமான மேலாண்மையால் லிப்டனின் கடைகள் மூடப்பட்டு லிப்டன் எனும் பெயரே மெல்ல பிரிட்டனிலிருந்து மறைந்தது. பிற நாடுகளில் லிப்டன் வெற்றிகரமான மொத்த வியாபாரியாகத் திகழ்ந்தார். எனவே லிப்டனின் பெயர் அவர் பிறந்த நாட்டைவிட பிற நாடுகளில் புகழ் பெற்று விளங்கியது.

இதேபோன்ற, ஆனால் இன்னும் மோசமான விதி மசவாற்றீயை வீழ்த்தியது. 1870ல் டென்ஷம் - சன்ஸ் என்று ஆரம்பிக்கப்பட்ட அது, நேரடியாக தேயிலை பாக்கெட்டுகளை மொத்த விற்பனை செய்யும் பணியிலிருக்கிறது. மசவாற்றீ என்கிற வசீகரமான பெயருடனும் தீவிர விளம்பர முயற்சிகளின் மூலமும் விரைவிலேயே முதலிடத்தை அடைந்தது. லிப்டனுடன் சேர்ந்து தாங்கள் மிகப்பெரிய தேயிலை வரியை இப்போதுதான் கட்டினோம் என்று தம்பட்டமடித்தனர்.

இரு கம்பெனிகளும் பொய்க்கணக்குகள் மூலம் தாங்கள் மொத்த பிரித்தானிய சந்தையிலும் பாதியைப் பிடித்துவிட்டதாகக் காட்டினர். 1905ல் பேரிடி விழுந்தது. டென்ஷம் உடல்நிலை காரணமாக வெளிநாட்டுக்குச் சென்றார். அப்போது கம்பெனியின் இயக்குனர்கள் சேர்ந்து ஆடம்பரமாக அலங்கரிக்கப்பட்ட கடைகளை திறக்க முடிவு செய்தனர். 164 கடைகளை வாங்கினர். அவை திறக்கப்பட்டபோது மசவாற்றீயின் சில்லறை விற்பனையாளர்கள் அவர்களின் தேயிலையை விற்க மறுத்தனர். டென்ஷம் பாதியில் திரும்பி வந்து நிர்வாகத்தைக் கையெடுத்தார். எல்லா கடைகளையும் மூடினார் - அவை திறக்கப்பட்டு இரண்டே மாதங்கள்தான் ஆயிருந்தன. அதற்குள் கம்பெனியின் பெயர் பெரும் பின்னடைவைச் சந்தித்திருந்தது, அது மீளவேயில்லை.

புரூக் பாண்ட், ஆர்தர் புரூக் என்பவரால் 1869ல் நிறுவப்பட்டது. பாண்ட் என்று ஒருவர் இல்லை. புரூக், பாண்ட் - கம்பெனி எனும் பெயர் மதிப்புக்காக வைக்கப்பட்டது. லான்காஷைர் மற்றும் யார்க்ஷைரில் சில கடைகளுடைய ஒரு சில்லறை வியாபாரியாகத்தான் புரூக் துவங்கினார். ஆனால் சில்லறை வியாபாரத்தை அவர் விரிவுபடுத்தாமல் மொத்த வியாபாரத்தில் ஈடுபட்டார். மக்களின் விருப்பத்தைக் கணிக்க கடைகளைப் பயன்படுத்தினார். மற்ற முதல் நான்கு கம்பெனிகளைப்போலவே விளம்பரத்திலும் கவனம் செலுத்தினார். அவரது தேயிலை செரிமானத்துக்கு உதவும் என்பதைக் குறிப்பிட பிரீ-கெஸ்ட்-டி எனும் பெயர்கொண்ட தேயிலையை உருவாக்கினார். இது பின்னர் பி.ஜி டிப்ஸ் எனப் பெயர்மாற்றம் செய்யப்பட்டது. புகழ்பெற்ற மனிதக் குரங்குகளின் தேநீர் பார்ட்டி விளம்பரம் இதற்கு அளிக்கப்பட்டது. இன்னொரு யுக்தியாக 'பணப் பரிசுகள்' அளிக்கப்பட்டன. ஒவ்வொரு பாக்கெட்டிலும் இருந்த ஸ்டிக்கர்களை ஓர் அட்டையில் ஒட்டி அட்டை நிறைந்ததும் பணமோ பரிசோ பெற்றுக் கொள்ளலாம்.

புரூக் பாண்டின் விற்பனை யுக்திகள் சட்டபூர்வமானவை. ஆனால் பிறரின் யுக்திகள் நேரானதாயில்லை. சூதுவாதற்றவர்களைக் கவர்ந்திழுக்க பல மோசமான திட்டங்களும் உருவாக்கப்பட்டன.

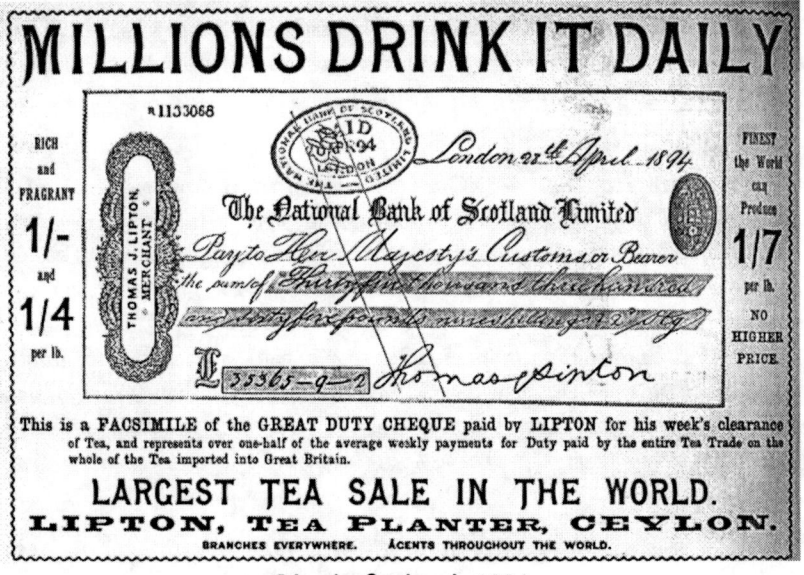

லிப்டன் விளம்பரம், 1894

நெல்சன் - கம்பெனி மிக மோசமான திட்டங்களை உருவாக்கியது. சிறிய அளவு தேயிலையைத் தொடர்ந்து வாங்கிய பெண்கள் விதவைகளானால் அவர்களுக்கு ஓய்வூதியம் வழங்கப்படும் என்று அறிவித்தது. இந்த ஓய்வூதிய தேயிலை மிகப் பிரபலமாகி 250,000 வாடிக்கையாளர்களை கம்பெனி பெற்றது. துவக்கத்தில் கிடைத்த இலாபத்தைக் கொண்டு £25 ஓய்வூதியமாக வழங்கப்பட்டது. அடுத்த ஐந்து வருடங்களில் 19,000 பேர் கைம்பெண்களாகிவிட்டனர். கம்பெனி திவாலானதற்குப்பின் நிகழ்ந்த வழக்கின்போது ஓய்வூதியம் வழங்க கம்பெனிக்கு £30 மில்லியன் தேவைப்பட்டிருக்கும் என்று கணக்கிடப்பட்டது. அதன் மொத்த இருப்பு £20,000தான்.

புரூக் பாண்ட் பரிசு ஸ்டிக்கர் திட்டம் கோ-ஆப்பின் திட்டத்தைப் பின்பற்றி உருவாக்கப்பட்டது. கோ-ஆப்பரேட்டிவ் மொத்த வியாபாரக் குழுமம் மான்செஸ்டரில் 1863ல் துவக்கப்பட்டது. பிரித்தானியாவிலிருந்த 500 கோ-ஆப்பரேட்டிவ் சொசைட்டிகளுக்கு பொருள்களை தயாரிக்கவும், மொத்த விற்பனை செய்யவும் உருவாக்கப்பட்டது கோ-ஆப். இந்தக் குழுமத்தில் அதன் வாடிக்கையாளர்களே உறுப்பினர்களாயிருந்தனர். வருடாந்திர இலாபத்தில் அவர்களுக்கும் பங்கு கிடைத்தது. எவ்வளவு அதிகமாக கோ-ஆப்பில் செலவு செய்கிறீர்களோ அவ்வளவு இலாபத்தில் பங்கு கிடைத்தது. இது கோ-ஆப் தேயிலை வாங்குவதற்கு ஒரு சிறப்பான ஊக்கமாக அமைந்தது. 1912ல் கோ-ஆப் 25 மில்லியன் பவுண்ட் தேயிலையை விற்றது. இருபதாம் நூற்றாண்டின் முதல் பாதியில் கோ-ஆப் முக்கிய தேயிலை விற்பனையாளராகத் திகழ்ந்தது. பின்னர் அதன் முக்கிய மூன்று போட்டியாளர்களின் அதிதீவிர விளம்பர யுக்திகளால் விற்பனை வீழ்ந்தது.

நான்கு பெரிய தேயிலைக் கம்பெனிகளில் இன்னொன்று டை-ஃபூ. சம்மர் குடும்பம் 1820 முதலே பர்மிங்ஹாமில் மருந்து மற்றும் பலசரக்கு விற்கும் தொழிலைச் செய்துவந்தது. ஜஜான் சம்மர் ஒரு தேயிலை வித்தகராக மாறி 1863ல் ‘எ பாப்புலர் டிரீட்டைஸ் ஆன் டீ’ (தேயிலை குறித்த பிரபலமான புத்தகம்). 19ஆம் நூற்றாண்டு முழுவதும் முழு இலைகளையுடைய தேயிலைக்கே மதிப்பிருந்தது. தயாரிப்பின்போது மீதமான தேயிலைத் துண்டுகள் மிக மலிவாகக் கிடைத்தன. சிறு தேயிலை தன் செரிமானத்துக்கு நல்லது என்ற தன் சகோதரியின் வார்த்தையால் உந்தப்பட்டு ஜான் சம்மர்ச் இலங்கையிலிருந்து தேயிலைத் துண்டுகளை சில பேழைகளில் வாங்கினார்.

வசீகரமான கீழைத்தன்மையுடைய டை.ஃபூ எனும் பெயருடன் (முற்றுப்புள்ளி பின்பு இடைக்கோடாகியது) தேயிலை அமோகமாக

விற்றது. இலங்கையிலிருந்து பெறப்பட்ட தேயிலை வேறெந்தக் கலப்பும் இல்லாமல் நேரடியாக பொதியிலடைக்கப்பட்டு விற்கப்பட்டது. மற்ற கம்பெனிகளைப்போலல்லாமல் டை-ஃபூ ஒரே வகை தேயிலையை மட்டுமே ஒரே விலையிலேயே விற்றது. சிறு தேயிலை செரிமானத்துக்கு உதவும் எனும் அனுமானத்தை முன்வைத்து தங்கள் தேயிலை 'பாதகமான கேலோ-டேனிக் அமிலம் இல்லாதது' என விளம்பரப்படுத்தியது. மேலும் துவக்கத்தில் மருந்துக்கடைகள் வழியாகவே விற்பனை செய்தது. அதன் மருத்துவக் குணங்கள் குறித்த நம்பிக்கை எத்தனை ஆழமான தென்றால், முதலாம் உலகப்போரில் சிறு தேயிலை பிற தேயிலைகளுடன் கலந்து தரப்படக்கூடாது என 4,000 மருத்துவர்கள் பரிந்துரைத்தனர்.

இந்த நான்கு நிறுவனங்களும் பிரித்தானிய தேநீர் சந்தையை பெருமளவில் ஆக்கிரமித்திருந்தன. பெரிய அளவில் கொள்முதல் செய்வதன் நன்மைகளுடனும், தீவிர விளம்பரங்களின் மூலமும் விரைவிலேயே சிறிய நிறுவனங்களை வீழ்த்தின. மிகச் சிறிய அல்லது டிவின்னிங்ஸைப்போன்ற சிறப்பு வகைத் தேயிலை தயாரித்த சிறு நிறுவனங்களே தப்பித்தன. நான்கு பெரிய கம்பெனிகளுமே சந்தையின் போக்குகளுக்கு ஈடுகொடுத்து கம்பெனிகளை இணைப்பதிலும், வாங்குவதிலும், பல்நாட்டு சேவைகளைப் பெருக்குவதிலும் ஈடுபட்டு வந்தனர். எத்தனை பெரிதாயினும் அவற்றின் பெயர்களே முக்கியமானவையாக நிலைத்தன, கார்ப்பரேட் நிறுவனங்களானபின்னும் அவை மாற்றப்படவில்லை. அரசாங்கம் 1970ல் தேயிலைச் சந்தையில் ஏகபோக வியாபாரம் நடக்கிறதா என ஆராய்ந்தபோது புரூக் பாண், டைஃபூ, லையான்ஸ் மற்றும் கோ-ஆப் சேர்ந்து 85% தேயிலைச் சந்தையை பிடித்திருந்தது தெரியவந்தது.

•

இந்நான்கில் மூன்று கம்பெனிகள் தேயிலைத் தோட்டங்களைக் கொண்டிருந்தாலும், கூடவே லிப்டனின் தோட்டமும் இருந்தபோதும் பெரிய அளவில் தேயிலை ஏலத்திலேயே வாங்கப்பட்டது. 1834ல் கிழக்கிந்திய கம்பெனிக்கு சீன இறக்குமதி மீதிருந்த ஏகபோகம் முடிவுக்கு வந்ததும் ஈஸ்ட் இன்டியா ஹவுசில் நடந்துவந்த ஏலவிற்பனையும் நிறுத்தப்பட்டது (இன்று லாய்ட்ஸ் காப்பீட்டகக் கட்டடம் இருக்குமிடத்தில் இருந்தது). கம்பெனி கையிருப்பை விற்பனை செய்ய அனுமதிக்கப்பட்டது, கடைசி விற்பனை 1835ல் நடந்தது.

சீனாவிலிருந்து ஏற்றுமதியான தேயிலையை விற்க புதிய ஏற்பாடுகள் எதுவும் செய்யப்படவில்லை. முதல் ஏலம் அக்டோபர் 8, 1835ல் அவசர அவசரமாக கரவேஸ் காப்பிக் கூடத்தில் நடத்தப்பட்டது. அதிக அளவில் வியாபாரிகளும், முகவர்களும் வந்துவிட்டதால் ஏலத்தை அருகேயிருந்த நடனப் பள்ளிக்கு மாற்றினர். முதலில் விற்பனைக்கு கொண்டுவரப்பட்ட தேயிலை அமளியை கிளப்பியது. அது உண்மையிலே நல்ல தேயிலையா, அரசின் சோதனையைக் கடந்து வந்துள்ளதா எனும் சந்தேகம் எழுப்பப்பட்டது. 'விஷமாகத்தான் விற்கமுடியும்' என்றும் 'கொண்டுபோ! கொண்டுபோ!' என்றும் கோஷங்கள் எழும்ப அவை விலக்கப் பட்டன.

நடனப்பள்ளி விற்பனைக்கு ஏற்ற இடமாக இல்லை. லண்டன் கமர்ஷியல் செல்ரூமுக்கு இடமாற்றம் செய்ய முடிவுசெய்யப் பட்டது. 1811ல் கட்டப்பட்ட இவை வியாபாரிகள் தங்கும் இடமாக உருவாக்கப்பட்டவை. அதிகம் வைன் மற்றும் சர்க்கரை வியாபாரிகள். மிக பிரம்மாண்டமான கட்டடம் அது. ஒரு ரோமைக் கோவிலின் வடிவில் கட்டப்பட்டதாக நம்பப்பட்டது, மின்சிங் லேனில் ஃபென்சர்ச் தெருவுக்கும் தேம்ஸ் நதிக்கும் இடையில் இருந்தது. நவம்பர் 20, 1834ல் இங்கு முதல் ஏலம் நடைபெற்றது. அடுத்த 136 ஆண்டுகளுக்கு இங்கிலாந்துக்கும் உலகிற்கும் மின்சிங் லேன் தேயிலை மையமாக ஆகியது. பல 'தேயிலை' வியாபாரிகளும் பழைய கிழக்கிந்திய கம்பெனிக்கு அருகிலேயே அலுவலகங்களை வைத்திருந்தனர். அவர்கள் மின்சிங் லேனுக்கு மெல்ல மாறி வந்தனர்.

1914-18ல் நடந்த உலகப்போர் தேயிலை வியாபாரத்தை பெருமளவில் பாதித்தது. முதல் இரு வருடங்களுக்கு எல்லாம் பழையதுபோலவே இருந்தன. பின்னர் ஜெர்மானிய நீர்மூழ்கிக்கப்பல்கள் ஆங்கிலேய கப்பல்களை மூழ்கடிக்க ஆரம்பித்தன. மக்கள் நீண்ட வரிசைகளில் நிற்பது பிரித்தானிய வாழ்க்கையில் ஓர் அங்கமாகியது. தேயிலை விலை உயர்ந்தது. நெருக்கடியில் கொள்ளை இலாபம் கண்டவர்களுக்கெதிராக மக்கள் குரலெழுப்பினர். அரசு இறக்குமதியான மொத்த தேயிலையில் மலிவான 40% சதவிகித தேயிலையின் விலையை நிர்ணயித்தது. அதே நேரம் இறக்குமதிகள் வெகுவாகக் குறைந்தன. ஏனென்றால் அரசு தேயிலையை 'ஆடம்பர உணவு மற்றும் பானம்' என்று வகைப்படுத்தியிருந்தது. விரைவிலேயே நாட்டுமக்களுக்கு ஊக்கமூட்ட தேயிலை அத்தியாவசியமானது என முடிவு செய்யப்பட்டது. அரசு தேயிலை இறக்குமதியை கையிலெடுத்து 90% தேயிலைக்கான விலையையும்

நிர்ணயித்தது. இப்படி 'ஒன்றாக்கப்பட்ட' தேயிலை தரத்தில் நான்காக பிரிக்கப்பட்டன. 1918ல் தேயிலை 'அரசுத் தேயிலை' ஆகியது. ரேஷன் முறையும் பின்பற்றப்பட்டு வாரத்திற்கு 2 அவுன்சுகள் தேயிலையே வழங்கப்பட்டன.

வாரத்திற்கு இரண்டு அவுன்ஸ் என்பது மிகக்குறைந்த அளவாகும். அமைதிக்காலத்தில் லியான்ஸ் கடைகளில் ஒரு பவுண்ட் (16 அவுன்ஸ்) தேயிலை 85 கப் தேநீர் தயாரிக்க பயன்படுத்தப்பட்டது. இம்முறையில் 2 அவுன்ஸ் தேயிலை நாளொன்றுக்கு ஒன்றரை கப் தேநீரையே உருவாக்க முடியும். சிக்கனமாகப் பயன்படுத்தினால் நாளைக்கு இரண்டு மூன்று கப் தேநீர் உருவாக்க முடியும். ஆனால் அது மெல்லிய கலவையாக இருக்கும்.

உலகப்போரின் முடிவில் 1919ல் ஏலங்கள் மீண்டும் துவங்கின. தேநீர் அருந்துவது உச்சத்தை அடைந்துவிட்டது என்று கருதப்பட்டபோது 1931ல் அது வருடம் தலைக்கு ஒன்பதரை பவுண்டுகளாக உயர்ந்தது. லண்டன் கமர்ஷியல் சேல்ஸ் ரூம் நிறைந்து வழிந்தது. எனவே தேயிலைக்கென தனியே கூடம் அமைக்க முடிவு செய்யப்பட்டது. அலுவலகங்களையும் பெரிய ஏலக் கூடாரத்தையும் கொண்ட புதிய கட்டடம் மின்சிங்க் லேனின் எல்லையில் கட்டப்பட்டது. அதன் பெயர் பிளான்டேஷன் ஹவுஸ். 1937ல் அது துவங்கப்பட்டபோது செயின்ட். கேத்தரின் துறையிலிருந்து அசாம் தேயிலை அடங்கிய பேழைகள் யானைகள் மூலம் பிளான்டேஷன் ஹவுசுக்கு எடுத்துச் செல்லப்பட்டன.

லண்டனில் இப்படி எல்லாத் தேயிலையும் ஒன்று சேரக் குவிந்தது, 1939ல் ஆரம்பித்த இரண்டாம் உலகப்போரில் பேரிழப்பை அளிக்கும் வாய்ப்பைத் தந்தது. ஆனால் மிகக் குறைந்த அளவு தேயிலையே போரில் நாசமானது. மின்சிங்க் லேன் அத்தனை அதிருஷ்ட முடையதாக இல்லை. 10 மே 1941ல் இரவில் தேயிலை முகவர்களின் அலுவலகங்களில் பாதி அழிக்கப்பட்டன.

தேயிலை வியாபாரிகள் போருக்கு ஆயத்தமாயிருந்தனர். முன்பைப்போல 'தேயிலை' ஒன்று சேர்க்கப்பட்டு ரேஷன் செய்யப்படும் என்பதும் அவர்கள் அறிந்திருந்தனர். போர் துவங்கி இரண்டு நாட்களில் அரசு எல்லா தேயிலையையும் கைப்பற்றி அதை விநியோகிக்க ஆட்களை நியமித்தது. துவக்கத்திலிருந்தே தேயிலை மக்களை ஊக்கத்துடன் வைத்திருக்கத் தேவையானது என்று அரசு கருதியதால் இறக்குமதியை நிறுத்தாமல் தொடர்ந்தது. இருப்பினும் எதிரிகளின் தடங்கல்களால் போருக்கு முந்தைய நிலையைவிட தேயிலை இருப்பு கால்பங்கானது.

1940ல் மெடிற்றிரேனியன் கடல்வழி ஆங்கிலேயருக்கு மூடப்பட்டபோது தேயிலை விநியோகம் கட்டுப்படுத்தப்பட்டது. பெரியவர்கள், ரேஷன் சீட்டுக்களைத் தந்து முன்பைப்போல வாரத்துக்கு 2 அவுன்ஸ் தேயிலையைப் பெறமுடிந்தது. பணியிடங்களில் அத்தியாவசியப் பணிகளிலிருந்தவர்களுக்கு தேயிலை அதிகப்படியாகத் தரப்பட்டது. இதில் தீயணைப்புப் பணியாளர்கள், ரயில் பணியாளர்கள், அறுவடை செய்பவர்கள் மற்றும் இரும்பாலைப் பணியாளர்கள் அடக்கம். 1944 முதல் எழுபது வயதுக்கு மேலானவர்களுக்கு மேலும் ஓர் அவுன்ஸ் தரப்பட்டது. 1952வரைக்கும் விநியோகக் கட்டுப்பாடுகள் இருந்தன. தேயிலை வகைகளை கலப்பதை அரசு செய்யவில்லை. உணவு மந்திரியும், தேநீர்ப் பருகுவதை ஊக்குவித்தவருமான லார்ட் வுல்டன் தரம்பிரிக்கப்படாமல் ஒன்றாக்கப்பட்ட தேயிலைக்கு எதிரானவர். 'போரின்போது நாம் தேயிலைகளைதரம் பிரிப்பதையும் தேர்ந்தெடுத்து கலவைகளை உருவாக்குவதையும், அதன் பெயர்களைப் பயன் படுத்துவதையும் கைவிட்டோமென்றால் நம் தேசிய வாழ்க்கையில் ஒரு பங்கை இழந்துவிட்டோம் என்றாகிவிடும்' என்றார் அவர்.

இரண்டாம் உலகப்போரைத் தொடர்ந்து ஆங்கிலேயப் பேரரசும் வீழ்ந்தது. ஆங்கிலேயர் பெருமளவில் தேயிலை விளைவித்து தங்களுக்கும் உலகுக்கும் விநியோகித்த இந்தியாவும் இலங்கையும் சுதந்திரம் பெற்றன. இந்நாடுகள் தேயிலை வியாபாரத்தில் கிடைக்கும் இலாபத்தை இங்கிலாந்துக்கு அனுப்பும் என்று எதிர்பார்க்க முடியாது.

1952ல் பிளான்டேஷன் ஹவுசில் தேயிலை ஏலம் மீண்டும் துவங்கியது. விளைகின்ற நாடுகளிலேயே ஏலம் விடும் முறை வளர்ந்து வந்ததால் இப்போது ஏலக் கூடம் தேவைக்கும் பெரியதாக இருந்தது. 1861லிருந்து கல்கத்தாவில் ஏலங்கள் தொடர்ந்து நடைபெற்றன. துவக்கத்தில் சிறிய அளவே தேயிலை அங்கே ஏலம் விடப்பட்டது. அதுவும் பின்னர் மின்சிங் லேனில் ஏலம் விடப்பட்டது. 1947ல் இந்திய சுதந்திரத்திற்குப்பின் இந்தியத் தேயிலையை இந்தியாவே கட்டுப்பாட்டில் வைத்திருக்கவேண்டும் என்ற எண்ணம் வலுவானது. அதன் பின் இந்தியத் தேயிலைகள் கல்கத்தாவிற்கோ அல்லது கொச்சினுக்கோ ஏலத்துக்கு அனுப்பப் பட்டன.

அசாம் நிறுவனங்கள் வங்காளர்கள் கமிஷன் பெறுவதை வெறுத்தனர். எனவே தங்களுக்கென கௌஹாத்தியில் ஒரு ஏலக் கூடத்தை துவங்கினர். பிற தேயிலைப் பகுதிகளிலும் அவர்களுக்கென ஏலக் கூடங்கள் உருவாக்கப்பட்டன. இலங்கை

லண்டனுக்கு தேயிலை அனுப்புவதை முற்றிலும் நிறுத்தி, கொழும்பில் விற்றது. தொலைத்தொடர்பில் ஏற்பட்ட முன்னேற்றங்களும் இம்மாற்றங்களுக்குக் காரணமாயின. ஏலத்திற்கு முன்பு விமானம் மூலம் தேயிலை மாதிரிகளை உலகின் எந்த பாகத்துக்கும் அனுப்ப முடிந்தது. அதேபோல தொலைபேசி மற்றும் தொலைநகல் வழியாக ஏலம் பிடிக்கவும் முடிந்தது. பெரிய தேயிலை வியாபாரிகள் லண்டன் ஏலத்தைத் தவிர்த்தனர். ஏனெனில் லண்டனில் தேயிலையை வாங்கி சரக்ககங்களில் வைப்பதற்கான செலவுகள் அதிகமாகிவிட்டிருந்தன. வெளிநாட்டிலிருந்து நேரடியாகத் தேயிலை வாங்குவதே எளிதாயிருந்தது.

1971ல் லண்டன் ஏலம் பிளாண்டேஷன் ஹவுசிலிருந்து மிகச் சிறிய சர் ஜான் லியான் ஹவுசுக்கு மாற்றப்பட்டது. அது ஒரு சாதாரண கட்டடம். விரைவிலேயே வியாபாரம் சிறுக்க அக்கட்டடமும் பெரியதாகத் தோன்றியது. 1990ல் ஏலம் லண்டன் சேம்பர் ஆஃப் காமர்சுக்கு மாறியது. அங்கேதான் 29 ஜூன் 1998ல் லண்டன் தேயிலை முகவர்கள் தங்களது கடைசி ஏலத்தை நிகழ்த்தினர். அது ஒரு 311 வருட கால சடங்கின் முடிவாகும்.

•

தேநீர் அருந்துவது மற்றும் அதை விற்பனை செய்யும் முறைகள் ஓர் அமெரிக்க கண்டுபிடிப்பால் அடிப்படையில் மாற்றம் கண்டது. அது தேநீர்ப் பையின் கண்டுபிடிப்பாகும். 1908க்கருகே தாமஸ் சலைவன் என்கிற நியூ யார்க் தேயிலை வியாபாரி தனது வாடிக்கை யாளர்களுக்கு தேயிலை மாதிரிகளை பட்டுத் துணிகளில் பொதிந்து அனுப்பியதாகச் சொல்லப்படுகிறது. சிலர் அதை துணியோடு அப்படியே கொதி நீரில் போடவேண்டும் எனக் கருதினர். ஏற்கெனவே உலோகக் கொள்கலன்களில் தேயிலையை காய்ப்பது அறிமுகமாயிருந்தது. அவர்கள் சலைவனிடம் பட்டு இறுக்க மானதால் தேநீர் தயாரிக்க சிறந்ததாயில்லை எனச் சொல்ல அவர் சரியான மெல்லிய தேயிலைப் பைகளை உருவாக்கினார்.

தேயிலைப் பைகள் விரைவிலேயே அமெரிக்காவில் பிரபலமாகின. ஆனால் அட்லாண்டிக்கைத் தாண்டி வர நீண்ட காலமானது. ஆங்கிலப் பயணிகள் அமெரிக்கத் தேயிலைப் பையின் கோரத்தைப் பகிர்ந்துகொண்டனர். டெட்லிஸ் பிரித்தானியச் சந்தையில் தேநீர்ப் பையை 1935ல் அறிமுகம் செய்தது. ஆனால் 1950 வரைக்கும் அதன் விற்பனை பெருகவில்லை. 1970லும் தேயிலைப் பை விலை மொத்தச் சந்தையில் 10% மட்டுமே. அதன்பின் விற்பனை

அசுரத்தனமாக உயர்ந்தது. 1985க்குள் 68% சந்தையை அவை எடுத்துக்கொண்டன. 2000ல் இது 90% ஆகியது.

தேயிலைப் பைகள் பயன்படுத்த எளிதாயிருந்தன. ஒரு சடங்குக்கான பானமாயிருந்த தேநீரை அவை எளிமையான பானமாக்கின. உலகளவில் தேயிலை விற்பனையாளர்கள் ஒரே அளவு, தரத்தை நிர்ணயிக்க உதவின. இந்த தரப்படுத்துதலும் கூடவே விளம்பரங்களும் சேர்ந்து உயர்தர தேயிலைமீதான விருப்பத்தைக் குறைத்தன. தேயிலைப்பை பாக்கெட் ஒன்றை வாங்குவது எட்வர்ட் கால பலசரக்குக் கடைக்குச் சென்று எண்ணற்ற தேயிலை வகைகளிலிருந்து ஒன்றைத் தேர்ந்தெடுப்பதைவிட எளிதானதாகியது.

தேயிலைப் பைகளில் உடைந்துபோன தேயிலையும் தேயுலைத் துகள்களையும் கூட அடைக்க முடிந்தது. உதிரித் தேயிலையைவிட மிகக் குறைவான விலையில் இவற்றை விற்க முடிந்தது. எடைக்கு எடை ஒப்பிட்டால் அதிக தேநீர் கிடைத்தது. துகள்கள் எளிதில் வெந்து தேநீராகின. உலகெங்கிலும் தேயிலை ஆலைகள் உடைந்த தேயிலை மற்றும் துகள்களைத் தயாரிக்க ஆரம்பித்தன. நுட்பமாகத் தேயிலையை தரம் பிரிக்கும் நாட்கள் சில பெயர்போன எஸ்டேட்களில் மட்டுமே நீடித்தன. 'பாரம்பரிய' தேயிலைகள் புதிய சி.டி.சி தேயிலைகளுக்கு வழிவிட்டன. வெட்டு,(கட்) கிழி(டெயர்) மற்றும் சுருட்டு(கர்ல்). தேயிலை தயாரிப்பு பிற எந்திரமயமான ஆலைகளைப்போல மாறியது. பச்சைத் தேயிலை முதலில் மெக்டெயர் ரோட்டவானே எனும் ஒரு பெரிய வெட்டும் எந்திரத்தினுள் இடப்பட்டன. அது அவற்றை ஒன்றாக்கி சிறு துண்டுகளாக வெட்டியது. அதிலிருந்து தேயிலை ஒரு சிடிசி எந்திரத்தில் இடப்படுகிறது. இதற்கு இன்னொரு பரவலான மாற்று லாவ்ரீ தேயிலை எந்திரமாகும். அது தேயிலையை இடித்து துகள்களாக்குகின்றது.

டெட்லீஸ் தேயிலைப்பைகளை முன்வைத்து துரிதமாக வளர்ந்தது. பிற பெரிய தேயிலைக் கம்பெனிகள் விரைவிலேயே இதைப் பின்பற்றின. தேயிலைப் பைகள் மிகப் பிரபலமாகி உயர்தர தேயிலைகூட பைகளில் விற்பனை செய்யப்பட்டது. டுவின்னிங்ஸ் மற்றும் லிப்டன் தங்களது எர்ல் கிரே மற்றும் டார்ஜிலிங் தேயிலைகளை பைகளிலேயே விற்கின்றன. டெட்லீஸை 1961ல் ஓர் அமெரிக்க நிறுவனம் வாங்கியது. ஆனால் மீண்டும் 1972ல் பிரித்தானியாவுக்குச் சொந்தமானது, லியான்ஸ் அதை வாங்கியது. 1978ல் லியான்ஸ் டெட்லீ இரண்டுமே அலையட் பிருவரிஸால் வாங்கப்பட்டது. பிற பெரிய கம்பெனிகளில் கோ-ஆப் மட்டுமே

தனித்து இயங்கியது. டைஃபூவை கேட்பரி ஷ்வெப்ஸ் வாங்கியது. டுவின்னிங்ஸை அசோஷியேட்டட் பிரிட்டிஷ் ஃபுட்ஸ் வாங்கியது. புரூக் பாண்ட் மற்றும் லிப்டனை யூனிலிவெர் வாங்கியது. சர்வதேச உணவுச் சந்தையில் தேயிலை இன்னொரு முக்கிய வியாபாரப் பொருளாகியது.

உடனடி காப்பியைப்போல உடனடித் தேயிலையையும் இவ்வுணவுக் கம்பெனிகள் உருவாக்கின. இவை ஐஸ் டீ சந்தையில் பயன் உள்ளவையாயிருந்தன. ஆனால் பிரபலமாகவில்லை. காஃபீனற்ற தேயிலைக்கு ஒரு சிறிய சந்தை உருவானது. ஆர்கானிக் (இயற்கை) தேயிலை உணவுகளில் வேதிப்பொருள்கள் கலப்பதிலிருந்து தடுக்க உருவாக்கப்பட்டு பிரபலமானது.

•

தீவிரமான விளம்பரங்கள் மூலம் பெரிய நான்கு கம்பெனிகளும் தேயிலைச் சந்தையை வளைத்துப் போட்டன. இவற்றிற்கு ஒரே ஒரு போட்டியே இருந்தது அது பல்பொருளங்காடிகளாகும் (சூப்பர்மார்கெட்).

19ஆம் நூற்றாண்டிலேயே பல பல்பொருளங்காடிகள் துவங்கப் பட்டாலும் அடுத்த நூற்றாண்டில்தான் அவை பரவலாயின. செயின்ஸ்பரி குடும்பம் 1869ல் தங்கள் முதல் கடையை ட்ரியூரி லேன், கவென்ட் கார்டனில் துவங்கியது. 1914ல் போர் துவங்கியபோது அவர்களிடம் 115 கடைகள் இருந்தன. தேயிலை முக்கியமான பொருளாயிருந்தது. 1920ல் செய்ன்ஸ்பரீஸ் அவர்களது சொந்தப் பெயரில் தேயிலையை அறிமுகப்படுத்தினர். அது பிற தேயிலைகளுடன் ஒன்றாக விற்கப்பட்டதேயன்றி அவற்றைவிட அதிகமாக விற்பனையாகவில்லை.

டெஸ்கோ மிகப் பிந்தியே துவங்கப்பட்டது. அதைத் துவங்கிய ஜேக் கோஹன் லண்டனில் ஒரு தெரு வியாபாரியாக 1919ல் துவங்கினார். மோசமான துவக்கம் அவருடையது. சோப்பில் பெரும் நஷ்டத்தை அடைந்தார். வங்கி அவரது கணக்கை 1924ல் மூடிவிட்டது. தெருச் சந்தை வியாபாரத்துக்கு மோசமான இடமாக இருந்தது. அவருக்கு உதவிய ஒன்றுவிட்ட சகோதரர்கள் எச்சரிக்கப்பட்டனர். ‘காசின்மீது ஒரு கை வைத்திருங்கள். தேவையானால் ஓடிவிடத் தயாராயிருங்கள்’ கோஹன் நிலைத்தார். எவையெல்லாம் மலிவாய்க் கிடைத்ததோ அவற்றையெல்லாம் வாங்கினார் - பழக்கூழ், உலோகப் பாலிஷ், மீன்கூழ். உணவின் மீதிருந்த ஸ்டிக்கர் மோசமாயிருந்தால் சரி செய்து விற்றார். யாரும் வாங்காதவற்றை வாங்கி விற்கும் ‘பலசரக்கு மருத்துவர்’ என அவர் அறியப்பட்டார். அவர் மின்சிங்க் லேனில்

நான்கு பேழைகள் மலிவான தேயிலையை பவுண்டுக்கு 9 டைம் என்ற விலையில் வாங்கினார். இவற்றை அரை பவுண்ட் பைகளிலிட்டு 6 டைமுக்கு விற்றார். அவை சிறப்பாக நடந்தன. வியாபாரத்துக்கு ஒரு பெயர் வேண்டுமென அவர் தனது தேயிலை முகவரான டி.இ. ஸ்டாக்வெல்லின் முதலெழுத்துக்களையும் தனது குடும்பப்பெயரின் முதலெழுத்துக்களையும் கொண்டு டெஸ்கோவை உருவாக்கினார்.

விரைவிலேயே ஜேக் கோஹன் வாரத்திற்கு ஐம்பது பேழை டெஸ்கோ தேயிலை விற்றுக்கொண்டிருந்தார். பின்னர் வேறு பொருள்களையும் சேர்த்துக்கொண்டார். 1930 டெஸ்கோ வழக்கமான கடைகளை ஆரம்பித்தது. அடுத்த பத்தாண்டுகளுக்குள் 100 கடைகளாக விரிவடைந்தது. 1940ல் டெஸ்கோ வாடிக்கையாளர் சுய சேவை வசதிகளை உருவாக்கியது. இதை கோஹன் அமெரிக்காவில் கண்டிருந்தார். குறைந்த நிர்வாகச் செலவால் விலைகளும் குறைந்தன. இது பிரித்தானிய பலசரக்கு வியாபாரத்தில் புரட்சியை ஏற்படுத்தியது. 1950களில் சிறிய கடைகளை டெஸ்கோ வாங்க ஆரம்பித்தது. கோஹனின் கடைகள் மற்றும் அதை பின்பற்றியவர்கள் பின்னர் பெரிய சூப்பர்மார்கெட்டுகளாக வளர்ந்தனர்.

ஜேக் கோஹன் சில்லறை வியாபார விலைக்கட்டுப்பாட்டுக்கு எதிரான முயற்சிகளில் முன்னின்றார். ஆர்.பி.எம். (ரிட்டெய்ல் பிரைஸ் மெயின்டெனன்ஸ்) எனும் முறைமூலம் தயாரிப்பாளர்கள் பொருள்கள் என்ன விலையில் விற்கப்படவேண்டும் என்பதை நிர்ணயித்தனர். கடைகள் விலையைக் குறைத்து விற்பதை அவர்கள் விரும்பவில்லை. சட்டபூர்வமான நடவடிக்கைகளும் எடுக்கப் பட்டன. பல சிறிய கடைக்காரர்களும் இதை வரவேற்றனர். இதன் மூலம் சரியான இலாபம் அவர்களுக்கு வந்தது என நம்பினர். கோஹனோ அது இலாபத்தை செயற்கையாக அதிகமாக வைத்திருந்தது என நம்பினார். ஆர்.பி.எம். முறைக்கு எதிராக தீவிரமாக விளம்பரம் செய்யப்பட்டது. வாடிக்கையாளர்களையும் பின்னர் அரசாங்கத்தையும் அதை தடைசெய்வது நல்லது என நம்பச்செய்தது. 1964-65ல் ஆர்.பி.எம் பரவலாக தடைசெய்யப் பட்டது. பல்பொருள் அங்காடிகள் தங்கள் இலாபத்தைக் குறைத்து விற்க ஆரம்பித்தன. இதைச் செய்ய முடியாத சிறிய வியாபாரிகள் கடைகளை மூடவேண்டிய நிலைக்குத் தள்ளப்பட்டனர்.

இலாபம் குறைத்து விற்கப்பட்ட பொருள்களில் தேயிலையும் ஒன்று. சந்தையைப் பிடிக்க பல அங்காடிகளும் சில பொருள்களை இலாபமில்லாமல் விற்றனர். இவற்றிலும் முக்கியமானதாக தேயிலை விளங்கியது. இதன் விளைவாகப் பல சிறிய சில்லறை

வியாபாரிகளும் கடைகளை மூடினர். பெரிய அங்காடிகள் தங்கள் சொந்தத் தேயிலைகளை விலை குறைத்து அல்லது வேறு வழிகளில் பெரிதும் விற்க முயன்றனர். இருப்பினும் பெரிய தேயிலைக் கம்பெனிகளின் தேயிலைகளை அவர்கள் விற்கவேண்டியிருந்தது. அவற்றிற்கென தனி வாடிக்கை இருந்தது.

2007ல் பெரிய அங்காடிகள் பலசரக்கு சந்தையில் 85% தங்கள் வசம் வைத்திருந்தனர், தேயிலை உட்பட. நான்கு பெரிய கம்பெனிகள் இவ்விடத்தைணீ பிடித்திருந்தன - டெஸ்கோ, ஆஸ்டா (அமெரிக்க அசுர கார்ப்பரேட்டான வால் மார்ட் இதை வாங்கியிருந்தது), செயின்ஸ்பரீஸ் மற்றும் மாரிசன்ஸ். டெஸ்கோ பெரிய இடைவெளியுடன் முதலிடத்திலிருந்தது. 27%. அதன் இலாபம் £2 பில்லியன்.

•

இரண்டாம் உலகப்போர் இந்திய தேயிலைத் தோட்டங்களுக்கு சாதகமானதாக அமையவில்லை. பல மேலாளர்களும் இராணுவத்துக்குச் சென்றுவிட்டனர், சாலைப் பணிகளுக்கும், பிற கட்டுமானப் பணிகளுக்கும் தோட்டக் கூலிகள் சென்றனர். போர்க்கால விலைவாசி உயர்வுக்கேற்ப தோட்டத்தில் வேலை செய்துகொண்டிருந்தவர்களின் கூலிகள் உயர்ந்தன. தேயிலை வியாபாரிகளின் இலாபங்கள் குறைந்தன.

சுதந்திரத்திற்கு முன்பு இந்தியா பிரிக்கப்பட்டது. நாட்டின் கிழக்கே இருந்த சில தேயிலைத் தோட்டங்கள் பாகிஸ்தானுக்குச் சென்றன. 1971ல் அப்பகுதி பிரிந்து பங்களாதேஷ் ஆகியது. சிலெட் மற்றும் சிட்டகாங்கிலிருந்த இத்தேயிலைத்தோட்டங்கள் ஏழைநாடான பங்களாதேஷுக்கு முக்கியமானவையாக இருந்தன. ஆனால் அவற்றின் உற்பத்தி இந்திய உற்பத்தியில் 7% மட்டுமே. இவற்றில் பாதி ஆங்கிலேயருக்கு சொந்தமானதாயிருந்தது. அந்நூற்றாண்டு முடிவுவரைக்கும் அவர்களிடமே அவை இருந்தன.

இந்திய எஸ்டேட்கள் இருவகை கம்பெனிகளின் கையில் இருந்தன. இங்கிலாந்தில் முக்கியமான ஸ்டெர்லிங் கம்பெனிகள் மற்றும் இந்தியாவிலேயே துவக்கப்பட்ட ரூபாய் கம்பெனிகள். கிட்டத்தட்ட எல்லாமே ஆங்கிலேய கம்பெனிகளால் கட்டுப்படுத்தப்பட்டன. ஆனால் ரூபாய் கம்பெனிகள் இந்திய முதலீட்டையும் பெற்றுக்கொண்டன. இந்திய ஆங்கிலேய ஆடசியில் இருந்தபோது ஸ்டெர்லிங்கும் ரூபாயும் எளிதில் ஒன்றுக்கொன்று மாற்றப்பட்டன. எனவே இந்த வேறுபாடு முக்கியமானதாக இல்லை. விடுதலைக்குப்

பின்பு பரிமாற்றம் கடினமானது. அதிகாரிகள் இந்திய கம்பெனிகளின் இலாபங்கள் இந்தியாவிற்கு சொந்தமானவை என்றனர்.

விடுதலைக்குப் பின்னர் இந்திய அரசு பல முக்கியத் துறைகளையும் அரசு மயமாக்கத் துவங்கியது. தேயிலையும் அதில் ஒன்றாக இருந்தது, பல பிரித்தானிய கம்பெனிகளும் எதிர்ப்பைத் தெரிவித்து தங்கள் தோட்டங்களை வேண்டுமென்றே பராமரிக்காமல், மேம்படுத்தாமல் விட்டனர். செலவுகள் குறைந்ததால் கிடைத்த 'இலாபத்தை' இங்கிலாந்துக்கு அனுப்பினர். சில எஸ்டேட்கள் இந்தியர்களுக்கு விற்கப்பட்டன. தொடர்ந்து வந்த பல சட்டத் திருத்தங்களால் மேலும் பல தோட்டங்கள் விற்கப்பட்டன. 1970க்குள் மூன்றில் இருபங்கு மொத்தத் தோட்டங்கள் இந்திய கம்பெனிகளிடம் இருந்தன.

அரசையும் அதிகாரிகளையும் சமாளிக்க ஸ்டெர்லிங் கம்பெனிகள் ஒன்றிணைந்து பெரிய குழுமங்களை உருவாக்கின. 1970களில் தீவிர சோசியலிசத் தன்மையுடன் செயல்பட்ட பிரதமர் இந்திரா காந்தியின் அரசு மீதமிருக்கும் நிறுவனங்களையும் தன் கட்டுப்பாட்டுக்குள் கொண்டுவர நடவடிக்கைகள் எடுத்தது. இது ஸ்டெர்லிங் கம்பெனி களை மட்டுமல்லாமல் 40%க்கும் மேல் அன்னிய முதலீடு இருந்த இந்திய கம்பெனிகளையும் பாதித்தது. எல்லா கம்பெனிகளும் ரூபாய் கம்பெனிகளாக மாறவேண்டும், இந்தியர்கள் குறைந்தபட்சம் 26% பங்குகளைக் கொண்டிருக்க வேண்டும் என்று சட்டம் இயற்றப் பட்டது.

பிரித்தானிய கம்பெனிகளுக்கு இந்தியத் தேயிலையிலிருந்த பங்கை பிரிக்க எடுக்கப்பட்ட பல முயற்சிகளால் அவை இந்தியாவை விட்டு ஓடிவிடும் என எதிர்பார்க்கப்பட்டது. ஆனால் குறிப்பிடத்தகுந்த வகையில் அவர்கள் இதை எதிர்கொண்டனர். விற்கப்பட்ட கம்பெனிகள் பலவும் பலவீனமான மேலாண்மையையும் மோசமான நிலங்களையும் கொண்டவையாக இருந்தன. பிரித்தானியர்களுக்கு சொந்தமான தோட்டங்களின் விளைச்சல் இந்தியர்களின் தோட்டங்களை விட அதிகமாக இருந்தது. இதனால் விளைநிலம் குறைந்தாலும் இந்தியர்களுக்கு இணையான தேயிலையை அவர்களால் தயாரிக்க முடிந்தது. இந்தியாவில் தேயிலை உற்பத்தி மும்மடங்காகியது. 1999 முடிகையில் 1,730 மில்லியன் பவுண்டுகள் தேயிலை தயாரிக்கப்பட்டது. இதில் மிகச் சரியாக எவ்வளவு ஆங்கிலேயக் கம்பெனிகளுக்குச் சொந்தமானது எனக் கணிப்பது கடினம். தோராயமாக பாதிக்குப் பாதி இருந்திருக்கலாம்.

மேலும் அவர்கள் கட்டுப்பாட்டிலிருந்த தேயிலை ‘பிராண்ட்’களின் மூலம் இந்தியச் சந்தையின் மொத்த விற்பனையில் அதிகப்பங்கை அவர்கள் கைப்பற்றியிருந்தனர். மக்கட்தொகை நூறுகோடியைத் தாண்டியபோது தேயிலை விற்பனை பெரிய அளவில் விரிவடைந்தது. இதனால் தேயிலை தயாரிப்பில் உலகிலேயே முதலிடத்திலிருந்த இந்தியா ஏற்றுமதியில் மூன்றாவது இடத்தில் இருந்தது. இந்தியாவில் தயாரிக்கப்படும் தேயிலையில் முக்கால் பங்கு அங்கே அருந்தப்படுவதில்லை. ஆங்கிலோ-டச் கூட்டுக் கம்பெனியான யூனிலிவர் மிகப்பெரிய மொத்த வியாபாரியாக இருந்தது. புரோக் பான்ட் மற்றும் லிப்டன் ‘பிராண்ட்’கள் அவர்களுக்குச் சொந்தமானது.

ஆங்கிலேயர்களுக்கு எல்லாம் சாதகமாக இருந்துவிடவுமில்லை. இந்தியாவின் பெரிய குழுமக் கம்பெனிகளில் ஒன்றான டாட்டா டீ கிட்டத்தட்ட 60 தோட்டங்களை வாங்கியிருந்தது. மொத்த வியாபாரத்தில் அது தேயிலைப்பையை பிரபலப்படுத்திய டெட்லீ கம்பெனியுடன் கைகோர்த்தது. 2000ம் ஆண்டில் டாட்டா டெட்லியை அதன் உலகளாவிய பிராண்டுடன் சேர்த்து தன் கட்டுப்பாட்டில் கொண்டுவந்தது. தீவிர விளம்பரங்களுடன் டெட்லீ இங்கிலாந்திலேயே பிரபலமான தேயிலையாக பிஜி டிப்ஸை முந்தியது. 2007ல் டெட்லி 30% சந்தையைப் பிடித்திருந்தது. பி.ஜி டிப்ஸ் 24% பிடித்திருந்தது. 2005ல் டை-ஃபூவும் ஓர் இந்தியக் கம்பெனியால் வாங்கப்பட்டது, அப்பீஜே இன்டர்நேஷனல்.

26 ஜுன் 2002ல், இந்தியத் தேயிலைத் தோட்டங்களுக்கு புதிய முதலீடுகள் தேவைப்பட்டதை அறிந்த அரசு இந்தியமயமாக்கும் திட்டத்தை பின்வாங்கியது. வெளிநாட்டு முதலீட்டாளர்கள் இந்தியத் தேயிலைத் தோட்டங்களில் மீண்டும் 100% பங்குகளை வைத்துக்கொள்ளும் உரிமை வழங்கப்பட்டது. இந்தியச் சந்தையில் பெரிய அளவில் ஈடுபாடு கொண்ட பிரித்தானிய கம்பெனிகள் இதில் அதிக ஆர்வம் காட்டும் என எதிர்பார்க்கப்பட்டது.

•

இருபதாம் நூற்றாண்டின் துவக்கத்தில் இலங்கையில் தேயிலையே முக்கிய பயிராக இருந்தது. அதன் மொத்த ஏற்றுமதியில் பாதி தேயிலைதான். அந்நூற்றாண்டு முழுவதும் இது தொடர்ந்தது. மீதமிருந்த ஆங்கிலேயர் ஆட்சியில் விளை நிலம் சிறிதளவே விரிவாக்கப்பட்டாலும் மேம்படுத்தப்பட்ட விளைச்சல் முறைகளால் தயாரிப்பு இரட்டிப்பானது.

இலங்கை இங்கிலாந்திலிருந்து 1948ல் விடுதலையடைந்தபோது 550,000 ஏக்கர் தேயிலை பயிரிடப்பட்டிருந்தது. ஐக்கிய தேசியக் கட்சியின் ஆட்சியில் வியாபாரம் முன்பைப்போலவே தொடர்ந்தது. ஆங்கிலேயரே அதிக முகவர் அலுவலகங்களையும் கையில் வைத்திருந்தனர். தோட்டங்களை மேலாண்மை செய்தனர். விற்பனையையும் ஏற்றுமதியையும் கட்டுப்படுத்தினர்.

தோட்டத் தமிழர்களுக்கு விடுதலை பெரிய தாக்கத்தை உருவாக்கியது. ஐக்கிய தேசியக் கட்சி அவர்களுக்கு குடியுரிமை வழங்குவதை, அவர்கள் நாட்டிலிருக்கும் உரிமையையும் குறிப்பாக அவர்களது வாக்குரிமையை கட்டுப்படுத்த விரும்பியது. அவர்களில் பலர் பல தலைமுறைகளாக இலங்கையிலேயே இருந்ததை கட்சி பொருட்படுத்தவில்லை. இது சிங்களர்களுக்கு இருந்த தமிழர்களுக்கு எதிரான மனநிலையை சாதகமாக்கிக்கொள்ள மட்டுமல்லாமல் தோட்டத் தமிழர்களும் இலங்கையின் சோசியலிச கட்சியும் கூட்டணி வைத்துக்கொள்வதைத் தவிர்க்கவுமாகும். ஆங்கிலேயர் காலத்திலும் தோட்டத் தமிழர்களின் வாக்குரிமைகள் மட்டுப்படுத்தப் பட்டேயிருந்தன. இருப்பினும் அவர்களால் தேயிலைப் பகுதியிலிருந்து பல எம்.பிக்களையும் தேர்ந்தெடுக்க முடிந்தது. விடுதலைக்குப் பின் அவர்களது வாக்குரிமைகள் மேலும் மட்டுப்படுத்தப்பட்டதால் அவர்களில் 10%பேர் மட்டுமே வாக்களிக்க முடிந்தது. இந்த நடவடிக்கைகள் தோட்டத் தமிழர்களைக் கசப்பாக்கியது. குறிப்பாக இது இண்டாயிரம் ஆண்டுகளுக்கு முன்பே குடியேறிய பிற தமிழர்களையும் பாதித்தது. இவ்விரு சமூகங்களுமே அரசு தங்கள் மொழிக்கெதிராகச் செயல் படுவதை உணர்ந்தனர். மேலும் கல்வியிலும் வேலைவாய்ப்பிலும் சமஉரிமையில்லாமலாயினர். பின்னாட்களில் இது உள்நாட்டுப்போருக்கு வழிவகுத்தது. அதற்குள்ளாக பல தோட்டத் தொழிலாளிகளும் இந்தியாவுக்குத் திரும்பினர். அங்கே வாழ்க்கை கடினமாக இருந்தாலும்.

இலங்கையின் சக்தி வாய்ந்த அண்டை நாடான இந்தியா முதலில் இலங்கையில் ஐந்து வருடங்களுக்கு மேல் இருப்பவர்களுக்கு குடியுரிமையும் வாக்குரிமையும் வழங்கப்படவேண்டும் என வலியுறுத்தியது. இலங்கையின் பிடிவாதத்தால் 1964ல் அது ஓர் உடன்படிக்கையை செய்தது. இதன்படி 300,000 தமிழர்களுக்கு இலங்கையில் குடியுரிமை வழங்கவும் 525,000 பேரை இந்தியா திரும்பப் பெற்றுக்கொள்ளவும் முடிவு செய்யப்பட்டது. மீதமிருந்த 150,000 தமிழர்கள் இந்த உடன்படிக்கையில் இடம்பெறவில்லை. ஆனால் 1974ல் இரு நாடுகளும் தலா 75,000பேரை ஏற்றுக்கொள்ள

முடிவெடுத்தன. இலங்கைக்குத் தேயிலையை மிக முக்கியமான சொத்தாக மாற்ற தங்களின் வாழ்க்கையை அர்ப்பணித்த முன்னோடித் தமிழர்களுக்கும் அவர்களைத் தொடர்ந்து தங்கள் வாழ்க்கையையும் அர்ப்பணித்த வாரிசுகளுக்கும் இது மோசமான முடிவாகவே இருந்தது.

1956ல் சோஷலியக் கட்சி பதவிக்கு வர ஆங்கிலேயத் தேயிலைத் தோட்டங்கள் அழுத்தம் பெற ஆரம்பித்தன. வியாபார வரிகள் உயர்த்தப்பட்டன. தேயிலையில் பெற்ற இலாபம் இங்கிலாந்துக்கு அனுப்பப்படுவது தடுக்கப்பட்டது. ஒட்டுமொத்தமாக தேசிய மயமாக்கும் கருத்துக்களும் நிலவின. இதுபோன்ற ஆபத்துக்களை எதிர்பார்த்து பல ஆங்கிலேயத் தோட்டங்களும் உள்ளூர்காரர்களுக்கு விற்கப்பட்டது. வெளிநாட்டவரின் கையிலிருந்த தோட்டங்களின் விகிதம் 70 சதவிகிதத்திலிருந்து 31 சதவிகிதமாகியது.

1970களின் துவக்கத்தில் தேசியமயமாக்கல் துவங்கியது. சிறிய தோட்டங்களின் உடைமையாளர்கள் தங்களுக்கும் தங்கள் உடனடி குடும்பத்தினருக்கும் தலா 50 ஏக்கர் தோட்டங்களை வைத்துக் கொள்ள அனுமதிக்கப்பட்டனர். பிற நிலங்கள் அவர்களிடமிருந்து எடுத்துக்கொள்ளப்பட்டது. அரசுக்கு மூன்றில் இருபங்கு தேயிலைத் தோட்டங்கள் சொந்தமாயின. மேலாண்மை மற்றும் தோட்ட வேலை செய்பவர்கள் முன்போலவே இருந்தபோதும் அரசின் குறுக்கீடுகள் அதிகரித்ததால் பின்விளைவுகள் உருவாகின. தேயிலை தயாரிப்பு சுணங்கியது. தரம் குறைந்தது. தேசியமயமாக்கப்பட்ட ஆங்கிலேயக் கம்பெனிகளுக்கு சொற்ப ஈடே கிடைத்தது. இதனால் கோபம் கொண்ட அவர்கள் கொழும்பு ஏலங்களில் முக்கியப் பங்கு வகிப்பதினைத் தவிர்த்தனர்.

நிலச்சீர்திருத்தத்திற்குப் பிறகு சிறிய தோட்டங்களில் தேயிலை வளர்க்கும் விகிதம் அதிகரித்தது. அந்நூற்றாண்டின் முடிவில் தேயிலை விளைவிக்கப்பட்ட மொத்த நிலங்களில் பாதி சிறு முதலாளிகளுடையவையாயிருந்தன. மொத்தம் 200,000 சிறு முதலாளிகள் இருந்தனர். இதில் அதிகம்பேர் ஒன்று அல்லது இரண்டு ஏக்கரில் மட்டுமே தேயிலை பயிரிட்டிருந்தனர்.

1993ல் ஐக்கிய தேசியக் கட்சி தனியார்மயமாக்கல் எனும் வாக்குறுதியைக் கொண்டு ஆட்சியைப் பிடித்தது. அரசு தோட்டங்கள் முதலில் தனியார் மேலாண்மைக்குட்படுத்தப்பட்டு பின்னர் விற்கப்பட்டன. தேயிலை விற்பனை மற்றும் ஏற்றுமதியிலிருந்த கட்டுப்பாடுகள் தளர்த்தப்பட்டன. இங்கிலாந்து நிறுவனங்கள் இதை சாதகமாகப் பயன்படுத்தின. ஆனாலும்

இலங்கை நிறுவனங்களே பலமாக முன்னின்றன. ஜேம்ஸ் ஃபின்லே ஆங்கிலேய முதலாளிகள்டையே அதிக தேயிலை தயாரிப்பவரானார். மொத்த தயாரிப்பில் 5% அவருடையதாயிருந்தது. 2000ஆம் ஆண்டுக்குள் மொத்த தேயிலை தயாரிப்பு மீண்டும் உயர ஆரம்பித்து, அதுவரை இல்லாத 675 மில்லியன் பவுண்டுகளானது. தரமும் உயர்ந்தது. பணியாட்கள் குறைபாட்டால் மேலும் வளர்வது தடைபட்டது.

1972ல் ஸ்ரீ லங்கா எனப் பெயர் மாற்றப்பட்டாலும் தேயிலைக்கான பெயரை சிலோன் என்றே வைத்துக்கொண்ட இலங்கையிலிருந்து அதன் மொத்த தயாரிப்பில் 90% ஏற்றுமதி ஆகியது. இன்று அதுவே உலகின் இரண்டாவது தேயிலை ஏற்றுமதி செய்யும் நாடு. கென்யாவுக்கு அடுத்தபடியாக. முன்பு இலங்கை இங்கிலாந்து சந்தையை பெரிதும் சார்ந்திருந்தது. ஆனால் இப்போது இங்கிலாந்துக்கு மொத்த ஏற்றுமதியில் வெறும் மூன்றரை சதவிகிதம் மட்டுமே செல்கிறது. ரஷ்யா, ஐக்கிய அரபு எமிரேட்ஸ் மற்றும் டர்க்கி நாடுகள் முதலிடங்களிலுள்ளன. இதில் அதிகம் மொத்தமாக அல்லாமல் தேயிலைப் பைகளாகவே ஏற்றுமதியாவதால் இலங்கை அதிக இலாபத்தைப் பெறுகிறது.

•

இலங்கையிலும் ஓரளவுக்கு இந்தியாவில் நிகழ்ந்த பல மாற்றங்கள் பிரித்தானியர்களைத் தங்கள் உலகளாவிய தேயிலைக் கொள்கையை மறுபரிசீலனை செய்ய வைத்தன. 19ஆம் நூற்றாண்டில் சீனத் தேயிலையைப் பெறுவது சீராக இல்லாதபோது அவர்கள் இந்தியாவிலும் இலங்கையிலும் தோட்டங்களை அமைத்தனர். அதேபோல இந்திய இலங்கைத் தேயிலைகள் வரத்து குறைந்தபோது அவர்கள் தங்கள் பிடியில் இருந்த உலகின் வேறு பகுதியை குறிவைத்தனர் - ஆப்பிரிக்கா.

ஆங்கிலேயரின் ஆப்பிரிக்கக் காலனிகளில் தேயிலைப் பயிரிடுவது நியாஸலாந்தில் (தற்போதைய மலாவி) 19ஆம் நூற்றாண்டின் பின்பகுதியில் துவங்கப்பட்டது. தகுதியான நிலம் குறைவாக இருந்ததால் அங்கு தேயிலைப் பயிருடுவது பெரிய தொழிலாக மாறாது என்பது துவக்கத்திலேயே தெரிந்தது. டங்கனியிக்கா (இப்போது டான்சானியா) மற்றும் உகாண்டாவிலும் சாத்தியங்கள் குறைவாகவே இருந்தன. எனவே ஆங்கிலேயர்கள் தங்கள் இன்னொரு காலனியான கென்யாவை குறிவைத்தனர். அங்கே தேயிலை, 1903லிருந்தே சோதனைக்காக வளர்க்கப்பட்டிருந்தது. சில ஐரோப்பிய விவசாயிகள் சிறிய அளவில் தேயிலையைப் பயிரிட

ஆரம்பித்திருந்தனர். 1924ல் அந்நாடு வருடத்திற்கு 1,000 பவுண்ட் தேயிலை மட்டுமே தயாரித்துக்கொண்டிருந்தது. இரு பிரித்தானிய நிறுவனங்கள் - புரூக் பாண்ட் மற்றும் ஜேம்ஸ் ஃபின்லே - தேயிலை தயாரிப்பில் மறுமலர்ச்சி புரிந்தனர்.

1922ல் புரூக் பாண்ட் கென்யாவில் ஒரு தேயிலை விற்பனை நிறுவனத்தை ஆரம்பித்தது. 1925க்குள் அது கிழக்கு ஆப்பிரிக்கச் சந்தையில் 60 சதவிகிதத்தைப் பிடித்திருந்தது. 1924ல் தேயிலை பயிரிடும் எண்ணத்துடனும், அருகிலிருந்த சிறிய தோட்டங்களில் பறிக்கப்பட்ட தேயிலையை தயாரிக்கும் எண்ணத்துடனும் லிமருவுக்கருகில் அது 1,000 ஏக்கர் நிலத்தை வாங்கியது. 1925ல் ஜேம்ஸ் ஃபின்லே - கம்பெனி, கென்யாவுக்கு வந்தது. ஜேம்ஸ் ஃபின்லே இந்தியாவிலும் இலங்கையிலும் பல எஸ்டேட்களுடனும் தேயிலை முகமைகளுடனும் நன்கு நிலைபெற்றிருந்த நிறுவனமாகும். மலிவான விலையில் நிலத்தை வாங்கும் வாய்ப்புகளை அது கண்டுகொண்டது. முதல் உலகப்போருக்குப் பின் கென்ய அரசு முன்னாள் ஆங்கிலேய இராணுவத்தினருக்கு நிலங்களைத் தந்திருந்தது. இது சர்ச்சைக்குரிய திட்டமாக இருந்தது. பல ஆப்பிரிக்கர்களும் இந்நிலங்களுக்கு சொந்தம் கொண்டாடினர். தி பிரிட்டிஷ் ஈஸ்ட் ஆப்பிரிக்கா டிஸ்ஸேபிள்ட் ஆபிசர்ஸ் காலனிக்கு கெரிக்கோவிற்கு அருகிலிருந்த 'உபரி' நிலம் வழங்கப்பட்டது. இத்திட்டம் மோசமாக நிர்வகிக்கப்பட்டது. இராணுவ ஒழுக்கத்துடன் நடத்தப்பட்ட இக்காலனி அதற்காக கேலி செய்யப்பட்டது. ஆளிவிதை விளைவிக்கும் நோக்கத்தோடு அங்கு 55 முன்னாள் இராணுவ அதிகாரிகள் வந்துசேர்ந்தபோது ஆளி விதைக்கான சந்தை வீழ்ச்சியடைந்திருந்தது. வேறு பயிர்களை விளைவிக்கும் திறனும் அவர்களிடையே இல்லை. அத்திட்டம் திவாலானது. ஜேம்ஸ் ஃபின்லே 20,000 ஏக்கர்களை 99 வருட ஒப்பந்தத்திற்கு வாங்கினார். மீதமிருந்த 5,000 ஏக்கர்களை புரூக் பாண்ட் வாங்கியது, பின்னர் கூடுதல் நிலங்களையும் வாங்கிச் சேர்த்தது.

கெரிக்கோ மற்றும் லிமுருவின் மண்வளமும் தட்பவெப்பமும் தேயிலைக்கு மிகவும் சாதகமாயிருந்தன. நிலம் உயரத்திலிருந்தது. கடல்மட்டத்துக்கு மேலே 5,000 முதல் 7,400 அடியில் இருந்தது. இரவுகளில் குளிராயிருந்ததால் தேயிலை நல்ல தரத்துடன் வளர்ந்தது. விளைச்சலும் மிகுதியாயிருந்தது. 1947க்குள்ளாக புரூக் பாண்டும் ஜேம்ஸ் ஃபின்லேயும் 5,000 ஏக்கர் தேயிலை பயிரிட்டிருந்தனர். மேலும் 6,000 ஏக்கர் சிறிய தோட்டங்களில் தேயிலை பயிரிடப்பட்டது. இந்தியா, இலங்கையில் நிகழ்ந்தவற்றால்

தூண்டப்பட்டு கென்யாவில் மேலும் தீவிரமாக தேயிலை விளைச்சலை இருவரும் 1963ல் கென்யா விடுதலை பெறும்வரை விரிவுபடுத்தினர். 1976வரையிலும் தேயிலைப் பயிரிடல் தொடர்ந்தது. அதன் பின்னர் கென்ய அரசு விரிவாக்கத்தைத் தடை செய்தது. 2000ஆம் ஆண்டின்போது இவ்விரு பிரித்தானிய நிறுவனங்களும் மொத்தம் 50,000 ஏக்கர் தேயிலைத் தோட்டங்களை உருவாக்கியிருந்தனர். புரூக் பாண்ட் கென்யாவில் தேயிலை விற்பனையில் முதலிடம் வகித்தது. அதிக அளவில் தேயிலைத் தோட்டங்களையும் வைத்திருந்தது.

1960ல் வேறொரு முக்கிய முயற்சி உருவானது. கென்ய அரசு கென்ய தேயிலை மேம்பாட்டு அலுவலகத்தை உருவாக்கியது. ஆப்பிரிக்க சிறு தோட்டங்களை ஊக்குவிக்கும் முகமாக இது உருவாக்கப் பட்டது. உலகவங்கி மற்றும் பிற சர்வதேச நிறுவனங்களின் ஆதரவுடன் துவக்கப்பட்ட அத்திட்டத்தின் மூலம் பிற விளைச்சல் களுடன் தேயிலையையும் விளைவித்த சிறு விவசாயிகளின் தேயிலைகளை சந்தைக்கு தயார் செய்யும் ஆலைகள் நிறுவப்பட்டன. இவர்களில் அதிகம்பேர் ஒரு ஏக்கருக்கும் குறைவாகவே தேயிலை பயிரிட்டனர். ஆனால் பலரும் இதைச் செய்ததால் மொத்த விளைநிலம் கணிசமானதாயிருந்தது. மிகச்சிறந்த மேலாண்மையும், விவசாயிகளின் கடின உழைப்பும், தோட்டவியலில் உருவான நவீன யுக்திகளை பயன்படுத்தும் ஆர்வமும் சேர்ந்து அத்திட்டத்தை உலகிலேயே சிறந்த வெற்றியை ஈட்டிய திட்டமாக்கியது. 1975ன் துவக்கத்திலேயே சிறு விவசாயிகளின் தேயிலை தயாரிப்பு கென்யாவின் மொத்த தயாரிப்பில் மூன்றில் ஒரு பங்காக இருந்தது. 1988க்குள் 150,000 சிறு விவசாயிகளின் மொத்த தேயிலை தயாரிப்பும் பிரித்தானிய கம்பெனிகளை மிஞ்சியது. நூற்றாண்டின் முடிவில் அங்கே 170,000 ஏக்கர்கள் சிறு தோட்டங்கள் அமைக்கப்பட்டிருந்தன. இத்தேயிலையில் அதிகம் பங்கு மொம்பாசாவில் பிரித்தானிய கம்பெனிகளால் ஏலம்விடவும் பிடிக்கவும் பட்டன.

கென்யா தயாரிக்கும் தேயிலையில் 95% ஏற்றுமதி செய்யப்படுகிறது. இதனாலும், தேயிலை விளைநிலங்கள் அதிசயிக்கத்தக்கவகையில் விரிவடைந்ததாலும் கென்யா இன்று உலகிலேயே மிகப்பெரிய அளவில் தேயிலை ஏற்றுமதி செய்யும் நாடாக விளங்குகிறது.

●

இருபதாம் நூற்றாண்டின் முடிவில் பேரரசின் வீழ்ச்சிக்குப் பின் எதிர்பார்க்கப்பட்டதைவிடப் பெரிய பணியை தேயிலை வணிகத்தில் பிரித்தானியர் செய்துவந்தனர். அவர்கள் கைவிட்டுவந்த நாடுகளில்

தேயிலை பயன்படுத்துவது அதிகரித்தபோதும், அவர்கள் கையில் உலகின் தேயிலை உற்பத்தியில் வெறும் நாலரை சதவிகிதம் மட்டுமே இருந்தபோதும் இது சாத்தியமாயிருந்தது. இரண்டாயிரமாம் ஆண்டில் பிரித்தானிய கம்பெனிகள் உலகின் பல தேயிலை தயாரிக்கும் பகுதிகளிலும் தோட்டங்களை வத்திருந்தன. அதேபோல உலக அளவில் தேயிலை வியாபாரத்தில் முன்னணி வகுத்தனர். உதாரணமாக ஜேம்ஸ் ஃபின்லே கென்யா, ஸ்ரீ லங்கா, உகாண்டா மற்றும் பங்களாதேஷில் மொத்தம் 100 மில்லியன் பவுண்ட் தேயிலையைத் தயாரித்தது, அதைவிட இரண்டு மடங்கு தேயிலையை வாங்கி விற்றது. முக்கியமாக பிரித்தானிய தேயிலைகளின் பெயர்கள் (பிராண்ட்) உலகச் சந்தையை ஆக்கிரமித்திருந்தன. யுனிலிவெர் மட்டுமே, புரூக் பாண்ட் மற்றும் லிப்டன் பெயர்களைக்கொண்டு 700 மில்லியன் பவுண்டுகள் தேயிலையை விற்பனை செய்தது. உலக கறுப்புத் தேயிலைச் சந்தையில் இது ஆறில் ஒருபங்காகும்.

•

சீனர்கள் மீண்டும் தேயிலையில் ஒரு முக்கிய சக்தியாகி வருகின்றனர். 19ஆம் நூற்றாண்டில் பிரித்தானிய தேயிலை வியாபாரம் சீனத் தொழிலை மோசமாக பாதித்திருந்தது. மேலும் ஒப்பியப் போர்களின் பின்னால் சீனா அரசின்மைவாதத்துக்கு உள்ளாகியிருந்தது. இருபதாம் நூற்றாண்டின் முதல் பாதியில் அங்கே உள்நாட்டுப் போர்களும் அரசியல் நிலையின்மையுமிருந்தன. பல மேற்கு நாடுகளும் கறுப்புத் தேயிலைக்கு பழக்கப்பட்டிருந்ததால் பசும் தேயிலை ஏற்றுமதியும் குறைந்தது. சீனாவில் தேயிலைத் தயாரிப்பு 1886ல் 296 மில்லியன் பவுண்டுகளாக உச்சத்தை எட்டியிருந்தது. 1920ல் அது வெறும் 41 மில்லியனாகக் குறைந்தது. இருப்பினும் இரண்டாம் பாதியில் சீனத் தேயிலை தயாரிப்பும் பசுந் தேயிலை அருந்தும் பழக்கமும் வேகமாக அதிகரித்தது. சீனா தற்போது உலகின் இரண்டாவது பெரிய தேயிலை தயாரிக்கும் நாடாக விளங்குகிறது. அதன் மொத்த விளைச்சல் 1,500 மில்லியன் பவுண்டுகளாகும். இதில் மூன்றில் ஒருபங்கு ஏற்றுமதியாகிறது. உலக வர்த்தக அமைப்பின் அழுத்தம் காரணமாக ஏற்றுமதி வரிகள் குறைக்கப்பட்டதால் ஏற்றுமதிகள் அதிகரிக்கும் வாய்ப்புகளுள்ளன. பசுமையானத் தேயிலைக்கு புதிய வாய்ப்புகள் உருவாகி வருகின்றன. பலர் அதை உடல் நலத்துக்கு உகந்த பானம் எனக் கருதுகின்றனர். ஏற்கெனவே நிறைவை எட்டிவிட்ட தேயிலைச் சந்தையில் சீனத் தேயிலை ஒரு புதிய தாக்கத்தை உருவாக்கும் வாய்ப்புக்கள் உள்ளன.

•

இருபதாம் நூற்றாண்டின் இரண்டாம் பாதியில் தேயிலை தயாரிப்பு அதிகரித்ததற்கு முக்கிய காரணம் விளைநிலங்கள் அதிகமானதை விட தோட்டவியலில் உருவான முன்னேற்றங்களே. குறிப்பாக ஒட்டுப் போடுதல் முறை. தேயிலை பாரம்பரியமாக தேர்ந்தெடுக்கப் பட்ட மரங்களிலிருந்து கிடைத்த விதைகளிலிருந்தே பயிரிடப் பட்டுவந்தது. இம்மரங்கள் வளர்ந்து விதைகளை உருவாக்க பல ஆண்டுகள் ஆகின. எனவே இம்முறையில் விதைகளைத் தேர்ந்தெடுத்து மேம்படுத்த ஆண்டுகள் பிடித்தன. இனக்கலப்பால் பலநேரங்களில் வீரியமற்ற விதைகளே கிடைத்தன. ஒட்டுப் போடுதல் இப்பிரச்னைகளைக் களைந்தது.

ஜப்பானியர்கள்தான் முதன்முதலில் பத்தொன்பதாம் நூற்றாண்டில் தேயிலையை ஒட்டுப்போட்டு உருவாக்க ஆரம்பித்தனர். ஒட்டுப் போட்டுதல் ஓர் எளிய முறையாகும். ஓர் அங்குலம் நீளமுள்ள தேயிலைத் தண்டு வெட்டப்பட்டு முளைத்தோட்டங்களில் நடப்பட்டு வேர்விடவைக்கப்பட்டன. ஒரே புதரிலிருந்து பலநூறு தண்டுகளை வெட்டி முளைக்கவைக்க முடிந்தது. அவற்றிலிருந்து உருவான செடிகள் ஒரேபோல இருந்தன. சற்று வளர்ந்ததும் அச்செடிகள் தோட்டங்களில் நடப்பட்டன.

தெரிந்தெடுத்தல் தேயிலை ஆய்வுகளில் முக்கிய பங்கு வகித்தது. மரபான தோட்டங்களில் சில புதர்கள் வேகமாக வளர்வது சாதாரணமாகப் பார்த்தாலே தெரியும். இதுவே முதல் தெரிந்தெடுப்பு. இவற்றிலிருந்து எந்தச் செடிகளின் வெட்டப்பட்ட கிளைகள் வேகமாக முளையிடுகின்றன, எளிதில் வளர்கின்றன என்பனவற்றின் அடிப்படையில் அடுத்த தேர்வு நடைபெறும். அதேபோல பூச்சி எதிர்ப்புத் திறன், உரங்களை ஏற்கும் திறன் போன்றவையும் செடித் தேர்வை முடிவு செய்யலாம். தேயிலை ஆய்வகங்கள் சிறுவடிவ ஆலைகளில் தனித் தேயிலைச் செடிகளின் இலைகளைத் தயார்படுத்தி சோதனைக்குட்படுத்தும் வசதிகளையும் கொண்டுள்ளன. இப்படித் தேர்ந்தெடுத்து வளர்க்கப்படுவதால் நவீன சந்தைக்குத் தேவையான தேயிலை தேவையான அளவு தயாரிக்கப்படுகிறது. ஏக்கருக்கு 2,000 பவுண்டுகள் தேயிலை தயாரிக்கும் தோட்டங்கள் இப்போது சகஜமாகிவிட்டன. சில பரிட்சாத்திர தோட்டங்களில் பன்மடங்கு அதிகமாக விளைச்சலைக் கொடுக்கின்றன. பழைய தேயிலைத் தோட்டங்கள் புதுப்பிக்கப் படுகையில் ஒட்டுச் செடிகள் பயிரிடப்படுவதால் உலகத் தேயிலை தயாரிப்பு பன்மடங்கு அதிகமாகியுள்ளது.

தேயிலை தயாரிப்பு மலிவான பணியாட்களாலேயே சாத்தியமானது. தொடர்ந்து நிலைமை அவ்வாறே உள்ளது. உதாரணமாய் 2000த்தில்

இந்தியாவில் தோட்டப்பணியாளரின் சம்பளம் நாளுக்கு £1, இலங்கையில் 90 பென்ஸ் மலாவியில் 50 பென்ஸ். அதற்குப்பின் கூலி உயரவில்லை. ஆனால் உணவின் விலை அதிகரித்துள்ளது. இந்நாடுகளிலெல்லாம் வறுமையில் வாடும் மக்கள் இருந்து கொண்டே இருப்பதால் வேலைக்கு ஆட்கள் கிடைக்கின்றனர். இருப்பினும் வாழ்வாதாரத்தைத் தரும் கூலிகளாக இவை இல்லை. பிற துறைகளில் இதைவிட அதிக சம்பளம் கிடைக்கிறது. தேயிலைத் துறையில் ஏன் கூலி குறைவாக இருக்கிறது? விடை எளிதானது - வேலை தேடுபவர்கள் தேவைக்கு அதிகமாயுள்ளனர்.

தேயிலை தயாரிப்பு கச்சா எண்ணெய் தயாரிப்பைப்போல மட்டுப்படுத்தப்படுமானால் தேயிலை தயாரிக்கப்படும் நாடுகள் அதிக விலையைப் பெற முடியும். தேயிலை எரி எண்ணெய்யைப் போல அத்தியாவசியமான பொருளல்ல என்றாலும் அதை யாரும் கைவிடும் நிலையிலுமில்லை. நல்லமுறையில் செய்யப்பட்டால் தேயிலையின் விற்பனை விலை சட்டென, எல்லோரும் கைவிடும்படி, உயர்வதைத் தவிர்த்து தயாரிக்கும் நாடுகளுக்கு நல்ல விலை கிடைக்கச் செய்ய முடியும். தற்போதைய ஏல விலை பவுண்டுக்கு 36 பென்ஸ். ஆனால் தேயிலை இங்கிலாந்தில் £2.50க்கு விற்கப்படுகிறது. சரக்கு போக்குவரத்து, பாக்கெட்டிலிடுவது விநியோகிப்பதற்காகும் செலவுகளே அதன் மொத்தவிலையைவிட அதிகமாயுள்ளன. வாங்கும் விலையை இரட்டிப்பாக்குவது தேயிலையின் விற்பனை விலையை 50 அல்லது 60 பென்ஸ் மட்டுமே அதிகரிக்கும். இதனால் வாடிக்கையாளர்கள் தேயிலை வாங்காமல் இருக்கப்போவதில்லை. ஆனால் கடந்த பத்து வருடங்களில் தேயிலையின் கொள்முதல் விலை மோசமாக சரிந்துள்ளது. கடந்த 30 வருடங்களில் (2007லிருந்து) சூப்பர் மார்க்கெட் தேயிலையின் விலை பாதியாகக் குறைந்துள்ளது.

தேயிலை தயாரிப்பை மட்டுப்படுத்தும் முயற்சிகள் முன்பு நடந்துள்ளன. 1930களில் உலகப் பொருளாதார மந்தநிலையை அடுத்து தேயிலையின் விலை வெகுவாகச் சரிந்தது. முக்கிய தேயிலை தயாரிப்பாளர்களான இந்தியா, இலங்கை மற்றும் நெதர்லாந்தின் கிழக்கிந்தியா சர்வதேச தேயிலை ஒப்பந்தம் ஒன்றை உருவாக்கி தயாரிப்பை 85% ஆகக் குறைத்தன. இவை ஓரளவுக்கு வெற்றியைத் தந்தன. ஆனால் இரண்டாம் உலகப்போர் இதை தேவையற்றதாக்கியது. வேறொரு ஒப்பந்தம் 1970-71ல் உருவாக்கப்பட்டு 94% தேயிலை தயாரிக்க முடிவு செய்யப்பட்டது. இதுவும் ஓரளவுக்கு வெற்றியைத் தந்தது. இதுபோன்ற உதாரணங்கள்

இருப்பினும் தேயிலை தயாரிக்கும் நாடுகள் தயாரிப்பைக் கட்டுப்படுத்தும் புதிய ஒப்பந்தங்களை உருவாக்கத் தவறிவிட்டனர்.

'ஃபேர் டிரேட்' தேயிலை கடந்த பத்தாண்டுகளில் பிரபலமடைந்து வருகிறது. தேயிலை வாடிக்கையாளர்களை தொழிலாளிகளுக்கு சில குறைந்த பட்ச பயன்களைத் தரும் வகையில் நிர்வகிக்கப்படும் தோட்டங்களிலிருந்து பெறப்படும் 'ஃபேர் டிரேட்' தேயிலையை வாங்கச் செய்ய குறிப்பிடத் தகுந்த முயற்சிகள் மேற்கொள்ளப் பட்டன. டீடைரெக்ட் போன்ற தேயிலைகள் பிரபலமாகியுள்ளன. ஆனாலும் சந்தையில் சிறுபங்கையே கொண்டுள்ளன. இவற்றிற்கு ஆதரவு தேவை. அப்படியே ஆகும் என நம்புவோமாக. ஆயினும் இத்தேயிலைகளின் விற்பனை விலை சாதாரணத் தேயிலைகளோடு போட்டிப்போடும் அளவுக்கு இருக்கவேண்டும். மேலும் தேயிலை தயாரிப்பு அளவுக்கதிகமாக இருக்கும்வரையில் தொழிலாளிகளின் கூலிகள் அதிகமாகும் சாத்தியம் குறைவு.

வாடிக்கையாளர்கள் மற்றும் ஃபேர் டிரேட் இயக்கத்தின் அழுத்தம் காரணமாக சில பெரிய தேயிலைக் கம்பெனிகளும் தாங்கள் தேயிலை வாங்கும் தோட்டங்களில் தொழிலாளிகளின் நிலைமையைக் கண்காணிக்க ஆரம்பித்துள்ளனர். இது வரவேற்கத்தக்க முயற்சியாகும். இருந்தாலும் இவர்களே தோட்டங்களை வைத்துள்ளனர். அவற்றில் தேவைக்கதிக தயாரிப்பைத் தடுக்கவும் அதன் விளைவாகக் குறையும் கூலியையும் கட்டுப்படுத்த உறுதி கொள்வார்கள் எனச் சொல்ல முடியாது.

தேயிலை உட்கொள்ளும் விகிதம் உலக அளவில் ஆண்டுக்கு 1% அதிகரித்துவருகிறது. ஆனால் தேயிலை தயாரிப்பு 2% அதிகரித்து வருகிறது. பொதுவாக வாடிக்கையாளர்கள் குறைந்த விலையிலேயே தேயிலை வாங்க விரும்புவார்கள். தோட்டங்களுக்கும் பணியாளர் களுக்கும் சரியான பலன் கிடைக்க வேண்டுமானால் தயாரிப்பு விகிதம் படிப்படியாகக் குறைக்கப்பட்டு தேவையும் தயாரிப்பும் சரியான விகிதத்திற்கு வரவேண்டும். அரசுகள் ஒத்துழைத்தால் மட்டுமே இது சாத்தியம். ஆனால் இது நிகழும் அறிகுறி எதுவும் தென்படவில்லை. தேயிலை விலை மற்றும் தோட்டச் சம்பளம் மேலும் குறைந்துபோகும் நிலையே உள்ளது.

7

ஆப்பிரிக்காவில் ஒரு வருடம்

‘மாற்றத்தின் காற்று இந்தக் கண்டத்தில் வீச ஆரம்பித்துவிட்டது. நாம் விரும்பினாலும் இல்லையென்றாலும் இந்த தேசிய உணர்வின் வளர்ச்சி ஓர் அரசியல் உண்மையாகும்.’

பிரித்தானிய பிரதம மந்திரி ஹேரல்ட் மாக்மில்லன்
- கேப் டவுன், பெப்ருவரி 1960

‘ஒவ்வொரு நாளும் நாங்கள் ஜியார்ஜின் தோட்டத்தையும் (ஸ்டெம்வா) என்னுடைய தோட்டத்தையும் (வலந்துன்சி) சுற்றிவந்தோம். காலையிலேயே துவங்கிவிடுவோம். ஒரு பணியாள் காலை ஐந்தேகால் மணிக்கு என் படுக்கைக்கு தேநீர் கொண்டு வருவார். வானம் வெளிறிக்கொண்டிருக்க நான் கொசு வலைக்கடியிலிருந்து வெளியேறி குளிக்கச் செல்வேன். தண்ணீர் மிகக் குளிரானதாயிருந்தது, மலையிலிருந்து வருவது. ஏனென்றால் ஜியார்ஜ் குளிர் நீரில் குளிப்பதை விரும்புபவர். நான் உடை மாற்றிக்கொண்டதும் - காக்கி அரைக்கால் சட்டையும், மேல் சட்டையும், முட்டிவரை காலுறையும், பாலைவன பூட்ஸ் காலணிகளும் - நாங்கள் கிளம்புவோம். பொதுவாக நாங்கள் வலந்துன்சிக்கே முதலில் செல்வோம், ஆறு மணிக்கு அங்கிருப்போம். முதல் வேலையாட்கள் நுழையும் நேரம். அதிகாலையாதலால் தேயிலைச் செடிகள் மிளிரும் பசுமையும், வானம் ஆழ்ந்த தெளிவான நீலமும் கொண்டிருக்கும். தெள்ளத்

தெளிவான காற்று அருகிலிருக்கும் மலையை பெரிதாக்கிக் காட்டுவதுபோலிருக்கும். அதிலிருந்த மரங்கள் தனித்துத் தெரியும்.

நான் ஜனவரியில் சென்று சேர்ந்திருந்தேன். மழைக்காலத்தின் உச்சம். நவம்பரில் துவங்கும் மழைக்காலம் ஜனவரி பிப்ரவரியில் உச்சமடைந்து மேயில் சரிவடைந்தது. வலந்துன்சி வருடத்துக்கு கிட்டத்தட்ட 90 இன்ச் மழை பெற்றது. ஆனால் அது ஆண்டு முழுவதும் பரவலாக இல்லை. அதிகமும் இவ்வாறு மாதங்களிலேயே பெய்தன. நாட்கள் தெளிவாகவே துவங்கின. மெல்ல மெல்ல வானத்தில் கூட்டம் கூட்டமாக மேகங்கள் கூடின. நான் பார்த்துக்கொண்டிருக்கும்போதே அவை பெருகி வானத்தை நிரப்பிவிடும். மதியத்தின் துவக்கத்தில் மழை பெய்ய ஆரம்பிக்கும். சில விநாடிகளுக்குள் நான் முழுக்க நனைந்துவிடுமளவுக்கு கடுமையாக மழை பெய்யும். பின்னர் மேகம் கலைந்து தெளிவாகும். விரைவிலேயே சாலைகளில் நீராவி எழும்பும் அளவுக்கு வெப்பமாயிருக்கும். பத்து நிமிடங்களுக்குப் பின் என் ஆடைகள் காய்ந்திருக்கும்.

வலந்துன்சியில் 500 ஏக்கர் தேயிலை விளைந்தது. இதில் 400 ஏக்கர்கள் முதிர்ந்த செடிகளையும் 100 ஏக்கர் இளஞ் செடிகளுமிருந்தன. இவை இருபது ஏக்கர் அளவிலான வெவ்வேறு தோட்டங்களிலிருந்தன. மொத்தம் 500 பேர் வேலை செய்தனர் - 350 ஆண்கள் 50 பெண்கள் மற்றும் 100 பதின்வயதுப் பிள்ளைகள். - ஒவ்வொரு குழுவிற்கும் ஒரு தலைவர் இருந்தார். அவரை காப்பிட்டோ என அழைத்தனர். கிளார்க்குகள், கட்டுமானப் பணியாளர்கள், காவல்காரர்கள், சமையல்காரர்கள் எனப் பிறரும் இருந்தனர். ஆண்களில் பாதிப்பேரும் குழந்தைகளும் சில பெண்களும் தேயிலை பறித்தனர். பிறர் களையெடுத்தனர்.

ஜியார்ஜும் நானும் நெருக்கமான செடிகளுக்கிடையே கூராக வெட்டப்பட்ட கிளைகள் கீறிவிடாமலிருக்க கவனமாக நுழைவோம். வேலையாட்களின் வரிசைக்குப் பின்னிருந்தே நாங்கள் சென்றோம். ஏனென்றால் ஏதேனும் பாம்புகளிருந்தால் அவர்கள் அதை முன்னோக்கித் துரத்திவிடுவார்கள். ஜியார்ஜ் கேப்பிட்டொக்களிடம் இரண்டு இலைகளும் ஒரு மொட்டும் மட்டுமே பறிக்கப்பட வேண்டும் என கட்டளையிடுவார். முதிர்ந்த கறும்பச்சையான இலைகள் பறிக்கப்பட்டு களையப்பட்டன. செடியைத் தட்டையாக வைக்க இது செய்யப்பட்டது. நாங்கள் தேயிலை பறிப்பவர்களின் பின்னால் தொங்கிய கூடைகளை தரத்திற்காக சோதனை செய்வோம். ஆனால் முதன்மையான சோதனை எடைபோடும்போதே நடைபெற்றது.

ஒரு கூடையில் 40 பவுண்ட் தேயிலை கொள்ளும். ஆனால் அதிலிருந்து கடைசியாக 8 பவுண்ட் தேயிலை தயாரிக்கப்படும். குறைந்தபட்ச வேலை 40 பவுண்ட் தேயிலையைப் பறிப்பதே. அதற்கான அடிப்படைக் கூலியை அவர்கள் பெற்றுக்கொண்டனர். அதைவிட அதிகத் தேயிலைக்கு அளவுக்கேற்ற கூலி தரப்பட்டது. இதன்மூலம் ஒரு தேர்ந்த பணியாளர் தன் அடிப்படை சம்பளத்தை இரட்டிப்பாக்க முடியும். ஆனால் வழக்கமாக இது குறைவாகவே இருந்தது. மழையற்ற காலங்களில் வளர்ச்சி குறைவாக இருந்தபோது அவர்களுக்கு மேலதிகக் கூலி கிடைப்பது அரிதாகவே இருந்தது.

களையெடுப்பது, செடிகளை சீர் செய்வது போன்ற பணிகளுக்கும் இதேபோன்ற முறையிலேயே நிகழ்ந்தன. மேலாளர்களும் கேப்பிட்டொசும் சேர்ந்து அன்றைய நாளைக்கான பணியை முடிவு செய்தனர். இதுதான் மேலாளருக்கு ஆகச் சிக்கலான வேலை. அதிருஷ்டவசமாக நான் பள்ளி விடுமுறைக்காலங்களில் பழத்தோட்டங்களில் இதுபோன்ற 'எடைக்கேற்ற சம்பள' முறையில் வேலை பார்த்திருந்ததால் எனக்கு இதன் சிடுக்குகள் தெரிந்திருந்தன.

களையெடுப்பதே தேயிலை பறிப்பதைவிட கடினமானதாயிருந்தது. அதிகம் பெண்களே இதில் வேலை செய்தனர். களையெடுக்கும் உபகரணம் போர்த்துகீசியத்தில் உருவாக்கப்பட்டது. ஆங்கில எழுத்து டி வடிவத்தில் கனமான உலோக அடிப்பகுதி கூர்தீட்டப் பட்டிருந்தது. முப்பது அங்குல மரத்தடி அதில் இணைக்கப் பட்டிருந்தது. பெண்கள் நிலம் நோக்கி குனிந்துதான் கனமான இந்தக் கருவிகளை கையாள முடிந்தது. அண்மையில் முடிந்திருந்த வேலை நிறுத்தத்தால் வளர்ந்திருந்த களைகள் வலுவானவையாக இருந்தன. சில ஆமணக்குச் செடிகள் பத்து அடி உயரம் வளர்ந்திருந்தன. சூரியன் உச்சிக்கு வந்தபோது அப்பெண்கள் வியர்வையில் குளித்திருந்தனர். அவர்கள் எப்போதும் சிரித்துக்கொண்டும் பாடிக்கொண்டும் இருப்பது அசாதாரணமானது

துவக்கத்திலிருந்தே நியாசா பகுதியின் தோட்டப் பணியாளர்களிடம் என்னைக் கவர்ந்தது அவர்களது மகிழ்ச்சியே. இது ஓர் ஆப்பிரிக்க குணம் என்று நான் அனுமானித்திருந்தேன். ஆனால் பின்னர், வேறு பல பொதுப்படுத்தல்களைப்போல இதுவும் தவறானது என அறிந்தேன். இது வருமானத்தின் பொருட்டும் இல்லை என்பதை உறுதியாகச் சொல்ல முடியும். ஏனென்றால் இது ஒப்பிட்டல் ஆப்பிரிக்காவில்கூட குறைவான கூலி. ஆண்கள் ஐரோப்பிய பாணி சட்டை மற்றும் கால்சட்டைகள் அணிந்திருந்தனர். பெண்கள் வண்ணமயமான சுற்றாடைகளை அணிந்திருந்தனர். ஆனால் அவை

எல்லாம் கிழிந்தே இருந்தன. சிலர் மிதிவண்டிகளை வாங்கியிருந்தனர். ஆனால் பல வருட உழைப்புக்குப் பின்னரே அது சாத்தியமாகியது. அவர்களது அடிப்படை சம்பளம் என்பது நாளுக்கு 2 ஷில்லிங்ஸ் மட்டுமே (10பென்ஸ்).

ஒவ்வொரு குழுவிலும் வேலை செய்பவர்களின் எண்ணிக்கையை நான் தொடர்ந்து எண்ணிக்கொண்டேயிருக்க வேண்டும் என ஜியார்ஜ் எனக்குப் பலமுறை அழுந்தக் கூறினார். எண்ணிக்கையை கணக்கெடுப்பதும், தினசரி பணிச்சீட்டை எழுதுவதும் கிளார்க்கின் வேலை. ஆனால் பல நேரங்களில் எண்ணிக்கையைக் கூட்டி 'மாய' பணியாளர்களுக்குக் கிடைக்கும் சம்பளம் பங்கு வைக்கப்பட்டது. முப்பது நாள் வேலைக்கான 'டிக்கட்' முறை இருந்ததால் இது எளிதில் சாத்தியமானது. ஒவ்வொருநாள் வேலை முடிந்ததும் அந்நாள் குறிக்கப்பட்டது. அதனோடு கூடுதலாக செய்யப்பட்ட வேலையும் குறிக்கப்பட்டது. முப்பது நாள் வேலை செய்து முடித்த பின்னரே சம்பளம் வழங்கப்பட்டது. ஆயினும் டிக்கட்டின் அடிப்படையில் வாராந்திர முன்பணம் வழங்கப்படும் வசதியும் இருந்தது. பல பணியாட்களும் முப்பது நாட்களை முடிக்க நீண்ட காலம் எடுத்துக்கொண்டனர். தங்கள் சொந்த நிலங்களில் வேலை செய்யப் பலரும் அடிக்கடி விடுப்பெடுத்துக்கொண்டனர். பணியாளர்கள் நிலையாக இல்லாததால் கணக்கு வைத்திருப்பது கடினமானது. எங்கள் எஸ்டேட் வாராந்திர சம்பள முறைக்கு மாறிக் கொண்டிருந்தது. ஆனால் அது அமலாக காலம் பிடித்தது. பல தோட்டங்களிலும் வேலை பார்த்துக்கொண்டிருந்த நூற்றுக் கணக்கான பணியாளர்களின் வருகையை கணக்கில் வைத்துக் கொள்வது கடினமானதாகவே இருந்தது.

'கவனமாக எண்ணு, அடிக்கடி எண்ணு' ஜியார்ஜ் எனக்கு அறிவுறுத்தினார். 'கடந்த நாலு வருசத்துல நாலு ஹெட் கிளார்க்குகளை நாங்க வேலையவிட்டுத் தூக்கிட்டோம், கணக்கை மாத்தினதுக்காக. கிளார்க்குகளையும் கண்காணிக்கணும். ஆனா அவங்கள எரிச்சல்படாம பாத்துக்க. ஏண்ணா அவங்க உதவி உனக்குத் தேவைப்படும். இந்த எஸ்டேட்ல கொஞ்சமாவது ஆங்கிலம் பேசத் தெரிஞ்சவங்க அவங்கதான்'.

வெள்ளிக்கிழமை மதியத்தில் சம்பளம் வழங்கப்பட்டது. மிகவும் மன அழுத்தம் தரக்கூடிய சமயம் இது. பணியாட்கள் தங்கள் வருகை, மற்றும் வேலை குறித்த சர்ச்சைகளை எழுப்புவார்கள். மேலும் முன்பணம் கேட்பார்கள். பணத்தை சில்லறையாக ஸ்டாண்டர்ட் வங்கியின் சோலோ ஏஜென்ஸி வழியாகப் பெற்றுக்கொண்டோம்.

அது ஒரு தகரக் கொட்டகை. புதன்கிழமை சில மணிநேரங்கள் மட்டுமே திறந்திருக்கும். பழைய இராணுவ வெடிகுண்டுப் பெட்டிகளில் பணம் வழங்கப்பட்டது. அவை ஸ்டீல் பட்டைகளால் கட்டப்பட்டு சீல் வைக்கப்பட்டிருக்கும். வெள்ளிக்கிழமைகளில் இவை தேயிலை ஆலையின் அலுவலகத்திலிருந்து தோட்ட அலுவலகத்துக்குக் கொண்டுவரப்பட்டு திறக்கப்படும். பின்பு எண்ணப்படும். எண்ணிக்கையில் சிறிய வித்தியாசங்கள் வந்தால் அடுத்த வாரம் சரி செய்யப்படும்.

•

நான் முதல் வார இறுதியில் வலந்துன்சி பங்களாவுக்கு குடி புகுந்தேன். மாலையில் வராந்தாவில் தனியே அமர்ந்து இரவு சூழ்வதைக் காண்பது விநோதமாயிருந்தது. அந்த முதல் வாரங்களில் திடீரென எழும் ஒரு பூச்சியின் சத்தமோ, கழுதைப்புலியின் விநோத அழுகையோ என்னை பயம்கொள்ளச் செய்யும்.

வேறு சில சமயங்களில் காலியான வீட்டில் படுக்கையில் கிடந்து ஆப்பிரிக்க இரவின் முனகல்களைக் கேட்பது களிப்பாக இருந்தது.

வீடு பெரியதாகவும் நவீனமாகவும் இருந்தது. பெரிய குடும்பத்துடன் வரும் மேலாளருக்காகக் கட்டப்பட்டிருந்தது. பிற மேலாளர்களின் வீடுகளைப்போல தேயிலைத் தோட்டத்துக்கு நடுவில் அல்லாமல் இது திருத்தப்படாத காட்டிற்கு நடுவே பெரிய மரங்கள் சூழ அமைந்திருந்தது. ஒரு மண்சாலை அதை வந்தடைந்தது. அதன் இருபக்கமும் கனி தரும் ஆரஞ்சு, நர்த்தம் பழம், எலுமிச்சை மரங்கள் இருந்தன. வீடு குன்றின் மேல் இருந்ததால் எஸ்டேட்டும் தொலைவிலிருந்த சோலோ மலையும் அற்புதமாகக் காணக் கிடைத்தன. பெரிய புல்வெளி ஒன்றிருந்தது. முந்தைய மேலாளர் சில பூச்செடிகளையும் நட்டுவைத்திருந்தார். பங்களா வெள்ளையில் மிளிர்ந்தது. மிக நீளமாக இருந்தது. மூன்று படுக்கையறைகள், குளியலறை, வரவேற்பறை, உணவறை, சமையலறை எல்லாம் நீளவாட்டில் ஒன்றுக்கொன்று எதிராக அமைக்கப்பட்டிருந்தன. அதன் நீளம் 150அடிகள். அதன் மையத்திலிருந்து ஒரு பெரிய, கூரையிடப்பட்ட வராந்தா இருந்தது அதிலிருந்து படிக்கட்டுக்கள் இறங்கிச்சென்றன. ஒரு பிரெஞ்ச் சன்னல் வழியாக நுழைவாயில் இருந்தது. அதிசயமாக அதற்கு மின்சாரம் ஆலைக்குச் செல்லும் மின்தொடர்பிலிருந்து எடுக்கப்பட்டிருந்தது. அடிப்படை அறை கலன்கள் இருந்தன. படுக்கைகள், இருக்கைகள், மேசைகள், மற்றும் ஒரு பழைய குளிர்சாதனப் பெட்டி.

ஆனால் திரைச்சீலைகளோ, தரை விரிப்புக்களோ, சமையல் உபகரணங்களோ இல்லை. அவற்றை வாங்க மிகுந்த செலவாகும்.

அதிர்ஷ்டவசமாக நியாசலாந்தில் எளிதில் கடன் வாங்க முடிந்தது (அப்போது இங்கிலாந்தில் கடன் வாங்குவது மிகக் கடினம்). சில பாத்திரங்கள், கரண்டிகள், விரிப்புக்களை இங்கிலாந்திலிருந்து அனுப்பச் செய்திருந்தேன். அவை வந்து சேர ஓரிரு மாதங்களாகும். கம்பெனியில் £50 கிளம்பும் முன் ஆடைகளுக்கென்று தந்திருந்தனர். லண்டனில் நான் ஒப்பந்த சடங்குகளைச் செய்துகொண்டிருக்கையில் எங்கள் மேலாண்மையகத்தின் தலைவர் என்னைத் தனியே அழைத்துச் சொன்னார்.

'தம்பி நான் உனக்கு ஒரு சின்ன அறிவுரை சொல்லலாமா?'

'நன்றி சார்'

'நீ சரியான உடைகளை உடுத்துவது மிக மிக அவசியம். அங்கே நல்ல தையல்காரர்கள் உண்டு. ஆனால் அவர்கள் தைக்க நல்ல மாதிரி துணிகள் வேண்டும். சிம்சன்ஸ் அல்லது ஆஸ்டின் ரீடுக்குப்போய் அளவெடுத்து முதல்தரமான புஷ்-ஜாக்கெட்டும், கால்சட்டையும் தைத்துக்கொள். நீ அதற்காக வருத்தப்படமாட்டாய்.'

நான் சிம்சனில் விசாரித்தேன் அவர்கள் £25 கேட்டார்கள். என் படியில் அது பாதி. எனவே நான் அவரின் அறிவுரையைப் பின்பற்றவில்லை. இது நல்ல விஷயமாகியது. ஏனென்றால் நான் வந்து சேர்ந்தபோது அந்தப் பகுதியிலேயே புஷ்-ஜாக்கெட் அணிந்த ஒரே ஆள் அந்த மேலாண்மையகத்தின் உள்ளூர் மேலாளர் மட்டுமே. அவரை எல்லோரும் முட்டாள் என்று கருதினர். பின்னர் நான் பிற தோட்டக்காரர்களைச் சந்தித்தபோது பலரும் முழு தயாரிப்புடன், தொப்பி சகிதம் வந்திருந்ததை அறிந்தேன்.

ஜியார்ஜ் என்னை பிளான்டைருக்கு அழைத்துச் சென்று சி.கே. ராமனிடம் அறிமுகம் செய்தார். அவர் மிகவும் மதிக்கப்பட்ட ஓர் இந்திய வியாபாரி. வீட்டுப்பொருள்களை ஏலம் விடுவதிலும் விற்பதிலும் ஈடுபட்டிருந்தார்.

'இவர் மிஸ்டர். மாக்ஸம்'. ஜியார்ஜ் சொன்னார். 'இப்போதுதான் ஸசட்டெம்வாவில் சேர்ந்திருக்கிறார்'

'நியாஸ்லாந்துக்கு நல்வரவு.' கலைந்து கிடந்த பண்டகசாலையைக் காட்டி 'வேண்டியதை எடுத்துக்கொள்ளுங்கள்' என்றார்.

'நான் இன்னும் வங்கிக் கணக்கைத் துவங்கவில்லை' என்று நான் சொன்னேன். 'ஆனால்...'

‘அதைப்பற்றிக் கவலைப்பட வேண்டாம்’ அவர் சொன்னார். ‘விரும்பிய பணத்தைக் கொடுங்கள்’ சிரித்தார். ‘பலரும் ஒன்று அல்லது இரண்டு வருடங்கள் கழித்துத்தான் காசு கொடுப்பார்கள்.’

நான் அந்நாட்டில் இருந்து நன்றாக சம்பாதித்தால், அவருக்கு ஒரு நம்பிக்கையான வாடிக்கையாளர் கிடைப்பார் என்பதை அவர் நன்கறிந்தேயிருந்தார். அப்போது பணவீக்கம் குறைவாக இருந்தது. வட்டி விகிதமும் குறைவு. இவற்றைவிட நான் கடனை திருப்பிக் கட்டவில்லையென்றால் எஸ்டேட் ஈடு செய்யும் என்பதும் திரு. ராமனுக்குத் தெரியும். ஜியார்ஜ் பின்னர் என்னை பல கடைகளுக்கும் கூட்டிச்சென்றார். அங்கெல்லாமும் ஒரு கையெழுத்துகூட இல்லாமல் எனக்கு கடன் தரப்பட்டது.

ஜியார்ஜ் எனக்கு பணியாட்ளை அமைத்துக்கொள்ளவும் உதவினார். சமையல்காரர் மற்றும் வீட்டு உதவியாளுக்கு நான் சம்பளம் தர வேண்டியிருந்தது. தோட்டக்காரர் மற்றும் காவல்காரருக்கு எஸ்டேட் பணம் தந்தது. அவர்களுக்கு நவீன ஆனால் சிறிய வீடுகள் பின்பக்கம் இருந்தன. அவர்கள் யாருக்கும் ஆங்கிலம் தெரிந்திருக்கவில்லை.

சின்யாஞ்ஜா மொழியை ஆர்வத்துடன் கற்க ஆரம்பித்தேன். நான் வலந்துன்சிக்கு குடிவந்தபின் ஜியார்ஜ் பாதி நாள் மட்டுமே வந்தார். அவரது சின்யாஞ்ஜா பேச்சைக் கேட்டு முடிந்ததைக் கற்றுக் கொண்டேன். மாலையில் சிரத்தையுடன் ஒன்று அல்லது இரண்டு மணி நேரம் இலக்கணம் படிக்க செலவிட்டேன். ஜியார்ஜ் இல்லாத போது எப்போதும் ஓர் எழுத்தருடன் சென்றேன். வழியெங்கும் பாடங்கள் தொடர்ந்தன. பொருள்களை சுட்டிக்காட்டி வார்த்தைகளைக் கேட்டு எழுதிக்கொண்டேன். அம்மொழி அண்மையில்தான் எழுத்துருவைப் பெற்றிருந்தது. எனவே ரோமன் எழுத்துக்களும் உச்சரிப்பும் பொருந்தி வந்தன. நான் இதைத் துவங்கி சில நாட்களில் ஒரு காப்பிடோஸ் தேயிலையின் கீழ் சுட்டிக்காட்டி ‘மார்வு’ என்று உற்சாகமாகச் சொனார். புதிய வார்த்தையை கற்றுக்கொள்ளும் ஆர்வத்தில் நான் குனிந்தேன். திடீரென சூடான ஊசியால் குத்தப்படுவதைப்போல வலித்தது. என்னை ஒரு பெரிய குளவி கொட்டியது. நீண்டநாட்கள் வலியும் வீக்கமும் இருந்தது. வேலையாட்களுக்கு இது சுவாரஸ்யமாக இருந்தது. நான் கடந்து செல்லும்போதெல்லாம் ‘மார்வு மார்வு’ என்று கத்தினர்.

மொழி பழகியபின்னர் நான் அதிகமும் ‘யோட்டம்’ எனப் பெயர்கொண்ட தலைமை காப்பிட்டோ வழியாக நடவடிக்கைகளை மேற்கொண்டேன். அவர் கிளார்க்குகளைவிடவும் நம்பத்தகுந்த வராகத் தோன்றினார். அவர் தேயிலைப் பணியில் பல காலம்

இருந்ததால் என்னைவிட அவருக்கு என்ன செய்யவேண்டும் என்பது தெரிந்திருந்தது. அவர் ஓர் இஸ்லாமியர், பிற கிளார்க்குகளைப் போலவோ காப்பிட்டோக்களைப்போலவோ அவர் மது அருந்துவதில்லை. என் முன்னே கொண்டுவரப்படும் தனிப்பட்ட பிரச்னைகளுக்கும் என்ன செய்ய வேண்டும் என்பதில் அவரது கருத்தை நம்பலாம்.

முதன்முறையாக பணியாட்களுக்கு மத்தியில் இருக்கும் பிரச்னைகளைத் தீர்த்துவைக்கும்படி என்னைக் கேட்டுக்கொண்ட போது அதிசயமாக இருந்தது. ஒரு வார இறுதியில் சண்டை ஒன்று நடைபெற்றிருந்தது. கள்ளச்சாராயத்தின் விளைவாக. ஒருவர் இன்னொருவரின் மனைவியைப் பார்த்து கண்ணைக் காட்டினார் என்று குற்றச்சாட்டு. அதனால் அவர் கடுமையாகத் தாக்கப் பட்டிருந்தார். அவர் பல வாரங்கள் வேலை செய்ய முடியாதபடி கை முறிக்கப்பட்டிருந்தது. அவர் நஷ்ட ஈடு வாங்கித்தரக் கோரி என்னிடம் வந்திருந்தார்.

‘இதுக்கும் எனக்கும் சம்பந்தமே இல்லை.’ நான் சொன்னேன், ‘இதெல்லாமே வேலை நேரத்துக்கு வெளியே நடந்தது. மாஜிஸ்ட்டிரேட்டிடம் செல்லுங்கள்.’

‘ஆனால், முன்னாள் மேலாளர்கள் எல்லாம் இதுபோன்ற வழக்குகளைத் தீர்த்துவைத்திருக்கிறார்கள். வேறு எங்கே போனாலும் அதிக நேரம் பிடிக்கும். பிரச்னை பெரிதாகும். நீங்களே முடிவு செய்யுங்கள். எங்களில் ஒருவர் உங்கள் தீர்ப்பை ஏற்றுக்கொள்ளவில்லை என்றால் வேறு முயற்சி செய்கிறோம்.’

தயக்கத்துடன் நான் வழக்கை கேட்க முடிவு செய்தேன். இருவரின் கதைகளையும் கேட்டபின் யோட்டமிடம் கருத்து கேட்டேன். அடிகொடுத்தவர் அடிபட்டவருக்கு தன் சம்பளத்தில் பாதியைத் தரவேண்டும் என்று அவர் சொன்னார். அடித்தவர் அடாவடியானவர் என அறியப்பட்டார். நான் அந்தத் தீர்ப்பை வழங்கினேன். இருவரும் ஏற்றுக்கொண்டனர். அவர்களின் சம்பளத்தை அதற்கேற்ப நான் பிரித்துக்கொடுத்தேன்.

பின்னர் பல திருட்டு, அடிதடி, தகாத உறவு வழக்குகளுக்கும் நான் தீர்ப்பளித்தேன். உள்ளூர் வழக்கப்படி மிக மோசமான வழக்குகளைத் தவிர பிற வழக்குகளுக்கு அபராதம் தருவதே தீர்ப்பாகும். ஒருவரை சிறையிலடைத்து அவர் அந்த அபராதப் பணத்தை சம்பாதிக்கும் வாய்ப்பை எடுத்துவிடுவது பொருளற்ற தண்டனையாகக் கருதப்பட்டது. இதனால் எனக்கு இந்த வேலை எளிதாகியது. ஏனென்றால் இரு பக்கமும் அவர்களாகவே என்னிடம் வந்து தீர்ப்பை

கேட்டார்கள். யாரையும் கட்டாயப்படுத்தவில்லை. வெகு சில நேரங்களிலேயே காவல்துறையையோ நீதிமன்றத்தையோ நாடவேண்டியிருந்தது.

•

வேலையையும் மொழியையும் கற்றுக்கொள்வதே எனக்கு முதன்மையானதாக இருந்தது. ஆனாலும் ஓட்டுனர் உரிமம் இல்லாததும் வாகனம் ஓட்டும் பயிற்சி எதுவுமில்லாததும் என்னை உறுத்திக்கொண்டேயிருந்தது. முதல் பதினைந்து நாட்கள் நான் தோட்டத்தில் பாதி நாள் நடந்தேன். பின்னர் ஜியார்ஜுடன் அவர் வாகனம் ஓட்டுவதை கவனித்துக்கொண்டேபயணித்தேன். சில மாலைகளில் ஜியார்ஜ் ஓர் ஓட்டுனரை அனுப்பி ஒரு மேலாளரின் வீட்டுக்கோ கேளிக்கை விடுதிக்கோ கூட்டிச் செல்லச் சொல்வார். பின்னர் அந்த நாள் வந்தது. நாங்கள் இருவரும் ஆலை அலுவலகத்தில் இருந்தபோது என்னுடைய வாகனம் வந்து சேர்ந்தது. நல்லவேளையாக அது மதிய உணவுக்கான நேரம். ஏதோ சாக்குபோக்கு சொல்லி அனைவரும் சாப்பிடச் செல்லும்வரை அலுவலகத்திலேயே இருந்தேன். மேலும் நல்லவேளையாக அந்த மாரிஸ் 1000 வண்டி சரியான திசையை நோக்கி நின்று கொண்டிருந்தது. நான் ஏறி படபடக்கும் கியர்களை மாற்றி தயக்கத்துடன் ஓட்டிச்சென்றேன். ஆலையின் வாயிலைக் கடந்து வலந்துன்சி நோக்கிச் சென்றேன். மெதுவாக ஓட்டி வீட்டுக்கு பத்திரமாக வந்து சேர்ந்தேன்.

வலந்துன்சி எஸ்டேட்டின் உள்ளே பல மைல்கள் சாலை இருந்தது. இவை களிமண் சாலைகள், குண்டுகுழிகள் நிறைந்தவை. மழையால் சேதமானவை. ஈரமாயிருக்கையில் டிராக்டர்கள் அவற்றில் பெரிய தடங்களை விட்டுச் சென்றிருந்தன. இவையெல்லாம் எனக்கு சாதகமாக அமைந்தன. ஏனென்றால் நான் மெதுவாக கவனமாக ஓட்டுவதைப்போல தோற்றம் உருவானது. ஆனால் நான் கற்றுக் கொண்டிருந்தேன். மழைக்காலத்தில் சாலைகள் மிக மோசமாக இருந்தன. அவற்றில் ஓட்ட நான் கற்றுக்கொள்ள நாட்கள் பிடித்தன. ஆனால் விரைவிலேயே அதிசயிக்கத்தக்கவகையில் நான் ஆலைக்கும் வீட்டுக்கும் வண்டியில் செல்லப் பழகிக்கொண்டேன், சுற்றி ஆட்கள் இருந்தாலும். தோட்டத்திலிருந்து விலகி பொது சாலைகளில் ஓட்டவும் ஆரம்பித்தேன். விடுதிக்கோ அல்லது சோலோ நகரத்துக்கோ செல்வேன். இதுபோன்ற ஒரு பயணத்தில்தான் எதிரி தாக்கினான்.

நான் சமையல் சாமான்கள் வாங்கச் சென்றபோது காவல்துறை சாலையை மறித்து நிறுத்தினர். காவலர் என் வண்டியை

சோதித்துவிட்டு என் ஓட்டுனர் உரிமத்தைக் கேட்டார். என் கையில் இல்லை என்றேன். இங்கிலாந்தைப்போலவே அடுத்த ஐந்து நாட்களில் காவல்நிலையத்தில் கொண்டு காண்பிக்கவேண்டும் என்ற சீட்டுடன் என்னை அனுப்பி விட்டனர். இரண்டு நாட்கள் சமாளித்துவிட்டு, பின்னர் மாவட்ட காவல் தலைவருக்கு தொலைபேசியில் பேசி நிலைமை எத்தனைதூரம் மோசமானது, என்னுடைய முட்டாள்தனத்தை மௌனமாகக் கடந்துசெல்ல முடியுமா என விசாரித்தேன். எனக்கு நம்பிக்கையில்லை.

'ஆலன்? இது ராய் மாக்ஸம். உனக்கு என்னை ஞாபகம் இருக்குதா தெரியவில்லை. விடுதியில் அறிமுகம் ...'

'ஓ ஆமா, எப்படி இருக்க? பிரச்னை எதுவுமில்லையே?'

'ம்ம் வந்து.. உங்க ஆட்கள் என் வண்டியை நிறுத்தி என்னோட லைசன்ஸ கேட்டாங்க..'

'தெரியும்' அவர் இடைமறித்தார். 'சொல்லாத. நீ லைசன்ஸ புதுப்பிக்க மறந்துட்ட சரிதானே?'

'வந்து .. என்னன்னா...'

'நீ மட்டுமில்ல...' அவர் மீண்டும் இடைமறித்தார். 'உடனடியா சரி பண்ணப்பாரு. இந்தமுறை வழக்கு பதிய மாட்டேன். ஆனா அடுத்த முறை இப்படி இருக்காது.'

'நன்றி.. மிக்க நன்றி' நான் சொல்லி முடிக்கும் முன்பே தொலைபேசியை வைத்திருந்தார்.

நான் உடனடியாக பிளான்டைரில் ஓட்டுனர் உரிமத்துக்காக விண்ணப்பித்தேன். அடுத்த சில நாட்களில் ஒருநாள் நானே வண்டியை அங்கே ஓட்டிச் சென்றேன். வழியில் கவனமாக காவல்துறையினர் இருக்கிறார்களா எனப் கவனித்துக்கொண்டே சென்றேன். அலுவலகத்திலிருந்து சற்றுத் தள்ளி நிறுத்தி 'எல்' அட்டையை மாட்டினேன். அந்த ஆங்கில அதிகாரி மிகக் கடுமையானவராயிருந்தார். வண்டியை மேட்டில் நிறுத்தச் சொல்லி தன் சிகரெட் பெட்டியை பின் சக்கரத்தின் கீழே வைத்துவிட்டு வண்டியை எடுக்கச் சொன்னார். அவரது சிகரெட் பாக்கெட் சேதமாகவில்லை. எனக்கு உரிமம் கிடைத்தது. யாருக்கும் என் முட்டாள்தனம் தெரியாமலே போனது.

சோலோ விளையாட்டுக் கழகத்தில்தான் நான் தலைமைக் காவலரை சந்தித்திருந்தேன். வலந்துன்சியின் எல்லையிலிருந்த அந்நிலம் திரு கே வழங்கியது. துரதிஷ்டவசமாக என் வீட்டிலிருந்து அங்கு செல்ல

நேரடியான பாதை இல்லை. நான் மைய சாலை வழியே சுற்றிச் செல்லவேண்டியிருந்தது. 100பேர் மட்டுமே இருந்தாலும் அந்த இடம் அரண்மனையைப்போல இருந்தது. ஒரு நவீன கட்டடம் திடலை நோக்கி அமைந்திருந்தது. அந்தத் திடலில் மழைக்காலத்தில் ரக்பியும் கோடையில் கிரிக்கெட்டும் விளையாடப்பட்டன. டென்னிஸ் தடமும், ஸ்னுக்கர் அறைகளும் நடனக் கூடமும் இருந்தன. ஆனால் முக்கியமான இடம் மதுக்கூடமாகும். தோட்டக் காரர்களும் அவர்களது மனைவிகளும் பெரும் குடிகாரர்கள். ஆனால் வெகு சிலரே குடி நோய் கொண்டவர்கள். சூரியன் மறைவதற்கு முன்பு விஸ்கி அருந்துவது வெறுக்கத்தக்கதாகக் கருதப்பட்டது. ஜின் என்றால் பரவாயில்லை.

எல்லா பியர்களும், பிற மதுவகைகளும் இறக்குமதி செய்யப் பட்டவை என்றாலும் இறக்குமதி வரிகள் குறைவு என்பதால் இங்கிலாந்தைவிட மலிவாகக் கிடைத்தன. பியர் பாட்டிலில்தான் கிடைத்தது. நான் அதை வெறுத்ததால் ஜின் அல்லது விஸ்கியுடன் நிறைய தண்ணீர் சேர்த்துக் குடித்தேன். ஒரு தீவிரமான குடிகாரர்களின் குழுமம் அது. பலர் மதுவை இலவசமாக வாங்கித் தந்தனர். எனவே நான் அவர்களுக்கு சரிசமமாக குடிக்கவேண்டியிருந்தது. அவர்களில் பலரும் பல வருடங்கள் மதுப்பழக்கமுடையவர்கள். இராணுவத்திலும் பல வருடங்கள் பழகியவர்கள். நள்ளிரவு தாண்டியும் குடிப்பது தொடர்ந்தது. ஆனால் காலை ஐந்தரைக்கு எல்லோரும் எழுந்துவிடுவோம். அதிகமாகக் குடித்த இரவுக்குப் பின் நான் சுறுசுறுப்பாக எழுந்து கொள்வேன். ஆனால் சூரியன் உதயமாகும்போது வாந்திவருவதைப்போல உணர்வேன். முதல் சில மாதங்கள் ஓரிருமுறை யாரும் அறியாமல் செடிகளைப் பார்வையிடும் பாவனையில் குனிந்து வாந்தி எடுத்தேன்.

'நீ என்ன செய்வாயோ எனக்கு கவலையில்லை' ஜியார்ஜ் என்னிடம் சொல்லியிருந்தார். 'காலை ஆறுமணிக்கு நீ தோட்டத்தில் இருக்க வேண்டும், வேலையாட்களை கண்காணிக்க. நீ இரவு விருந்துக்கான உடையுடன் வந்தாலும் பரவாயில்லை. ஆனால் நேரத்துக்கு வந்துவிடு'.

நான் விருந்து உடையில் தோட்டத்துக்குச் செல்ல பல நாட்கள் ஆனது. ஏனெனில் பாரம்பரிய உடையில் செல்லவேண்டிய தருணங்கள் குறைவாகவே வாய்த்தன. ஓரிருமுறை நான் தாமதமாகச் செல்லவும் நேர்ந்தது. ஆனால் நான் தனியாக வீட்டில் இருக்கையில் ஒருபோதும் குடிப்பதேயில்லை. ஏனென்றால் தூர எஸ்டேட்களில் ஒரு நாளைக்கு ஒரு பாட்டில் விஸ்கியை குடிப்பவர்களைக்குறித்து நான் கேள்விப்பட்டிருந்தேன்.

விளையாட்டுக் கழகம் ஐரோப்பியர்களுக்கு மட்டுமேயானது, பல இந்திய விளையாட்டுக்கழகங்களும் கிரிக்கெட் விளையாட மட்டும் வருவதுண்டு. ஆப்பிரிக்கர்களில் அங்கே வேலைபார்ப்பவர்களுக்கு மட்டுமே உள்ளே வர அனுமதி. ஏற்கெனவே அங்கே சோலோவிற்கு துணை ஆணையராக ஓர் ஆப்பிரிக்கர் பதவியேற்றால் என்னவாகும் என்ற பேச்சுக்கள் நிலவின. பல உறுப்பினர்களும் விதிகள் தளர்த்தப்படுவதை விரும்பவில்லை. அப்போதுதான் அண்மையில் இத்தாலியர்களுக்கு அனுமதி வழங்கப்பட்டிருந்தது. ஆனால் அது பெரிய தவறாகக் கருதப்பட்டது. ஏனென்றால் ஓர் இத்தாலியர் குளியலறையில் ஒன்றுக்கடித்ததாக வதந்தி நிலவியது.

அந்தக் காலனி நாட்டில் நிற பேதம் பரவலாக பின்பற்றப்பட்டது. பல உணவகங்களும் மதுவிடுதிகளும் 'வெள்ளையர்களுக்கு மட்டும்' என்று செயல்பட்டன. பிளான்டையரிலிருந்த ரியால்ஸ் ஹோட்டலின் மது விடுதிக்குள் நுழைந்த முதல் கறுப்பர் மருத்துவர் பாண்டா என்று கூறினார்கள். அவர் அங்கே வின்ஸ்டன் ஃபீல்ட் என்பவரால் அழைத்துச் செல்லப்பட்டார். அவர் வெள்ளையர்களுடைய தெற்கு ரொடிசியாவின் விவசாயிகளுக்குத் தலைவர். பாண்டா ரொடிசியாவில் வெள்ளையர்களின் ஆட்சிக்கு எதிராக செயல்பட்டுக்கொண்டிருந்தார் என்பது நகை முரண்.

நியாசலாந்து முழுவதும் பார்த்தாலும் வெகு சிலரே உயர்கல்வி பெற்றிருந்தனர். கல்வி காலனி அரசால் மோசமாக நிராகரிக்கப்பட்டிருந்தது. மொத்த நாட்டிலும் 1,500 மாணவர்கள் மட்டுமே உயர்நிலைப்பள்ளிகளில் படித்தனர். பத்து வருடங்களுக்கு முன்பு 140 பேர் மட்டுமே படித்தனர். இது 30 லட்சம்பேர் கொண்ட மக்கட்தொகையிலிருந்து. 10,000 பேர் இருந்த ஐரோப்பியர்களின் எல்லாக் குழந்தைகளுக்கும் கல்வி வழங்கப்பட்டது. வெளியிலிருந்து பட்டங்கள் அல்லது சமமான பட்டயப் படிப்புகளைப் பெற்ற ஆப்பிரிக்கர்கள் ஜோம்பா அல்லது பிளான்டையரில் வேலை செய்தனர், எனவே மிக அரிதாகவே தோட்டக்காரர்களுடன் தொடர்புகொண்டனர். இதன் விளைவாக தோட்டக்காரர்கள் ஆப்பிரிக்கர்களை பொதுவாகவே கல்வியற்றவர் களாகவும் கீழானவர்களாகவுமே கருதினர். தோட்டக்காரர்கள் பணியாட்களிடம் பிரபுக்களைப்போல நடந்துகொள்ள விரும்பினர். மிகக் குறைந்த அளவே வன்முறை நிகழ்ந்தது. எப்போதாவது ஒரு தோட்டக்காரர் ஒரு கூலியை அடித்துவிட்டதாகக் கேள்விப்பட்டேன். ஆனால் ரொடிசியாவில் (இப்போதைய ஜிம்பாவே மற்றும் ஜாம்பியா) இருந்ததைப்போல முறைப்படுத்தப்பட்ட வன்முறை அறவே இல்லை. பல தோட்டக்காரர்களும் தங்கள் பணியாளர்களை

கீழ்நோக்கும் கனிவுடன் நடத்தினர். இதற்கு விதிவிலக்கு துவக்க காலத்தில் குடி வந்தவர்களின் வாரிசுகள். அவர்கள் தங்களை வெள்ளை ஆப்பிரிக்கர்களாகக் கருதினர். அவர்கள் கறுப்பு ஆப்பிரிக்கர்களை, குறிப்பாக விடுதலைக்குப் போராடியவர்களை ‘பாறைக் குரங்குகள்’ என்றும், ஆப்பிரிக்க பெண்களை ‘காட்டு முயல்கள்’ என்றும் அழைத்தனர்.

சில தோட்டங்கள் சமூக விழிப்புணர்வோடு செயல்பட்டன. சோலோவில் சிம்மா எஸ்டேட் இதற்குப் புகழ்பெற்றது. கார்டினர் குடும்பத்துக்குச் சொந்தமான தோட்டம் அது. அதன் மேலாளர் சிறப்பானவர் என பிற தோட்டக்காரர்களால் கருதப்பட்டார். ஆனாலும் அவர் பணியாட்களுக்கு சிறப்பான வீடுகளையும் பிற வசதிகளையும் செய்து தந்தார். அவர்களின் கோபம் ரால்ஃப் கார்டினரின் மேல்தான் இருந்தது. அவர் அவ்வப்போது வெளியே வருவார். அவர் தேவையில்லாமல் ஆப்பிரிக்கர்களிடம் நன்மதிப்புடன் நடப்பதாகவும் இதை பிறரும் பின்பற்ற நேர்ந்தால் செலவுகள் அதிகமாகும் என பிறர் நம்பினார்கள். டோர்செட்டிலிருந்து சில ஆப்பிரிக்க விவசாயிகளை அழைத்து அவரது தோட்டத்தில் காடழிப்பையும், இயற்கை விவசாய முறையையும் ஆய்வுசெய்ய பணம் தந்து அழைத்து வந்தபோது எள்ளி நகையாடப்பட்டார். அவரது நல்லெண்ணம் பரவாமல் இருக்க அவர் ‘ஹிட்லரின் இளைஞர்’ இயக்கத்தோடு தொடர்புடையவர் என்ற வதந்தி பரப்பப்பட்டது. இதில் சற்று உண்மை இருந்திருக்கலாம். ஆனால் மிக மோசமான கதைகள் பரப்பப்பட்டன. அவர் ஸ்வஸ்திக்கா வடிவில் மரங்களை நட்டுவைத்துள்ளார் என்பதுவும் அதில் ஒன்று.

ஆப்பிரிக்கர்கள் ஐரோப்பியர்களைப்பற்றி என்ன நினைத்திருந் தார்கள் என்பதை அளப்பது கடினம். நான் கேட்டால் அவர்கள் காலனி ஆதிக்கத்தை புகழ்வதும், ஆப்பிரிக்க தேசியவாதிகலை ‘சீ சீ என்பதுவும் இயல்பானது. என்னால் அதை நம்ப முடியவில்லை. ஆகஸ்டில் வந்த தேர்தல் அதை தெளிவுபடுத்தும். ஐரோப்பியர் களைப்பற்றிய மூடநம்பிக்கைகள் அதிகம் இருந்தன. அவ்வப்போது நான் வருவது தெரிந்ததும் தாய்மார்கள் குழந்தைகளை எடுத்துக் கொண்டு ஓடி மறைவதை நான் கவனித்துள்ளேன். பக்கத்து தோட்டக்காரர் குதிரையில் வரும்போதெல்லாம் இது அடிக்கடி நிகழும். என்னுடைய எழுத்தர்கள் சிரித்துக்கொண்டே இது ‘சிஃப்வம்பா’ நம்பிக்கையால் என்றனர், அதாவது சில ஐரோப்பியர்களோ அல்லது அவர்களது குதிரையோ ஆப்பிரிக்க குழந்தைகளைத் தின்றுவிடுவார்கள் எனும் நம்பிக்கை.

டிராகுலாத்தனமான இவ்வகைக் கதைகள் பரவலாக இருந்தன. இவற்றை சில அரசியல்வாதிகள் ஊக்குவிக்கவும் செய்தனர். 1953 குழப்படிகள் நில உரிமையை ஒட்டியே இருந்தன. ஆனால் அவை ஒரு சிஃப்வம்பா நிகழ்விலேயே துவக்கம் பெற்றன. சோலோவுக்கு அருகிலிருந்த ஓர் ஆரஞ்சு தோட்டத்தில் இது நிகழ்ந்தது. இரு ஆப்பிரிக்கர்கள் ஆரஞ்சுகளைத் திருடியதால் காவல்துறை வரும்வரையில் அறையில் அடைக்கப்பட்டிருந்தனர். காவல்துறை வரும் முன்பே அவர்கள் மாயமாக தப்பித்து ஓடிவிட்டனர். ஆனால் சுற்றியிருந்தவர்கள் தோட்டக்காரர்கள் சிஃப்வம்பா செய்து விட்டதாக குற்றம் சாட்டினர். அதன் பின்னர் நிகழ்ந்த போராட்டங் களில் பல போராட்டக்காரர்களும் காயமடைந்தனர். சிலர் இறந்தும்போயினர்.

•

ஆங்கிலேயர் விடுதிகளில் சந்திக்கும்போதெல்லாம் நில உரிமை மற்றும் அரசியல் அதிகாரமே முக்கிய பேசுபொருள்களாக இருந்தன. ஒரு பெருங்குழப்பமான நிலை வந்துகொண்டிருந்தது. தோட்டங்கள் அதன் மையத்தில் இருந்தன.

நியாஸ்லாந்த் ஆங்கிலேய உறவு மதபோதகரான டேவிட் லிவிங்ஸ்டன் நியாசா ஏரியை 1859ல் அடைந்தபோது துவங்கியது. அடுத்த இருபது ஆண்டுகளில் ஆங்கிலேய திருச்சபைகள் அங்கே பல கோவில்களைக் கட்டின. 1883ல் கேப்டன் ஃபுட் ஏரியைச் சுற்றியுள்ள பகுதிகளுக்கு ஆங்கில அரசின் ஆலோசகராக பணியமர்த்தப்பட்டார். 1889ல் போர்த்துக்கீசியரைத் தடுக்கும்பொருட்டு ஏரியின் தென் பகுதியிலிருந்த மேட்டுநிலங்களை ஆங்கிலேய பாதுகாப்பிலிருக்கும் பகுதியாக அறிவித்தனர். 1891ல் இந்தப் பாதுகாப்பிலுள்ள பகுதி விரிவாக்கப்பட்டு கிட்டத்தட்ட நியாஸ்லாந்துக்கு இணையான நிலப்பகுதியாக பெரிதாக்கப்பட்டது. இது பிரித்தானிய மத்திய ஆப்பிரிக்கா என அழைக்கப்பட்டது. 1904ல் அது நியாஸ்லாந்து எனப் பெயர்மாற்றப்பட்டது.

மதபோதகர்களே முதல் முதலில் நிலங்களை வாங்கியவர்கள். பொதுவாக இவை இனத்தலைவர்களால் வழங்கப்பட்டவை. அவர்கள் இதற்காக பரிசுகளைப் பெற்றுக்கொண்டனர். இவை மதபோதகர்கள் பின்னர் சொன்னதைப்போல நிலத்துக்கான விலையாகத் தரப்பட்ட பரிசுகளா அல்லது நட்புக்கான பரிசுகளா என்பது தெளிவாக இல்லை. பல்லாயிரம் ஏக்கர் அளவுள்ள இந்நிலங்களின் சட்டபூர்வமான உரிமையும் தெளிவாக இல்லை. மேலும் இனத்தலைவருக்கு அந்நிலங்களின்மேல் தன் மக்களுக்கு

இருந்த உரிமையை விட்டுக்கொடுக்கும் அதிகாரம் இருந்ததா என்பதுவும் சந்தேகத்துக்குரியது. இருப்பினும் மதபோதகர்கள் நல்லெண்ணத்துடன் இருந்ததாலும் பணத்திற்காக எதையும் செய்யவில்லை என்பதாலும் பிரச்னைகள் எழவில்லை.

இதையடுத்து வந்த வியாபார நிறுவனங்களும் தோட்டக்காரர்களும் வேறானவர்கள். அவர்கள் மதிப்புள்ள விவசாய நிலங்கள் மலிவாகக் கிடைப்பதை வாய்ப்பாகக் கருதினார்கள். இவற்றில் முக்கியமான நிறுவனம் ஆப்பிரிக்கன் லேக்ஸ் கார்ப்பரேஷன் எனப்படும் 1878ல் உருவாக்கப்பட்ட ஸ்காட்லாந்து நிறுவனமாகும். வியாபாரம் சிலுவையைப் பின் தொடர்வதற்கு இது சற்றுப் பொருத்தமான உதாரணமாகும். ஏனென்றால் இதன் பணியாளர்கள் ஸ்காட்டிஷ் மிஷனின் வேலைகளையும் செய்யவேண்டிய கட்டாயமிருந்தது. அவர்களது வியாபாரக் கூடமொன்றில் அரேபிய அடிமை வியாபாரிகளால் கொடுமைப்படுத்தப்பட்ட ஆப்பிரிக்கர்கள் சிலருக்குத் தஞ்சமளித்திருந்தனர். இது ஒரு சிறிய போரைப்போல உருமாறியது, பிரித்தானியாவில் மிகவும் பிரபலமாக்கப்பட்டது. இந்நிகழ்வும் போர்த்துக்கீசியரை தடுக்கச் செய்யப்பட்ட சில முயற்சிகளும் பின்னாட்களில் பிரித்தானிய அரசு அப்பகுதியின் நிர்வாகத்தையும் ஏற்றுக்கொள்ளச் செய்தன.

ஆப்பிரிக்கன் லேக்ஸ் கார்ப்பரேஷனின் ஊழியர்கள் அடிமை வியாபாரத்தைத் தடுத்தாலும் அவர்களே ஆப்பிரிக்கர்களை சுரண்டுவது நிற்கவில்லை. படித்திராத இனத்தலைவர்களை ஒரு தேயிலைத் தோட்டத்துக்கான நிலத்துக்கான ஒப்பந்தம் என்று ஏமாற்றி கையெழுத்து வாங்கினர். ஆனால் அது உண்மையிலேயே பெரும் நிலங்களுக்கான பத்திரமாக இருந்தது. 1885ல் அவர்கள் 41 இனத்தலைவர்களுடன் ஒப்பந்தம் ஒன்றைச் செய்தார்கள். பின்னாட்களில் இதைக்கொண்டு லட்சக்கணக்கான ஏக்கர்களுக்கு சொந்தம் கொண்டாடினர். தனிநபர்களும் சிறு நிறுவனங்களும் இனத் தலைவர்களுக்கு சில கஜம் துணியும் சில மதிப்பேயில்லாத ஆபரணங்களையும் வழங்கி பல ஏக்கர் நிலங்களைப் பெற்றுக்கொண்டார்கள். இப்படிச் செய்தவர்களில் கிட்டத்தட்ட எல்லோருமே பிரித்தானியர்கள்.

பாதுகாவல் பகுதியின் புதிய ஆணையர் சர் ஹாரி ஜான்ஸ்டன் நம்பமுடியாத அளவுக்கு நிலத்துக்கு உரிமை வேண்டியவர்களை ஏற்றுக்கொள்ள மறுத்தார். ஆப்பிரிக்கன் லேக்ஸ் கார்ப்பரேஷனின் விண்ணப்பங்களைப்பற்றி அவர், 'அவர்கள் அளித்த ஆவணங்களில் எல்லாமே ஏறக்குறைய ஏமாற்று ஆவணங்கள்' என்று குறிப்பிட்டார்.

இருந்தாலும் ஆப்பிரிக்கன் லேக்ஸ் கார்ப்பரேஷனுக்கு பிரித்தானியாவில் நல்ல தொடர்புகள் இருந்ததால் 27,34,687 ஏக்கர் நிலம் அவர்களுக்கு சொந்தமாக வழங்கப்பட்டது. மேலும் பத்துலட்சம் ஏக்கர் நிலம் ஏறக்குறைய 50 பிரித்தானியர்களுக்கு வழங்கப்பட்டது. அந்நிலங்கள் தோட்டப்பயிர்களுக்கு மிகவும் பொருத்தமானவையாக இருந்தது. இவற்றில் அதிக வளமான நிலங்கள் தென்பகுதியில் ஷையர் மேட்டுநிலங்களில் இருந்தன. இவற்றில் பாதி (867,000 ஏக்கர்கள்) பிரித்தானிய தொழில் முனைவோருக்கு வழங்கப்பட்டது. காப்பி நல்ல வருமானம் தரக்கூடிய பயிராகக் கருதப்பட்டது.

ஜான் பக்னன்தான் காப்பியை மலாவிக்குக் கொண்டுவந்தவர். தோட்டக்காரராக பயிற்சி பெற்ற அவரை ஸ்காட்லாந்து திருச்சபை 1976ல் பிளான்டையரிலிருந்த மதபோதக மையத்துக்கு அனுப்பி ஷையர் மேட்டுநிலங்களில் தோட்டக்கலையை மேம்படுத்தும்படி பணித்தது. இருவருடங்கள் கழித்து பக்னன் காப்பி விதைகளை எடின்பர்க்கிலிருந்த ராயல் தாவரவியல் தோட்டத்திலிருந்து வரவழைத்தார். ஒன்றே ஒன்றுதான் பிழைத்தது. ஆனால் அது சிறப்பாக விளைந்தது. அதிலிருந்து 1000 விதைகள் பயிரிடப்பட்டன. 1883ல் இவை 1,600 பவுண்ட் காப்பி விளைவித்திருந்தன.

அதேவேளையில் பிளான்டையர் மதபோதக மையம் சர்ச்சையில் சிக்கிக்கொண்டது. அதன் (மதபோதகர்களல்லாத) பொது உறுப்பினர்கள் பலரும் உள்ளூர் ஆப்பிரிக்கர்களுடன் மோதல்களில் ஈடுபட்டிருந்தனர். சிலர் மாஜிஸ்திரேட்டுகளாகவுமிருந்தனர். ஓர் ஆப்பிரிக்கர் சுட்டுக்கொல்லப்பட தீர்ப்பு வழங்கப்பட்டது. வேறு சிலர் அடித்துக் கொல்லப்படவும் தீர்ப்புகள் வழங்கப்பட்டன. ஸ்காட்லாந்து திருச்சபை பின்னர் ஒரு விசாரணை மேற்கொண்டு காரணமானவர்களை பணிநீக்கம் செய்தது.

திருடியதாக சந்தேகப்பட்ட ஓர் ஆப்பிரிக்கர் காண்டாமிருகத்தின் தோலாலான சாட்டையால் அடித்துக் கொல்லப்படுவதை மேற்பார்வை செய்த ஜான் பக்னன் ஒரு காப்பி தோட்டக்காரராக மாறினார்.

1880ல் பக்னன் 3,000 ஏக்கர் கொண்ட மிச்சிரு எஸ்டேட்டை வாங்கினார். அவரது சகோதரர்கள் பின்னர் அவருடன் இணைந்து கொண்டனர். இதற்காக அவர் அளித்த விலை முப்பத்தியிரண்டு கஜம் கலிக்கோ (முழுதும் செம்மைப்படுத்தப்படாத பருத்தியிலிருந்து தயாரிக்கப்பட்ட வண்ணமற்ற துணி), ஒரு துப்பாக்கி மற்றும் இரு சிவப்பு தொப்பிகள். முதல் பக்னன் காப்பி 1889ல் ஏற்றுமதி

செய்யப்பட்டது. ஷையர் மேட்டுநிலங்களில் 363,000 ஏக்கர் நிலங்களைக் கொண்டிருந்த யூஜின் ஷரெர் அவ்வருடம்தான் காப்பி பயிரிட ஆரம்பித்திருந்தார். ஆப்பிரிக்கன் லேக்ஸ் கார்ப்பரேஷனும் காப்பி பயிரிடத் தொடங்கியிருந்தது. அந்தக் காப்பி நல்ல தரத்துடனிருந்தது. பிற தோட்டக்காரர்கள் வர ஆரம்பித்தனர். 1900ல் ஏற்றுமதி 20,00,000 பவுண்டுகளாக உயர்ந்தது. ஆனால் இதுவே உச்சமாகவும் அமைந்தது. விலைச்சரிவும் கூடவே பூச்சிகளினால் ஏற்பட்ட அழிவுகளும் சேர்ந்து காப்பித் தோட்டங்களை அழித்தன. அடுத்த பத்து வருடங்களில் அங்கே வியாபார ரீதியாக காப்பி முற்றிலும் ஒழிந்துபோனது.

காப்பி வந்ததைப்போலவே தேயிலையும் மலாவிக்கு வந்தது. எடின்பர்க்கிலிருந்து காப்பியுடன் தேயிலை விதைகளும் பிற விதைகளும் வந்திருந்தன. அவை விரைவிலேயே காய்ந்துபோயின. 1886 டாக்டர் எம்ஸ்லி சர்ச் ஆஃப் ஸ்காட்லான்ட் மிஷனுக்கு வந்தார். அது ஏரிக்கு வடக்கே இருந்த லிவிங்ஸ்டோனியாவில் இருந்தது. சில தேயிலை விதைகளை அவர் பிளான்டையர் மையத்திலிருந்த தோட்டக்காரரான ஜோனத்தன் டங்கனிடம் கொடுத்தார். வேறு சில விதைகள் கீவ் தோட்டத்திலிருந்தும் வந்திருந்தன. இவற்றிலிருந்து டங்கன் இரு செடிகளை வளர்த்தெடுத்தார். அவற்றில் ஒன்று இன்றும் உயிருடன் உள்ளது. அவர் முதிர்ந்த இலைகளிலிருந்து தேநீர் தயாரிக்க முயன்றார். ஆனால் அந்த பானம் இனிதானதாக இல்லை.

ஆனால் அந்தச் செடிகள் வீணாகப் போகவில்லை. 1891ல் ஹென்றி பிரவுன் எனும் இலங்கை காப்பி தோட்டக்காரர், காப்பிப் பூஞ்சையால் கிட்டத்தட்ட எல்லாம் அழிந்துபோன நிலையில் மலாவிக்கு வந்து லாஞ்சே மலையடிவாரத்தில் நிலம் வாங்கினார். அங்கே சில காப்பிச் செடிகளை பயிரிட்டாலும் பிளான்டையர் மிஷனில் இருந்த தேயிலைச் செடிகளைக் கண்டு சில விதைகளை கெஞ்சிப் பெற்றுக் கொண்டார். ஏனென்றால் அவர் தேயிலை இலங்கையில் வெற்றி பெற்றதை அறிந்திருந்தார். மண்ணும் சூழலும் அங்கிருப்பதைப் போன்றே இருப்பதாகவும் நினைத்தார். பாதி விதைகள் அவரது தார்ன்வுட் எஸ்டேட்டிலும் மீதி அருகிலிருந்த லாடர்டேல் எஸ்டேட்டிலும் பயிரிடப்பட்டன. அவை நன்றாக வளர்ந்தன. பிற தோட்டங்கள் பின்பற்ற ஆரம்பித்தன. அந்நூற்றாண்டின் முடிவில் தேயிலை ஏற்றுமதி துவங்கப்பட்டது. சொல்லோவிலும் தேயிலை பயிரிடப்பட்டது. இது லாஞ்சேயிலிருந்து ஐம்பது மைல் மேற்கிலிருந்த மலையைச் சுற்றிய இடமாகும். இலங்கையைப் போலவே காப்பி பயிரிடுவதிலிருந்த பிரச்னைகளால் தேயிலைக்கு முன்னுரிமை கிடைத்தது. காப்பியைத் துளையிடும் பீட்டில்

வண்டுகளால் ஏற்பட்ட அழிவுகள் நியாஸ்லாந்து தோட்டக் காரர்களை தேயிலை நோக்கித் தள்ளியது.

1922க்குள் இவ்விரு பகுதிகளிலிருந்தும் 8,00,000 பவுண்ட் தேயிலை தயாரிக்கப்பட்டது. 1950 முடிந்தபோது 24,000 ஏக்கர்களில் 300 லட்சம் பவுண்ட் தேயிலை தயாரிக்கப்பட்டது. இதில் மூன்றில் இரு பங்கு பிரித்தானியாவுக்கு ஏற்றுமதி செய்யப்பட்டது.

பாதுகாப்புப் பகுதியை கட்டமைக்க ஜான்ஸ்டன் வந்தபோது அவர் ஒரு சிறிய இராணுவத்தைக் கொண்டுவந்தார். கேப்டன் மெக்வையரின் கீழ் இருந்த 71 இந்திய வீரர்களைக் கொண்ட இந்தப் படை விரைவிலேயே பல அரேபிய அடிமை வியாபாரத்தை முறியடித்தது. இந்த வெற்றிகள் ஆப்பிரிக்கர்களை ஆங்கிலேயருடன் ஒப்பந்தங்களில் ஈடுபடத் தூண்டியது. இராணுவத்திற்கும் நிர்வாகத்திற்குமான செலவுகளைச் சமாளிக்க பாதுகாப்பு வேண்டும். இனத்தலைவர்களுக்கு ஜான்ஸ்டன் குடிசை வரியை விதித்தார். துவக்கத்திலிருந்தே இந்த வரி ஆப்பிரிக்கர்களை தோட்டங்களில் வேலைசெய்ய ஊக்குவிக்கும் என்பதை உணர்ந்திருந்தனர். 1901ல் இது மேலும் தெளிவானது. அப்போது குடிசை வரி இரண்டு மடங்காக்கப்பட்டது. ஆனால் அந்தக் குடிசைவாசி ஐரோப்பிய தோட்டத்தில் வருடத்தில் ஒருமாதமேனும் பணிபுரிந்தால் அவருக்கு பாதி வரி திரும்பத் தரப்பட்டது. ஐரோப்பியர்கள் ஒட்டுமொத்த கிராமத்துக்குமான வரியைச் செலுத்திவிட்டு அங்குள்ளவர்களை வேலை வாங்குவது வழக்கமாகியது.

இந்தியாவைப்போலவோ இலங்கையைப்போலவோ பணியாளர் களுக்கான தங்குமிடங்கள் உருவாக்கப்படவில்லை. ஆப்பிரிக்கர்கள் தாங்களே ஒரு குடிசையைக் கட்டவேண்டியிருந்தது. பொதுவாக இவையும் ஐரோப்பியர்களின் நிலங்களிலேயே அமைந்திருந்தது. ஏனென்றால் அவர்களுக்கு பெருமளவில் நிலம் சொந்தமாயிருந்தது. அந்நிலங்களில் முன்பே குடியிருந்தவர்களைத் தவிர பிறர் அதற்காக வாடகை தரவேண்டியிருந்தது. வாடகை பொதுவாக ஒரு மாதச் சம்பளத்துக்கு இணையாக இருந்தது. இந்நிலங்கள் முன்பு ஆப்பிரிக்க பொது நிலமாக இருந்திருந்ததாலும், ஐரோப்பியர்கள் அவற்றை விளைச்சலுக்கு பயன்படுத்தாமல் வீணே வைத்திருந்தனர் என்பதாலும் இந்த வாடகை ஆப்பிரிக்கர்களின் நீண்ட நாள் புகாராக மாறியது. ஐரோப்பியர்கள் விளைச்சலுக்கு உட்படாத நிலங்களை தக்கவைத்துக்கொள்ள பெரும் முயற்சிகளை எடுத்துக்கொண்டனர். ஏனென்றால் இது அவர்களுக்கு கூலியற்ற வேலையாட்களைப் பெற்றுத்தந்தது. இப்படி விளையா நிலங்களை வைத்திருந்த

காரணத்தால்தான் அந்நாட்டின் வளர்ச்சி வேகம் குறைந்தது. இதனால் அது ஒரு முக்கிய ஆங்கிலேயக் காலனியாகாமல் போனது என்பது நகைமுரண்.

வாடகைக்குப் பதிலாக வேலை வாங்குவது தங்கட்டா என அழைக்கப்பட்டது. 1917ல் அது தற்காலிகமாக தடைசெய்யப்பட்டது. ஆனால் 1928ல் முன்பைவிட இரண்டு அல்லது மூன்றுமாத உழைப்பைக் கோரும் அதிக வாடகையுடன் மீண்டும் கொண்டு வரப்பட்டது. நாட்டின் மொத்த மக்கள்தொகையில் 10% தனியார் நிலத்தில் குடியிருந்தது. 1940களில் நூற்றுக்கணக்கான ஆப்பிரிக்கர்கள் தங்கட்டா கட்ட மறுத்ததற்காக நிலங்களிலிருந்து வெளியேற்றப் பட்டனர். இது பெரிய மனக்கசப்பை உருவாக்கியது. 1953ல் சோலோவில் உருவான கலவரங்களுக்கு இதுவே முதன்மையான காரணம்.

1954ல் காலனிகளுக்கான செயலர் நியாஸ்லாந்துக்கு வந்தார். வெள்ளை தோட்டக்காரர்கள் மற்றும் விவசாயிகளின் எதிர்ப்பு களையும் மீறி தங்கட்டாவை மெல்ல மெல்ல முடிவுக்கு கொண்டுவரவேண்டும் என அவர் முடிவு செய்தார். ஆப்பிரிக்கர் வாழ்ந்த நிலங்களை அரசே வாங்கிக்கொள்ளும் திட்டத்தையும் அவர் துரிதப்படுத்தினார்.

பலர் மாற்றங்களை வேறு வழியின்றி ஏற்றுக்கொண்டாலும் நிலம் மற்றும் தங்கட்டா தோட்டக்காரர்களுக்கு உணர்ச்சியைத் தூண்டும் விஷயங்களாக இருந்தன. உண்மையில் அரசியலமைப்பு சட்ட உருவாக்கத்தில் நிகழ்ந்தவைதான் தோட்டக்காரர்களை அதிகம் கோபமூட்டியது. அதை அவர்கள் அதை பிரித்தானிய ஏமாற்று வேலையாகக் கருதினர்.

நியாஸ்லாந்து தெற்கு மற்றும் வடக்கு ரொடேஷியாவுடன் 1953ல் இணைக்கப்பட்டிருந்தது. நியாஸ்லாந்து ஒரு ஏழைக் காலனியாக இருந்தது. அதன் செலவுகள் வரவைவிட அதிகமாயிருந்தன. அதனால் அதிக வருமானமுள்ள ரொடேஷியாவுடன் அதை இணைப்பது சரியான முடிவாக இருந்தது. கூடவே மூன்று நாடுகளிலும் இருந்த வெள்ளையர்கள், இவற்றில் வெள்ளையர்களின் ஆதிக்கத்தை அதிகரித்து பின்னர் வெள்ளையர்கள் அதிகாரம் மிகுந்த பாராளு மன்றத்தைக்கொண்டு தன்னாட்சிக்கான முடிவை அடைய முடியும் என நம்பினர். 1930களில் இந்த யுக்தி உருவாக்கப்பட்டது துவங்கி பல நியாஸ்களும் இதை எதிர்த்தனர். 1950கள் முழுக்க இந்த ஒருங்கிணைப்புக்கு எதிரான போராட்டங்கள் நிகழ்ந்தன. 1958ல் டாக்டர் ஹேஸ்டிங்ஸ் கமுஜு பான்டா தனது 43 வருட வெளிநாட்டு

வாழ்க்கையை முடித்துத் திரும்பி போராட்டங்களை முன்னெடுத்த போது இவ்வியக்கம் தீவிரமடைந்தது.

டாக்டர் பாண்டா மாபெரும் மாநாடுகளில் பேசி ஆப்பிரிக்க ஐரோப்பிய பிரிவினையை விரிவுசெய்தார். 1959ல் காவல்துறையினர் கூட்டங்களைக் கலைக்க எடுத்த முயற்சிகளில் 71 ஆப்பிரிக்கர்கள் உயிரிழந்தனர். அரசுக்கு ஐரோப்பியர்கள் மற்றும் அவர்களுக்கு ஆதரவானவர்களை மொத்தமாக அழித்தொழிக்கும் திட்டம் ஒன்று இருப்பதாக உறுதிசெய்யப்படாத தகவல்கள் வந்தன. மேலும் கலவரங்கள் நிகழ்ந்தன. 1959 மார்ச்சில் அரசு நெருக்கடி நிலையை அறிவித்தது. சாக்டர் பாண்டா மற்றும் அவரது பல தொண்டர்களும் தெற்கு ரொடேசியாவில் சிறைவைக்கப்பட்டனர்.

இந்நிகழ்வுகளைத் தொடர்ந்து அமைக்கப்பட்ட பிரித்தானிய நீதி விசாரணை நியாஸ்லாந்தை ஒரு ‘போலிஸ் ஆட்சி’யாக அறிவித்தது. இதனால் ராயல் ஆணையம் ஒன்று அமைக்கப்பட்டு கூட்டமைப்பின் எதிர்காலத்தை தீர்மானிக்க பணிக்கப்பட்டது. ஆணையத்தின் அறிக்கை 1960 அக்டோபரில் வெளியிடப்பட்டது. ஆப்பிரிக்கர்கள் விரும்பினால் கூட்டமைப்பிலிருந்து நியாஸ்லாந்து விலகிக் கொள்ளலாம் என அவ்வறிக்கை சுட்டியது.

அதே நேரம் 1960 ஏப்ரலில் பிரித்தானிய அரசாங்கம் டாக்டர் பாண்டாவை சிறையிலிருந்து விடுவித்தது. நெருக்கடி நிலையும் முடிவுக்கு வந்தது. அரசியலமைப்புச்சட்டம் உருவாக்கப்பட்டது. அது ஆப்பிரிக்கர்கள் அதிகமாக தேர்ந்தெடுக்கப்பட்ட சட்டசபையை வடிவமைத்தது. ஆளுனரின் கீழ் செயல்பட்ட மந்திரிசபைக்கே உண்மையான அதிகாரம் இருந்தது. ஆப்பிரிக்கர்களில் சிலர் மந்திரிகளாக பதவியமர்த்தப்படவும் வேண்டியிருந்தது. 1961ல் முன்பைவிட அதிகம்பேர் வாக்களிக்கும் உரிமைகொண்ட தேர்தல்கள் நடைபெற்றன.

•

இந்த அரசியல் புயல் வீசிக்கொண்டிருக்கும்போதுதான் நான் வந்து சேர்ந்திருந்தேன். அப்போது அந்நாட்டின் வரலாறோ அது எப்படி இந்தக் கலவரநிலைக்கு வந்தது என்பதோ எனக்குத் தெரிந்திருக்க வில்லை. அப்போது நடந்துகொண்டிருந்த கலவரங்களை மட்டுமே எனக்குத் தெரியும். வலந்துன்சிக்கு அருகிலிருந்த தோட்டத்தின் உரிமையாளர் சர் மால்கம் பர்ரொ ஆவார். அவர் கூட்டமைப்பின் மந்திரிசபையில் உறுப்பினராக இருந்தார். அவர் தோட்டக் காரர்களுக்காக பரிந்துபேசுபவராகவும் இருந்தார். டாக்டர் பாண்டா

சிறையிலிருந்து விடுவிக்கப்பட்டால் 10,000 பேர் கொல்லப் படுவார்கள் என்று எச்சரிக்கை விடுத்தார். அதுவரை அப்படி எதுவும் நடந்திருக்கவில்லை. ஆனால் பல தோட்டக்காரர்களும் பயந்தபடி இருந்தனர். குறிப்பாக ஆகஸ்ட்டில் நிகழவிருந்த தேர்தலை எண்ணிப் பயந்தனர்.

நானும் பல தோட்டக்காரர்களுடைய குணங்களை உள்வாங்கி இருந்தேன். ஆப்பிரிக்கர்கள் ஆட்சியை பிடிப்பதை எதிர்த்தேன். ஆனாலும் என்னைப்போல அண்மையில் குடியேறியவர்களைவிட அந்நாட்டின் குடிமக்களாக விளங்கிய ஐரோப்பியர்களே அதிகமும் கவலைகொண்டனர். இதனால் குடியேறியவர்களுக்கும் குடிமக்களுக்குமிடையே கசப்பு நிலைத்தது. ஆனால் திடீரென ஆங்காங்கே சாலைத்தடுப்புக்கள் உருவாக்கப்பட்டபோது அனைவரும் ஆப்பிரிக்க தேசியவாத இயக்கத்தை ஒன்றாக எதிர்த்தனர். வெள்ளையர்களைவிட காலனி ஆட்சியை ஆதரித்த ஆப்பிரிக்கர்களே இவற்றால் அதிகம் பாதிக்கப்பட்டனர். பலரும் தாக்கப்பட்டனர், சிலர் கொலை செய்யப்பட்டனர்.

ஒருநாள் அண்டை தோட்டத்துக்காரரின் வீட்டிலிருந்து இரவு விருந்துக்குப் பின்னர் நான் பின்னிரவில் மெதுவாக வண்டியோட்டி வீட்டுக்குச் சென்றுகொண்டிருந்தேன். பலமான மழை. திடீரென ஒரு யூக்கலிப்டஸ் மரம் சாலைக்குக் குறுக்கே கிடப்பதைக் கண்டேன். சட்டென வண்டியை நிறுத்தி அம்மரத்தின்மீது மோதாமல் தப்பினேன். அதன்பின் யாரோ வீசிய செங்கல்லால் காரின் முன்பக்கக் கண்ணாடி உடைந்து சிதறியது. இன்னொரு செங்கல் பானெட்டை தாக்கி எகிறியது. நான் விரைந்து பின்னோக்கி ஓட்டினேன். யூக்கலிப்டஸ் தோட்டத்தை நோக்கி நான் திரும்பும்போது காரின் விளக்கொளியில் ஒரு கூட்டம் ஓடிச்செல்வது கண்ணில்பட்டது. மரங்களுக்கிடையே வேகமாக ஓட்டி சாலையை அடைந்தேன். விரைந்து வீட்டுக்குச் சென்று ஒரு லார்ஜ் விஸ்கியை விழுங்கினேன். இதே சமயத்தில் பக்கத்து தோட்டக்காரர் ஒருவரின் வீடு கொள்ளையடிக்கப்பட்டு அவரும் பலமாகத் தாக்கப்பட்டிருந்தார். என் கம்பெனி நான் வங்கியிலிருந்து பணம் எடுத்து வரும்போது எடுத்துச் செல்ல பெரெட்டா துப்பாக்கி ஒன்றைத் தந்திருந்தது. தூங்கும்போது என் படுக்கைக்கு அருகிலிருந்த மேசையில் அதை வைத்துக்கொள்ளப் பழகிக்கொண்டேன். வாரத்திற்கு ஒருமுறை நான் சிரத்தையுடன் துப்பாக்கிச் சுடப் பழகிக்கொண்டேன். விரைவிலேயே 25 அடி தொலைவில் இருக்கும் ஒரு சிகரெட் பாக்கெட்டைச் சுடுமளவுக்கு தேறிவிட்டேன்.

அந்தக் கைத்துப்பாக்கியைத் தவிர ஒரு பழைய குழல் துப்பாக்கியையும் வாங்கி முயல்களையும் கினி பறவைகளையும் வேட்டையாடி, உள்ளூரில் கிடைத்த சாதாரணமான இறைச்சிக்குப் பதிலாக உண்டேன். வலந்துன்சியில் அவ்வப்போது சில மான்களையும் கண்டேன். ஆனால் அவை அழகாக இருந்ததால் நான் அவற்றை வேட்டையாடவில்லை. ஆப்பிரிக்க பறவைகளை நோட்டமிடுவதை நான் விரும்பினேன். பல பறவைகளும் பிரித்தானிய பறவைகளைவிட வண்ணம் மிகுந்தவை. எஸ்டேட்டிலிருந்த அணையில் மீன் பிடித்தேன். அங்கே கறுப்புக் கொடுவாய் மற்றும் நியாசா ஏரியின் சுவை மிக்க சம்போ மீன்களும் வளர்க்கப்பட்டன. ஒவ்வொருநாளும் மாலையில் ஒரு பறவைக்கூட்டம் என் வீட்டின் மேல் பறந்து சென்றது. அவை வாத்துக்கள் என நான் நினைத்தேன். ஒரு துப்பாக்கியைப் பயன்படுத்தியபின்புதான் அவை பழம் தின்னும் பெரிய வவ்வால்கள் எனக் கண்டேன்.

ஓர் இரவு ஆலையின் அலுவலகத்திலிருந்து வீடு திரும்புகையில் ஒரு காட்டு முயல் என் காரின் விளக்கில் மாட்டிக்கொண்டது. நான் ஒரு வளைவில் திரும்புகையில் ஒரு சிறுத்தை திடீரென தன் காலை நீட்டி அதை தட்டிப் பறித்துக்கொண்டது. அடுத்த வாரம் நான் காலை உணவுக்கு வீட்டுக்குச் சென்றபோது வெறி நாய் ஒன்று உணவறையில் நின்றுகொண்டிருந்தது. வெறி பிடித்ததற்கான எல்லா அறிகுறிகளும் அதற்கிருந்தன. வாயில் எச்சில் வழிந்து கொண்டிருந்தது. கற்பனையான ஈக்களை அது கடித்துக் கொண்டிருந்தது. மெல்ல நகர்ந்து என் அறைக்குச் சென்று துப்பாக்கியை எடுத்து அதைச் சுட்டேன். விலங்கு ஆய்வாளர் அதைக் காண விருப்பப்படுவார் என நினைத்து கையுறைகளை அணிந்து கொண்டு அதை தோட்டத்திலிருந்த மரத்தில் வைத்தேன். அவரை அன்றிரவு விடுதியில் கண்டேன். மறுநாள் காலையில் வரச் சொன்னேன். ஆனால் இரவிலேயே அது காணாமல் போயிருந்தது. ஒருவேளை அந்த சிறுத்தையாக இருக்கலாம். இப்போது அதுவும் ரேபிஸ் வெறி பிடித்ததாக இருக்கும். விலங்கு மருத்துவர் சுருங்கச் சொன்னார், 'மாக்ஸம்... நீ ஓர் அடி முட்டாள்.'

வெப்பம் எப்போதாவதுதான் 32 டிகிரியைத் தாண்டியது. ஆனால் ஈரப்பதம் அதிகமாயிருந்ததால் வெப்பம் அதிகமாகத் தெரிந்தது. பூமியில் அது இருந்த இடத்தையும் அதன் உயரத்தையும் வைத்துக் கணித்தால் அக ஊதாக்கதிர்வீச்சு நிறைந்த இடமாக அது இருந்தது. பாதுகாப்பில்லாமல் சென்றால் ஒரு மணிநேரத்திற்குள்ளாகவே ஒரு புதிய வெள்ளைக்காரர் சுட்டெரிக்கப்படுவார். முதல் சில மாதங்கள்

எனக்கு இது அடிக்கடி நிகழ்ந்தது. நான் மருந்து போட்டுக் கொண்டேன். இவற்றைவிட மோசமானவை எனது 'தேயிலைப் புண்கள்.' சில வருடங்களுக்கு ஒருமுறை தேயிலைச் செடிகள் சீராக வெட்டப்பட்டன. அடியிலிருக்கும் கிளைகள் இதனால் கூர்மையாக இருந்தன. முட்டி உயர காலுறைகள் அணிந்திருந்தாலும் என் கால்கள் படுகாயமடைந்தன. ஈரப்பதத்தால் இக்காயங்கள் விரைவில் ஆறாமலிருந்தன. எனவே என் வீங்கிய கால்களுக்கும் மருந்து போட வேண்டியிருந்தது. மொத்தத்தில் என்னைப் பார்த்த எவருக்கும் நான் புதியவன் என்று வெளிப்படையாகத் தெரிந்தது.

என் பெயரோ புதியவர்களுக்கு ஓர் அதிர்ச்சியை அளித்தது. 'மாக்ஸம்.' நான் அவசரமாகச் சொல்வேன் 'எம்-ஓ-எக்ஸ்-ஹெச்-ஏ-எம். மாக்சனுக்கும் இதுக்கும் தொடர்பில்லை'.

மேஜர் மாக்ஸன் அந்தக் காலனியில் மோசமான குழப்பங்களை உருவாக்கியிருந்தார். அவர் ஒரு சிறு விவசாயி. அவரது வரியை அவர் எதிர்ப்புடன் செலுத்தினார். ஐரோப்பியர்களுக்கு நான்கு பவுண்டுகளும் ஆப்பிரிக்கர்களுக்கு ஒன்றரை பவுண்டுகளும் வரி விதித்ததை அவர் நியாயமற்றதாகக் கருதினார். எனவே அவரது காசோலையை ஓர் இளம்பன்றியின் பின்பக்கம் எழுதி கடைசி நேரத்தில் மாவட்ட ஆணையரிடம் ஒரு சனிக்கிழமை மாலையில் கொண்டு கொடுத்தார். (அக்காலத்தில் காசோலை எதிலும் எழுதப்படலாம்). மாவட்ட ஆணையர் எந்த எதிர்வினையுமின்றி அதைப் பெற்றுக்கொண்டு பன்றியைக் கட்டி இழுத்துக்கொண்டு அருகிலிருந்த வங்கிக்குச் சென்றார். வங்கி அதை கணக்கில் வைத்துக்கொண்டு பணத்தைச் செலுத்தி 'பணம் செலுத்தப்பட்டது' என்ற முத்திரையைக் குத்தியனுப்பியது. அப்போதெல்லாம் காசு வழங்கப்பட்ட பின் காசோலை அதை எழுதியவரிடமே திருப்பி தரப்பட்டது. வங்கி மூடும் நேரமானதால் அங்கே வேலை பார்த்த சில இளம் பிரித்தானியர்கள் பன்றியை தங்கள் தங்குமிடத்திற்கு எடுத்துச் செல்ல முடிவெடுத்தனர். துரதிஷ்டமாக அவர்களது நாய் அந்தப் பன்றியைக் கொன்றுவிட்டது. வங்கியிலிருந்து இறந்த பன்றியின் புகைப்படத்தை மட்டுமே பெற்றுக்கொண்ட மேஜர் மாக்சன் கோபத்தின் உச்சிக்கே சென்றுவிட்டார். வங்கி எழுத்தர்களில் ஒருவர் பின்னர் என்னிடம் சொன்னார்: 'பன்றிக்கறி அபாரம்.'

மேஜர் மாக்சன் ஒரு வித்தியாசமானவராகவும் விசித்திரமானவராகவும் கருதப்பட்டார். ஆனால் அண்மையில் அவர் மோசமாக நடந்துகொண்டிருந்தார். தன் மனைவியையும் குழந்தைகளையும் விட்டுவிட்டு ஆப்பிரிக்க தாதியுடன் ஓடிப்போய்விட்டதாக

அறிந்தேன். இது பிரித்தானிய சமூகத்தில் ஏற்றுக்கொள்ள முடியாததாக இருந்தது. எனவே என் பெயரைக் குறித்து பிறர் சந்தேகப்பட்டதில் ஆச்சர்யமில்லை.

•

துவக்கத்தில் மழைக்காலத்தில் தேயிலை மிக வேகமாகத் துளிர்த்தது. எல்லா இடங்களிலும் அந்த அசுர வளர்ச்சி இருந்தது. ஓர் ஆமணக்குச் செடி ஒருநாளில் ஐந்து அங்குலம் வளர்ந்ததை நான் அளந்தேன். புதிய துளிர்களை மட்டுமே நாங்கள் பறிப்போம். இரு இலைகளும் ஒரு மொக்கும் முற்றிலும் துளிர்த்த பின்னரே பறிப்பதுண்டு என்றாலும் நாங்கள் ஐந்து நாட்களுக்கு ஒரு முறை பறிக்கவேண்டியிருந்தது. ஆலை இரவும் பகலும் இயங்கியது.

தினசரி வேலைக்கணக்கு குறைவாக வைக்கப்பட்டிருந்தது. எனவே பணியாட்கள் அதிகமான படிகளை வாங்க முடிந்தது. இது ஏனென்றால் எங்களுக்குப் போதுமான பணியாட்கள் கிடைக்க வில்லை. தேயிலைக்கு மட்டுமல்லாமல் ஆப்பிரிக்க பயிர்களான, சோளம், பீன்ஸ் மற்றும் நிலக்கடலைக்கும் மழை பலன் தருவதாக இருந்தது. பல பணியாட்களுக்கும் சொந்தத் தோட்டம் இருந்தது. அதற்கே முன்னுரிமை. முப்பது நாள் முடிவில் சம்பள நாளை நெருங்குபவர்கள்கூட அவர்களது நாள் முழுவதையும் தோட்டத்தில் செலவிடத் தயங்கினர். தேயிலை பறிப்பது மட்டுமல்ல பிரச்னை, ஏனென்றால் தளைகளும் விரைந்து வளர்ந்தன. நான் ஏற்கெனவே நீண்ட வேலை நிறுத்ததின் விளைவுகளை சமாளிக்கத் திணறிக் கொண்டிருந்தேன். அவ்வேலை நிறுத்தம் முந்தைய அதிகாரியின் அதீத ஆர்வக்கோளாறினால் வந்தது. அவர் தினசரிப் பணி அளவை உயர்த்தி வைத்திருந்தார். எனக்கு விதிக்கப்பட்டிருந்த கட்டுப் பாடுகளுக்குள் நான் தினப்பணி அளவை குறைத்து வைக்கவே விரும்பினேன். இன்னொரு வேலைநிறுத்தத்திற்கு நாங்கள் தயாராக இல்லை.

ஞாயிற்றுக்கிழமை வேலையை அதிகரிக்க முயற்சி எடுத்தேன். ஞாயிற்றுக்கிழமைகளில் வேலை 2 மணிக்கு முடிவடைந்துவிடும். அன்றைய நாளுக்குரிய கூலி அவர்களுக்கு அன்றே வழங்கப்படும். பணிச்சீட்டில் வேலை மீதமிருந்தாலும் அன்றைய சம்பளம் வழங்கப்படும். அண்டை தோட்டங்களிலிருந்து சிலரை ஞாயிற்றுக் கிழமை வேலைக்கு என்னால் ஈர்க்க முடிந்தது. ஏனென்றால் நான் நல்ல சம்பளம் தந்தேன். இது அண்டை தோட்டக்காரர்களுடன் சச்சரவை உருவாக்கும் என்பதால் ஓரளவுக்கே செய்ய முடியும். விடுதியில் என்னை யாரேனும் எதிர்கொண்டால் நான் புதியவன்

என்பதால் சரியான கூலி என்ன என்பது எனக்குத் தெரியவில்லை என்று சொல்லி சமாளிப்பேன். என்னுடைய யுக்திகள் சரியாக வேலைசெய்ய ஆரம்பித்தன. பல ஞாயிற்றுக்கிழமைகளிலும் பணியாட்களின் எண்ணிக்கை, ஆண், பெண், குழந்தைகள் என மொத்தம் ஆயிரத்தை தாண்டியது.

எஸ்டேட் பணியாளர்கள் துவக்கத்தில் அண்டை கிராமங்களிலிருந்து வந்திருந்தனர். இவற்றில் சில எங்கள் நிலத்திலிருந்தன. அதில் குடியிருந்தவர்கள் தங்கட்டா வாடகையை செலுத்த வேலைக்கு வந்திருந்தனர். கடந்த பத்து வருடங்களில் அரசு நிலங்களை கட்டாயமாக மீட்டு ஆப்பிரிக்கர்களுக்குத் தந்ததால் இந்தப் பணியாளர்களின் எண்ணிக்கை குறைந்து வந்தது. இருப்பினும் இந்த ஆப்பிரிக்கர்களில் பலர் ‘போல்’ வரி (இளவயதைக் கடந்தவர்கள்மீது விதிக்கப்பட்ட வரி) கட்டவேண்டியிருந்ததால் எங்களிடம் வேலைக்கு வரவேண்டியிருந்தது. அண்மையில் இவ்வரி உயர்த்தப் பட்டிருந்தது. வேறு சில வழக்கமான பணியாளர்கள் தோட்டத்துக் குடியிருப்பிலேயே தங்கியிருந்தனர். தேயிலைத் தோட்டத்தின் எல்லையில் 150 வெள்ளை நிறக் குடில்கள் அழகிய வரிசையில் இருந்தன. மிக அடிப்படையான வசதிகளே இருந்தன. ஒன்றிரண்டு அறைகள், குடும்பத்தின் அளவிற்கேற்ப, ஆனால் அவை சுத்தமாகவும் நன்கு பராமரிக்கப்பட்டும் இருந்தன. வெளியே கழிப்பறைகளும் தண்ணீர் வசதிகளுமிருந்தன. பணியாட்கள் தங்கள் கிராமங்களில் வசித்த வீடுகளைப்போலவே இருந்தன.

இவர்கள் ஐநூறுபேருக்கும் மேல் இருந்தாலும் வாரநாட்களில் எங்களுக்குத் தேவையான பணியாட்கள் கிடைக்கவில்லை. ஜியார்ஜ் போர்த்துக்கீசியர்களின் கிழக்காப்பிரிக்க பகுதிக்கு லாரிகளை அனுப்பி பெரும் முன்பணம் அளித்து பணியாட்களை வரவழைத்தார். இது நன்றாக வேலை செய்தது. ஆனால் தங்குமிடங்கள் போது மானதாக இல்லை. சில பணியாளர்கள் விளைச்சல் பருவம் முடியும் வரைக்கும் சில மாதங்களுக்கு அறைகளைப் பங்கிட்டுக்கொள்ள விரும்பியபோதும் தங்குமிடம் போதாமல் இருந்தது.

ஏப்ரலில் மழை முடிவுக்கு வந்தது. ஏற்கெனவே தேயிலை விளைச்சல் குறைய ஆரம்பித்திருந்தது. ஏதோ துவக்கத்தில் அது விளைந்த வேகத்தில் சோர்வடைந்துவிட்டதைப்போல. இரவுகளில் குளிர் அதிகரிக்க ஆரம்பித்தது. தென்கோளக் குளிர்காலம். ஐந்து நாட்களுக்கு ஒருமுறை என்பதிலிருந்து ஏழு நாட்களுக்கொருமுறை, பிறகு பத்து நாட்களுக்கொருமுறை என தேயிலை பறிப்பது குறைந்தது. பணியாட்கள் எண்ணிக்கை 500ல் வந்து சீரானது.

மழைப்பொழிவின் அளவை வைத்துக் கணக்கிட்டால் சோலோ பகுதி தேயிலை விளைவிப்பதற்குத் தகுதியானதில்லை என அனுபவமுள்ளவர்கள் சொல்லக்கூடும். ஏப்ரலில் முடிந்துபோன மழைப்பருவம் மீண்டும் நவம்பரில்தான் வந்தது. இந்த ஆறு மாத இடைவெளி தேயிலைக்கு மிக மோசமானதாகும். ஆனால் 'சிபெரோன்' அதைக் காப்பாற்றியது. குளிர்காலத்தின் உச்சத்தில், ஜூன், ஜூலை மாதங்களில் பலநேரங்களில் மேலும் சில நாட்களுக்கு 'சிபெரோன்' கீழிறங்கியது. சிபெரோன் என்றால் நின்யஞ்சா மொழியில் போர்வை என்று அர்த்தம். ஒட்டுமொத்த பகுதியும் நாட்கணக்கில் தூறலுடன்கூடிய அடர்ந்த மேகங்களால் மூடப்பட்டது. மழைப்பொழிவு இல்லையென்றாலும் செடிகள் உலர்ந்துபோகாமலிருக்க அவை போதுமானவை. இரவில் சிபெரோன் அதிக அடர்த்திகொண்டிருந்தது. அது தொட்ட எல்லாவற்றையும் ஈரமாக்கியது. காலையில் தேயிலைச்செடிகள் நீரில் ஊறவைத்தவைப்போல பொலிந்தன. சூரியன் தென்பட்ட நாட்களில்கூட செடிகள் காலையில் நீண்ட நேரம் ஈரத்துடனிருந்தன. இரவில் வண்டி ஓட்டுவது கடினமாயிருந்தது. பல நேரங்களில் நான் சாலையிலிருந்து இறங்கி மரங்களுக்கிடையே வண்டியோட்டிக் கொண்டிருப்பதை உணர்ந்திருக்கிறேன். பகலில்கூட மேக மூட்டம் தரையைத் தொடுவதைக் காணமுடிந்தது.

சிபெரோனில் காலையில் வேலைபார்ப்பது உவப்பானதாயில்லை. செடிகளுக்குள்ளே நகர்ந்து செல்கையில் நாங்கள் முழுக்க நனைந்துவிடுவோம். கீழுள்ள கிளைகள் கூர்மையாக இருந்தன எனவே அவற்றை நீர்படாமல் இருக்க எம்முயற்சி செய்தாலும் வீணே. குளிரில் ஈரத்துடன் இருக்கவேண்டியதிருந்தது. பணியாட்களுக்கு மதிய உணவாக சிவப்புப் பட்டாணி மற்றும் சோளம் போட்ட கஞ்சி இலவசமாக வழங்கப்பட்டது. நியாஸின் வழக்கமான உணவு. சிபெரோன் காலத்தில் இதோடுகூட தேநீரும் வழங்கப்பட்டது. பணியாட்கள் அதிகமாயிருந்ததால் தேநீர் பெரிய நாற்பது கேலன் ஆயில் பேரல்களில் காய்ச்சப்பட்டது. ஒவ்வொரு பேரலுக்கும் 20 பவுண்ட் சர்க்கரை மூட்டை ஒன்று பயன்படுத்தப்பட்டது.

மழை முடிந்தபோது செடிகளை வெட்டிச் சீராக்கும் பணி துவங்கியது. இது நுட்பம் தேவைப்பட்ட வேலை. எஸ்டேட்டில் பலகாலம் இருந்த ஆண்களே இப்பணிக்கு வழக்கமாக செய்தனர். இவ்வேலைக்கு அதிக சம்பளமும் வழங்கப்பட்டது. அவர்கள் பயன்படுத்திய மரக் கைப்பிடி கொண்ட வளைந்த கத்திகள் மிகக் கூர்மையானவையாக இருந்தன. வலந்துன்சியிலிருந்த இளைய செடிகள் நான்கு வருடம் பழையவை. இவை இரு வருடங்களுக்கும்

முன்பே 18 அங்குல உயரத்திற்கு வெட்டப்பட்டிருந்தன. அடுத்த வருடம் இவற்றிலிருந்து தேயிலை முதன்முறையாக பறிக்கப் பட்டிருந்தது. இவை இப்போது விரிந்து படர்ந்திருந்தன. இவற்றை 30 அங்குல உயரத்திற்கு இப்போது வெட்டிவிட்டால் அடுத்த வருடம் அருகிலிருக்கும் செடிகளைத் தொட்டுக்கொண்டு அவை வளர்ந்துவிடும். முதிர்ந்த மரங்களையும் கிளை நறுக்கிவிடுவது முக்கியம், இல்லையென்றால் விளைச்சல் குறையும். எப்போது, எப்படி கிளை நறுக்குவது என்பது தோட்டக்காரர்களுக்கிடையே சச்சரவை உருவாக்கும் விவாதமாகும். சட்டெம்வாவில் முதிர்ந்த செடிகளை ஒவ்வொரு வருடமும் கிளை நறுக்கிச் சீராக்குவோம். நான்கு வருடங்களுக்கு ஒருமுறை அதிகமாக வெட்டிவிடுவோம். மற்ற வருடங்களில் குறைவாக வெட்டுவோம். அதிகமாக கிளை நறுக்கப்பட்ட செடிகள் எலும்புக்கூடுகளைப்போல இருந்தன. ஆனால் மரமாக வளரவேண்டிய அச்செடிகளின் வலுவான வேர்கள் அவற்றை மீண்டும் துளிர்க்கச் செய்தன.

ஆகஸ்ட்டில் சிபெரோன் மறைந்துபோனது. தட்பவெப்பம் மிதமானது. அதன்பின் மூன்று மாதங்கள் இடைவிடாத சூரிய வெளிச்சம். ஒவ்வொரு மாதமும் முன்னதைவிட வெப்பமாக இருந்தது. துவக்கத்தில் மிகவும் இதமாகவே இருந்தது. சிபெரோனின் ஈரக்குளிருக்குப் பின் சூரியனை உணர்வது மிகவும் இனிமையாக இருந்தது. காற்று புதியதாயிருந்தது. தாவரங்கள் மழையினாலும் பனியினாலும் கழுவப்பட்டு பொலிந்திருந்தன. விரைவிலேயே சகிக்கமுடியாத வெப்பம் வந்தது. புற்கள் காயத்துவங்கின. வானம் வெளிறியது. தரையெங்கும் தூசி படர்ந்தது.

அது வேலைப்பளுவற்ற பருவமாக இருந்திருக்கவேண்டும். ஆனால், திரு கே வலந்துன்சி தோட்டத்தை விரிவுபடுத்த விரும்பி ஐரோப்பியாவிலிருந்து அங்கே வந்திருந்தார். சட்டெம்வா முளைத்தோட்டத்தில் பல முளைகளிருந்தன. ஆனால் அவை நடப்படுமா என்ற சந்தேகம் எனக்கு வலந்துன்சியில் நட ஆணை வரும்வரை இருந்தது. இந்தத் தாமதம் துரதிஷ்டவசமானது. ஏனென்றால் நிலம் தயாராக இல்லை. நியாஸ்லாந்தில் தேயிலையை பாதிக்கும் சில பூச்சிகளும் நோய்களுமிருந்தன. மிக மோசமான பிரச்னை வேர்ப் பூஞ்சான். சரியாக நீக்கப்படாத இறந்த வேர்களிலிருந்து பூஞ்சைகள் உருவாகிப் பரவின. மரங்களை முன்பே வெட்டி நிலத்தை சீர்செய்வது அவசியம். நியாஸ்லாந்தில் மரங்கள் இருபது அடிக்கும்மேல் ஆழமான வேர் கொண்டவையாக இருந்தன. எனவே மரங்களை வெட்டி நிலத்தைத் தோண்டி வேர்களை எடுக்க வேண்டியிருந்தது.

மரங்களை வெட்டுவது எளிதாகவேயிருந்தது. ஏனெனில் தேர்ந்தெடுக்கப்பட்ட அப்பகுதியில் புதர்களே அதிகமிருந்தன. எங்களிடம் மின்னுபகரணங்கள் எதுவுமில்லை. ஆனால் வேலையாட்கள் கோடாரியை லாகவமாகக் கையாண்டார்கள். சில வாரங்களிலேயே மரங்களும் புதர்களும் வெட்டப்பட்டன. அதன் பின்னர்தான் கடினமான வேலை ஆரம்பித்தது. ஆண்களும் பெண்களும் மண்ணை இருபது அடிகள்வரைத் தோண்டி வேர்களை அப்புறப்படுத்தினர். இது கடினமான வேலை. வெப்பம் அதிகமாக இருந்ததால் மேலும் கடினமாக இருந்தது. சில மரங்களை தடிகளாகவும் விறகாகவும் வெட்டி வைத்தனர். மீதமிருந்தவை எரிக்கப்பட்டன. இதிலிருந்து கிடைத்த சாம்பல் தேயிலைக்குச் சிறந்தது. குழிகள் நிரப்பப்பட்டன. பின்னர் நிலம் மழைக்காலத்தில் புதிய செடிகளை நடுவதற்குத் தயாரானது. நாலு அடிக்கு நாலடி இடைவெளியில் நேர்கோட்டில் நட முடிவு செய்திருந்தோம்.

அப்படி 20 ஏக்கர் நிலத்தில் தேயிலைச் செடிகளை நட 54, 450 கன்றுகள் தேவைப்பட்டன. இந்தச் செடிகள் ஏற்கெனவே இரு வருடம் வளர்ந்தவையாக இருந்ததால் ஆணிவேர் நீளமானதாயிருந்தது. ஆறு அங்குல சதுரமும் எட்டு அங்குல ஆழமும் கொண்ட குழிகள் தேவைப்பட்டன. நிலம் பொதுவாக கடினமானதாக இருந்தது. மண்வெட்டிகொண்டு இக்குழிகள் வெட்டப்பட்டன. மண்வெட்டியின் எடை உதவினாலும் வலுவாக வெட்ட வேண்டியிருந்தது. அதன் பின் உதிரி மண் கைகளால் எடுக்கப்பட்டு செடி நடுவதற்காக அருகிலேயே குவிக்கப்படவேண்டியிருந்தது. பெண்களே இவ்வேலையை அதிகம் செய்தனர், ஏனெனில் அந்த வேலை வீட்டில் அவர்கள் மாவிடிக்கும் வேலைக்கு ஒத்திருந்தது. கடினமான பணி. பலரும் காலை நான்கு மணிக்கே வந்து வேலையைத் துவங்கி வெயில் வரும் முன்பு தனது நாள்வேலையை முடிப்பதைக் கண்டிருக்கிறேன்.

வேறு செடி நடும் வேலைகளுமிருந்தன. இறந்துபோன செடிகள் விட்ட இடைவெளிகளை நிரப்ப வேண்டியிருந்தது. அந்நிலத்தை தேயிலைச் செடிகள் குடைபோல முழுவதும் மூடியிருக்க வேண்டியிருந்தது. இல்லையென்றால் செலவு செய்து திருத்தப்பட்ட நிலம் பயன்படாமல் போவது மட்டுமல்ல களைகளும் மண்ணரிப்பும் அதிகமாகிவிடும். நன்கு நடப்பட்ட தேயிலைத் தோட்டத்தில் மழையின் தாக்கம் தடுக்கப்பட்டு மண்ணரிப்பு குறைவாகவே இருக்கும்.

ஒருசில தோட்டங்களில் சிறிய இலைகளைக்கொண்ட சீனத் தேயிலைகள் பயிரிடப்பட்டன. ஆனால் பரவலாக பெரிய

இலைகளைக்கொண்ட அசாம் வகைத் தேயிலைகளே பயிரிடப் பட்டிருந்தன. அவையே சோலோவில் நன்குவளர்ந்தன. ஏக்கருக்கு 2,000 பவுண்டுகள் விளைந்தன. காலப்போக்கில் சீனத் தேயிலை பிடுங்கப்பட்டு அசாம்வகை நடப்படும் என எதிர்பார்க்கப்பட்டது. இது செலவு மிகுந்ததாக இருந்தது. ஏனென்றால் அவற்றை வேரோடு பிடுங்க வேண்டும். இதனால் புதிய நிலத்தை சீராக்கிப் பயிரிடுவதற்கே முதன்மை கிடைத்தது.

திரு மக்லீன் கே அவ்வப்போது திருத்தப்பட்ட நிலத்தைக் காணவந்தார். அவரது பெரிய பழைய அமெரிக்க காரை மெதுவாக ஓட்டி வருவார். வேலையின் வேகம் அவருக்கு மகிழ்ச்சி அளித்ததாகவே தெரிந்தது.

'மேலாளர்களை நான் இருவகைப்படுத்துவேன்' அவர் சொன்னார்: 'சேமிப்பவர்கள், செலவழிப்பவர்கள். புதிய நிலத்தைச் சீராக்கும் போது சேமிப்பவர்கள் பயனற்றவர்கள். அவர்கள் சில்லறை மீது கவனம் வைத்து வேலையை சரியாக முடிக்கமாட்டார்கள். நீ ஒரு செலவாளியாக எனக்குத் தெரிகிறாய். எனவே ஜியார்ஜிடம் சொல்லி நீயே ஒரு முளைத்தோட்டத்தை உருவாக்கி மேலும் 100 ஏக்கர் பயிரிடச் சொல்கிறேன்.'

'மிக்க நன்றி சர்'. அது எனக்கு உற்சாகமளித்தது. ஒரு போனஸ் கிடைப்பதற்கான வாய்ப்பு புலப்பட்டது.

'அதெல்லாம் பரவாயில்லை.' அந்தப் பெரிய கார் மெல்ல நகர்ந்தபோது அவர் என்னைப்பார்த்து சிரித்தார். 'நிலம் பயிரிடப்பட்ட பின்னர் செலவாளியைத் தூக்கிவிட்டு ஒரு சில்லறை சேமிக்கும் ஸ்காட்லாந்துக்காரரை வேலையில் சேர்க்கலாம்.'

மூன்று ஏக்கர் நிலத்தை திருத்தி ஒரு பெரிய முளைத்தோட்டத்தை உருவாக்கினோம். ஐந்து லட்சம் செடிகளை உருவாக்கும் பணிகள் நடந்தன. சட்டெம்வாவில் ஒரு சில விதைதரும் மரங்களே இருந்தமையால் விதை தயாரிப்பில் தேர்ந்த தோட்டங்களிலிருந்து விதைகளை வரவழைக்க வேண்டியிருந்தது. அவை மழைக் காலத்திற்கு சற்று முன்னர் வந்து சேரும். லாஞ்செவிலிருந்த தேயிலை ஆய்வு நிலையம் மிக முனைப்போடு இருந்தது. ஒரு நாள் சென்று அங்கு அவர்கள் உருவாக்கியிருந்த ஒட்டுத் தேயிலைச் செடிகளைக் கண்டு வியந்தோம். அது வியாபாரரீதியாகப் பரவலாக சில மாற்றங்கள் தேவையாயிருந்தன. ஆனால் விதைகளைவிட ஒட்டுச் செடிகளே எதிர்காலத்தில் அதிகம் பயன்படும் என்பதை உணர்ந்தோம்.

எந்த அளவிலும் ஆகஸ்ட்டின் முக்கிய நிகழ்வென்பது தேர்தல்தான். அண்மையில் நியாஸ்லாந்தில் நடந்தவற்றைக் கண்டதால் விபரீதத்தை எதிர்பார்த்தோம். ஜூலையில் டாக்டர் பான்டாவின் ஆதரவாளர்கள் யுனைட்டட் ஃபெடரல் பார்ட்டியினரின் வீடுகள் பலவற்றையும் எரித்துவிட்டனர். ஆனால் டாக்டர் பான்டா ஆகஸ்ட் அமைதியாக இருக்கவேண்டும் என முடிவெடுத்திருந்தார். தேர்தலுக்கு ஒரு வாரத்திற்கு முன்பு அவர் ஆப்பிரிக்கர்கள் மது தயாரிப்பதையும், அருந்துவதையும் தவிர்க்கவேண்டும் என அறிவுறுத்தினார். அவரது இளைஞர் படை இந்தக் கட்டளைகளை அமுல்படுத்தினர். அவர்கள் அத்தடையை மீறிய கடைகளை அடித்து உடைத்தனர். தேர்தல் ஆகஸ்ட் 15ல் நடந்தது. டாக்டர் பான்டா மக்களிடம் ‘கூட்டாட்சிக்குள் அடிமையாக நீடிப்பதா அல்லது கூட்டாட்சிக்கு வெளியே சுதந்திரத்துடன் செயல்படுவதா’ என முடிவெடுக்குமாறு கூறினார்.

காலனியின் கூடுதல் காவல்படையில் சேர்ந்து சோலோ காவல் நிலையத்தில் பணிபுரிய நான் அழைக்கப்பட்டேன். அங்கிருந்த வழக்கமான அதிகாரிகள் தேர்தல் பணிக்காக அனுப்பப்பட்டனர். வாக்காளர் வரிசைகள் சாலை நீண்டு அரசு அலுவலகங்களிலும் வாக்குச்சாவடிகளிலும் சென்று முடிந்தன. பலரும் இரவிலிருந்தே வரிசையில் காத்திருந்தனர். விநோதமான அமைதி நிலவியது. ஏனென்றால் டாக்டர் பான்டா தன்னால் நாட்டை கட்டுப்பாட்டில் வைத்துக்கொள்ள முடியும் என பிரித்தானியருக்குக் காட்ட விரும்பினார். யாரேனும் குரலை உயர்த்தினாலும்கூட இளைஞர் படை அவர்கள்மீது பாய்ந்தது. எந்தப் பிரச்னையும் எழவில்லை. எனக்கு மிக அயர்ச்சியூட்டும் நாளாக அமைந்தது.

கீழ்மட்ட இடங்களுக்கு வாக்குப்பதிவு 95%ஆக இருந்தது. டாக்டர் பான்டாவின் மலாவி காங்கிரஸ் கட்சி 99% வாக்குகளைப் பெற்று மொத்த இருபது இடங்களிலும் வெற்றி பெற்றது. சிறிய அளவு வாக்குகளே இருந்த மேல்சபையிலும் எம்.சி.பி இரண்டு இடங்களைப் பெற்றது. யு.எஃப்.பி ஐந்து இடங்களைப் பெற்றது. டாக்டர் பான்டா அதி முக்கியத்துவம் வாய்ந்த இயற்கை வளங்கள் மற்றும் உள்நாட்டு அரசாண்மை இலாகாக்களைப் பெற்றுக் கொண்டார். அவரது கட்சியினர் மேலும் ஏழுபேர் மந்திரிகளாயினர். உள்ளாட்சி தேர்தலை விரிவுபடுத்துவதாகவும், ஆப்பிரிக்க வேளாண் முறைகள்மீது விதிக்கப்பட்டிருந்த அபராதங்களை நீக்க அழுத்தம் கொடுக்கப்போவதாகவும் புதிய மந்திரிகள் வாக்களித்தனர். வேறொரு புதிய முயற்சியும் அறிவிக்கப்படவில்லை. அரசு மாறினாலும் புரட்சி எதுவும் வந்துவிடவில்லை. ஏனென்றால் புதிய

அரசியலமைப்பின்படி ஆட்சி ஆளுனருக்குக் கீழேயே இருந்தது. மேலும் பாண்டா விடுதலைக்கான பேச்சுவார்த்தைகளை முன்னிட்டு மிதவாதபோக்கை பின்பற்றுவதையே விரும்பினார். அதன்பின் தனிப்பட்ட வழக்குகளுக்காக யாரும் என்னிடம் வரவில்லை என்பதை கவனித்தேன், அவற்றை மலாவி காங்கிரஸ் கட்சியினரே பேசித் தீர்த்தனர். ஒரு பழைய பழக்கத்தின் கடைசி சில மாதங்களை நான் கண்டேன்.

செப்டம்பர் மாதம் கடந்தபோது வெப்பம் வருத்தப்படும் அளவுக்கு அதிகமானது. பகலில் என் சட்டை எப்போதும் வியர்வையால் நனைந்திருந்தது. இரவில் தூங்குவது கடினமாயிருந்தது. நல்ல வேளையாக பறிப்பதற்கு அதிக தேயிலை விளையவில்லை. தளைகள்கூட வாழத்தவித்தன. வேறு வேலைகள் இருந்து கொண்டேயிருந்தன. தேயிலைச் செடிகளுக்கு மழைக்கு முன் அமோனியா சல்பேட் போட வேண்டியிருந்தது. குடிசைகள் சரிசெய்யப்பட்டன. சாலைகள் பாலங்கள் செப்பனிடப்பட்டன. இருப்பினும் விளைச்சல் பருவத்தைப்போல அல்லாமல் வாரத்தில் நான்குநாட்களே வேலை இருந்தது.

மாதத்தின் மத்தியில் நான் தோட்டத்தை ஜியார்ஜிடம் ஒப்படைத்துவிட்டு இருவார விடுப்பு எடுத்துக்கொண்டேன். திருமணமாகாத வேறு இரு தோட்டக்காரர்களுடன் சேர்ந்து நியாசா ஏரியிலிருந்த கேப் மக்லியருக்குச் சென்றேன். அது எனது இருபத்தி இரண்டாம் பிறந்தநாள். எனவே வழியில் ஜோம்பா மற்றும் ஜான்சன் துறைமுக விடுதிகளில் நிறுத்தி மது அருந்தினோம். வெப்பம் அதிகமாக இருந்தது. ஏனென்றால் ஏரி சோலோவைவிட 1,500 அடி கீழே இருந்தது. ஏரி நீர் அற்புதமாயிருந்தது - தெளிவாக ஆழமாக, மிளிரும் நீல மீன்கள் நிறைந்திருந்தன. அங்கிருந்த தங்கும் விடுதிகள் அவ்வழி செல்லும் படகுகளுக்காக உருவாக்கப்பட்டிருந்தன. சவுத்ஹாம்ப்டன் மற்றும் கேப் டவுனுக்கிடையே செல்லும் படகுகள் அங்கே நங்கூரமிட்டு நின்றன. அதன் உரிமையாளர் ஒரு விசித்திரமான கைம்பெண். தன் கணவரின் சாம்பலை ஒரு ஜாடியிலிட்டு மதுக்கூடத்தில் எல்லோரும் பார்க்கும்படி வைத்திருந்தார். நாங்கள் நீந்தினோம். படகு சவாரி செய்தோம். நன்றாகக் குடித்தோம். சில தாதிகளைச் சந்தித்தோம். நிறைய சத்தம் போட்டோம். நான் முற்றிலும் புத்துணர்ச்சி பெற்றவனானேன்.

என் அம்மா பிறந்த நாளுக்கென்று ஒரு சமையல் புத்தகத்தை அனுப்பியிருந்தார். அலியுடைய பள்ளிக் குழந்தைகளுக்கானது போன்ற சமையல் எனக்குச் சோர்வளித்திருந்த சமயமது. இறைச்சியும் இரண்டு காய்க்கூட்டும், அவ்வப்போது பிரிபிரி

கோழியும் அல்லது ஓர் எளிய குழம்புமே வழக்கமான உணவாக இருந்தது. புத்தகத்திலிருந்த புதிய சமையலை முயற்சிப்பதில் அவனுக்கு ஆர்வம் அதிகமாயிருந்தது. நான் நினைத்ததைவிட அவனுக்கு அதிகம் தெரிந்திருந்தது என்பதை நான் பின்னர் உணர்ந்துகொண்டேன். அவன் முன்பு வேலை பார்த்த தோட்டக் காரர்கள் என்ன சமைக்கச் சொன்னார்களோ அதையே எனக்கும் அவன் சமைத்துத்தந்தான். அப்புத்தகத்திலிருந்த ஓர் இனிப்பைச் சமைக்கும் முறையை நான் கஷ்டப்பட்டு சினயன்சாவிற்கு மொழி பெயர்த்துச் சொன்னேன். நான் முடித்தபோது அவன் சொன்னான்:

'ஓ நீங்கள் சொல்வது சூஃப்ளே! பிராண்டியோடு சேர்த்துக் கொடுத்தால் உங்களுக்கு பிடிக்குமா?'

பின்னர்தான் தெரிந்தது அவன் முன்பு ஒரு தென் ஆப்பிரிக்க விடுதியில் பல வருடங்கள் வேலை செய்திருக்கிறான். எனது உணவு பலமடங்கு விரும்பத்தக்கதாக மாறியது. அவனது சம்பளத்தை நான் உயர்த்தினேன்.

அக்டோபர் கொடுமையான மாதமாக இருந்தது. சோலோவிலிருந்த புல்வெளிகள் பலவும் தீப்பிடித்து எரிந்தன. வானம் புகையால் கருமைகொண்டிருந்தது. பகலின் வெப்பத்தில் சில மேகங்கள் உருவாகிவரும். ஆனால் மழையேதும் பெய்யாமல் அவை மறைந்துபோய்விடும். எரிச்சலில் கோபம் அதிகமாய் வரும். மதுவிடுதியில் ஸ்னுக்கர் மேசையில் பந்துகள் சரியாக அடுக்கப் பட்டுள்ளனவா என்பதைப்போன்ற சிறிய விஷயங்களும் பெரிதாக விவாதிக்கப்பட்டன. எல்லோரும் அளவுக்கதிகமாகக் குடித்தனர்.

நவம்பருக்குள் அடியெடுத்துவைத்தோம். ஒருவழியாக மழையும் பெய்தது. முதல்மழையின்போது அலுவலகத்திலிருந்து வெளியே ஓடி வேண்டுமென்றே ஒட்ட நனைந்தேன். மண்ணின் மணம் அற்புதமாயிருந்தது.

ஒரு வாரம் கழித்து அந்நிலப்பரப்பு பசுமையாகவும் புத்துணர்வுடனும் இருந்தது, ஒருபோதும் பழுப்பாயிருந்திராததைப் போல. மீண்டும் காற்று துல்லியமாகவும் தெளிவாகவுமிருந்தது. லாஜே மலையில் நீர் வழிந்தோடுவதைக் காணமுடியுமளவுக்கு காற்று தெளிவாக இருந்தது. தேயிலை முளைகளை குழிகளிலிட்டோம். மாதத்தின் மத்தியில் தேயிலைத் தோட்டம் பசுந்தளிர் நிறைந்து நின்றது. நாங்கள் மீண்டும் ஆறுநாள் வேலை செய்ய ஆரம்பித்தோம். எல்லோரும் மீண்டும் நல்ல மனநிலைக்குத் திரும்பினர். தோட்டக்காரர்களின் விருந்து சோலோ மக்களுக்கு மிக முக்கியமான நிகழ்வு. அது வெற்றிகரமாக நடந்தேறியது. போலிஸ்

இசைக்குழுவினர் நன்கு மது அருந்திவிட்டு தாளம் தப்பி வாசித்தனர். ஆனால் யாரும் கண்டுகொள்ளவில்லை. காலை ஐந்தரைக்கு நான் தள்ளாடி வீட்டுக்கு வந்தேன்.

அதன்பின் டிசம்பர். எஸ்டேட் பணிகள் மீண்டும் முழு மூச்சில் நடக்கத்துவங்கின. ஞாயிறு வேலையை மீண்டும் துவங்கினோம். களைகளோடும் தேயிலை வளர்ச்சியோடும் போட்டிபோடுவது கடினமாயிருந்தது. பணியாட்கள் எண்ணிக்கை 700ஐ தாண்டியது. எழுத்தர்கள் திருடுவதைக் குறைக்க மீண்டும் நான் அங்குமிங்கும் ஓடி பணியாட்களை எண்ண வேண்டியிருந்தது. சில மாலைகளில் நீண்ட நேரம் கணக்குகளை சரிபார்ப்பதற்கு செலவிடவேண்டியிருந்தது. இருப்பினும் எல்லாம் வேலை மட்டுமல்ல, கிறிஸ்துமஸ் அருகிலிருந்தது, எனவே கொண்டாட்டங்களுக்கு கணக்கில்லாமல் இருந்தது.

கிறிஸ்துமஸ் ஒரு ஞாயிறன்று வந்தது. காலை ஆறுமணிக்கு வழக்கம்போல வேலையை ஆரம்பித்தோம். ஆனால் நண்பகலில் முடித்துக்கொண்டோம். வீட்டுப்பணியாட்களுக்கு கிறிஸ்துமஸ் பரிசுகளை வழங்கினேன். என் காப்பிட்டோவுக்கு ஒரு கோழியைப் பரிசளித்தேன். தலைமைக் காவலரின் வீட்டுக்கு மது அருந்தச் சென்றேன். பின்பு வந்து தூங்கிவிட்டு விடுதிக்குச் சென்று பெண்களுக்கு எதிராக கால்பந்தாடினேன். நள்ளிரவுக்கு முன்பு விடுதியிலிருந்து கிளம்பி திருப்பலிக்கு சரியான நேரத்தில் திருமதி கேயின் கோவிலைச் சென்றடைந்தேன். அதன்பின் நாங்கள் திரு, திருமதி கேயுடன் மது அருந்திவிட்டு வீட்டுக்குத் திரும்புகையில் மணி அதிகாலை இரண்டுமணியாகியிருந்தது. கிறிஸ்துமஸ் அன்று காலை ஆறிலிருந்து நண்பகல்வரைக்கும் வேலை பார்த்தேன். பின்னர் பக்கத்து தோட்டக்காரரின் வீட்டிற்கு கிறிஸ்துமஸ் விருந்துக்குச் சென்றேன். வான்கோழி சிறப்பாக சமைக்கப்பட்டிருந்தது. மூன்று முறை இனிப்பை உண்டேன். ஜியார்ஜின் வீட்டிற்கு அழைக்கப் பட்டிருந்தேன். ஆனால் என்னால் செல்லமுடியவில்லை. பின்னர் அவரிடம் அதிகமாக மது அருந்தியிருந்ததால் என்னால் வண்டி ஓட்ட முடியவில்லை என்று சொன்னேன். கேள்விகொண்ட பார்வை ஒன்றை வீசிச் சென்றார், பிறகு என்னை மன்னித்துவிட்டார்.

ஜியார்ஜின் நடவடிக்கைகளைவைத்து எஸ்டேட்டில் எனது முதல் வருடத்தில் நான் சிறப்பாக செயல்பட்டிருந்தேன் என்பதை உணர்ந்துகொள்ள முடிந்தது. ஜனவரியில், நான் நியாஸ்லாந்து வந்து ஒருவருட நிறைவில் களை எடுக்கும் பணியில் சச்சரவு ஏற்பட்டது. நான் தினப்பணி அளவை 100 புதர்கள் என நிர்ணயித்திருந்தேன். அதை சில பெண்கள் அதிகம் எனக் குறை கூறினர். புதிதாக

உருவாக்கப்பட்டிருந்த தோட்ட, விவசாயத் தொழிலாளிகளுக்கான தேசிய யூனியனை அழைக்கும் பேச்சுக்கள் எழுந்தன. இதை சரிசெய்ய நான் ஒரு மண்வெட்டியை எடுத்துக்கொண்டு ஒரு வரிசை முழுவதையும் நானே களையெடுத்தேன். அது எளிதானதாயில்லை. கைகளில் பின்னர் கொப்பளங்கள் தோன்றின. ஆனாலும் நான் தளராமல் சென்று மதியத்துக்குள் அவ்வேலையை முடித்தேன். உண்மையில் பணியளவு அதிகமாகவே இல்லை. ஆனால் அப்பெண்கள் அண்மையில் எழுந்திருந்த குழப்ப நிலையை சாதகமாகப் பயன்படுத்திக்கொள்ள முயன்றனர். எனது முயற்சியில் வியப்படைந்து நல்லெண்ணத்துடன் பணியை ஏற்றுக்கொள்ள முன்வந்தார்கள். ஜியார்ஜும் வியந்துபோனார். அவரது மிகச்சிறந்த பாராட்டை இவ்வாறு சொன்னார்:

‘சத்தியமாக ராய், கூர்க்காவில் எங்களுடன் நீ இருந்திருந்தால் நன்றாயிருந்திருக்கும்!’

தோட்டத்தில் முதல்வருடத்தை நான் மிகவும் விரும்பிச் செலவழித்திருந்தேன். அழகிய நாடு, வாழ்க்கை, வேலை எல்லாம் என் எதிர்பார்ப்பை மிஞ்சியிருந்தன. எனக்கு போனஸாக £100 அளிக்கப்பட்டது. இருப்பினும் புயல் சின்னங்கள் தென்பட ஆரம்பித்தன. தொழிற்சங்கங்கள் சம்பளத்தை உயர்த்திக்கேட்டு வேலைநிறுத்தங்களை அறிவிக்க ஆரம்பித்தன. காமன்வெல்த் உறவுகளின் செயலர் ஃபெடரேஷனின் எதிர்காலம் குறித்து முடிவு செய்ய வருவதாக இருந்தது. தோட்டக்காரர்களின் கோபத்தைத் தூண்டும் விதத்தில் நியாஸ்லாந்துக்கு மொத்தமாக விடுதலை அளிக்கும் பேச்சும் இருந்தது. உள்ளூர் செய்தித்தாளில் இனத் தலைவர் சங்கட்டாவின் மரண அறிவிப்பு வந்திருந்தது. அந்த வயதான இனத்தலைவர் சோலாவின் மக்களை பலகாலம் ஆண்டு வந்தவர், அந்நாடு ஒரு காலனியாகும் முன்பே பிறந்தவர் அவர். அவர் செம்பே எனும் பெயர்பெற்றிருந்தார். மழையை உருவாக்குபவர் என்று அர்த்தம், ஒரு வருடம் முன்புதான் அவர் வறட்சியை நீக்க மழையை கொண்டுவந்திருந்தார். எல்லாமே மாறிக்கொண்டிருப்பதைப்போலிருந்தது. அந்நாடு நிச்சயமற்ற ஓர் எதிர்காலத்தை நோக்கிச் சென்று கொண்டிருந்தது, நானும்தான்.

தேயிலை/தேநீரின் வகைகள், தரங்கள்

பசும் தேயிலை : நொதித்தலுக்கு உட்படாத தேயிலை. தேயிலையை நொதிக்கச் செய்யும் என்சைம்கள் இதில் தேயிலையைச் சூடேற்றுவதன் மூலம் அழிக்கப்பட்டுவிடும்.

கறுப்புத் தேயிலை : நொதிக்கப்பட்ட தேயிலை. இதில் தேயிலை கொதிக்க வைக்கப்படுவதற்கு முன்பாக நன்கு நொதித்தலுக்கு உள்ளாகியிருக்கும்.

பாதி நொதித்தலுக்கு உள்ளான தேயிலை : இந்தத் தேயிலை பகுதி அளவுக்கு நொதிக்க வைக்கப்பட்டிருக்கும்.

●

பிரிட்டனுக்கு இறக்குமதியாகத் தொடங்கிய காலகட்டத்திலிருந்து தேயிலையின் தரப்படுத்தலானது வெகுவாக மாறிவிட்டிருக்கிறது. ஆரம்பகால சீனத் தேயிலையானது எந்த சீன மாவட்டத்திலிருந்து வந்ததோ அதன் அடிப்படையிலேயே வகைப்படுத்தப்பட்டிருந்தது. அவற்றில்:

சிங்கோ : காட்டுச் செடி அல்லது புதர்ச் செடிகளில் இருந்து கிடைத்த பசும் தேயிலை

த்வாங்கி : சிங்கோ வகையில் மேலான தரம்

ஹைசன் : பயிரிடப்பட்டு வளர்க்கப்பட்ட உயர் ரக பசும் தேயிலை. யங் ஹைசன் என்பது தளிர் இலைகளைக் கொண்ட உயர் ரக தேயிலை. ஹைசன் ஸ்கின் என்பது தேயிலைத் தூள்.

கன் பவுடர் : உயர் ரகம், இறுக்கமாக உருட்டப்பட்டவை, ஈய ரவை போலிருக்கும்.

பொஹியா : கறுப்புத் தேயிலைத் தூள்

காங்கௌ : தரமான கறுப்புத் தேயிலை

சௌசாங் : தரமான காங்கௌ

போகே : ரோமக்கால்கள் கொண்ட, தேயிலைத் தளிர்களில் இருந்து உருவாக்கப்பட்ட அதி உயர் ரக கறுப்புத் தேயிலை.

•

அஸ்ஸாம் ஹைசன் போல் இந்தியாவில் இருந்து வந்த தேயிலை பல்வேறு பெயர்கள் கொடுக்கப்பட்டுள்ளன. 19-ம் நூற்றாண்டில் கறுப்புத் தேயிலை பிரபலமடையத் தொடங்கியது. அதைத் தொடர்ந்து தேயிலைத் தூள்கள், முழுத் தளிரிலைகள் என வகைப்படுத்த ஆரம்பித்தார்கள்.

முழுத் தேயிலை

ஆரஞ்ச் பெகோ (நீளமான, மெல்லிய இலைகள்)

பெகோ (சிறிய மெல்லிய இலைகள்)

சௌசாங் (அகலமான இலைகள்)

உடைந்த இலைகள் (அளவில் மேலிருந்து கீழாக)

உடைந்த ஆரஞ்ச் பொகே இலைகள்

உடைந்த பொகே இலைகள்

உடைந்த பொகே சௌசாங்

உடைந்த ஆரஞ்ச் பொகே ஃபன்னிங்க்ஸ் (சிறிய துகள்கள்)

தூள்

மேலும் இந்த தரப்படுத்தலில் உயர் ரகமானவை என்றாலோ மொட்டுகள் அதிகம் இருந்தாலோ 'ஃப்ளவரி' என்ற முன்னொட்டு தரப்படும். உதாரணமாக, 'ஃப்ளவரி உடைந்த ஆரஞ்சு பொகே' இலைகள். இவை சில நேரங்களில் 'கோல்டன்', 'டிப்பி' என்று அல்லது இரண்டு பெயர்களிலும் அழைக்கப்படும். இந்தப் பெயர்கள் இப்போதும் பயன்படுத்தப்படுகின்றன. தேயிலைப் பொதிகளில் அடைக்கப்படும் துகள்கள், இலைகளின் அளவுக்கு ஏற்ப இப்போது பெயர்கள் சூட்டப்படுகின்றன.

•

அஸ்ஸாம், சிலோன், டார்ஜிலிங், கென்யா என இந்நாட்களில் பிரபலமான விசேஷமான தேயிலை வகைகள் எல்லாம் அவை விளையும் இடங்களின் பெயர்களைக் கொண்டவையாக இருக்கின்றன. அதுபோல் இருக்கும் வேறு சில:

ஏர்ல் க்ரே : உயர் ரக கறுப்புத் தேயிலை. கிச்சலி பழ எண்ணெய் கலந்து மணமூட்டப்பட்டது. 1830களில் எர்ல் க்ரேவுக்கு கலந்து கொடுக்கப்பட்ட தேநீர் கலவையில் இருந்து நகலெடுக்கப்பட்டதாக இருக்கலாம்.

ஜாஸ்மின் : மல்லிகை பூவிதழ்கள் மூலமாக மணமூட்டப்பட்ட சீனப் பசுந்தேயிலை

கீமன் : கிழக்கு சீனாவில் உள்ள அன்ஹுய் பகுதியில் இருந்து கிடைக்கும் நுண்மையான கறுப்புத் தேயிலை

லாஸ்பங் சௌசாங் : பைன் மரக் கட்டைகளின் புகையால் பதப்படுத்தப்பட்ட கறுப்பு சௌசாங் தேயிலை

ஊலாங் : பாதி நொதிக்கப்பட்ட சீன தேயிலை

பௌசாங் : ரோஜா இதழ் போன்ற பல்வேறு மலர்களின் மூலம் வாசனையூட்டப்பட்ட சீன தேயிலை

ரஷ்யன் கேரவான் : புகைந்த வாசனை கொண்ட செறிவான சீன கறுப்புத் தேயிலை

யுன்னான் : மேற்கு சீனாவின் யுன்னான் பகுதியில் இருந்து வந்த கறுப்புத் தேயிலை.

●

உதவிய நூல்கள்

H. A. Antrobus, *A History of the Assam Company*, 1839–1953
(Edinburgh: Constable, 1957) Samuel Baildon, *The Tea Industry in India* (London: Allen, 1882)

Colin Baker, *Seeds of Trouble: Government Policy and Land Rights in Nyasaland*, 1946-64 (London: British Academic Press, 1993)

George Barker, *A Tea Planter's Life in Assam* (Calcutta: Thacker, Spink, 1884)

H. K. Barpujari, *Assam in the Days of the Company, 1826–1890* (Gauhati: Lawyer's Book Stall, 1963)

Rana P. Behal and Prabhu P. Mohapatra, *"Tea and Money verse Human Life in Plantations, Proletarians and Peasants in Cow Asia"* (London: Frank Cass, 1992)

Zhang Binglun, "Tea" in *Ancient China's Technology and Science* (Beijing: Foreign Languages Press, 1983)

John Blofeld, *The Chinese Art of Tea* (London: Allen 1985)

Edward Bramah, *Tea & Coffee* (London: Hutchinson, 1972)

C. A. Bruce, *Report on the Manufacture of Tea* (Edinburgh: Ada Charles Black, 1840)

H. W. Cave, *Golden Tips* (London: Low, Marston, 1900)

K. N. Chaudhuri, *The Trading World of Asia and the English East Company*, 1660-1760 (Cambridge: Cambridge U. P., 1978)

Maurice Corina, *Pile it High, Sell it Cheap* (London: Weidenfeld & Nicolson, 1971)

Sir Henry Cotton, *India and Home Memories* (London: Fisher, Unwin, 1911)

David Crole, *Tea* (London: Crosby Lockwood, 1897)

A. J. Dash, *Bengal District Gazeteers – Darjeeling* (Alipore, Bengal: 1947)

K. M. De Silva, *A History of Sri Lanka* (London: Hurst, 1981)

Stephen Dowell, *A History of Taxation and Taxes in England* (London: Longmans, Green, 1888)

Sir Frederick Morton Eden, *The State of the Poor* (London: J. Davis for B. and J. White, 1797)

J. C. Evans, *Tea in China* (New York; London: Greenwood Press, 1992)

John K. Fairbank, *The Cambridge History of China*, vol. 10, part 1 (London: Cambridge U. P., 1978)

Peter Ward Fay, *The Opium War, 1840 – 1842* (New York: Norton, 1976)

Denys Forrest, *Tea for the British* (London: Chatto & Windus, 1973)

Denys Forrest, *A Hundred Years of Ceylon Tea, 1867–1967* (London: Chatto & Windus, 1967)

Robert Fortune, *Two Visits to the Tea Countries of China and the British Tea Plantations in the Himalayas* (London: John Murray, 1853)

Sir Edward Gait, *A History of Assam* (Calcutta: Thacker, Spink, 1926)

Sir Percival Griffiths, *The History of the Indian Tea Industry* (London: Weidenfeld & Nicolson, 1967)

W. S. Griswold, *The Boston Tea Party* (Tunbridge Wells: Abacus, 1973)

A. B. Guha, *Planter-Raj to Swaraj* (Delhi: Indian Council of Historical Research, 1977)

Ranajit Das Gupta, 'Plantation Labour in Colonial India' in *Plantations, Proletarians and Peasants in Colonial Asia* (London: Frank Cass, 1992)

V. M. Hamilton and S. M. Fasson, *Scenes in Ceylon* (London: Chapman & Hall, 1881)

Jonas Hanway, *An Essay on Tea* (London: H. Woodfall, 1756)

Henry Hobhouse, *Seeds of Change* (London: Macmillan, 1993)

Sir Joseph Hooker, *Himalayan Journals* (London: Ward. Lock, 1905)

M. M. Inamdar, *Bombay GPO* (Hubli, Karnataka: Philatelic Association, 1988)

Sir Harry Johnston, *British Central Africa* (London: Methuen 1897)

B. W. Labaree, *The Boston Tea Party* (London: Oxford U. P., 1964)

Bryant Lillywhite, *London Coffee Houses* (London: George Allen & Unwin, 1963)

Oscar Lindgren, *The Trials of a Planter* (Kalimpong: Lindgren, 1933)

Jan Huygen van Linschoten, *Discours of Voyages into y East & West Indies* (London: 1598)

H. H. Mann, *The Early History of the Tea Industry in North-East India* (1918)

W. Milburn, *Oriental Commerce* (London: Black, Parry, 1813)

P. D. Millie, *Thirty Years Ago: Or Reminiscences of the Early Days of Coffee Planting in Ceylon* (Colombo: Ferguson, 1878)

H. B. Morse, *The Chronicles of the East India Company Trading to China 1635–1834* (London: Oxford U. P., 1926)

Hoh-cheung Mui and Lorna H. Mui, *Shops and Shopkeeping in Eighteenth-Century England* (Kingston, Ontario: McGill-Queen's U.P., 1989)

Hoh-cheung Mui and Lorna H. Mui, *"Smuggling and the British Tea Trade before 1784"*, American Historical Review, 74(1) (1968), 44-73

R. B. Nye and J. E. Morpurgo, *The History of the United States* (London: Penguin, 1964)

B. Pachai, *Land and Politics in Malawi, 1875-1975* (Kingston, Ontario: Limestone Press, 1978)

B. Pachai, *Malawi: The History of the Nation* (London: Longman, 1973)

Simon Paulli, *A Treatise on Tobacco, Tea, Coffee, and Chocolate* translated by Dr James (London: T. Osborne, 1746)

Patrick Peebles, *Sri Lanka: A Handbook of Historical Statistics* (Boston, Mass: G. K. Hall, 1982)

Jane Pettigrew, *A Social History of Tea* (London: National Trust, 2001)

R. K. Renford, *The Non-Official British in India to 1920* (Delhi: Oxford U. P., 1987)

CB Ramusio, *Navigazioni e Viaggi* (Amsterdam: Theatrum Orbis Terrarum, 1967-70)

W. A. Sabonadière, *The Coffee Planter of Ceylon* (Guernsey: Mackenzie, Son & Le Patourel, 1866)

J. Sainsbury Ltd, *JS 100: The Story of Sainsbury's* (London: Sainsbury, 1969)

Nicola Swainson, *The Development of Corporate Capitalism in Kenya, 1918-77* (Berkeley: University of California, 1980)

Tea Association (Central Africa) Ltd, *Tea in Malawi* (Zomba: Tea Association (Central Africa), 1967)

Stephen H. Twining, *The House of Twining 1706–1956* (London: Twining, 1956)

W. H. Ukers, *All about Tea* (New York: Tea and Coffee Trade Journal, 1935)

John Weatherstone, *The Pioneers 1825–1900: The Early British Tea and Coffee Planters and their Way of Life* (London: Quiller Press, 1986)

Bennett Alan Weinberg and Bonnie K. Bealer, *The World of Caffeine* (New York: Routledge, 2001)

Dharmapriya Wesumperuma, *The Migration and Conditions of Immigrant Labour in Ceylon* (unpublished Ph.D. thesis, University of London, 1974)

T. David Williams, *Malawi: The Politics of Despair* (Ithaca: Cornell I U. P., 1978)

Warwick Wroth, *The London Pleasure Gardens of the Eighteenth Century* (London: Macmillan, 1896)

Lu Yü, *The Classic of Tea*, translated by Francis Ross Carpenter (Boston, Mass: Little, Brown, 1974)

Anonymous, *An Essay on the Nature, Use and Abuse of Tea* (London: J. Bettenham for James Lacy, 1722)

Anonymous, *Deadly Adulteration and Slow Poisoning* (London: Sherwood, Gilbert & Piper, 1830?)

Anonymous, *The Genuine History of the Inhuman and Unparall'd Murders committed on the Bodies of Mr. W. G....* (London: 1749)

Anonymous, *The History of the Tea Plant* (London: London Genuine Tea Co., 1820)

A collection of reports, letters, advices, tables, etc., related to trade in the East, 1691-1732 (University of London Library, MS 56):

— Instructions for Chooseing of Tea Fitt for London

— Observations of ye Sorts of Tea & the Methods used in Dryeing & Cureing Tea in China

Official Publications (British Library, Oriental and India Office Collections)

Report of the Committee Appointed to Enquire into the Causes of Mortality Amongst Labourers Proceeding to the Tea Districts, 1867

Report of the Commissioners Appointed to Enquire into the State and Prospects of Tea Cultivation in Assam, Cachar, and Sylhet, 1868

Papers Regarding the Tea Industry in Bengal, 1873 (Including a Note by J. Ware Edgar)

Report of the Labour Enquiry Commission of Bengal, 1896

Report of the Assam Labour Enquiry Committee, 1906

Report of the Assam Labour Enquiry Committee, 1921-2

Report of the Royal Commission on Labour in India, 1931

Reports on the Administration of the Province of Assam, 1880-1900

Emmigration Letters from Bengal and India, 1880–1910

•

நன்றியுரை

தேயிலைத் துறையில் நடந்துவரும் மாற்றங்கள், நிகழ்வுகள் தொடர்பாக இந்த நொடிவரையிலான அப்டுடேட் தகவல்களை வழங்கியதற்காக டி.ஹெக்டே, கிருஷ்ண தேவ், ரிச்சர்ட் இல்லிங்வொர்த், மாலிக் ஃபெர்னாண்டோ, ஸ்டீஃபன் கிட்சிங் ஆகியோருக்கு நன்றிகள்.

பிரிட்டனில் நான் மேற்கொண்ட ஆராய்ச்சிப் பணிகள் எல்லாமே பிரிட்டிஷ் லைப்ரரி, ராயல் பொடானிக் கார்டன் எடின்பர்க், ராயல் ஹார்ட்டிகல்ச்சுரல் சொசைட்டி, ஸ்கூல் ஆஃப் ஆஃப்ரிக்கன் அண்ட் ஓரியண்டல் ஸ்டடீஸ், லண்டன் பல்கலையில் இருக்கும் இன்ஸ்டிடியூட் ஆஃப் ஹிஸ்டாரிக்கல் ரிசர்ச் மையம் ஆகியவற்றில் இருந்த பணியாளர்களின் உதவிகளின் மூலம் மிகவும் எளிதாகிவிட்டிருந்தது. ஈஸ்ட் ஏஷியன் ஆர்ட் அருங்காட்சியகத்தின் பிரையன் மெக் எல்னி, பாத் ஆகியோர் வழங்கிய ஆலோசனைகளுக்கு நன்றி. யுனிவர்சிட்டி ஆஃப் லண்டன் லைப்ரரியில் இருக்கும் என் நண்பர்கள் மிகப் பெரிய உதவியைச் செய்திருக்கிறார்கள்.

இந்தப் புத்தகத்துக்கான யோசனை மெல் யார்க்கர் மூலம் கிடைத்தது. எனது முன்னாள் ஏஜெண்ட் காரோல் ப்ளேக் என் எடிட்டர் கரோல் ஓ பிரெயன் ஆகியோர் இந்த நூலை வடிவமைக்க உதவினார்கள். ஹெலன் ஆர்மிடேஜ், மரியா லார்ட் மற்றும் நெரிண்டா டி சில்வா ஆகியோர் முக்கியமான ஆலோசனைகள் வழங்கினர்.

இவர்கள் அனைவருக்கும் மிகவும் நன்றிக்கடன்பட்டிருக்கிறேன்.